சபக்தனி

சம்சுதீன் ஹீரா

பாரதி
புத்தகாலயம்

Sabakthani (in Tamil)

Samsudeen Heera

First Published: January, 2024

Published by

BHARATHI PUTHAKALAYAM

7, Elango Salai, Teynampet, Chennai - 600 018

Email: bharathiputhakalayam@gmail.com / www.thamizhbooks.com

சபக்தனி

சம்சுதீன் ஹீரா

முதல் பதிப்பு: ஜனவரி, 2024

வெளியீடு:

பாரதி புத்தகாலயம்

7, இளங்கோ சாலை, தேனாம்பேட்டை, சென்னை - 600 018.

தொலைபேசி : 044-24332424, 24330024 | விற்பனை: 24332924.

விற்பனை நிலையங்கள்

அருப்புக்கே..ட்டை: கதவுஎண் 49 A/4 மெயின் ரோடு, தெற்கு தெரு - 9994173551

ஈரோடு: 39: 39 ஸ்டேட் பாங்க் சாலை - 9245448353

கரூர்: நாரத கானசபா அருகில் (TNGEA OFFICE)- 9442706676

காரைக்குடி : 12, 2 வது தெரு, கம்பன் மணிமண்டபம் பின்புறம் - 9443406150

கும்பகோணம்: 352, ரயில் நிலையம் எதிரில் - 9443995061

குன்னூர்: N.K.N வணிக வளாகம் பெட்போர்ட்

கோவை: 77, மசக்காளிபாளையம் ரோடு, பீளமேடு - 8903707294

சிதம்பரம்: 22A / 18B தேரடி கடைத் தெரு, கீழவீதி அருகில் - 9994399347

செங்கல்பட்டு: 1 D ஜி. எஸ்.டி சாலை - 044 27426964

சேலம்: 15, வித்யாலயா சாலை சாலை

தஞ்சாவூர்: காந்திஜி வணிக வளாகம் காந்திஜி சாலை - 9655542400

திண்டுக்கல்: பேருந்து நிலையம் - 9942331105, 9976053719

திருச்சி: வெண்மணி இல்லம், கரூர் புறவழிச்சாலை - 9994289492

திருநெல்வேலி: 25கி, ராஜேந்திரநகர் - 9442149981

திருப்பூர்: 447, அவினாசி சாலை - 9486105018

திருவண்ணாமலை: முத்தம்மாள் நகர்

திருவல்லிக்கேணி: 48, தேரடி தெரு - 9444428358

திருவாரூர்: 35, நேதாஜி சாலை - 9442540543

நாகர்கோவில்: 699 கே.பி.ரோடு R.V.புரம் - 9443450111

நெய்வேலி: பேருந்து நிலையம் அருகில், - 9443659147

பழனி: பேருந்து நிலையம் அருகில் - 9442883696

பாண்டிச்சேரி : கிழக்கு கடற்கரைச்சாலை, இலாசுப்பேட்டை, 9486102777

பெரம்பூர்: 52, கூக்ஸ் ரோடு - 9444373716

மதுரை: 37A, பெரியார் பேருந்து நிலையம் - 045 22324674

மதுரை: சர்வோதயா மெயின்ரோடு

வடபழனி: பேருந்து நிலையம் எதிரில் அடையார் ஆனந்தபவன் மாடியில் - 9444476967

விருதுநகர்: 131, கச்சேரி சாலை - 0456 2245300

வேலூர்: பேஸ் III, சத்துவாச்சாரி - 9442553893

முகப்பு ஓவியம்: தமிழ்ப்பித்தன்

நினைத்த நூல்கள்... நினைத்த நேரத்தில்... BharathiTV | www.bookday.in

thamizhbooks.com 8778073949

ரூ. 270/-

அச்சு : பிரிண்டெக், சென்னை - 600 005.

பாட்டாளி வர்க்க நாவல்

தோழர் சம்சுதீன் ஹீராவின் இரண்டாவது நாவல் இது."மௌனத்தின் சாட்சியங்கள்" என்கிற அவரது முதல் நாவல் "கோவைக் கலவரங்கள்" என்று வர்ணிக்கப்படும் "இஸ்லாமிய மக்கள் மீது கட்டவிழ்த்துவிடப்பட்ட வன்முறை"க்காலத்தை நம் மனம் பதைக்கப் பதிவு செய்த நாவல் அது பரவலான அங்கீகாரம் பெற்றது. இப்போது திருப்பூர் நகரத்தின் வரலாற்றோடு உறவு கொண்ட ஒரு நாவலை நமக்குத் தந்திருக்கிறார். தொண்ணூறுகளின் தொடக்க காலத்தில் ஒரு கொலையோடு தொடங்கும் கதை. கொலை செய்யப்படும் நொய்யல் நதியின் கரையில் வாழும் எளிய மக்களின் கதையாக விரிவு கொண்டு அக்கூட்டத்தில் ஒரு குடும்பமாக ஜெமீலாவின் குடும்பமும் அவருடைய கணவர் ஷேக் பரீத், மகன் அனஸ் மகள்கள் நமக்கு அறிமுகம் ஆகிறார்கள். பசியைத்தின்று வாழ்ந்த அக்குடும்பத்தின் அலைக்கழிவுகள் நம் மனதைக் கரைக்கின்றன. புறம்போக்கு இடத்தில் குடிசை போட்டு மேற்கூரை இல்லாமல் படுத்துறங்கும் ஒரு வாழ்க்கை. ஏழாம் வகுப்புப் படிக்கும் போதே குடும்பத்தின் வறுமை நிலையை மனதில் உள்வாங்கும் 10 வயதுச் சிறுவனாகக் கதை நாயகன் அனஸ் அறிமுகம் ஆகிறான். அவனோ அவனுடைய அப்பா ஷேக் பரீத்தோ ஒருபோதும் தொழுகைக்குப் போவதில்லை. அது பற்றி ஜெமீலாவும் கவலைப்படுவதில்லை. ஒருவகையில் காஃபிர்களின் கதைதான் இது.

நக்சல்பாரி இயக்கத்தொடர்பு அக்குடும்பத்துக்கு இருக்கிறது. கம்யூனிஸ்ட் இயக்கம், நக்சல் இயக்கம், பெரியார் இயக்கம் எனப்பல்வேறு இயக்கத்தோழர்கள் இயல்பாகத் தம் வீடுபோல, வந்து போகும் இடமாக அவ்வீடு இருக்கிறது. எப்போதும் வீட்டாருக்குப் போக, இன்னும் கூடுதலாகப் பத்துப்பேருக்குச் சேர்த்துச் சமைப்பதை ஜெமீலா வழக்கமாகக் கொண்டிருப்பவர். திருப்பூரில் 80 களில் விறுவிறுப்பாக இயங்கிய இந்திய கம்யூனிஸ்ட் மற்றும் மார்க்சிஸ்ட் கம்யூனிஸ்ட் கட்சிகளின் தோழர்களோடு அனஸ்க்கு நட்புறவு ஏற்படுகிறது. மக்கள் பிரச்னைகளுக்காக அவர்கள் செய்யும் தலையீடுகள், போராட்டங்களில் விருப்பத்துடன் அனஸ்ஸும் பங்கேற்கிறான். பொதுக்காரியத்துக்காக மகன் இப்படி

அலைவதில் ஜெமீலாவுக்கும் மகிழ்ச்சிதான்."வாங்க, குட்டித்தோழரே'' என விளிக்கும் சி.பி.எம். தோழர் உன்னிகிருஷ்ணனுடன் நேசமிக்க ஓர் உறவு அனஸ்ஸுக்குக் கிடைக்கிறது. அவனுடைய சந்தேகங்களுக்கெல்லாம் உன்னிகிருஷ்ணன் எளிய விளக்கங்கள் அளித்துத் தீர்த்து வைக்கிறார்.

இந்திய கம்யூனிஸ்ட் கட்சித் தோழர்களோடும் அனஸ் பழகுகிறான். திருப்பூரில் ஆங்காங்கே ஜீவா, லெனின் மன்றங்கள் எழும்பிய கதையுடன் அனஸ் பயணிக்கிறான். அதிமுக காரர்களின் அடாவடிகளுக்கு நடுவே கம்யூனிஸ்ட் மன்றங்கள் உருவாகும் வரலாற்றை நாவல் பேசிச்செல்கிறது. திருப்பூரில் அனைத்துச் சங்கங்களும் இணைந்து பஞ்சப்படிக் கோரிக்கைக்காக வேலை நிறுத்தம் செய்வதும் 100 நாட்களைத்தாண்டி அப்போராட்டம் நீடிப்பதும் முதலாளிகள் சல்லிக்காசு உயர்த்தமாட்டோம் என்று கோஷமிட்டு'முதலாளிகள் ஊர்வலம்' போவதும் ஆகிய ஒரு வெப்பம் மிகுந்த அசல் வாழ்க்கைப் போராட்டம் இந்நாவலில் முதன்முறையாகப் பதிவாகிறது. அப்போராட்டக் காலத்தில் திருப்பூர் தமுஎச தோழர்கள் அன்று உருவாக்கி வீதிதோறும் நிகழ்த்திய "பஞ்சப்படி" என்கிற நாடகமும் அந்நாடகத்தை உருவாக்கிய தோழர்கள் மணிக்குமாரும் விழிப்பு நடராஜனும் நினைவில் மேலெழும்பி வருகிறார்கள். அந்நாடகத்தை நானும் பார்த்தவன் என்பதாலும் தோழர் மணிக்குமார் அகாலத்தில் மரணமடைந்துவிட்டார் என்பதுவும் சேர்ந்து நாவலின் அப்பகுதியை வாசிக்கையில் என் மனம் கனத்துப்போனது.

100 நாள் ஸ்ட்ரைக் திருப்பூர் உழைப்பாளி மக்களைப் பட்டினியில் தள்ளுகிறது. உழைப்பாளி மக்களிடம் வாங்கும் சக்தி இல்லாததால் ஷேக் பரீத் போன்ற தள்ளுவண்டி வியாபாரிகள் பட்டினிக்குள் தள்ளப்படுகிறார்கள். பட்டினிக்காலத்தில் பள்ளிக்கல்வி என்பது ஆடம்பரம் ஆகிவிடுகிறது. அனஸ் பள்ளியை விட்டு விலகி ஒரு குழந்தைத்தொழிலாளியாகிறான். டிங்கர் ஒர்க்ஷாப்பில் வேலைக்குச் சேர்கிறான். அங்கு வேலைபார்க்கும்போது சோசலிஸ்ட் வாலிபர் முன்னணி நடத்தும் ஒரு மக்கள் போராட்டத்துக்குப் போய்விடுகிறான். அதற்காகப் பட்டறைக்கார மௌலி ஏட்டா திட்டுகிறார். சம்பளமும் மிகக்குறைவு. ஆகவே இந்தியக்கம்யூ கட்சித்தோழர் ஈஸ்வரன் அறிவுரையை ஏற்று ஒரு கம்பெனிக்குக் 'கை மடிக்க'க் கிளம்பிவிடுகிறான். போன முதல் நாளே அங்கே ஒரு லீவுப் பிரச்னையால் தொழிலாளிகள் ஸ்ட்ரைக் தயாரிப்புக்குப்

போக,முதலாளி இறங்கி வருவதைப்பார்க்கிறான். இதெல்லாம் அவனுக்கான அனுபவப்பாடங்களக அமைகின்றன. அந்த வயதிலேயே வர்க்க உணர்வு பெறும் வாய்ப்பை வழங்குகின்றன.

கம்பெனிக்குள் மிக வேகமாகத் ‘தொழில்’ கற்றுக்கொள்ளும் அனஸ் சீக்கிரமே டெய்லராகப் ‘பதவி உயர்வு’பெறுகிறான். 15 வயதாகையில் அவனுக்குள் உடல்ரீதியான மாற்றங்களும் காதல் முகிழ்க்கும் கட்டமும் வந்து சேர்கிறது. பஸ்ஸில் பயணிக்கும் ஒரு பெண் மீது மையல் கொண்டு அவளைப் பின் தொடர்கிறான். ஆனால் அவளோ ஒரு மின்னலைப்போல சில தினங்களில் அவன் பாதையிலிருந்து மறைகிறாள். இதே ரொமாண்டிக் மனநிலை அரசியலில் ம.லெ.குழு ஒன்றுடன் அவனை இணைக்கிறது. சாரு மஜூம்தார் பற்றியெல்லாம் அறிந்துகொள்கிறான். நக்சல்பாரி இயக்கத்தின் “அழித்தொழிப்பு”ச் செயல்திட்டம் அவனுடைய அன்றைய ரொமாண்டிக் மனநிலையில் சிக்கெனப் பற்றிக்கொள்கிறது.

அழித்தொழிப்பு எனப்படும் ANNIHILATION கருத்தும் செயல்முறையும் நக்சல்களின் புதிய கண்டுபிடிப்பல்ல.அது ஒன்றுபட்ட கம்யூனிஸ்ட் இயக்கமே 1948இல் தோழர் பி.டி. ரணதிவே தலைமைக்காலத்தில் கையிலெடுத்துக் கையைச் சுட்டுக்கொண்டு கட்சி கைவிட்ட நடைமுறைதான் என்பதை அப்போது அவனுக்குச் சொல்ல அங்கே யாருமில்லை. பிற்காலத்தில் உன்னிகிருஷ்ணன் மூலம்தான் அறிகிறான். (பிற்காலத்தில் நக்சல் இயக்கமே அந்த அழித்தொழிப்புக் கொள்கையையைக் கைவிட்டு விட்டது தனிக்கதை. வெண்மணி வில்லன் கோபாலகிருஷ்ண நாயுடுவைப் போட்டுத்தள்ளியதுதான் கடைசி அழித்தொழிப்பு என்பார்கள்) ஆனால் அதற்குள் அவன் மா.லெ.கட்சிக்குள் மிக வேகமாக உட்புகுந்து தானே ஒரு “நடவடிக்கை”க்குத் திட்டமிட்டுத் தலைமை தாங்கும் எல்லைக்குப் போய்விடுகிறான். கட்சித்தலைமைக்குத் தெரியாமல் கிளை மட்டத்தில் முடிவு செய்து பண்ணையார் ஒருவனைப் போட்டுத்தள்ளும் புரட்சிகர நடவடிக்கைக்குள் இறங்குகிறார்கள், பலநாள் திட்டமிட்டாலும் “சம்பவத்”த்துக்கு முதல் நாள் இரவே தற்செயலாகப் போலீசின் கையில் தோழர்களுடன் சிக்கிவிடுகிறான்.

அதன்பிறகு லாக்கப்பில் நிகழும் காவல்துறையின் சித்திரவதைகள் நம் மனதைக் கலங்கடிக்கும் வண்ணம் நாவலில் சித்தரிக்கப்படுகின்றன. அனஸ் மட்டுமின்றி அவனுடைய

அப்பாவும் இன்னும் இரண்டு கூட்டாளிகளும் சித்திரவதை வளையத்துக்குள் கொண்டுவரப்படுகிறார்கள். அம்மா ஜெமீலா ஆரம்பத்தில் காவல்நிலைய வாசலில் கிடந்து அழுது புலம்புபவளாக இருந்தாலும் பின்னர் தைரியம் பெற்றுக் கார்க்கியின் “தாய்” போல வீறு கொண்டு எழுகிறாள். ஆட்கொணர்வு மனுப்போட்டுப் பல அமைப்புகள் உதவியுடன் சட்டப்போராட்டத்தை நடத்துகிறாள். மா.லெ.கட்சி, அனஸ் கட்சிக்குத் தெரியாமல் காரியம் ஆற்றியதற்காகக் கட்சியிலிருந்து நீக்கப்படுகிறான். அதே சமயம் தேசியப்பாதுகாப்புச் சட்டத்தின் கீழ் அவன் கைது செய்யப்படுவதாக அறிகிறான். கையறு நிலையில் அனஸ் நிற்கக் கதை முடிகிறது.

10 வயதுச் சிறுவனிலிருந்து அனுபவ அறிவால் மட்டுமே இயங்கி ஒருவித அரசியல் ரொமாண்டிக் மனநிலையோடு நக்சல் இயக்கத்தால் ஈர்க்கப்பட்டுச் சிதைகிற ஓர் இளைஞனின் கதை இது என்று மட்டும் சொல்லிவிட முடியாது திருப்பூர்த் தொழிலாளி வர்க்கத்தின் வரலாற்றின் ஒரு பகுதியைப் பின் திரையாக விரித்துக்கொண்டே நாவல் நகர்வது ஒரு முக்கியமான பரிமாணத்தையும் அடர்த்தியையும் நாவலுக்கு வழங்குகிறது. திருப்பூர்த் தொழிலாளி வர்க்கத்தின் நாவல் என்கிற இடத்தை இது பெறுகிறது. ஆயுதக் கிளர்ச்சி என்பது மக்கள் முழுமையாக வர்க்க உணர்வு பெற்று அதன் அடுத்த கட்டமாக சோசலிச உணர்வும் பெற்றுப் பெருங்கிளர்ச்சியில் இறங்கும்போது மக்களின் சார்பாகக் கம்யூனிஸ்ட்டுகள் ஆயுதம் ஏந்துவார்கள். மக்கள் இப்போதே தயாராகிவிட்டதாகக் குறைப்பிரசவம்போலக் கணக்கில் தப்பி முந்திக்கொண்டு களமிறங்கித் தம்மைத் தாமே அழித்துக்கொண்ட எண்ணற்ற நக்சல் இயக்கத் தோழர்களில் ஒருவனாக அனஸ் நம்முன் நிற்கிறான்.அவனுடைய தியாகம் உண்மையானது. ஆனால் அரசியல் கணக்குத் தவறானது என்பதைச் சொல்லாமல் சொல்லும் கதைதான் இந்நாவல்.

வெப்பமான காலத்தின் திருப்பூர் நகரில் வாழ்ந்த உணர்வைத் தருவதில் நாவல் வெற்றி பெற்றுள்ளது. நாம் வாசித்துக்கொண்டிருக்கவில்லை. நாம் அங்கேயே இருக்கிறோம்

முதல் நாவலைப்போல இந்நாவலும் வரவேற்கப்பட வேண்டும். கொண்டாடப்பட வேண்டும்.

சிவகாசி-626124 — ச.தமிழ்ச்செல்வன்
13-12-2023

சிவப்புக்காகத் தம்மை அர்ப்பணித்துக்கொண்ட முழுநேர ஊழியர்களுக்கு..!!

இந்த நூலை எழுதத் தொடங்கும்போது எனக்கிருந்த நோக்கம் வேறு. முடிவடைந்தபோது இது அடைந்திருக்கும் வடிவம் வேறு. ஜெமீலா அம்மா குறித்து ஆவணப்படுத்தும் முயற்சியில்தான் இதைத் தொடங்கினேன். தரவுகளைத் தேடிப்போகையில் அந்தப் பயணம் எங்கெங்கோ இழுத்துப்போய் ஒரு புதினமாய் நிறைவடைந்திருக்கிறது. வரலாறு அப்படித்தானே செய்யும்?

இது உண்மைச் சம்பவத்தைத் தழுவி எழுதப்பட்ட புனைகதை. கதையோட்டத்துக்காகச் சில நெளிவு சுளிவுகளைக் கையாண்டிருக்கிறேன். திருப்பூரைக் கட்டமைத்ததில் இடதுசாரிகளின் பங்கு அளப்பரியது. அதில் ஒரு சிறு புள்ளியைத் தொட்டுக்காட்ட முயன்றிருக்கிறேன்.

இதில் குறிப்பிட்ட எந்தக் கட்சியையோ, அமைப்பையோ, தனி நபர்களையோ குற்றவாளிக்கூண்டில் ஏற்றும் எண்ணம் ஏதும் எனக்கில்லை. சாகச மனோபாவத்தோடு பயணிக்கும் வளரிளம் பருவத்தின் தேடல், காலச்சூழலில் அடையும் மாற்றங்களைச் சொல்ல முயன்றிருக்கிறேன்.

நானும் கடந்த காலங்களில் இடது சாகசவாதத்தால் ஈர்க்கப்பட்டுக் கொஞ்சகாலம் எட்டிப்பார்த்துவிட்டுத் திரும்பி வந்தவன் என்கிற முறையில் இதை எழுத எனக்கு முழுத் தகுதி உள்ளதாகவே நம்புகிறேன்.

நன்றி சொல்லாமல் எப்படி முடிப்பது?

தங்கள் நேரத்தை எனக்கு விட்டுக்கொடுத்த மனைவி ரேஷ்மாவுக்கும், குழந்தைகள் யாஷிரா, ஹினாவுக்கும்,

தோழர் கே.சுப்பராயன் MP, தோழர் ச. தமிழ்ச்செல்வன், தோழர் உமர் கய்யான், தோழர் வே.தூயவன், தோழர் ஆர். ஈஸ்வரன், தோழர் கந்தசாமி, தோழர் தமயந்தி, தோழர் கார்த்திக் மதன்ராஜ், தோழர் எஸ்.ஏ.காதர், தோழர் செங்கம் இளங்கோ, தோழர் அஜிதன் குப்புசாமி, தோழர், பி.ஆர். கணேசன், தோழர் வீரபாண்டி குமார், தோழர் கோவை சதாசிவம்,

தோழர் இ.பா சிந்தன், தோழர் தீபா, தோழர் சுமதி சிவா, தோழர் நிவேதிதா, தோழர் பர்வீன் பானு, தோழர் மகேந்திரன், தோழர் பெரோஸ் பாபு, தோழர் நவநீதன், தோழர் சதீஷ், தோழர் காளிமுத்து, தோழர் மதுசுதன், தோழர் கார்த்திக், தோழர் நாகராஜ், தோழர் ஈஸ்வரன், தோழர் அருண், தோழர் சிராஜுதீன், பாரதி புத்தகாலயம், மற்றும் பெயர் சொல்ல விரும்பாத தோழர்களுக்கும், நேரடியாகவும் மறைமுகமாகவும் எனக்கு உதவிய அனைவருக்கும்..

– **சம்சுதீன் ஹீரா**

கடந்த காலத்தை ஒருமுறை திரும்பிப் பார்த்துக் கொண்டேன்

கொங்கு தமிழில் எழுதப்பட்ட இந்த நாவலின்மூலம் என் கடந்த காலத்தை ஒருமுறை திரும்பிப் பார்த்துக் கொண்டேன். மில் தொழிலாளியாய் நான் கடந்துவந்த தொழிற்சங்க அனுபவங்கள், கலை இலக்கிய அனுபவங்களெல்லாம் சித்திரம்போல மனக்கண்ணில் வந்துபோனது. ஏற்கனவே ஒரு நாவல், ஒரு சிறுகதைத் தொகுப்பு எழுதியிருக்கும் சம்சுதீன் ஹீராவுக்கு இது மூன்றாவது படைப்பு.

திருப்பூரின் ஐம்பதாண்டுக்காலத் தொழில்வளர்ச்சி, தொழிலாளர்களின் வாழ்க்கை நிலை, இடதுசாரி இயக்கங்களின் வளர்ச்சி, தொழிற்சங்க இயக்கப் போராட்டங்களைப் பற்றியெல்லாம் இந்த நாவல் ஓர் அவசரப் பார்வை பார்த்திருக்கிறது.

திருப்பூரின் முக்கியத் தொழிலான பனியன் தொழில், கல்கத்தாவிலிருந்து வந்தது, உள்ளூர்த் தேவைக்காக தொடங்கப்பட்டு ஏற்றுமதித் தொழிலாக வளர்ச்சியடைந்து அந்நியச் செலாவணியை கணிசமாக ஈட்டித்தந்த விபரங்களையெல்லாம் கதையின் போக்கில் சொல்லிக்கொண்டே போகிறார்.

சாதாரணத் தொழிலாளர்கள், குடும்பத்தோடு கூட்டு உழைப்பில் ஈடுபடும்போது பொருளாதார நிலையில் சற்று மேம்படுவதையும் சொல்லத் தவறவில்லை.

அதே சமயத்தில் கூலி உயர்வு, பஞ்சப்படி, போனஸ் போன்ற தொழிலாளர்களின் உரிமைகளுக்காக எழுந்த வீரமிக்க போராட்டங்களையும், களப்போராட்ட யுக்திகளையும், தலைவர்களின் பங்களிப்புகளையும் கதையின் போக்கில் நம் கண் முன்னே விரித்துக் காட்டியிருக்கிறார்.

நகரமயமாதல், வெவ்வேறு பகுதிகளிலிருந்து மக்கள் குடியேற்றம், புறம்போக்கு நிலங்களில் குடிசைகள் உருவாவது, ஊர் உருவாவது, அடிப்படை வசதிகளுக்காக நடந்த மக்கள் போராட்டங்கள், அதற்குத் தலைமை தாங்கிய வாலிபர் சங்கம், இளைஞர் பெருமன்றம் தோன்றுவது, அவை கட்சிக் கிளைகளாகப் பரிணமிப்பது, ஆங்காங்கே ஏற்படும் விவாதங்கள், தத்துவார்த்த

வாதங்களாக மாறுவதையெல்லாம் வாசிக்கிறபோது மாக்சிம் கார்க்கியின் தாய் நாவலைப் படிக்கிற உணர்வை இந்நூல் ஏற்படுத்துகிறது.

கதை நாயகனின் இளம் பருவத்துக்கான உளவியல் மாற்றங்களைக் கதையின் போக்கில் கையாண்டிருந்தாலும், அனசின் காதல், கண்ணியமான முறையில் சொல்லப்பட்டிருப்பது அழகு.

தொழிற்சங்கங்களின் போராட்டங்களில் நாடகம், எத்தகைய பங்கு வகித்தது, திருப்பூரில் செயல்பட்டு வந்த நாடகக்குழுக்கள், பஞ்சப்படிப் போராட்டத்தின்போது நடத்திய நாடகங்களை மிக அழகாகப் பதிவு செய்திருக்கிறார்.

திருப்பூரின் சிறு முதலாளிகள், தொழிலாளி வர்க்கத்தின் போராட்டத்துக்கு எதிராக ஊர்வலம் நடத்திய அதிசயத்தைப் பதிவு செய்திருக்கிறார். போராட்டமே தவறென வாதிடுபவர்களே ரோட்டில் இறங்கிப் போராடியது முரண்தானே?

கம்யூனிஸ்ட் கட்சி பிளவுபட்டதைச் சற்று எச்சரிக்கையுடன் எழுதியிருக்கிறார். கட்சி பிளவுபட, சர்வதேச தத்துவார்த்த முரண்கள், இந்திய சீன யுத்தம், பாட்டாளி வர்க்கத்தின் தலைமைப் பாத்திரம், வர்க்கச் சேர்மானம், திட்டம், முதலாளித்துவக் கட்சிகள் பற்றிய மதிப்பீடு என்றெல்லாம் வெவ்வேறு பார்வைகள் உண்டு. இந்த விவாதங்கள் இன்றும் நேரடியாகவும் மறைமுகமாகவும் தொடர்ந்து கொண்டுதான் இருக்கின்றன. அதனாலேயேதான் இன்னும் கட்சிகளின் ஒன்றிணைவு சாத்தியப்படாமல் இருந்து வருகிறது. இவற்றையெல்லாம் போகிற போக்கில் இரண்டொரு பக்கங்களில் சொல்லிவிட முடியாதுதான். கதையோட்டத்துக்குத் தேவையான அளவில் சுருக்கமாக கையாண்டிருக்கிறார் என்று கருதுகிறேன்.

போராட்டங்களை ஒடுக்க, முதலாளிகள் எத்தகைய தகிடுதத்தங்களையெல்லாம் செய்வார்கள், முதலாளிகளின் ஏவல்படையான காவல்துறை எவ்வளவு அடக்கு முறைகளை ஏவும், பொய் வழக்குகள் புனைந்து எப்படியெல்லாம் வதைக்கும் என்பதையெல்லாம் அனசின் மீது திணிக்கப்படுகிற கொடூரங்களில் சொல்லிச் செல்கிறார். காவல்துறையால் சித்திரவதை செய்யப்படும் அனசின் வலியும் பதட்டமும் வாசிக்கும்போது நமக்குள்ளும் பரவிவிடுகிறது. நாடு முழுவதும் போராட்டங்களில் கம்யூனிஸ்டுகளின்மீது தொடுக்கப்பட்ட தாக்குதல்கள் கொஞ்சமா? நஞ்சமா?

சேலத்தில், கோவையில், தஞ்சையில், மதுரையில் என எத்தனையோ பகுதிகளில் காவல்துறையாலும், நிலப்பிரபுத்துவக் குண்டர்களாலும், ரவுடிகளாலும் கம்யூனிஸ்டுகள் எதிர்கொண்ட கொடும் துயரங்களெல்லாம் இன்னும் எழுதப்படாமலிருக்கின்றன.

கதை போகிற போக்கில் தன் சொந்த நிர்ணயிப்புகளை ஆங்காங்கே தெளித்துச் செல்கிறார்.

'நதிக்கரையில் பிறந்த நாகரிகம், நதியைத் தின்று நகரமாய் வளர்ந்து கொண்டிருந்தது'

'டாலர் குடித்து வளர்ந்த நகரம்'

'ருசிகண்ட பூனைகள் பசிகொண்ட மிருகமாய் மாறி நொய்யல் கரையோரங்களில் சிறிதும் பெரிதுமாய் டையிங் நிறுவனங்கள் நூற்றுக்கணக்கில் முளைத்தன. ஊர் செழிப்பானது. ஆறு மலடானது'

'கலை இலக்கியம், துப்பாக்கிகளைவிட வலிமையான அரசியல் ஆயுதம்'

'தன்னைத்தவிர எந்தக்கட்சிக்கும் அறிவில்லை, எல்லா அமைப்புகளும் பிழைப்புவாதிகள். தான் மட்டுமே இந்தியப்புரட்சியை வடிவமைக்கவல்ல சிற்பி' என்ற ஆழமான நம்பிக்கை ஒரு மனநோய் போல அவனைப் பிடித்திருந்தது'

'தத்துவத்த வாய்ல மட்டும் வெச்சிருந்தாப் போதுமா? செயல்படுத்தனும்ல, களத்துல வேலை செய்யும்போதுதான சரி தவறக் கத்துக்க முடியும்?'

என்றெல்லாம் அழுத்தமான விசயங்களையும் எளிய சொற்களால் போகிற போக்கில் சொல்லிக்கொண்டே போகிறார்.

மொத்தத்தில் திருப்பூரின் ஐம்பதாண்டுக்கால அரசியல், பொருளாதார, தொழிற்சங்க வரலாற்றை இந்த நாவல் சுருக்கமாக ஒரு கழுகுப்பார்வையில் பேசியிருக்கிறது.

நடுத்தர வயதினர் வரலாற்று நிகழ்வுகளை மீண்டும் அசை போடவும், புதிய இளைஞர்கள் திருப்பூர் நகரத்தின் வரலாற்றை அறிந்துகொள்ளவும் இந்நூலை வாசிப்பது அவசியமென்றே சொல்வேன்.

- தோழர் இரா.ஈஸ்வரன்

மாநில செயற்குழு உறுப்பினர். த.மு.எ.க.ச.

அத்தியாயம் – 1

தொன்னூறுகளின் தொடக்க காலம்.

மென்பனிப் படலமாய் நீராடை போர்த்தித் தூங்கிக் கொண்டிருந்தது திருப்பூர். மாரப்பன் வீட்டிலிருந்து கிளம்பும்போது மணி நான்கு. சைக்கிள் கேரியரில் வாயகன்ற கூடையும், ஹேண்டில் பார்களில் கட்டைப்பைகளும் தூரியாடிக்கொண்டிருந்தன. தில்லை நகரிலிருந்து வெளியே வந்து தாராபுரம் ரோட்டைத் தொட்டதுமே எதிரே இருந்த எஸ்.ஆர்.டி பஸ் டிப்போவில் விளக்குகள் எரிந்து கொண்டிருப்பது தெரிந்தது. புறப்படத் தயாராகிக் கொண்டிருந்த தாராபுரம் பேருந்தில் 'என்னாச மைதிலியே.. என்னை நீ காதலியே..' பாடிக்கொண்டிருந்தது.

வலதுபுறம் திரும்பி ஏறி மிதித்தால் அரை நிமிடத்தில் உஷா தியேட்டர். அங்கிருந்து அகலமாய் ரெண்டு எட்டு வைத்தால் கள்ளுக்கடை முக்கு. மேற்கே திரும்பி ஒரு கிலோமீட்டரில் பஸ்நிலையம். அங்கிருந்து வடக்கே திரும்பி நகராட்சி அலுவலகம் கடந்து ஓட்டினால் வளர்மதி பாலத்தில் ஆவின் பால் வண்டி நிற்கும். அங்கு பாக்கெட்டுகளை எடுத்துக்கொண்டு லைனுக்குப் போகவேண்டும்.

ஊர் கண்விழிப்பதற்கு முன்பாகவே பால்காரர்கள், தம் வாழ்க்கையின் ஒருபகுதியை வாழ்ந்து முடித்து விடுகிறார்கள்.

காங்கேயம் ரோடுதான் அவனது பிரதான லைன். கள்ளுக்கடை முக்கிலிருந்து சி.டி.சி பஸ் டிப்போ, சத்தியா நகர், புதூர் பிரிவு, ராக்கியா பாளையம் பிரிவு, நல்லூர், பள்ளகவுண்டன் பாளையம், விஜயாபுரம் வரை லைனை முடித்துக்கொண்டு வீடு திரும்ப ஏழு மணி ஆகிவிடும். பெரும்பாலும் வீடுகள்தாம். சில டீக் கடைகளும் உண்டு. முன்பெல்லாம் கறவை மாடு வைத்திருப்பவர்கள் மட்டும் வியாபாரம் செய்தார்கள். பால் கறந்து சைக்கிளில் வீடு வீடாகப்போய் ஊற்றிக் கொண்டிருந்த காலம் போய் டிப்போக்கள் வந்தன, கொஞ்சகாலம் ஆட்டோவில் பால் சப்ளை நடந்தது. ஆவின் பாக்கெட் பால் வந்தபிறகு யார்வேண்டுமானாலும் வியாபாரம் செய்யலாம் என்றாகிவிட்டது.

மாரப்பனுக்குப் பேச ஆள் கிடைத்துவிட்டால் போதும்..

“நம்மூட்லைமு ரெண்டு கறவைக நின்னுச்சு கண்ணு.. நம்ம நேரமோ என்ன கெரகமோ.. ஒன்னு சீக்கு வந்து செத்துப் போச்சு.. உன்னோன்னு தீவனமில்லாம மடிவத்திப்போயி கறவ நின்னுபோச்சு.. எத்தன நாளைக்குச் சமாளிக்கிறது கெரகத்த வெச்சுக்கிட்டு? பல்லடஞ் சந்தைல கொண்டுபோய் வித்துப் போட்டம் பாத்துக்கோ.. கெழவிக்குதா மனசே இல்ல பாவம்.. நட்டந்தே.. என்ன பண்ணித் தொலைக்கறது?

அப்பெல்லா பாலு எப்பிடியிருக்கும்ங்குற..? சும்மா மையாட்டொ கெட்டியா இருக்கும். தொட்டா கைல ஒட்டும்.. இப்ப இந்த மெசின் பால்ல பாதிக்குப் பாதி தண்ணியூத்தீர்ரானுகளாட்டருக்கு.. கெழவம் மல்லாட்ட சலசலனு இருக்குது கெரகொ..!!” என்று ஆதங்கத்தோடு சொல்லிக்கொண்டிருப்பான்.

வீட்டுக் கதவுகளில் ஒயர் கூடையோ, மஞ்சள் பையோ தொங்கும். கால் லிட்டர், அரை லிட்டர் பாக்கெட்டுகளை அதனுள் போட்டு வருவான். பெரும்பாலும் கால் லிட்டர்தான் போகும். பேர்தான் கால் லிட்டர். அதன் கொள்ளளவு என்னமோ இருநூறு மில்லிதான் இருக்கும்.

ஏற்கனவே தாமதமாகிவிட்டது. அவசரத்தில் வேகுவேகென்று சைக்கிளை மிதித்துக் கொண்டிருந்தவனுக்கு அந்தக் குளிரிலும் வியர்த்துக் கொட்டியது. உருமாலைக்குள் வியர்வை கசகசத்தது. ராக்கியாபாளையம் பிரிவு, சந்தானம் பேக்கரியில் விளக்கெரிந்தது. அதற்கடுத்து விஜயாபுரம் வரை மின் விளக்குள் இருக்காது.

சாலேசம் கண்டவனைப்போல முகப்பு விளக்கு கட்மைக்கு எரிந்துகொண்டிருந்தது. ஏற்கனவே வேறொரு சைக்கிளில் ஓடிக் களைத்திருந்த டைனமோவைத்தான் இதில் மாட்டியிருந்தான். அதுவும் எத்தனைதான் உழைக்கும்? ஒரு நிதானத்திலேயே போய்க் கொண்டிருந்தான்.

நல்லூரைத் தாண்டிப் போய்க்கொண்டிருந்தபோது திடும் திடுமென சைக்கிள் எதன்மீதோ ஏறி இறங்கியது. ஓரங்கட்டி நிறுத்தித் திரும்பிப் பார்த்தபோது திக்கென்றது. ஓர் ஆள் விழுந்து கிடந்தான்.

‘மப்புல கிப்புல கெடக்கறானா கெரகத்த..?’

ஸ்டேண்ட் போட்டு நிறுத்திவிட்டு அருகில் வந்து தீக்குச்சியை உரசினான். ஈரக்குலை நடுங்கியது. குப்புறக் கிடந்த ஆளின் பின்னந்தலையில் ஒரு ரூபாய்க் காசளவுக்கு ஒரு ஓட்டை. ஆழம், முழுக் கட்டை விரலும் நுழையும் போலிருந்தது. உலக வரைபடத்தைப்போல மண்ணில் உதிரம் உறைந்து கிடந்தது. தீக்குச்சி வெளிச்சத்தில் குனிந்து முகத்தைப் பார்த்தான். அச்சமூட்டும்படித் திறந்திருந்த கண்கள் அவனது செத்த மாட்டை நினைவு படுத்தியது. படபடப்போடு சைக்கிளைத் திருப்பி ஏறி மிதித்தான். ராக்கியாபாளையம் பிரிவு டீக்கடைக்கு வெளியே ஒரு ரூபாய்த் தொலைபேசிப் பெட்டி தொங்கிக்கொண்டிருந்தது.

“அலோ.. போலீஸ் டேசனுங்களா..?”

★★★

நைட்ஷிப்ட் முடிந்து வீட்டுக்குப் போய்க்கொண்டிருந்த சின்னக்கண்ணு ஓவர்லாக் டெய்லர். எக்ஸ்போர்ட் ஆர்டர்கள் குவிந்து திருப்பூர் நகரம், டாலர் பூசிக் குளிக்கத் தொடங்கியிருந்த காலம் அது. வாரத்துக்கு மூன்று நான்கு நாட்களாவது நைட் ஷிஃப்ட் இருக்கும். கட்டிங் மாஸ்டர்களுக்கு மட்டும் பீஸ் ரேட். மற்ற எல்லாருக்கும் ஷிப்ட் அடிப்படையில் வாரச் சம்பளம்தான்.

தொழிலாளர்கள் ரெண்டு காசு பார்ப்பதற்கு இரவும் பகலும் ஓடிக்கொண்டிருந்தனர். பட்டினிப்பாட்டாளி வர்க்கம் சோற்றுக்குக் குறையில்லை என்கிற உத்திரவாதத்தை அடைய ஆரம்பித்திருந்தது. தவணை முறைக் கட்டில் பீரோக்களும் மின் விசிறிகளும் மக்களின் வீடுகளில் முளைக்கத் துவங்கியிருந்தன.

சின்னக்கண்ணு, 9.30 மணிக்குச் சாப்பிட்ட புரோட்டா இன்னும் நெஞ்சிலேயே நிற்கிறது. 11 மணி டீ டைமில் கொடுத்த தேங்காய் பன்னைச் சாப்பிடாமல் இருந்திருக்கலாம். வயிறு கடமுடா என்கிறது. அருக்காணியக்கா கடையில் வாங்கிய இரண்டு பெர்க்லீ சிகெரெட்டில் ஒன்றை இரவுச் சாப்பாட்டுக்குப் பின் அடித்திருந்தான். இன்னொன்று சட்டைப்பையில் இருந்தது.

பள்ளகவுண்டன் பாளையம் காட்டுப்பகுதியைக் கடக்கும் போது குளிர் ஊசிபோலக் குத்தியது. ரோட்டோரமிருந்த டிரான்ஸ்பார்மரைப் பார்த்ததும் விறுக்கெனப் பயந்தான். அதன் கம்பங்களில் ஏறி மின்மாற்றியைச் சூழ்ந்து, கம்பிகளில் படர்ந்து நின்றிருந்த கொடிக்கொத்தைப் பார்த்தபோது, கைகளை விரித்துக் கொண்டு பூதம் நிற்பதுபோலத் தெரிந்தது.

சைக்கிள், நல்லூர் ஸ்டாப்பைத் தாண்டியதும் ஒருவன் குறுக்காட்டினான். அவன் கையில் டார்ச் லைட் ஒளிர்ந்து கொண்டிருந்தது. சர்ர்ரெனக் கடந்துபோன ஏதோ ஒரு வண்டியின் வெளிச்சத்தில் அவனைக் கவனித்தான். நெடுநெடுவென்ற நல்ல உயரம். பளிச்சென்று சவரம் செய்யப்பட்ட முகம். ஆஜானுபாகுவான தோற்றத்தில் இருந்தான். போலீஸ் என்று நினைத்துத்தான் நிறுத்தினான். அவனது வாயிலிருந்து பரவிய கவிச்சி வாடை காற்றில் பரவியது. இரத்தச் சிவப்பாய்க் கிடந்த அவன் கண்கள் சின்னக்கண்ணுவை வெறித்துப் பார்த்தன.

"எறங்கு கீழ.."

அந்த அதிகாரக்குரலுக்கு அஞ்சி, சைக்கிளிலிருந்து இறங்கி ஸ்டேண்டு போட்டு நிறுத்தினான்.

அச்சமே அனைத்துத் தீமைகளுக்கும் ஆதிமூலம்.

"தீப்பெட்டி இருக்கா..?"

அவன் வாயில் சிகிரெட்டை வைத்தபடி கேட்டான். சட்டைப்பையிலிருந்து தீப்பெட்டியை எடுத்துக் கொடுத்தான். பற்றவைத்தபோது கஞ்சாப் புகை குப்பென்று பரவியது. வேண்டுமென்றே தீப்பெட்டியைக் கீழே போட்டான். குனிந்து எடுக்கப்போன சின்னக்கண்ணுவின் தலையில், தன் கையில் மறைத்து வைத்திருந்த சுத்தியலால் ஒரே அடி..

'பொக்க்க்..'

விழுந்தவன் எழவே இல்லை. சாவகாசமாக அவனது வாட்சைக் கழற்றிக் கட்டிக்கொண்டான். சின்னக்கண்ணுவின் பாக்கெட்டுகளைத் துழாவி, கிடைத்த சில ரூபாய் நோட்டுகளையும் பெர்க்லி சிகெரெட்டையும் எடுத்துத் தன் பையில் சொருகினான் சைக்கிளை எடுத்துக்கொண்டு அவன்பாட்டுக்குப் போய்க்கொண்டிருந்தான்.

★★★

இன்ஸ்பெக்டர் இரத்தினசாமியின் முகத்தில் உலை கொதித்தது. நாலு அரிசியை அள்ளிப்போட்டால் சோறாகிவிடும் போல. கான்ஸ்டபிள்களைக் காரணமே இல்லாமல் கெட்ட வார்த்தைகளால் அர்ச்சித்துக் கொண்டிருந்தார். அதிகாரம், எப்போதுமே தன் அழுத்தங்களைத் தனக்குக் கீழானவர்களை இழிவுபடுத்துவதன் மூலமாகவே சமநிலைப்படுத்திக் கொள்கிறது.

இன்ஸ்பெக்டரின் கொதிப்புக்குக் காரணமில்லாமலில்லை. இரண்டு மாதங்களுக்குள் நடந்த மூன்றாவது கொலை இது. முதல் இரண்டு கொலைகளின் விசாரணையே நகராமல் முட்டுச் சந்தில் நின்றுகொண்டிருந்தது. உயரதிகாரிகள் 'அம்மா ஆத்தா' என்று மட்டும்தான் திட்டவில்லை. அவ்வளவு அழுத்தம், அவ்வளவு அவமானம். போதாக்குறைக்குக் குனிந்து நடந்த கிழவியைக் குப்புறத்தள்ளிய கதையாக இப்போது இந்த இழவு வேறு.

"பாடிய யாருயா மொதல்ல பாத்தது..?"

"பால் காரனுங் சார்.."

"வரச்சொல்லு அவன"

துண்டைச் சுருட்டி வாயைப் பொத்தினாற்போல் எதிரே வந்து நின்றான் மாரப்பன்.

"எப்பயா பாத்த..?"

"நாலு நாலேகால் இருக்குமுங்க.."

"வேற யாராச்சி இருந்தாங்களா..?"

"இல்லீங்.."

"நீ வர்றப்ப எதுக்கால வண்டி கிண்டி போறத பாத்தியா..?"

"ஒன்னத்தையுங் காங்கலீங்.."

"எப்பக்கூப்ட்டாலும் ஸ்டேசனுக்கு வரணும்.. வெளியூர்க்கெல்லாம் போகக்கூடாது.. புரியுதா..?"

"ஆகட்டுமுங்.."

"யோவ் சின்னமல.. இந்தாள்ட்ட எழுதி வாங்கிட்டு அனுப்பு.."

"வாயா இங்க.. உம்பேரென்னோ..?"

"மாரப்பனுங்.."

அப்பா பேரு..?

"வெள்ளிங்கிரி.."

"தாத்தா பேரு.."

"வெங்கடாசலக் கவுண்டருங்.."

அட்ரஸ் சொல்லு

“தில்லை நகர் மூணாவது வீதி, தாராபுரம் ரோடு, திருப்பூர், கோவை மாவட்டம்.

★★★

சமீபகாலமாகத் திருப்பூர் நிலவரம் குறித்து, உயரதிகாரிகள் மத்தியில் பரபரப்பாகப் பேசப்பட்டுக் கொண்டிருக்கிறது. தொடர்ச்சியாக நடக்கும் கொலைகள், அடிக்கடி நிகழும் வழிப்பறி, கஞ்சா நடமாட்டம் என்றெல்லாம் திருப்பூர் செய்திகள் நாளிதழ்களில் இடம்பெறாத நாளே இல்லை.

உயரதிகாரிகளுடன் சந்திப்பு, சம்பவ இடத்தை ஆய்வு செய்த தடயவியல் குழுவோடு விவாதங்கள். சந்தேக நபர்களின் பட்டியலைத் தயாரித்தல், தேடப்படும் குற்றவாளிகள் விபரங்களைத் தொகுத்தல் என்று நாள் முழுவதும் வேலை பெண்டு நிமிர்த்தியிருந்தது இரத்தின சாமிக்கு. இரவு மணி 9.30 ஐக் கடந்திருந்தது. ஆனாலும் அவரது சூடு குறைந்த பாடில்லை.

“யோவ் சின்னமல.. இந்த ட்ரைவர் எங்கய்யா போய்த் தொலஞ்சான்?”

“கடைக்குப் போயிருக்காப்ல போலங்க..”

‘‘வரச்சொல்லுயா..”

வெளியே ஓடினார் ஏட்டு சின்னமலை. ஸ்டேசனுக்குப் பக்கத்தில் முனியாண்டி விலாசைத் தொட்டதுபோலிருந்த பெட்டிக்கடை முன்பு சிகெரெட் பிடித்துக் கொண்டிருந்தார் ட்ரைவர் முத்து. தகவல் தெரிந்ததும் சிகெரெட்டைக் கால்களால் நசுக்கிவிட்டு உள்ளே ஓடினார்.

வண்டி, கோட்டை ஸ்ரீ மாரியம்மன் கோவிலைக் கடந்து பயணித்தது. அடுத்த வாரம் நடைபெறவிருக்கிற பூச்சாட்டுத் திருவிழாவுக்கான ஏற்பாடுகள் ஜோராக நடந்து கொண்டிருந்தன. பந்தல் அமைப்பதற்கான புத்தம்புதிய ஓலைகள், பூட்டுகள், மேடைக்கான மரப்பலகைகள், இரும்புச் சட்டங்களெல்லாம் ரோட்டோரம் குவிந்து கிடந்தன.

ஆங்கில எழுத்து டி வடிவில் பிரியும் ரோட்டில், இடதுபுறம் காங்கேயம் சாலை, வலதுபுறம் தாராபுரம் சாலை. வண்டி தாராபுரம் சாலையில் திரும்பியது. போலீஸ் வண்டி சப்தம் கேட்டதும், அதுவரை திறந்திருந்த கடைகளெல்லாம் அவசர

அவசரமாகச் சட்டர்கள் இறக்கப்பட்டன. 10 மணிக்கு மேல் கடைகள் திறந்திருக்கக் கூடாது என்ற அறிவிக்கப்படாத சட்டம் அமுலில் இருந்தது.

சட்டர் இறக்கப்படாமல் இருந்த ஒரு ஹோட்டல் முன்பு ஜீப் நின்றது. மரியாதை நிமித்தமாக வாசலில் எரிந்த விளக்குகள் மட்டும் அணைக்கப்பட்டன. கடையிலிருந்து ஒரு பார்சலோடு ஒரு சிறுவன் ஓடிவந்தான். வாங்கிக்கொண்டு கிளம்பியது வண்டி.

ஷிவா ஒய்ன்ஸ் முன்னால் வண்டி நின்றது. விளக்கைப் போட்டதும் ஓடி மறையும் கரப்பான் பூச்சிகளைப்போல, வாசலில் நின்றிருந்தவர்களெல்லாரும் தெறித்து ஓடினார்கள். லத்தியோடு பாருக்குள்ளே நுழைந்தார் ஏட்டு. பார்த்தவர்களெல்லாரும் எகிறிக்குதித்து ஓடிவிட, பார்க்காதவர்களுக்கெல்லாம் பூசை. கல்லாவிலிருந்து ஒருவன் ஓடிவந்து டிரைவரிடம் எதையோ கொடுத்தான். வண்டி நகர்ந்தது.

உயவு எண்ணெய் இல்லாமல் எந்த வண்டியும் நகர்வதில்லை. அது சர்க்கார் வண்டியானாலும் சரி.

சங்கிலிப்பள்ளம் பாலத்தின் கீழே அழுகிய முட்டை நாற்றத்துடன் சலசலத்துக் கொண்டிருந்தது தண்ணீர். அங்கிருந்து அரை நிமிட தூரத்தில் தில்லைநகர். தெரு முனையில் வண்டியை நிறுத்தி மாரப்பன் வீட்டுக்குச் சென்று, ஆள் இருக்கிறார் என உறுதிப்படுத்திக்கொண்டு திரும்பி வந்தார் ஏட்டு.

இறங்கி நின்று சிகெரெட்டைப் பற்றவைத்தார் இரத்தின சாமி.

"யோவ் சின்னமல.. எதாவது லீடு கெடைக்குமான்னு நானும் மண்டையப் பிச்சுக்கறேன், ங்கொக்காலி.. ஒண்ணுமே சிக்க மாட்டேங்குதேய்யா.."

"சிக்கிருவான் சார்.. திருட்டு நாயிக எவ்ளோ தூரம் போயிறப்போறானுக..?"

"இல்லைய்யா.. இது வழிப்பறிக்கு நடந்த கொலைக மாதிரியும் தெரியலையேய்யா.. எல்லாக் கொலைகளும் ஒரே மாதிரி, ஒரே ஸ்டைல்லதான் நடந்திருக்கு. சேம் ஸ்டைல், சேம் வெப்பன். செத்தவனுகளுக்கும் ஒருத்தன ஒருத்தன் லிங்க் இல்ல. டோட்டலா டிஃப்ரண்ட் பெர்சன்ஸ். எங்கேயுமே சிங்க் ஆக மாட்டேங்குதேய்யா..?" நெற்றியை நிமிர்த்தி வானில் ஊதிய புகை நெளிநெளியாய்ப் பரவியது.

“கஞ்சா வியாபார மோட்டிவேசன்ல எதாச்சும் இருக்குமோ..?”

“நோ நோ நோ.. செத்தவங்க யாருமே கஞ்சா குடிக்கிறவங்களும் இல்ல. வியாபாரிகளும் இல்ல. நாம தப்பான டைரக்சன்ல வேற எங்கேயோ சுத்திட்டு இருக்கோம்னு தோணுது” சுண்டு விரலில் சிகெரெட் சாம்பலைத் தட்டிவிட்டபோது நடுவிரலிலிருந்த மோதிரம் மின்னியது.

“தாயோழி.. அவம்மட்டும் என் கைல சிக்கட்டும் சார்.. வகுந்தர்றேன் வகுந்து..” சின்னமலையின் குரலில் செயற்கைச் சினமிருந்தது..

எப்போதுமே அதிகாரத்துக்கு ஒத்தூதும் குரல்களுக்கெல்லாம் அடிமைகளின் சாயல். அவை விசுவாசப் போர்வைகளுக்குள் ஒளிந்து தங்களைப் புனிதப்படுத்திக் கொள்கின்றன.

“அவஞ்சிக்கறதுக்குள்ள இவனுக என் தாலி அத்துருவானுக போ.. பாத்தல்ல காலைல.. அதிகாரிக என்னென்ன பேசினானுகனு.. எதாவது பண்ணி ரெண்டு மாசத்துக்குள்ள கேச முடிக்கலைனா.. பொச்ச ராவிருவானுக..”

‘கிர்ர்ர்... கிர்ர்ர்ர்.. ஐயா, சினிபார்க் தியேட்டர்ல ரெண்டு குரூப் அடிச்சிக்கிறானுகனு தகவல் வந்திருக்குங்கய்யா.. ஓவர்..’

வாக்கி டாக்கி கத்தியது. வண்டி சீறிப்பாய்ந்தது.

அத்தியாயம் – 2

அன்றைய விடியலின் முதல் கதிரொளி நொய்யலில் கண்விழித்தது. நதிக்கரையில், கூட்டுப்புழுவைப்போல தன்னைத் தகவமைத்துக்கொண்டு நின்றிருந்த காயிதே மில்லத் நகர் மொஹல்லாவுக்கு வயது ஆறு.

நொய்யல், ஒரு காலத்தில் கொங்கின் ஜீவநதி. இன்று சாயக்கழிவைச் சுமந்து செல்லும் சாக்கடைக் கால்வாயாய் அவலப்பட்டு நிற்கிறது. கொங்குப் பண்பாட்டு அடையாளங்களில் ஒன்று, கண்ணெதிரே மரணித்துக் கொண்டிருந்தது. நதிக்கரையில் பிறந்த நாகரிகம், நதியைத் தின்று நகரமாய் வளர்ந்து கொண்டிருந்தது.

ஊரின் எல்லாச் சாக்கடைகளும் சங்கமித்து, ஐம்பதடி ஆறு, ஆறடிக்கு இளைத்திருந்தது. கரையோரப் புறம்போக்கு நிலத்தில் அங்கொன்றும் இங்கொன்றுமாக மழைக் காளான்கள் போல வீடுகள் முளைத்துக் கொண்டிருந்தன. பெரும்பாலும் சாளை வீடுகள்.

துண்டு நிலமும் ஒண்டிக்கொள்ளச் சிறுகூரையுமே மனித வாழ்வின் பிடிமானங்கள். மனிதன், அதற்கான ஓட்டத்தில் முழு வாழ்வையும் கரைத்துவிடுகிறான்.

சொந்த வீடில்லாதவர்கள், வெளியூரிலிருந்து பிழைப்புத் தேடி வந்தவர்களெல்லாரும் ஓடைப் புறம்போக்கு, இரயில்பாதைப் புறம்போக்கு, நத்தம் புறம்போக்கு நிலத்திலெல்லாம் குடிசைகள் அமைத்துக் குடியேறினார்கள். அது ஓர் இயக்கமாக நடைபெற்றுக் கொண்டிருந்த காலம் அது. அவை ஒரு பெரிய மழைக்கோ, சூறைக் காற்றுக்கோ தாக்குப்பிடிக்க முடியாத அளவுக்குப் பலவீனமான கூரைகள். கிட்டத்தட்ட குழந்தைகளின் பொம்மை வீடுகள் போல.

ஒரு வேளை அதற்கெல்லாம் தாக்குப் பிடித்தால்கூட அதிகாரிகளின் நடவடிக்கைக்கோ உள்ளூர் ஆதிக்கச் சக்திகளின் அதிகாரத்துக்கோ தாக்குப் பிடிக்க முடியாமல் பிய்த்தெறியப்படுவதும் காலகதியில் நடந்துகொண்டுதான் இருந்தது. ஆனாலும் திரும்பத்திரும்பக் குடிசைகள் முளைத்தன.

இந்தப் போராட்டங்களையெல்லாம் எதிர்கொண்டு தாக்குப்பிடித்து நின்றுகொண்டிருந்த வீடுகளில் ஒன்றுதான் ஜெமீலாவுடையது. நொய்யலைத் தொட்டபடி கொஞ்சம் மேடான நிலத்தில் நாற்புறமும் பனை ஓலைகளால் மறைத்து மேற்புறம் ஓடுவேய்ந்திருந்தார்கள். தொப்பி மாட்டியதுபோல வாசலில் ஒரு எட்டுக்கெட்டுக் கூரை நீட்டிவிடப்பட்டு அதன் கீழே ஒரு டீக்கடை அமைந்திருந்தது. அதுதான் அந்தக் குடும்பத்தின் பொருளியல் ஆதாரம்.

அஜிதா டீ ஸ்டால்..

டீக்கடையென்றால் பெரிய கடை என்றெல்லாம் நினைத்துவிடாதீர்கள். கால் நீட்டிப் படுத்தால் தலை முட்டும். அவ்வளவுதான் கடை. மூன்றடிக்கு இரண்டடி மேசையின் மீது ஒரு மண்ணெண்ணெய் ஸ்டவ்வில் பாய்லர் இருந்தது. சின்னத் திரி ஸ்டவ்வில் டிக்காசன் கொதித்துக் கொண்டிருந்தது. கண்ணாடிச் சாடிகளில் வர்க்கி, தேங்காய் பன், முறுக்கு, போன்ற நொறுக்குத் தீனிகள் இருந்தன. வாசலில் போடப்பட்டிருந்த மரப்பெஞ்சில் நான்குபேர் அமரலாம். அவ்வளவுதான்.

கடைக்கு எதிரே சுன்னத் ஜமாத் பள்ளிவாசல். அதுவும் சாளைப் பள்ளிதான். பத்து நாற்பது முஸ்லிம் குடும்பங்கள் அங்கு குடியேறியிருந்தன. அவர்கள், தொழுகைக்குக் கிழக்குவீதியில் உள்ள பெரிய பள்ளிக்குதான் போகவேண்டியிருந்தது. மொஹல்லாவுக்குள் பள்ளி கட்ட முஸ்தபா பாய்தான் முயற்சியெடுத்தார் . சில தனவான்கள் குறிப்பிட்ட தொகையைக் கொடுத்து முன்கை எடுக்க, மக்களிடம் வசூல் செய்து மேற்கூரை அமைந்தது. வாராவாரம் வெள்ளிக்கிழமை வசூலில் பக்கத்தடுப்பு, சிமெண்ட் தரை, தொழுகைப்பாய், தண்ணீர்த்தொட்டி, மைக் செட் என்றெல்லாம் கொஞ்சம் கொஞ்சமாகக் குருவி கூடு கட்டுவதுபோல உருவாகியிருந்த பள்ளி அது.

ஜெமீலா, அதிகாலை நான்கு மணிக்கெல்லாம் எழுந்து வாசல் தெளித்து, கூட்டிப் பெருக்கி, பண்டம் பாத்திரம் கழுவி, அடுப்பைப் பற்றவைத்தபோது லேசாக விடிந்திருந்தது. பாய்லரில் பால் கொதித்துக் கொண்டிருந்தது. சிலர் தொழுகை நேரத்துக்கு முன்பாகவே வந்து விடுவார்கள். தேநீர் குடித்துவிட்டுதான் பள்ளிக்குச் செல்வார்கள்.

அப்துல்லா மோதினாரின் கணீர்க்குரலில் ஃபஜர் தொழுகைக்கான பாங்கோசை ரம்மியமாய் ஒலித்தது. சரசரவென எறும்புகள்

ஊர்வதுபோலத் தொப்பியணிந்த தலைகள் பள்ளிக்குள் நுழைந்துகொண்டிருந்தன. மொஹல்லாவின் கடைசி வீட்டில் வசிக்கும் ஷாஜுன்னிஷாவின் இரண்டாவது மகள் செமிதா டீ வாங்கச் சொம்போடு வந்திருந்தாள்.

மொஹல்லாவின் எல்லா குடும்பங்களும், ஆட்களும், வீட்டிலுள்ள பூனைகளும் கூட ஜெமீலாவுக்குப் பரிச்சயம்.

"என்ன ஷெமீ.. பரிச்ச முடிஞ்சுதா..?" டீ ஆற்றிக்கொண்டே கேட்டாள் ஜெமீலா.

"இல்லக்கா.. இன்னும் ரெண்டு பரிச்ச இருக்குது.."

"அடுத்து நாலாவதா போற..?"

"அஞ்சாவதுங்.."

"செரி செரி. நல்லாப் படி.."

சொம்பு நிறைய தேனீரை ஊற்றிக் கொடுத்ததோடு இரண்டு வர்க்கிகளையும் எடுத்துக் கொடுத்தாள். தேநீருக்கு மட்டும் தான் காசு. வர்க்கிக்கு வாங்கவில்லை. ஓட்டைப்பல் தெரியச் சிரித்தாள் ஷெமீ.

ஜெமீலா இப்படித்தான். தெரிந்தவர்களோ தெரியாதவர்களோ யாராக இருந்தாலும் சாப்பாட்டு விசயத்தில் தாராளமான மனம் அவளுக்கு. பசியோடு யாரும் அவளெதிரே நின்றுவிடக்கூடாது. ஒரு வாய்க் காப்பித்தண்ணியாவது கொடுத்து வயிறாற்றித்தான் அனுப்புவாள். இயல்பாகவே இரக்க குணமுடையவள். அவள், வலிகளோடு கடந்துவந்த பாதை அந்த குணத்தை இன்னும் அதிகப்படுத்தியிருந்தது.

தன் வாழ்க்கை அனுபவத்தில் பசி, வறுமை, அவமானம் எல்லாவற்றையும் குறுகிய காலத்திலேயே பார்த்து, அனுபவித்து, மென்று விழுங்கித் தண்ணீர் குடித்திருந்தாள். வறுமை கொடியது. வறுமை தரும் அவமானம் அதைவிடக் கொடியது. ஒருவேளைச் சோறின்றி தன் மக்கள் பள்ளிக்குச் சென்று வந்த நாட்களையெல்லாம் எப்படி மறப்பாள்?

கல்வி குறித்த விழிப்புணர்வெல்லாம் அப்போது மக்களுக்கு இல்லை. மதியம் கிடைக்கிற இலவசச் சத்துணவுக்காகவே பெரும்பாலான குடும்பங்களில் குழந்தைகளைப் பள்ளிக்கு அனுப்பினார்கள். அப்படித்தான் ஜமீலாவின் குழந்தைகளும். திராவிட இயக்கம் இப்படித்தான் கல்வியைச் சமூகமயமாக்கியது.

செல்லப்பாபுரம் அரசுப்பள்ளியியில் ஐந்தாவது படிக்கும்போது மூத்தவன் அனசுக்கு ஒரு மனத்தாங்கல் இருந்துகொண்டே இருந்தது. 'நானும் தங்கையும் பள்ளியில் சாப்பிட்டுக் கொள்கிறோம். அம்மா என்ன செய்வாள்?.' சத்துணவை டிபன்பாக்சில் மறைத்து வீட்டுக்குக் கொண்டுவருவான். ஜெமீலா கோபப்பட்டாலும் கேட்கமாட்டான். ஒருநாள் சத்துணவு ஆயாவிடம் மாட்டிக்கொண்டான். 'அம்மா சாப்பிடாம இருக்காங்க. அதான் கொண்டு போனேன்' நேர்மையாகச் சொன்னான். ஆயாமா அனுமதித்தார். அன்றிலிருந்து டிபன் பாக்சை மறைத்துக்கொண்டு போகவேண்டிய அவசியம் ஏற்படவில்லை.

பசியைத் தின்று பிழைத்தாகவேண்டிய நிலையே மானுடச் சமூகத்தின் மாபெருஞ்சாபம்.

தொழுகை முடிந்து கூட்டம் கலைந்துகொண்டிருந்தது. தொப்பி அணிந்த சிறுவர்களும், துப்பட்டி அணிந்த சிறுமிகளும் ஜூஸ் கித்தாபுகளைச் சுமந்துகொண்டு போனார்கள். அதே வளாகத்தில் சிறிய மதரசா இருக்கிறது. ஃபஜர் தொழுகைக்குப் பிறகு ஒரு மணிநேரம், மக்ரிஃ தொழுகைக்குப் பிறகு ஒருமணிநேரம் அப்துல்லா மோதினார் ஓதிக்கொடுப்பார். பத்து முப்பது குழந்தைகள் ஓதிக்கொண்டிருந்தார்கள்.

“அல்லாவே..!! இந்நேரத்துக்கே இந்த வேகு வேகுது..!! ஒரு லைட் டீ குடு பூம்மா..”

தலையிலிருந்த வலைப்பின்னல் தொப்பியைக் கழற்றியபடி பெஞ்சில் அமர்ந்தார் அப்துல்லா மோதினார். வியர்த்திருந்த வழுக்கைத் தலையைக் கைக்குட்டையால் துடைத்துக்கொண்டு தொப்பியை மாட்டிக்கொண்டார். நெற்றியிலிருந்த தொழுகைத்தழும்பு அவர் சிவந்த முகத்துக்கு எடுப்பாய் இருந்தது. மோதினார் அன்பான மனிதர். சிரித்த முகம். யாரிடமும் சிடுசிடுத்துப் பார்த்ததில்லை. மொஹல்லாவில் அவருக்கென்று நல்ல மரியாதை இருந்தது. ஜெமீலாவின் குடும்பத்தின் மீது அவ்வளவு அக்கறை அவருக்கு.

இந்தப் பகுதிக்கு ஜெமீலா குடும்பம் வந்த சில மாதங்களில் மோதினார் குடும்பமும் அங்கு குடியேறியது. அப்போதிருந்தே பார்த்துக் கொண்டிருக்கிறார் அல்லவா? அவளது குடும்பம் பட்ட கஷ்டங்கள். எதிர்கொண்ட சிரமங்கள் அனைத்துக்கும் அவர்தான் நேரடிச் சாட்சி. அவருக்கு ஒரே மனக்குறைதான். அவளது கணவர்

ஷேக் பரீத்தும் மூத்தவன் அனசும் இஸ்லாத்தில் ஈடுபாடில்லாமல் இருக்கிறார்கள். தொழுகை இல்லை, நோம்பு இல்லை. காஃபிர்களைப் போல இருவரும் சுற்றிக்கொண்டிருப்பதில் அவருக்கு ஏகப்பட்ட வருத்தம். எப்படியாவது அவர்களைச் சரிசெய்து தீனுக்குள் கொண்டு வந்துவிடவேண்டும் என்ற சிந்தனை இருந்துகொண்டே இருந்தது.

ஷேக் பரீத்தின் பூர்வீகம் கரூர் மாவட்டம், தோட்டக்குறிச்சி. அவருடைய தாத்தா கைசூப்பிக் கவுண்டர். சின்ன வயதில் கைசூப்பியதாலோ என்னவோ இந்த பட்டப்பெயர் அவரோடு கடைசிவரை ஒட்டிக் கொண்டது. என்ன காரணத்துக்காக அவர் இஸ்லாத்தைத் தழுவினார் என்று தெரியவில்லை. அவரே ஆதிக்க சாதியாக இருந்ததால் சாதிக்கொடுமையால் மாறியிருக்க வாய்ப்பில்லை. ரொட்டிக்கு மதம் மாறினார், காசுக்கு மதம் மாறினார் என்றெல்லாம் இழிவுபடுத்தும் சூழ்ச்சியும் இங்கு பலிக்காது. அவரே பெரிய நிலச்சுவாந்தார். நிறைய நிலபுலன்கள், காடு தோட்டமெல்லாம் இருந்திருக்கிறது. அவரது மாடுகளை ஓட்டிச்சென்றால் அரை கிலோமீட்டர் நீளத்துக்கு அணிவகுத்துச் செல்லுமாம்.

கைசூப்பிக் கவுண்டரின் மகன்வழிப் பேரன்தான் ஷேக் பரீத். அம்மாவும் சின்ன ஆள் இல்லை. ஊரறிந்த மருத்துவச்சி. பிரசவம் பார்ப்பது, கைவைத்தியம், பேயோட்டுவது என்றெல்லாம் கணிசமான வரும்படி பார்த்துக் கொண்டிருந்த ஆள்தான். கைசூப்பிக் கவுண்டரது மரணத்துக்குப்பிறகு சொந்தபந்தம் அங்காளி பங்காளி வகையறாப் பஞ்சாயத்துகளில் சொத்தெல்லாம் கரைந்தபோதும் அவர் நிலைகுலையவில்லை.

பிழைப்புக்காக நாமக்கல் மாவட்டம் மோகனூருக்குக் குடும்பத்தோடு குடிபெயர்ந்த பிறகும் அவரது தொழில் கைகொடுத்தது. எழுபது வயசிலும் தள்ளாடாத கம்பீரத்தை அந்த வருமானம் கொடுத்தது. சுய வருமானத்துக்கான வழியைத் தெரிந்துவைத்திருக்கிற பெண்களின் சுயமரியாதை, அவர்களைக் கம்பீரமாக்கி விடுகிறது. வாழ்வின் மீதான நம்பிக்கை விதைக்கும் வெளிச்சக்கீற்றுகளாக நிலைபெற்று விடுகிறார்கள்.

தெருவில் அவர் நடந்து வந்தால் வெள்ளைச்சீலை கட்டிக்கொண்டு கோபுரம் நடப்பதுபோல இருக்குமாம். கணவர் இறந்துவிட்டபிறகு வெள்ளைச்சீலை கட்டிக் கொள்ளும் வழக்கம் அந்தக் கிராமத்தில் இஸ்லாமியர்களிடமும் இருந்தது விநோதம்தான்.

திருப்பூரில் வாழ்க்கைப்பட்ட ஷேக் பரீத்தின் தங்கை மூலமாகத்தான் ஜமீலாவுக்குத் திருமண வரன் வந்தது. ஜமீலாவின் பூர்வீகம் புஞ்சைப் புளியம்பட்டி. அப்பா மொட்டையப்ப ராவுத்தர். ஊரறிந்த தலை. அவர் பெயரில் ஒரு கோவில் கூட அந்தக் கிராமத்தில் இருக்கிறது. உள்ளூரில் கோவில் கட்டும் பணிகள் நடந்து கொண்டிருந்தனவாம். பிள்ளையார் சிலையைத் திருடித்தான் பிரதிருஷ்டை செய்யவேண்டும் என்பது நம்பிக்கை. சிலையைத் திருடுவதற்கு யார் யாரோ முயன்றும் முடியவில்லையாம். மொட்டையப்ப ராவுத்தர்தான் பக்கத்து ஊருக்குப்போய்த் திருடிக்கொண்டு வந்தாராம். இன்றுவரை அந்தக் கோவிலின் பெயர் மொட்டையப்பப் பிள்ளையார் கோவில்தான்.

சொந்தமாகத் துப்பாக்கி வைத்து வேட்டையாடுகிற அளவுக்குச் செல்வாக்கானவராம், கொல்லப்பட்ட புலியோடு எடுத்துக்கொண்ட புகைப்படமும், புலிப்பல்லும் இன்னும் பத்திரமாக வைத்திருப்பதாகப் பெருசுகள் பேசிக்கொள்ளும்.

சைக்கிள் டைனமோ, வெடி மருந்துகள், வியாபாரம் செய்துகொண்டிருந்த மொட்டையப்ப ராவுத்தர் குடும்பம் திருப்பூர் கிழக்கு வீதிக்குக் குடி பெயர்ந்தது. ஆரம்பகட்டத்தில் திருப்பூர் ஜமாத்துகளில் ஆதிக்கம் செலுத்திய பூர்வீக ஜமாத் என்று சொல்லப்படுகிற 64 குடும்பங்களில் அவரது குடும்பமும் ஒன்று.

ஷேக் பரீத்தின் தங்கையின் மூலமாகப் பெண்கேட்டுத் திருமணம் முடித்து ஒன்றரையாண்டுகள் திருப்பூரில் வசித்தபோதுதான் அனஸ் பிறந்திருந்தான். மீண்டும் மோகனூர் குடிபெயர்ந்து ஏதேதோ வியாபாரமெல்லாம் செய்துபார்த்தும் ஒன்றும் சரிப்பட்டு வரவில்லை. சான் ஏறினால் முழம் சறுக்கியது. வறுமை தாண்டவமாடியது.

ஈரோட்டில் கட்டிக்கொடுக்கப்பட்ட ஷேக் பரீத்தின் அக்காவுக்குச் சொந்தமாக ஒரு மளிகைக்கடை இருந்தது. கடையைக் கவனிக்க நம்பிக்கையான ஓர் ஆளுக்கான தேவை அவருக்கும் இருந்தது. அங்கு வேலைக்குச் சென்றாவது தனது பொருளாதார சிக்கல்களைச் சமாளிக்கலாமென்று குடும்பத்தோடு ஈரோடு போனார்.

மளிகைக்கடையும் ஒத்துவரவில்லை. கொஞ்சநாள் பழைய இரும்பு வியாபாரம், கொஞ்சநாள் வீட்டு உபயோகப்பொருட்கள் வியாபாரம் என்று ஊர் ஊராகச் சுற்றிக்கொண்டிருந்ததில் தமிழ், தெலுங்கு, மலையாளம், ஹிந்தி, பெங்காளி என்று ஐந்து மொழிகள் கற்றுக் கொண்டதுதான் மிச்சம்.

திருமணத்துக்கு முன்பாகவே அவருக்குப் போஸ் என்ற ஒரு நண்பர் இருந்தார். அவர் எம்.எல் கட்சிக்காரர். சாரு மஜூம்தாரின் மீது அளப்பரிய நம்பிக்கையை வைத்திருந்தவர். போசின் மூலம் கம்யூனிசம் அறிமுகமானது. ஷேக் பரீத்தின் அரசியல் பயணம் எம்.எல். கட்சியின் ஆதரவாளராகத் தொடங்கியது.

பொதுக்கூட்டங்கள், மாநாடுகள் எல்லாம் எங்கு நடந்தாலும் ஓடிவிடுவார். கட்சிப் பத்திரிக்கைகள் ரஷ்ய இலக்கியங்கள், அரசியல் புத்தகங்கள், என்றெல்லாம் அவரது வாசிப்பு சிவப்பை நோக்கி நகர்ந்துகொண்டிருந்தது. ஒருமுறை தமிழகம் வந்திருந்த சாரு மஜூம்தாரை நேரில் சந்தித்துப் பேசிவிட்டு வந்ததைப் பெருமையோடு நண்பர்களிடம் சொல்லிக் கொண்டிருப்பார்.

வியாபாரத்தைக் கவனிக்காமல் கட்சி, அரசியல், மாநாடு என்றெல்லாம் பொறுப்பில்லாமல் சுற்றிக்கொண்டிருக்கும் ஷேக் பரீத்துக்குக் கால்கட்டுப் போட்டால் சரியாகி விடுவார் என்ற முடிவை மருத்துவச்சி அம்மா அலிமாதான் எடுத்திருந்தார்.

அதன் பிறகும் ஈரோட்டில் பொதுப்பிரச்சனைகளில் தலையிடுவது, ஆர்ப்பாட்டம், போராட்டம், கைது என்றெல்லாம் சுற்றிக் கொண்டிருந்ததில் வியாபாரம் அதலபாதாளத்துக்குச் சென்றிருந்தது.

திருமணமாகியும் உருப்படியாக எந்தத் தொழிலும் கைகூடாமல் ஊர் ஊராகச் சுற்றிச் சுற்றிக் கடைசியாகத் திருப்பூருக்கு இடம்பெயரும்போது அனசுக்கு வயது 10. அப்போது திருப்பூர் உள்ளாடைத் தொழிலில் தவழத்துவங்கியிருந்தது.

கட்சி, அரசியல் என்று, தான் இருந்ததோடு இல்லாமல் சிறுவயதிலேயே தன் மகனுக்குச் சிவப்பை அறிமுகப்படுத்தினார். மார்க்சிய ஆசான்களின், கடினமான புத்தகங்களையெல்லாம் படிக்கச்சொல்லிக் கட்டாயப் படுத்துவதும், படித்ததை விவாதிப்பதுமாக வீட்டையே கட்சிக்கிளையாக மாற்றியிருந்தார்.

ஏழாண்டுகள் ஓடிச் செத்திருந்தன. இப்போது அனஸ் ஒரு புரட்சிகரக் கட்சியின் உறுப்பினர். முழுநேர ஊழியராக வேண்டுமென்ற வேட்கையோடு செயல்பட்டுக் கொண்டிருந்தான்.

“என்ன பூம்மா.. அனஸ் இன்னும் எந்திருக்கலையா..?” டீ குடித்த சில்வர் டம்ளரை டேபிளின் மீது வைத்துவிட்டுக் கேட்டார் மோதினார்.

“இல்லீங் மோதினாரு.. நைட்டு வேலைக்குப் போய்ட்டு லேட்டாதான் படுத்தான். அதான் கொஞ்ச நேரம் தூங்கட்டும்னு விட்டேன்..” மீதச் சில்லறையை மோதினாருக்குக் கொடுத்தபடிச் சொன்னாள் ஜெமீலா.

“நீதான் அவனக் கெடுக்கறதே.. சின்னச்சின்னப் புள்ளைங்கெல்லாம் தொப்பிய மாட்டிட்டு எவ்ளோ அழகா ஓதப்போகுது பாரு.. எத்தன நாளைக்கு அவன இப்படியே போக விடுவ..? நல்ல புத்தியச் சொல்லிச் சரி பண்ணற வழியப் பாரு பூம்மா”

“என்னங்க மோதினாரு அப்டிச்சொல்றீங்க..” அவன் என்ன திருட்டுப் பெறட்டுப் பண்றானா புடிக்கறானா..? நாலு சனங்களுக்கு நல்லது செய்யனும்னு நினைக்கறவங்களோட சேந்து சுத்தறான். சனங்களுக்கு ஏதோ நல்லது நடந்தா செரிதான..? இதுல நாம் புத்தி சொல்ல என்ன இருக்குது..?”

“உங்கட்டப் பேசி ஜெயிக்க முடியுமா? நீ எனக்குப் பதில் சொல்லறது பெருசில்ல.. மறுமைல அல்லாட்டப் பதில் சொல்லணும் அதுதான முக்கியம்?”

“அல்லாட்டதான? சொன்னாக்கெடக்குது, உடுங்க மோதினார்..”

“அதெல்லாம் உடு பூம்மா.. தப்லிக் ஜமாத்ல எனக்கு வேண்டப்பட்ட ஆளு இருக்கு. நாலுநாள் ஜமாத் போறாங்களாமா. நல்லவிதமாப் பேசி அனச அனுப்பி வையேன்..”

“நானென்ன வேண்டாம்னா சொல்றேன்.. அவன் எந்திரிச்சதும் நீங்களே வந்து பேசுங்க அவங்கிட்ட..”

“அதுவுஞ் செரிதான்.. அவன வெளிய கீது போகாம இருக்கச்சொல்லு.. அப்புறமா நானே வந்து பேசறேன்..”

பருத்த உடலைச் சுமந்துகொண்டு சாய்ந்து சாய்ந்து நடந்து செல்லும் மோதினாரைப் பார்த்துக்கொண்டே டம்ளர்களைக் கழுவிக்கொண்டிருந்தாள் ஜெமீலா..

அத்தியாயம் – 3

"பழைய இரும்பு தகரம் ப்ளாஸ்டிக் வாங்கறதே..!!"
"பழைய இரும்பு தகரம் ப்ளாஸ்டிக் வாங்கறதே..!!"

எதிர்க்காற்றில் சைக்கிள் மிதிப்பதற்குள் ஆவி அந்து விடுகிறது. இப்போதே பொழுது உச்சியைக் கடந்துவிட்டது. சொல்லிக் கொள்ளும்படியாக வியாபாரம் ஒன்றையும் காணோம். பத்து ரூபாய்க் காசைக் கண்ணில் பார்க்க இன்னும் எத்தனை மைல்தான் மிதிக்க வேண்டுமோ?

சேக் பரீத்தின் சைக்கிள் கேரியரில் கட்டப்பட்டிருந்த பழைய டிரங்குப் பெட்டி, பழுப்பேறிக்கிடந்தது. ஹேண்டில் பாரில் ஒரு கித்தான் தொங்கியது. தெருத்தெருவாய் அலைந்து பழைய இரும்புப் பொருட்களை வாங்கி டைமண்ட் தியேட்டர் எதிரே உள்ள மொத்த வியாபாரியிடம் விற்றுக் கிடைக்கும் சொற்பப் பணத்தில்தான் குடும்பம் ஓடிக் கொண்டிருந்தது.

ஷேக் பரீத் எப்போதுமே இன்னொருவனிடம் வேலைக்குச் செல்வதை விரும்பியதில்லை. சிறிதோ பெரிதோ சொந்தத் தொழில்தான். அப்போது திருப்பூரில் காதர் ஜோதி தள்ளு வண்டிகள் நாள் வாடகைக்குக் கிடைக்கும். ஒரு நாளைக்கு பத்து ரூபாய் வாடகை. ஒருநாள் மார்கெட்டில் காய்கறிகளை வாங்கித் தள்ளுவண்டியில் வியாபாரம் செய்வார். திடீரென வீட்டு உபயோகப் பொருட்களைத் தள்ளிக்கொண்டு போவார். சில மாதங்களில் ஃபேன்சி பொருட்கள் பொம்மைகள் வியாபாரத்தில் இறங்கியிருப்பார். இப்போது பழைய இரும்பு வியாபாரம். இப்படிச் சின்னச்சின்னச் சீசன் வியாபாரங்களைச் செய்துதான் காலம் தள்ளிக் கொண்டிருந்தார். நெட்டையோ குட்டையோ எப்படியோ பிழைப்பு ஓடிக்கொண்டிருந்தது.

வியாபாரம் முடிந்து வீட்டுக்கு வரும்போது மணி ஆறைக் கடந்திருந்தது. டீக்கடைப் பெஞ்சில் இரண்டு பேர் அமர்ந்திருந்தனர். ஜெமீலா டீ போட்டுக் கொண்டிருந்தாள். சைக்கிள் சப்தம் கேட்டு வெளியே ஓடிவந்தான் அனஸ். பெட்டிகளையும் சாக்கு மூட்டையையும் இறக்கி வைத்து விட்டுச் சைக்கிளை எடுத்துக்கொண்டு ரவுண்டு அடிக்கக் கிளம்பினான்.

அப்போது கா.சுப்ரமணிய செட்டியார் அரசு மேல்நிலைப் பள்ளியில் ஏழாம் வகுப்புப் படித்துக் கொண்டிருந்தான். ஆங்கில ஆசிரியர் கனகப்பெருமாள் பச்சைநிற ஹெர்குலஸ் சைக்கிளில் வருவதைக் கண்கள் விரியப் பார்ப்பான். ஸ்டாப் ரூம் பக்கத்தில் வேப்ப மரத்தின் கீழேதான் அவர் சைக்கிள் நிற்கும். வாய்ப்புக் கிடைக்கும்போதெல்லாம் அதை வாஞ்சையோடு தடவிப் பார்ப்பான். ஷேக் பரீத், சைக்கிள் வாங்கியபோது உலகமே கைகளில் கிடைத்துவிட்டதுபோல ஒரு கொண்டாட்டம் அவனுக்கு. அவர் வீட்டில் இருக்கும் போதெல்லாம் சைக்கிள் எடுத்துக்கொண்டு ரவுண்டடிப்பதுதான் வேலை. சைக்கிள் அவனுக்குச் சிறகைக் கட்டி அழகு பார்த்தது.

சைக்கிள் ஓட்டுவதென்றால் அவனுக்கு உயிர். உஷா தியேட்டர் பக்கத்தில் சாந்தி சைக்கிள் கடை இருந்தது. அங்கேதான் சின்ன சைக்கிள் வாடகைக்குக் கிடைக்கும். ஒண்ணாம் நம்பர் ரெண்டாம் நம்பர் என்று வெவ்வேறு உயரங்களில் வரிசையாக நிறுத்தப்பட்டிருக்கும் சைக்கிள்களைப் பார்த்தாலே கண்கள் நிறையும். அரை மணி நேரத்துக்கு 25 பைசா. ஒரு மணிநேரத்துக்கு ஐம்பது பைசா. அதுவும் உடனே கிடைத்துவிடாது. வேறு சிறுவர்கள் எடுத்து ஓட்டிக் கொண்டிருப்பார்கள். திரும்ப வரும்வரை காத்திருக்க வேண்டும்.

பள்ளி விட்டு வந்ததும் ஜெமீலாவிடம் காசு வாங்கிக்கொண்டு ஓடுவான். சின்ன சைக்கிள்களை ஓட்டிப்பழகி, அத்தாவின் சைக்கிளில் குரங்குப் பெடல் அடித்துக் கொண்டிருந்தவன் சமீபத்தில்தான் பாருக்கு ஏறியிருந்தான். சீட்டில் அமர்ந்தால் கால்கள் எட்டாது. பாரில் நின்று பெடலுக்குத் தகுந்தபடி சாய்ந்து சாய்ந்து ஓட்டுவதைப் பார்க்க வேடிக்கையாக இருக்கும். இப்போது நன்றாகப் பழகிவிட்டான்.

சைக்கிளை எடுத்துக் கொண்டு கிளம்பியவனிடம் ஜெமீலா சொன்னாள்.

“அனசு.. பொட்டுத் தண்ணி இல்லத்தா.. டேங்குக்குப் போயி நாலு நட தண்ணி புடிச்சிட்டு வாத்தா..”

திருப்பூரில் தண்ணீருக்குப் பெரும்பாடாய் இருந்தது. தெருக்குழாயில் பதினைந்து நாட்களுக்கு ஒருமுறைதான் தண்ணீர் வருகிறது. சிலநேரங்களில் வேகமாக வரும். சில நேரங்களில் நீர்த்திரி போல ஒழுகும். அதற்கே மலைப்பாம்பு போல பெரிய

வரிசை நிற்கும். ஒரு வீட்டுக்கு நாலு குடம்தான். மேலும் வேண்டுமென்றால் மீண்டும் வரிசையில் நிற்க வேண்டும். சண்டை போட்டுப் பிடிக்கவேண்டும். சாமர்த்தியம் இருந்தால் இரண்டு குடம் சேர்த்துப் பிடிக்கலாம்.

இது குடிப்பதற்கு மட்டும்தான். ஆங்காங்கே அடிபம்பில் உப்புத்தண்ணீர் வருகிறது. வாயில் வைக்க முடியாது. துவைக்க குளிக்க மட்டும் தான் லாயக்கு. வாரத்தில் ஒரு நாள் நல்ல தண்ணீர்க் குளியல் கிடைத்தாலே அதிசயம்தான். உப்புத்தண்ணீரில் குளிக்க சிக் ஷாம்பு தான் சரிப்படும். தப்பித்தவறிச் சோப்புப் போட்டுவிட்டால் தலைமுடிகள் காய்ந்த பிரஸ்சுகள் போல ஒட்டிக்கொள்ளும்.

நாலு குடம் குடிநீர் எவ்வளவு நாளைக்கு வரும்..?

அவ்வப்போது தெருவுக்குள் பழனி ஆண்டவர் லாரித் தண்ணீர் வரும். அதைப்பிடிக்கவும் பெரிய போராட்டம்தான். சமீபகாலமாகத் தண்ணீர் அட்டை முறையை அறிமுகப்படுத்தி வரிசையில் பிடிக்கும் ஏற்பாட்டைத் தெருப்பயல்கள் செய்ததிலிருந்து கொஞ்சம் பரவாயில்லை. இரண்டாம் குடிநீர்த்திட்டம் விரைவில் அமுலாகும் என்று முதலமைச்சர் எம்.ஜி.ஆர் தேர்தல் பிரச்சாரத்தில் சொல்லியிருந்தார். வந்த பாட்டைத்தான் காணோம்.

அவசரத் தேவையென்றால் பஸ் நிலையம் அருகில் கல்யாணி பெட்ரோல் பங்க் எதிரில் இருக்கும் நகராட்சித் தண்ணீர் டேங்குக்குதான் ஓடவேண்டும். இரண்டு பிளாஸ்டிக் குடங்களைப் பெல்ட் வாரில் இணைத்துச் சைக்கிள் கேரியரில் தொங்கவிட்டு அவன் கிளம்பியபோது இருட்டிவிட்டது.

மக்கள் பெருக்கத்தால் முன்பிருந்த நிலைமையை விட இப்போது தண்ணீர்ப் பற்றாக்குறை தலைவிரித்தாடியது. கடந்த இரண்டாண்டுகளாகப் பனியன் கம்பெனிகளுக்கு நிறைய ஆர்டர்கள் வருகின்றன. நகர் முழுதும், இரவும் பகலும் இயந்திரச்சப்தம் ஓயவே இல்லை. பனியன் கம்பெனிகளின் வேலைவாய்ப்புக் குறித்து அக்கம்பக்கத்து ஊர்களிலெல்லாம் பேச்சாக இருந்தது. சாரை சாரையாக வெளியூர் மக்கள் திருப்பூருக்குள் குவிந்தார்கள். எத்தனை ஆட்கள் வந்தாலும் வேலையாட்களுக்கான தேவை மட்டும் குறைந்தபாடில்லை.

'கைமடி ஆள் தேவை, பேட்லாக் ஓவர்லாக் டெய்லர் தேவை, கட்டிங் மாஸ்டர் தேவை' என்ற போர்டுகள் தொங்காத கரண்ட்

கம்பங்களே இல்லை. வறண்ட நிலம் ஈரத்தை உறிஞ்சுவதுபோல வருகிற ஆட்களையெல்லாம் திருப்பூர் சுவீகரித்துக் கொண்டிருந்தது. வந்தாரை வாழவைக்கும் ஊராகத் திருப்பூர் கம்பீரமாக நிமிரத் துவங்கியது. அதே நேரத்தில் குடியேறும் மக்களுக்கான அடிப்படை வசதிகளைச் செய்து கொடுக்க முடியாமல் நகராட்சி நிர்வாகம் மூச்சுத் திணறிக்கொண்டிருந்தது.

ஒரு ஊரின் தொழில் வளர்ச்சி, அவ்வூரின் பண்பாடு, கலாச்சாரம், வாழ்க்கை முறை எல்லாவற்றையும் மாற்றி விடுகிறது. திருப்பூரின் முகமும் மாறிக்கொண்டிருந்தது. டாலரின் பளபளப்போடு, புதிதாய்ப் பருவமடைந்த பெண்ணின் வனப்பைப் பூசிக்கொண்டது.

உள்ளூரில் கொஞ்சம் நிலம் வைத்திருந்தவர்களெல்லாரும் லைன் வீடுகளைக் கட்டி வாடகைக்கு விட்டுக் காசு பார்த்தார்கள். புதிது புதிதாக நிறையக் கம்பெனிகள் முளைத்தன. தடுக்கி விழுந்தால்கூடக் கம்பெனியில்தான் விழவேண்டும். கம்பெனிகளோடு சேர்ந்து அவற்றின் துணைத் தொழில்கள் நூல் கடை, காஜா பட்டன், வேஸ்ட் குடோன், செகன்ட்ஸ் பீஸ் வியாபாரக் குடோன்களெல்லாம் எட்டிப்பார்த்தன. ஜுரம்போல வேலைவாய்ப்புகள் பரவின.

மக்களின் கைகளில் பணம் புரளத்துவங்கிய வேகத்தில் தவணைமுறை ரியல் எஸ்டேட்டுகள் சூடுபிடித்தன. விவசாய நிலங்களெல்லாம் தங்கள் பசுமையை உதறிவிட்டுக் கொஞ்சம் கொஞ்சமாக வீட்டு மனைகளாக மாறிக் கொண்டிருந்தன. எங்கிருந்து வந்தாலும் வீடுபிடித்துத் தங்கி, வாடகை கொடுத்து, குடும்பம் தாட்டி, ரெண்டு காசு சம்பாதிக்க முடியும் என்கிற உத்திரவாதம் இருந்தது.

ஷேக் பரீத் 83இல் திருப்பூருக்குக் குடிபெயர்ந்தபோது பெரியதோட்டம் 3 வது வீதியில் வாடகைக்கு வீடு கிடைத்தது. சொல்லிக்கொள்ளும்படி வருமானம் இல்லை. சாப்பாட்டுக்கே சிரமம் என்கிறபோது வாடகை எப்படிக் கொடுப்பது? அட்வான்ஸ் கழித்துக்கொண்டு கோட்டை மாரியம்மன் கோவில் ஏரியா, குமாரசாமி காலனி, என்றெல்லாம் மாறவேண்டியிருந்தது. குமாரசாமி காலனியில்தான் தொடர்ச்சியாக ஒண்ணரை வருடங்கள் இருந்த ஞாபகம்.

அப்போது குமாரசாமி காலனியில் பெரிய தீ விபத்து ஏற்பட்டது. ஏகப்பட்ட வீடுகள் கரிக்கட்டைகளாக நின்றதைப் பார்த்தபோது வயிறு வாயெல்லாம் எரிந்தது. சிறுகச்சிறுகச் சேர்த்த

பொருட்களையெல்லாம் தீக்குத் திண்ணக்கொடுத்து விட்டு மக்கள், நடுத்தெருவில் பரிதவித்து நின்றார்கள். பெரும்பாலும் வாடகைக்குடிகள்.

தீ விபத்தில் பாதிக்கப்பட்ட மக்களுக்குக் கோம்பைத்தோட்டம் ஓடையை ஒட்டி நிலம் ஒதுக்கப்படுவதாகத் தகவல் தீயைவிட வேகமாகப் பரவியது. செய்தி, உண்மையோ, வதந்தியோ மக்கள் அலையலையாய் ஓடினார்கள். கம்பு, மூங்கில், குச்சி என்று கையில் கிடைத்த எதைக்கொண்டும் தற்காலிகக் கொட்டகை அமைத்து உட்கார்ந்துகொண்டார்கள்.

ஒரு வாரம் முன்னாலேயே வீட்டு உரிமையாளர் அவரைக் காலிசெய்யச் சொல்லியிருந்தார். ஐந்து மாத வாடகை பாக்கியை உடனே தரவேண்டும். இல்லையென்றால் பொருட்களை எடுத்துத் தெருவில் வீசிவிட்டு வீட்டைப் பூட்டி விடுவேன் என்று சொல்லியிருந்தார். இதனால் ஏற்பட்ட அவமானம் பெரும் மன உளைச்சலாக இருந்தது. கடும் நெருக்கடியிலிருந்த ஷேக் பரீத்துக்கு இந்த இடம் பிடிக்கும் செய்தி தெரியவர ஒரு நம்பிக்கை மின்னியது. ஏதோ ஒரு குருட்டுத் தைரியத்தில் தனக்கென ஓர் இடத்தைப் பிடிக்க ஓடினார்.

அகவிருப்பத்தைவிட புறத்தேவைகளே போராட்டங்களைத் தீர்மானிக்கின்றன.

ஒரு காலியிடத்தில் கண்மதிப்பில் கணக்கிட்டு நான்கு மூலைகளிலும் கம்புகளை ஊன்றினார். தூண்கள் தயார். இனி விட்டங்கள்? சட்டம். குறுக்குத்தப்பை, ஓலை, கதவு ஜன்னல்..? நினைத்தாலே தலை சுற்றியது. இத்தனை காலம் நாடோடிகளாக, தெருத்தெருவாக, வீடு வீடாக ஓடிக்கொண்டிருந்த அவலம், இதோடு முடிவுக்கு வரட்டும் என்ற உறுதி அவரை இயக்கியது. தெரிந்த நண்பர்களிடமெல்லாம் கடன் வாங்கிச் சாளை அமைத்து விட முடிவு செய்தார்.

கொஞ்சம் பணம் தேறியது. நேரே வீட்டு உரிமையாளைப் பார்த்துக் கொஞ்சம் வாடகைப் பாக்கியைக் கொடுத்தார். மீதத் தொகைக்குப் பணயமாக ஆட்டாங் கல்லையும் உரலையும் பிடித்துவைத்துக் கொண்டார் வீட்டுக்காரர்.

“பிச்சக்கரப்பய..”

காறித்துப்பிவிட்டு நடந்தார்.

வீட்டைக் காலிசெய்து பொருட்களைத் தள்ளுவண்டியில் ஏற்றியபோது தெருவே வேடிக்கை பார்த்தது. பொருட்கள் என்ன பொருட்கள்? ஒரு டிரங்குப் பெட்டி, இரண்டு துணி மூட்டைகள், நான்கு பிளாஸ்டிக் குடங்கள், ஒரு மண்ணெண்ணெய் ஸ்டவ், பாய், தலையனை. டம்ளர் தட்டு எனக் கொஞ்சம் எவர் சில்வர் பொருட்கள், அவ்வளவுதான். தள்ளுவண்டியில் ஏற்றிய பின்பும் அனசும் தங்கச்சிகளும் தாராளமாய் அமருமளவுக்கு இடமிருந்தது.

கோம்பைத்தோட்டம் போய்ப்பார்த்தால் பேரதிர்ச்சி காத்திருந்தது. ஷேக் பரீத் ஊன்றியிருந்த மூங்கில்கள் பிடுங்கியெறியப்பட்டு மூலைக்கொன்றாய்க் கிடந்தன. அதே இடத்தில் வேறொரு குடும்பம் சிமெண்ட் கால்களை ஊன்றித் தடுப்புகளை அமைத்துக் கொண்டிருந்தது. ஒரே வாக்குவாதம்.

“தீப்புடுச்சவங்களுக்குதான எடம் குடுக்கறாங்க..? உங்க வீடு என்ன தீயா புடுச்சுது..? வேற எடம் பாருங்க..”

ஒரு பெண் அடித்தொண்டையில் கத்தினாள். திமுதிமுவென அங்கிருந்த எல்லாரும் சேர்ந்துகொண்டு ஆளாளுக்குச் சண்டைபிடிக்கத் தொடங்கிவிட்டார்கள்.

“கழிச்சல்ல போவாளுக.. இந்த பஜாரிககிட்ட பேசி மேல வர முடியுமா..?”

மனதுக்குள் வசவிட்டுவிட்டுச் சிதறிக்கிடந்த மூங்கில்களை எடுத்து வண்டியில் அடுக்கிக்கொண்டிருந்தவரை ஏமாற்றத்தோடு பார்த்தான் அனஸ். ஓடைக் கரையோரத்திலேயே கொஞ்சம் தள்ளி இன்னோர் இடத்தைத் தேர்வு செய்து குழி தோண்டினார். மண்ணள்ளிப்போடும் வேலை அனசுக்கு. பத்துக்குப் பத்து அளவில் நான்கு மூலைகளிலும் மூங்கில்களை நட்டு, ஜெமீலாவின் சேலைகளை இணைத்துச் சுவர்போல மறைப்புக் கட்டினார்கள்.

உள்ளுக்குள் வளர்ந்திருந்த பாப்பாத்திச் செடிகளைப் பிடுங்கி எறிந்து கொண்டிருந்தாள் ஜெமீலா. சிறுமிகள், கற்களைப் பொறுக்கி மூங்கில்களுக்கு இடையில் அஸ்திவாரம் போல அடுக்கினார்கள். கரடு முரடான மண்ணைக் கொத்திச் சமப்படுத்தினார் ஷேக் பரீத். எங்கோ போய் இரண்டு குடம் தண்ணீர் பிடித்து வந்தாள் ஜெமீலா. தண்ணீர் தெளித்துத் தரையைக் கூட்டியபோது கிளம்பிய புகை சிறுமிகளின் மூக்கில் ஏறியது. ஓரளவுக்கு வேலை முடிந்திருந்தபோது இருட்டி விட்டது.

கட்டாந்தரையில் பாயை விரித்து, வானத்தைப் பார்த்தபடி ஐவரும் படுத்திருந்தனர். கூரையுமில்லாத கதவுமில்லாத அந்த வீட்டை ஆச்சர்யத்தோடு பார்த்துக் கொண்டிருந்தது நிலவு.

விடிந்தும் விடியாததுமாகக் கசமுசாவெனச் சப்தம் கேட்டுத் திடுக்கிட்டு எழுந்தார் ஷேக் பரீத். வெளியே வந்து பார்த்தால் ஏரியா கவுன்சிலரோடு சில போலீசாரும் நின்றிருந்தார்கள். அவர்கள் அமைத்த வீட்டுக்குச் சற்றுத் தள்ளியிருந்த வீட்டுக்காரன் தான் அவர்களை அழைத்து வந்திருந்தான். அவன் பட்டா வீட்டுக்காரன். இவர்கள் கொட்டகை போட்ட அந்த புறம்போக்கு இடத்தையும் அபகரிக்க நினைத்திருந்தானோ என்னவோ?

"யார் நீங்க..? இங்க வந்து டெண்டு போட்டிருக்கீங்க..?"

போலீசின் அதிகாரக் குரல் கேட்டு சிறுமிகள் பயந்து ஜெமீலாவுக்குப் பின்னால் போய் ஒளிந்து கொண்டு எட்டிப் பார்த்தனர்.

பேசிப்பார்த்தார், வாதாடிப்பார்த்தார், சண்டையிட்டுப் பார்த்தார், கெஞ்சிப் பார்த்தார்.. ஒன்றும் பயனில்லை. அங்கிருந்து இவர்களை விரட்டுவதிலேயே குறியாக இருந்தான் கவுன்சிலர்.

"மரியாதையா நீங்களாப் பிரிச்சிட்டுப் போறீங்களா.. இல்ல குடும்பத்தோட உள்ள தள்ளி முட்டிக்கு முட்டி தட்டவா..?"

போலீசின் வழக்கமான அஸ்திரம். கூடாரம் பிரிக்கப்பட்டது. தங்கைகள் அடுக்கிய கல் வரிசையைச் செருப்புக் கால்களால் கலைத்துக் கொண்டிருந்தான் பட்டா வீட்டுக்காரன். கோபமும் அவமானமும் கலந்து அதை வெறித்துப் பார்த்துக் கொண்டிருந்தான் சிறுவன் அனஸ்.

சிதறிக்கிடந்த பொருட்களை ஏற்றி அடுக்கி வண்டியைத் தள்ளிக்கொண்டு போனார் ஷேக் பரீத். வாடிய முகத்தோடு தலையைத் தொங்கப் போட்டுக்கொண்டு பின்னால் நடந்தாள் ஜெமீலா. நேற்று நமக்கென்று ஒரு வீடு இருந்தது. இன்று காலை அது பிடுங்கி எறியப்பட்டு விட்டது. ஏன் இப்படி ஆகிறது? என்ன நடக்கிறது? அந்தப் பிஞ்சு மூளைகளுக்கு எதுவும் புரியாமல் சிறுமிகள் அழுது கொண்டே வந்தனர்.

வெகுதூரம் கடந்து ஒரு இடத்தில் வண்டி நின்றது. கருவேலனும், கள்ளியும், கத்தாளையும், சரளையுமாகப் புதர்மண்டிக் கிடந்த அந்த இடத்தை நம்பிக்கையின்றிப் பார்த்தாள் ஜெமீலா.

“இங்கேயே இரீங்க.. இப்ப வரேன்..”

சைக்கிளை ஏறி மிதித்தார். எங்கிருந்தோ ஓர் அரிவாளை வாங்கிக்கொண்டு திரும்பி வந்திருந்தார்.

“என்ன தீதாரா பாத்துட்டு நிக்கிங்றீக..? வாங்கலா.. ஆளுக்கொரு கை புடிங்க..”

சரசரவென வேலை தொடங்கியது. ஆளுக்கொரு வேலை செய்தனர். மண்டிக்கிடந்த புதர்களை வெட்டி அப்புறப் படுத்தினார்கள். மண்ணைக் கொத்திச் சமப்படுத்தி முடிக்கவும் மாட்டுவண்டி வந்து நிற்கவும் சரியாக இருந்தது. வண்டி நிறைய பூட்டுகள், மூங்கில்கள், தப்பைகள், கூடவே ஓர் ஆசாரியும்.

ஆசாரிக்குச் சின்ன வயசுதான். பம்பரம் போல வேலை செய்தான். மொத்தக் குடும்பமே அவனுக்குச் சித்தாள் வேலை செய்தது. பொழுது சாய்வதற்குள், குறுக்கு மரங்கள் ஓட்டி, கோம்பைச் சட்டங்கள் அடித்து, ஓட்டுத் தப்பைகளை அடுக்கி ஆணி வைத்து முடித்திருந்தான். கிட்டத்தட்ட வீட்டுக்கான வடிவம் வந்திருந்தது. மேற்கூரையும் சுற்று மறைப்பும் இல்லாமல் எலும்புக்கூடு போல நின்றிருந்தது வீடு. கண்கள் நிறைய அதைப் பார்த்துக்கொண்டு நின்றார் ஷேக் பரீத்.

’இது என் வீடு..!!’

கூரைக்கு ஓடு வாங்க வேண்டும். இப்போதைக்குப் பனையோலை கூடப் போட்டுக்கொள்ளலாம்தான்.. அதற்குக்கூட பணம் போதவில்லை. ஆசாரிக் கூலிக்கே கொஞ்சம் பாக்கி வைத்திருந்தான். மறைப்புக்கு..? பழைய யுக்தி தான். ஜெமீலாவின் சேலைகள் தற்காலிகச் சுவர்களாயின. நாள் நட்சத்திரம் பார்த்தோ, நல்ல நேரம் பார்த்தோவா குடியேற முடியும்? உழைத்த களைப்பில் அடித்துப் போட்டதுபோல ஆளுக்கொரு மூலையில் சுருண்டு கிடந்தனர்.

பயந்ததுபோலவே அடுத்த நாள் மதியம் நான்கு தடியர்கள் வந்திருந்தார்கள்.

“எங்கிருந்து எங்க வந்து கொட்டாய் போட்டிருக்கீங்க..? எந்தூரு நீங்க..? யாரக்கேட்டு இங்க கொட்டாய் போட்டீங்க..?”

மிரட்டும் தொனியில் கேள்விகளை அடுக்கிக்கொண்டே போனான் ஒருவன். சிறுமிகள் முகத்தில் மிரட்சி தாண்டவாடியது. அனசும் பயந்துதான் போயிருந்தான். ஷேக் பரீத் தடியர்களைச் சமாதானம் செய்ய முயன்று கொண்டிருந்தார்.

"மயிலே மயிலேன்னா எறகா போடும்..? இப்டியெல்லாஞ் சொன்னா இவங்களுக்கு மண்டைல ஏறாது.. வக்காலி.. பிரிச்சு எறியிடா சொல்றேன்.."

வெள்ளையுஞ் சொள்ளையுமாக இருந்த ஒருவன் சொன்னதும் இன்னொருவன் நெருங்கி வந்து ஊன்றியிருந்த மூங்கிலைப் பிடித்து இழுத்தான். தடுக்க முயன்ற ஷேக் பரீத்தைத் தள்ளிவிட்டான். தடுமாறி விழப்போனவரை அனஸ் தாங்கிப் பிடித்தான்.

"எட்றா கைய.. கழிச்சல்ல போவோனே.."

"ஊட்டு மேல கைய வெச்ச கையி இருக்காது பாத்துக்கோ.."

ஆவேசமாக நின்றிருந்த ஜெமீலாவின் கையில் அரிவாள் மின்னிக் கொண்டிருந்தது. தப்பிக்கும் வாய்ப்புகள் மறுக்கப்பட்டால் பூனையும் புலியாகும் என்பதுபோல கண்கள் சிவந்து, அவள் கன்னச்சதைகள் கோபத்தில் துடித்துக் கொண்டிருந்தன. அப்படியோர் ஆக்ரோசமான ஜெமீலாவைப் பிள்ளைகள் பார்த்ததில்லை. ஏன்? ஷேக் பரீத்துக்கே அவளுக்குள் இப்படியொரு மறுபக்கம் இருப்பது தெரிந்திருக்கவில்லை.

"என்னம்மா, அரிவாளத்தூக்கிக் காட்டுற..? போலீச வரச்சொல்லணுமா..?" எகத்தாளமாகப் பேசியது சொள்ளை.

"போலீசென்ன போலீசு..!! ராணுவத்தையே கூட்டியா. இது என்ற ஊடு.. நான் இங்கதான் இருப்பேன். எவனால என்ன புடுங்க முடியுமோ புடுங்குங்கடா பாக்கலாம்.."

ஜெமீலாவின் ஆவேசக் கோலத்தைக்கண்டு அனைவரும் கல்லாய்ச் சமைந்து போயிருந்தனர். தடியர்கள் சிறிதுநேரம் தங்களுக்குள் பேசிக்கொண்டு கலைந்து போனார்கள். அதற்குப்பிறகும் சில நாட்களுக்கு வெவ்வேறு கும்பல்கள் வந்து மிரட்டுவதும், இவர்கள் எதிர்கொள்வதும் தொடர்கதையாகப் போய்க்கொண்டிருந்தது.

மாலை, இரவு நேரங்களில் பிரச்சனை இல்லை. வெய்யில் இருக்காது. வீட்டுக்குள் இருந்து கொள்ளலாம். பகலில்? மேற்கூரை இல்லாத வீட்டில் எப்படி வசிப்பது? சற்றுத்தள்ளி ஓடையோரத்தில் கருவேல முட்செடிகள் அடர்த்தியாகப் படர்ந்து கிடந்தன. அதில் சில செடிகளை வெட்டி. குகை போன்ற அமைப்பை ஏற்படுத்தினாள். செடிகளின் மேல் முனைகளை வளைத்து, இணைத்துக்கட்டினாள். அது குகையின் கூரையானது. அந்த முட்செடி குகைக்குள் இரண்டு பேர் தாராளமாக அமரலாம்.

படுக்கவெல்லாம் முடியாது. அந்தக் குகைக்குள்தான் பகல் முழுதும் ஏழு பேரும் ஒண்டிக் கொள்ளவேண்டும். அசையாமல் இருந்துகொள்வதுதான் பாதுகாப்பு. அப்படி இப்படித் திரும்பினால் முள் குத்தும். வெய்யில் கொஞ்சம் தாழ்ந்த பிறகுதான் வீட்டுக்குப் போகமுடியும்.

இயற்கை உபாதைகளுக்கு இருட்டும் வரை காத்திருந்து புதர் மறைவில் ஒதுங்க வேண்டும். குளிப்பதற்கும் அப்படித்தான் குழந்தைகளைக் காவலுக்கு வைத்துவிட்டு ரெண்டு சொம்பு ஊற்றிக்கொண்டு வந்துவிட வேண்டும். கொஞ்ச நஞ்சச் சிரமமில்லை. ஜெமீலாவை வாழ்க்கை பேயாட்டம் ஆட்டியது.

சாயக்கழிவு நஞ்சூட்டப்பட்டு இறந்த சவமாய் ஓடிக்கொண்டிருந்த நதிக்கரையில், பாம்புகளும், ஓடக்கானும், பெருக்கானும் திரியும் முட்புதர்களுக்குள், சின்னஞ்சிறு குழந்தைகளை வைத்துக்கொண்டு நரகச்சூழலில் காலந் தள்ளிக்கொண்டிருந்தாள். பொறுமையையும், சகிப்பையும், உறுதியாகப் பற்றிக்கொண்டு வைராக்கியத்தோடு வாழ்க்கையை எதிர்கொண்டாள்.

“எந்தத் துயரும் நிரந்தரமல்ல.. இன்ஷா அல்லாஹ், எல்லாம் ஒருநாள் மாறும்”

ஒரு மனிதனை உறுதியாக்கத் துயரங்களை விடச் சிறந்த மருந்து எது? அனுபவத்தைவிடச் சிறந்த ஆசான் எது? துயரங்களில் தகவமைத்துக்கொண்ட விலங்குகள்தானே மனிதனாய் மாற முடிந்தது?

குழந்தைகளுக்கும் நம்பிக்கையூட்டியே வளர்த்தாள். பெருமழைக்குக் காத்திருக்கும் வரள்நிலம் போல நம்பிக்கையோடு காத்திருந்தாள்.

அதுவரை இருந்த திருப்பூரின் நிறம் மாறத் துவங்கியிருந்தது. வேலை வாய்ப்புகள் பெருகி, மக்களின் பணப்புழக்கம் அதிகரித்தபோது அண்டை கிராமங்களெல்லாம் சீவிச் சிங்காரித்து நகரவேஷம் பூண்டன. திருப்பூரைப் பொருத்தவரை கம்பெனிகள் ஓடினால்தான் எல்லாத் தொழிலும் ஓடும். திருப்பூரின் பொருளாதாரம் ஒரு சங்கிலித் தொடர். எல்லா வர்த்தகங்களின் அடிவேர்கள் கம்பெனிகள்தாம். ஷேக் பரீத்துக்கும் வியாபாரம் கைகூடியது. எலும்புக்கூடாய் நின்ற வீடு, ஓடு மாட்டிக்கொண்டு அழகாய்ச் சிரித்தது.

ஓட்டின் நிழல் தரும் குளிர்ச்சியை முதல்முறையாக அனுபவித்த ஜெமீலா உடைந்து அழுதாள். குழந்தைகள் குதூகலித்தன. அக்கம் பக்கத்தில் புதிது புதிதாகக் கொட்டாய்கள் முளைத்தன. கூரையில்லாத வீட்டுக்காரர்களைப் பகலில் தன் வீட்டில் ஒதுங்கிக்கொள்ள அனுமதித்தாள் ஜெமீலா.

ஏழாவதோடு படிப்பைக் கைவிட்டு வேலைக்குப் போகத் தொடங்கியிருந்தான் அனஸ். உணவுக்கே வழியில்லாத வீட்டில் கல்வி ஆடம்பரம்தானே?

குமாரசாமி காலனி, ஜவான் நிட்டிங் கம்பெனியில் கைமடி வேலை. டெய்லருக்கு உதவியாளர். ஷிப்ட்டுக்கு ஒண்ணரை ரூபாய் சம்பளம். தினமும் காலை ஒன்பது மணிமுதல் இரவு ஒன்பது மணிவரை வேலை. ஒண்ணரை ஷிப்ட். செலவு போக வாரம் பத்து ரூபாய் வீட்டுக்குக் கொடுப்பான்.

முனியாண்டி விலாசில் ஒரு ரூபாய்க்கு இரண்டு புரோட்டா கிடைக்கும். பரோட்டாவைப் பிய்த்துப்போட்டுச் சிக்கன் குருமாவில் ஊறவைத்துச் சாப்பிடும்போது அந்த மனமும் சுவையும்.. ஆஹா..!!

வாரத்தில் ஒருமுறை வீட்டுக்கு வாங்கிப்போவான். குடும்பத்தோடு சாப்பிடும்போது தந்தையாய் உணர்வான்.

ஆர்வமாகத் தொழிலைக் கற்றுக்கொண்டு ஆறே மாதங்களில் மெசினில் அமர்ந்து தைக்கத் தொடங்கியதைச் சக பணியாளர்கள் ஆச்சர்யத்தோடு பார்த்தனர். சம்பளமும் கணிசமாக உயர்ந்தது. வீடு, பனையோலைச் சுவர்களை இழுத்துப் போர்த்திக்கொண்டு புது மனைவிபோல ஜொலித்தது.

அனஸ் டெய்லராக உயர்ந்த காலத்தில் தங்கை அஜிதா, அதே கம்பெனியில் கைமடியாக வந்திருந்தாள். இரண்டு மூன்று மாதங்களில் வீட்டுக்குக் கதவு ஜன்னல்கள் முளைத்தன. மண் தரை சிமெண்டுத் தரையாக மாறியிருந்தது.

இரண்டாவது ஆண்டுத் துவக்கத்தில் அது, வெயிலுக்கு ஒதுங்கிக் கொள்ள, மழைக்கு ஒழுகாத ஒரு முழுமையான வீடாக மாறியிருந்தது.

குடும்பமே கடுமையாக உழைத்தது. வீட்டுக்கு முன்னால் ஒரு சிறிய டீக்கடை முளைத்திருந்தது.

அஜிதா டீ ஸ்டால்..!!

அத்தியாயம் – 4

வாங்க குட்டித் தோழரே.. எங்க ரெண்டு நாளா ஆளக்காணோம்..?

சி.பி.எம் கிளைச் செயலாளர் தோழர் உன்னி கிருஷ்ணன் கேள்வியால் முகமெல்லாம் உதடு முளைத்துச் சிரித்தான் அனஸ். தோழர் என்று அழைக்கப்படும் போதெல்லாம் காற்றில் மிதந்தான். தோழர் என்பது வெறும் வார்த்தையல்ல. அது ஒரு கம்பீரமான அங்கீகாரமாக உணர்ந்தான்.

ஈரோட்டில் சேக் பரீத்தின் நெருங்கிய சகாக்களாக இருந்தவர்களெல்லாரும் புரட்சிகர மக்கள் முன்னணித் தோழர்கள்தாம். கட்சியில் இல்லையென்றாலும், ஓர் ஆதரவாளராக, அவர்களின் பொதுக்கூட்டம், மாநாடு போன்ற பொது நிகழ்வுகளில் கலந்துகொள்வது வழக்கம். சிறுவனாக இருந்த அனசையும் அழைத்துப் போவார். அதிலிருந்தே அவனுக்குச் சிவப்பின் மீதான காதலும் பிரமிப்பும் ஏற்பட்டிருந்ததில் வியப்பில்லை.

திருப்பூர் வந்த பிறகு சோபனா ஸ்டூடியோ சுப்பு மாமா, சக்திவேல் போன்ற எம்.எல் தோழர்கள்தாம் ஷேக் பரீத்தின் நண்பர்கள். சி.பி.எம்., சி.பி.ஐ யிலும் நெருங்கிய நண்பர்களுண்டு. மாலை நேரங்களில் அவர் வீட்டில் தோழர்களோடு அரசியல் பேசுவதை வேடிக்கை பார்ப்பதென்றால் அவனுக்கு அவ்வளவு இஷ்டம். புரிகிறதோ இல்லையோ, ஆர்வத்தோடு கவனிப்பான்.

காங்கேயம் ரோட்டிலிருந்து கிழக்கே குமாரசாமி காலனி இறக்கத்தில் சி.பி.எம் மின் மன்றம் இருந்தது. பெட்டிக்கடை போலத்தான் இருக்கும். தீக்கதிரும், செம்மலர் மாத இதழும் வரும். சேக் பரீத்தோடு அந்த மன்றத்துக்குச் செல்லும்போதுதான் உன்னிகிருஷ்ணன் அறிமுகமாகியிருந்தார். கொஞ்சநாளிலேயே அவரோடு ஒட்டிக்கொண்டான். கட்சியின் பாலர் சங்கத்திலும் அனசின் பெயரை இணைத்து விட்டிருந்தார்.

பள்ளி முடிந்ததும் கால்கள் நேராக மன்றத்துக்குதான் போகும். கண்களைவிடக் கால்களுக்கு அது வெகு பரிச்சயமாகியிருந்தது. அங்கே கொஞ்ச நேரம் இருந்துவிட்டு வீட்டுக்குப் போனால்தான் மனது நிறையும். அன்றும் அப்படிப் போயிருந்தவனிடம்தான் எங்கே இரண்டு நாட்களாகக் காணவில்லை என்று கேட்டிருந்தார்.

"ஈரோட்டுக்குப் போயிருந்தோம் தோழரே.. அத்த வீட்டுக்கு.."

"எதாச்சி சோலியா..?"

"ஆமாங்க தோழரே.. மாமா சொந்தத்துல ஒரு கல்யாணம்.."

மேசை மீது சிவப்புவர்ண முக்கோணக் கொடிகள் கட்டுக் கட்டாக அடுக்கி வைக்கப்பட்டிருந்தன. சுவரொட்டிகளும் தட்டிகளும் ஒரு மூலையில் குவிந்து கிடந்தன. வழக்கத்துக்கு மாறாய் மன்றமே புது மாப்பிள்ளைபோல பளிச்சென்று இருந்தது.

"என்ன தோழரே, கொடியெல்லாம் நிறைய வந்திருக்கு..?

"நாளைக்கு மேதினம்ல.. ஞாபகம் இல்லையோ? நைட் வந்துரு அனசு நிறைய வேலை இருக்கு. தோரணம்லாம் ஒட்டணும்."

"செரிங்க தோழரே.."

முப்பது வயது மதிக்கத்தக்க பெண்ணொருத்தி இடுப்பில் குழந்தையுடன் மன்றத்துக்கு வந்திருந்தாள். அவளுக்குப் பின்னால் ஏழெட்டுப் பெண்கள் கசமுசவென்று பேசிக்கொண்டு கும்பலாக நின்றிருந்தனர்.

"ண்ணோவ்.. தண்ணி வந்து இன்னியோட இருவது நாள் ஆச்சு.. ஊட்ல பொட்டுத் தண்ணியில்ல.."

"கவுன்சிலரக் கேட்டா இதா வருது அதா வருதுங்குறாரு.. வந்த பாட்டக் காணோம்.."

"ஆம்பளைங்க வேலைக்கு போய்ட்டு வர்றதுக்கே நைட் ஒம்போதர ஆயிருது.. அதுக்கப்புறமா டேங்குக்குப்போய் தண்ணி கொண்டுவந்துதான் சோறாக்க வேண்டியதா இருக்கு.."

"பொம்பளைங்க அவ்ளோ தூரம் போய் தண்ணிக்கொடத்த இடுப்புல கொண்டார முடியுங்களா.. சொல்லுங்க பாக்கலா.."

"ரெண்டு வாரத்துக்கொரு விஸ்க்கா லாரித்தண்ணி வருது.. அதுமு ஆளுக்கு ரெவ்வெண்டு கொடோம்.. எந்த மூலைக்குப் பத்தும்.."

ஆளாளுக்கு முறையிட்டுக்கொண்டிருந்தார்கள்.

"உப்புத்தண்ணி வாத்து வாத்து முடியெல்லாஞ் சிக்குப்பிடிச்சுப்போச்சு,," என்ற ஓர் இளம்பெண்ணின் பேச்சை மறித்த ஒரு கிழவி

“ஆமா.. இங்க குடிக்கறதுக்கே தண்ணியக்காணோம்.. இவ மசுறுபோகுதுணு ஒப்பாரி வெக்கிறா?..” என்றதும்

“ஏய் கெழவி.. வாயக்கெளறாம நீ செத்த கம்முனு இரு... ” என்று அவளை முறைத்தாள்.

ஆளுங்கட்சி என்னவோ அ.தி.மு.க தான். எம்.எல்.ஏ விலிருந்து கவுன்சிலர் வரை அவர்கள் ஆதிக்கம்தான். ஆனால் மக்களுக்கு எதாவது பிரச்சனையோ தேவையோ என்றால் தேடி வருவது கம்யூனிஸ்ட் கட்சி மன்றங்கள்தான். அங்கே போனால் காரியம் ஆகும் என்று மக்களுக்குத் தெரியும். அந்த நம்பிக்கை பெரும்பாலும் பொய்ப்பதில்லை.

“செல்வா தோழர்.. நகராட்சியில மனு குடுத்தமே என்ன ஆச்சு..?” அருகிலிருந்தவரிடம் கேட்டார் உன்னி கிருஷ்ணன்.

“எங்க தோழர்.. நாமளும் கரடியா கத்திட்டுதான் இருக்கோம்.. வேலை ஆகமாட்டேங்குது. கம்பெனிகளுக்கு மட்டும் நாள் தவறாம தண்ணி உடறாங்க”

“ஏம்மா, நீங்க ஒரு வேல செய்ங்க.. எல்லாரும் வீட்டுக்குப்போயி காலிக்கொடத்த எடுத்துட்டு வாங்க. ரோட்ல உக்காந்தாத்தான் வேலையாகும். அக்கம் பக்கத்துலயும் சொல்லி ஆளுகளக் கூட்டிட்டு வாங்க”

அடுத்த அரை மணிநேரத்தில் முப்பதுக்கும் மேற்பட்ட பெண்கள் காலிக்குடங்களுடன் சாலையை மறித்து அமர்ந்து கோசங்களை எழுப்பினர்.

“தண்ணீர் கொடு, தண்ணீர் கொடு..!!”

“நகராட்சி நிர்வாகமே தண்ணீர் கொடு..!!”

“வஞ்சிக்காதே வஞ்சிக்காதே..!!”

“உழைக்கும் மக்களை வஞ்சிக்காதே..!!”

போக்குவரத்து ஸ்தம்பித்தது.

முதலில் இரண்டு போலீஸ்காரர்கள் வந்து பேசினார்கள். பிறகு கவுன்சிலர் வந்தார். அப்புறம் நகராட்சி நிர்வாகிகள் வந்தார்கள். ஒரு ஜீப்பில் ஆயுதமேந்திய போலீஸ் படை வந்தது. மக்களுக்கு முன்னால் செங்கொடியேந்திய மூன்று தோழர்கள் உறுதியோடு நின்றனர். கடைசியாக ஆணையர் வந்தார்.

“ஏங்க.. வெச்சுக்கிட்டா வஞ்சன பண்றோம்.. வெயில் காலம்.. தண்ணிப் பற்றாக்குறை இருக்கு.. எல்லாந்தெரிஞ்ச நீங்களே இப்படி பிரச்சன பண்ணலாமா?” ஆணையர் பட்டும் படாமல் லாவகமாய்ப் பேசினார்.

“சார் அதெல்லாம் உங்க பிரச்சன.. ஊர் பெருசாகுது.. சுத்துவட்டாரத்துல இருந்தெல்லாம் மக்கள் வர்றாங்க.. வர்ற மக்களுக்கு அடிப்படை வசதி செஞ்சி தர்ரது உங்க கடம.. குடிக்கத் தண்ணி இல்லாம எப்பிடி ஜனங்க உயிர்வாழ்வாங்க..?” உன்னிகிருஷ்ணன் சூடு குறையாமல் பேசினார்.

“ரெண்டாம் குடிநீர்த்திட்டம் வந்தா ரெகுலராத் தண்ணி வரும்.. எல்லாப் பிரச்சனையும் சரியாகிடும். எங்க சைடு அதுக்கான வேலை போய்ட்டிருக்கு.. கொஞ்சம் கோ ஆப்பரேட் பண்ணுங்க..” நகராட்சி ஆணையர்.

“அதுவரைக்கும் ஜனங்க தண்ணி குடிக்காம இருக்க முடியுமா..? நீங்கதான் மாற்று ஏற்பாடுகளப் பண்ணி பிரச்சனைய சரிசெய்யனும். அதுதான உங்க வேலை..?”

“எங்க வேலை என்னான்னு எங்களுக்குத் தெரியும்.. நீங்க கிளாஸ் எடுக்காதீங்க... மரியாதையாக் கலஞ்சு போயிடுங்க”

“என்ன சார், மெறட்டறீங்களா? சரியான பதில் கிடைக்கிற வரைக்கும் இங்கிருந்து எந்திரிக்க மாட்டோம்.. கைது பண்ணுவீங்களா..? பன்ணிக்கோங்க..”

“வஞ்சிக்காதே, வஞ்சிக்காதே..!!”

“உழைக்கும் மக்களை வஞ்சிக்காதே..!1”

ஆவேச முழக்கத்தால் அந்த இடமே களேபரமாகக் காட்சியளித்தது. வடக்கே சங்கிலிப்பள்ளத்திலிருந்து தெற்கே சி. டி.சி டிப்போ வரை வாகனங்கள் ஸ்தம்பித்து நின்றன. வேறு வழியின்றி நிர்வாகம் இறங்கி வந்தது. ஆறு நாட்களுக்கு ஒருமுறை குடிநீர் விநியோகிக்கப்படும் என்ற உறுதிமொழியை எழுதி வாங்கிக்கொண்டிருக்கும் போதே இரண்டு பழனி ஆண்டவர் தண்ணீர் லாரிகள் கிளம்பியிருந்தன.

இரவு 10 மணிக்கே தோரணம் ஒட்டும் வேலை துவங்கி விட்டது. கயிறை, இரண்டு மின் கம்பங்களுக்கிடையே நீளமாக ஏழெட்டுச் சுற்றுக் கட்டியிருந்தார்கள். அலுமினியக் குண்டாவில்

மைதாமாவுப் பசை காய்ந்துகொண்டிருந்தது. ஒருவர் கொடிகளை அடுக்கி வைக்க, இன்னொருவர் பசைபோட்டுக் கொடுக்கக் கொடுக்க மற்றவர்கள் அதை எடுத்துப்போய் கயிற்றில் ஒட்டிக் கொண்டிருந்தார்கள்.

எதிர்வீட்டு ருக்குமணி அக்கா தோழர்களுக்கு வரக்காப்பி வைத்துக் கொடுத்தார். தோழர்கள் தேங்காய் பன் வாங்கி வந்திருந்தார்கள். கையில் படிந்திருந்த பசையை டிராயரின் பின்புறம் துடைத்துக்கொண்டு தேங்காய் பன்னைக் காப்பியில் முக்கி எடுத்தான் அனஸ். சூடு ஆவி பறந்தது. ஊதி ஊதி வாயில் போட்டான். ஓடி ஓடி ஒட்டிய களைப்பிற்கு அமிர்தமாய் இருந்தது.

12 மணிக்கெல்லாம் ஒட்டும் வேலை முடிந்துவிட்டது. ஒரு மணி நேரம் காய விட்டுக் கம்பங்களில் ஏறிக் கட்டினார்கள். தெருவின் குறுக்கும் நெடுக்குமாக செங்கொடித்தோரணம் படபடத்துக் கொண்டிருந்ததைப் பெருமிதத்தோடு பார்த்து நின்றான். மண்டலம் முழுவதும் சுவரொட்டிகள் ஒட்டவும் தட்டிகள் கட்டவும் போயிருந்த தோழர்களும் திரும்பி வந்திருந்தனர்.

மீண்டும் டீயும் பிஸ்கட்டும் வந்தன. சாப்பிட்டுவிட்டு இரண்டு தோழர்கள் சுவர்களில் சுத்தியல் அரிவாள் சின்னம் வரைந்து மேதினம் வாழ்க என்று எழுதிக்கொண்டிருந்தார்கள். சிலர் பீடி இழுத்தபடி அதை வேடிக்கை பார்த்துக் கொண்டிருந்தார்கள்.

“ஏப்பா, உம்பேரு நாகராஜா?” வந்திருந்தவர்களில் ஒருவன் அனசைப் பார்த்துக் கேட்டான்.

“இல்லியே..ஏங்கேக்கறீங்க..?

“சி.பி.ஐ.ல ஒரு சின்னப்பையன் சூப்பரா சின்னம் போர்றான்னு சொன்னாங்க.. அது நீயான்னு கேட்டேன்.”

“இல்ல தோழர்.. எம்பேரு அனஸ்..”

வேலை முடியும்போது மணி 3 ஐக் கடந்திருந்தது.

“செரி தோழர்.. காலைல நேரத்துல வாங்க.. யாரும் தூங்கிராதீங்க.. கொடியேத்திட்டுப்போய் ரெஸ்ட் எடுத்துக்கலாம். அப்புறம் சாய்ந்திரம் 4 மணிக்கு ஊர்வலம், குமரன் சிலைல தொடங்கி அரிசிக்கட வீதிப் பொதுக்கூட்ட மேடைல முடியுது. தோழர் கே.எஸ்.கருப்பசாமி பேசறாரு. எல்லாரும் தவறாமக் கலந்துக்கணும்..”

அவன், வீட்டுக்கதவைத் தட்டும்போது விடிந்திருந்தது.

"அல்லாஹு அக்பர்.. அல்லாஹு அக்பர்.."

அப்துல்லா மோதினாரின் வெங்கலக்குரலில் பாங்கோசை காற்றில் கரைந்து கொண்டிருந்தது.

காலை 8.30 மணிக்கெல்லாம் செங்கொடி, பட்டொளிவீசிப் படபடத்தது. அன்று விடுமுறை என்பதால் சேக் பரீத்தின் சைக்கிள் வீட்டிலிருந்தது. ஹேண்டில் பாரில் செங்கொடியைக் கட்டிக்கொண்டு குரங்குப்பெடல் அடித்தபடி தெரு முழுவதும் சுற்றிக்கொண்டிருந்தவனை அதட்டி இழுத்துப்போய்ச் சாப்பிட வைத்தாள் ஜெமீலா. சாப்பிட்டதும் தூங்கிப்போனான்.

அலாரம் வைத்ததுபோல 3 மணிக்கு அவனாகவே எழுந்து ஷேக் பரீத்தை அரிக்கத் துவங்கிவிட்டான்.

"டைம் ஆச்சுத்தா.. கெளம்பு.."

போன வருடம் அடம்பிடித்து வாங்கியிருந்த சிவப்புச் சட்டையை அணிந்திருந்தான். ஊர்வலம் துவங்கும் இடத்தில் அவனை இறக்கி விட்டு சேக்பரீத் கிளம்பிவிட்டார்.

அவிநாசி ரோடு கட்சி அலுவலகம் அருகே 5 மணிக்குத் துவங்கியது பேரணி. பேண்டு வாத்தியம் முழங்க, மண்டல வாரியாகச் சீருடையணிந்த செந்தொண்டர் படை இராணுவ ஒழுங்கோடு அணிவகுக்க, செங்கடல் போலப் பிரமாண்டமாகப் பயணித்தது.

"தொழிலாளர் ஒற்றுமை ஓங்குக..!!"

"மே தினம் வாழ்க..!!"

"சி.பி.எம் ஜிந்தாபாத்..!!"

தோழர்களின் முழக்கம் திருப்பூர் நகரச்சுவர்களில் எதிரொலித்தது. முழக்கங்களில் அனசின், உடையாத பிஞ்சுக்குரல் தனித்துத் தெரிந்தது. 7 மணி சுமாருக்கு அரிசிக்கடை வீதியில் அமைக்கப்பட்டிருந்த பொதுக்கூட்ட மேடைக்கு வந்து விட்டிருந்தது ஊர்வலம். முண்டியடித்து ஓடி மேடைக்கு அருகில் இடம்பிடித்துக் கொண்டான்.

அருகில் இருவர் பேசிக்கொண்டிருந்தது அவன் கவனத்தைக் கலைத்தது.

“சி.பி.ஐ ஊர்வலத்துக்கும் நல்ல கூட்டமாமா தோழர்..”

“அப்படியா..? அவங்க பொதுக்கூட்டம் எங்க..?”

“தாராபுரம் ரோட்லதான். பனியன் சங்கத்துக்கு முன்னாடி.. சுப்பராயன் பேசறாராமா..”

சுப்பராயன் பெயரைக் கேட்டதும் அனசுக்கு உள்ளுக்குள் சிலிர்த்தது. ஏற்கனவே அவரது பேச்சைக் கேட்டிருக்கிறான். எதிரே இருப்பவர்களைக் கட்டிப்போட்டுவிடும் பேச்சாற்றல். கண்களை மூடிக் கர்ஜிக்கும் அவரது கம்பீரக்குரலின் நினைவுகள் அவனுக்குள் அலையடித்தன. திருப்பூர் சுற்றுவட்டாரம் முழுதும் அறியப்பட்ட தொழிற்சங்கத் தலைவர். வருகிற தேர்தலில் அவருக்குதான் சீட் கொடுப்பார்கள் என்கிற பேச்சும் பரவலாக இருந்தது.

சட்டென எழுந்து ஓடியபோது இடி இடித்தது. நிமிர்ந்து பார்த்தான். மேகங்கள் கருப்பாய்த் திரண்டு நின்றன. மழை வந்துவிடக்கூடாதென்ற கவலை அவனுக்குள் எழுந்தது. மூச்சை இழுத்துப்பிடித்து ஓடினான். பதினைந்தே நிமிடத்தில் தாராபுரம் ரோடு பொதுக்கூட்ட மேடைக்கு வந்திருந்தான். கூட்டம், தெற்குக் காவல் நிலையம் தாண்டி கள்ளுக்கடை முக்குவரை நிரம்பியிருந்தது. பனியன் சங்கத்தின் வாசலில் கொஞ்சம் இடம் கிடைத்தது. ஒண்டிக் கொண்டான். அங்கிருந்து மேடை நன்றாகத் தெரிந்தது. கே.எஸ் பேசுவதை அருகிலிருந்து பார்க்கப்போகிறோம் என்ற எண்ணமே அவனுக்குள் குறுகுறுப்பைக் கொடுத்தது. தொழிற்சங்க நிர்வாகி சி. பழனிச்சாமி மேடையை ஒழுங்குபடுத்திக் கொண்டிருந்தார்.

மேடை என்றால் பெரிய மேடையெல்லாம் இல்லை. எண்ணெய் டின்களில் முட்டுக்கொடுத்தபடி ஒரு மாட்டுவண்டி நிறுத்தப்பட்டிருந்தது. அதன் மீது போர்வை ஒன்றை விரித்திருந்தார்கள். மேடையேறுவதற்கு வசதியாக கோன்கேஸ் பெட்டிகளைப் படிக்கட்டுகள் போல அடுக்கிக் கட்டியிருந்தார்கள். கிழக்கே பஸ் நிலையம் வரையிலும் மேற்கே கள்ளுக்கடை முக்கு வரையிலும் சாலையின் இரண்டு பக்கமும் கதிர் அரிவாள் கொடிகள் கட்டப்பட்டிருந்தன. முன் வரிசையில் போடப்பட்டிருந்த நான்கைந்து இரும்புச் சேர்களில் தலைவர்கள் அமர்ந்திருந்தார்கள். அதில், நெடுநெடுவென்ற நல்ல உயரத்தில் சிவத்த ஒல்லியான ஓர் உருவத்தைச் சுற்றியே அவன் கண்கள் ஓடிக் கொண்டிருந்தன.

தோழர்கள் பேசி முடிக்க, கடைசியாகக் கே.சுப்பராயன் மேடையேறினார். ஒரு மணிநேரம் சரவெடியாய் நிகழ்ந்த உரையின் இறுதியில்..

" தோழர்களே..

இந்த அரசும் முதலாளிகளும் கூட்டுச்சேர்ந்து பாட்டாளிகளை வஞ்சித்து வருகிறார்கள். அனைத்து நெருக்கடியையும் தாங்கிப்பிடித்து நூறு நட்களைக் கடந்து வெற்றிகரமாக நடந்துகொண்டிருக்கிற பஞ்சப்படி போராட்டத்தில் இறுதி வெற்றி தொழிலாளி வர்கத்துக்குத்தான்.."

அவர் பேசி முடித்ததும் எழுந்த ஆவேச முழக்கங்களில் நகரம் அதிர்ந்தது.

"தொழிலாளர் ஒற்றுமை ஓங்குக.."

"தொழிற்சங்கங்களின் கூட்டமைப்பு வாழ்க..!!"

"மே தினம் வாழ்க..!!"

"சி.பி.ஐ ஜிந்தாபாத்..!!"

தனது குரல் கே.எஸ் தோழரின் காதுகளுக்கு எட்டிவிடவேண்டும் என்கிற ஆவேசத்தோடு முழங்கிக் கொண்டிருந்தான் அனஸ்.

அத்தியாயம் – 5

இளங்கோ லே அவுட் திருப்பத்தில் ஒரு பாதானி மரம் நின்றிருந்தது. விழுந்திருந்த பாதானிகளைச் சிறுவர்கள் பொறுக்கிக் கொண்டிருப்பதைப் பார்த்தான் அனஸ். ஒன்றை எடுத்துக் கடிக்கலாமா என்று நினைத்துப் பக்கத்தில் போனான். ஏனோ சட்டென விலகி நடந்தான். புத்தகப்பையை விட மனது பாரமாக இருந்தது. கால்கள் அனிச்சையாக மன்றத்துக்கு நடந்தன.

“என்னாச்சு அனசு.. ஒரு மாதிரியா இருக்கியே..?”

வதங்கிய வெற்றிலைபோல வாடிப்போயிருந்த அனசின் முகத்தைப் பார்த்ததுமே புரிந்துகொண்டார் உன்னி கிருஷ்ணன். அவனது நெஞ்சுச்சட்டை கசங்கியிருந்தது. காலர் ஓரம் லேசாகக் கிழிந்திருந்தது.

“எய்த் பி க்ளாஸ் கண்ணன் வம்பிழுத்துட்டே இருந்தான் தோழர், இன்னைக்கு இண்ட்ரூல் டைம்ல சண்டை வந்துருச்சு. கல்லெடுத்து மண்டைல கொட்டிட்டேன். ஸ்கூல் விட்டதும் நாலஞ்சு பேத்தக் கூட்டிட்டு வந்து அடிச்சிட்டான்.”

சக மாணவர்களோடு பள்ளியில் நடந்த சண்டை குறித்துச் சொன்னான். மன்றத்திலிருந்த செந்தில், அவனை நிமிர்ந்து பார்த்துவிட்டு மீண்டும் நாளிதழில் மூழ்கினான்.

“இதெல்லாம் சின்ன விசயம்ப்பா.. இதுக்கெல்லாமா மூஞ்சியத் தூக்கி வெச்சுப்பாங்க..?” உன்னிகிருஷ்ணன்.

“இல்ல தோழர்.. நாளைக்கு என்னோட பிரண்டுகள கூட்டிட்டுப்போயி அவனுகள என்ன செய்றேன்னு பாருங்க..” பரம்பரைப் பகையாளியைப் பழிதீர்ப்பதுபோல அவன் முகம் கடுகடுவென இருந்தது. உன்னிகிருஷ்ணன் சிரித்தபடி பதில் சொன்னார்.

“நாளைக்கு நீ அடிப்ப.. நாளானைக்குத் திரும்ப அவன் அடிப்பான்.. இப்படியே சண்ட போட்டுட்டே இருப்பீங்களா..?”

“அவந்தான மொதல்ல சண்டைக்கு வந்தான்.. நான் பதிலுக்குதான சண்டை போட்டேன். எம்மேல தப்பு சொல்றீங்க?.” குரலில் வருத்தமிருந்தது.

“தப்பு சொல்லல.. இங்க பாரு அனசு., நாம சண்டை போட்டா அது மதிப்புமிக்க சண்டையா இருக்கணும். கௌரவமான சண்டையா இருக்கணும். அத விட்டுட்டு இப்படிக் கால மிதிச்சிட்டான், கையத் தட்டி விட்டுட்டான்னெல்லாம் சண்டை போட்டுட்டு இருக்கக்கூடாது”

உன்னிகிருஷ்ணன் பதிலில் ஆர்வமான செந்தில் நாளிதழை மூடிவிட்டு அவர் பக்கம் திரும்பிக் கேட்டான்.

“மதிப்புமிக்க சண்டையா.. அப்டினா என்ன தோழர்..?”

“அது மக்களுக்காக நாம போடற சண்டை.. நம்மள நம்பி நிக்கிற மக்களுக்கு நல்லது நடக்கணும்னு நாம அதிகாரத்த எதிர்த்துப் போராடறோம்ல அதுதான் கௌரமான சண்டை.”

“நாம கொடியப் பிடிச்சுட்டுக் கோசம் போடறமே.. அது சண்டையா..?” வெகுளியாகக் கேட்டான் அனஸ்.

“ஆமா, அது ஒரு வகையான சண்டைதான். அடக்கு முறைக்கு எதிரா அதிகாரத்துக்கு எதிராப் போடற சண்டை.”

“அப்ப செங்கொடிதான் நம்ம ஆயுதமா?” செந்தில் இடை மறித்தான்.

“ஆமா தோழர்.. அதிலென்ன சந்தேகம்? இப்பக்கூட பாருங்க பஞ்சப்படி போராட்டம் 110 நாள் தாண்டிப் போய்ட்டிருக்குல்ல. இந்த ஸ்ட்ரைக்னால வேலை இல்லாம வருமானம் இல்லாமப் பட்டினி கெடந்தாலும், மக்கள் சங்கத்த நம்பி உறுதியோட நிக்கிறாங்கல்ல.. அது செங்கொடிய நம்பித்தான?” உன்னிகிருஷ்ணனின் பதிலால் ஆர்வமான அனஸ் அடுத்த கேள்வி கேட்டான்.

“பஞ்சப்படினா என்ன தோழர்?” சில விநாடிகள் யோசித்தார். அவனுக்குப் புரியும்படி எளிமையாகச் சொல்லவேண்டுமே.

“வெலவாசி உயர்ந்துட்டே போகுது. ஆனா சம்பளம் உயருதான்னா இல்ல. எப்படி நாம பொழைக்கிறது? அதுக்குதான் 2 வருஷம் முன்னாடி அரசாங்கத்துல விலைவாசி உயர்வுப்புள்ளிய நிர்ணயிச்சாங்க. அதுக்கேத்த மாதிரி தொழிலாளர்களுக்குச் சின்னத் தொகை சேத்திக் கொடுக்கணும் அதுதான் பஞ்சப்படி. அதுக்குதான் போராடிட்டு இருக்கோம்”

“அதான் மொதலாளி சம்பளம் குடுக்கறாங்கல்ல..? மில் அவருது, மெசின்லாம் அவருது, நம்மகிட்டதான் ஒண்ணுமே இல்லையே.. நாம எப்படி அவர்கிட்ட சண்டை போட முடியும்?”

அனசுக்கு கேள்விகள் முளைக்கும் வயது. பெருங்கடலைக் குடித்துவிடும் வேட்கையோடு பறக்கும் சிட்டுக்குருவிபோல, எல்லாவற்றையும் அறிந்துகொள்ளத்துடிக்கும் பருவம். அந்த ஆர்வத்தை உன்னிகிருஷ்ணன் புரிந்திருந்தார்.

“தொழிலாளிக இல்லாம அந்த மெசினையும் மில்லையும் வெச்சிட்டு மொதலாளி என்ன பண்ணுவாராமா? முதலாளி இல்லாம ஒரு தொழிலாளி இருக்க முடியும். ஆனா தொழிலாளி இல்லாம முதலாளி இருக்கவே முடியாது. சொல்லப் போனா முதலாளிகள உருவாக்கறதே தொழிலாளிகதான். நம்ம உழைப்புலதான் அவங்களோட சொத்து உயருது. வீட்டுமேல வீடு நிக்குது. வாசல்ல காரு நிக்குது. காடு தோட்டம் நெலபுலமெல்லாம் அவங்களுக்கு எங்கிருந்து வந்துச்சு..? எல்லாம் நம்ம உழைப்புல உருவானதுதான். ஆனாப் பாடுபடற தொழிலாளிக்கு மூணு ரூபாய் சேத்திக் குடுக்க இவங்களுக்கு வலிக்குது.”

“ஊரே அவங்களாலதான வளந்துட்டு இருக்கு..?” அனஸ்.

பதில் சொல்ல வாயெடுத்தவர், மூர்த்தி தோழர் உள்ளே நிழைந்ததும் பேச்சை நிறுத்தினார்.

“வாங்க மூர்த்தி தோழர்.. உக்காருங்க..”

“என்ன தோழர், அனசுக்கு ஏதோ கதை சொல்லிட்டிருக்கிங்க போல..”

“திருப்பூர்க் கதையச் சொல்லிட்டிருக்கேன் தோழர்..”

“அடடா சுவாரஸ்யமான விசயமாச்சே சொல்லுங்க கேப்போம்..” என்றபடி அருகிலிருந்த ஒரு முக்காலியை இழுத்துப்போட்டு அமர்ந்தார்.

“அனசு, ஒரு டீ குடிக்கலாமா..?” தன் சட்டைப்பையைத் துலாவியபடியே கேட்டார் மூர்த்தி.

“கொண்டாங்க தோழர். நாம்போய் வாங்கிட்டு வர்றேன்..”

ஒரு ஐம்பது பைசா நாணயத்தைக் கொடுத்தார் மூர்த்தி. தூக்குப்போசியை எடுத்துக்கொண்டு ஓடினான் அனஸ். ஐந்து

நிமிடத்தில் திரும்பியவன், சில்வர் டம்ளர்களில் ஊற்றிக் கொடுத்தான். கடைசி டம்ளரை அவன் எடுத்துக் கொண்டான். என்னதான் ஆற்றினாலும் அடிப்புறம் கொஞ்சம் சர்க்கரை தேங்கியிருந்து, கடைசி டம்ளருக்குக் கூடுதல் இனிப்பைக் கொடுக்கும். அந்தத் தித்திப்புச் சுவையை ரசித்தபடி உறிஞ்சினான்.

"கருவேலங்காடாக்கெடந்த இந்தக் குக்கிராமத்தத் திருத்தி வெவசாய பூமியா மாத்தினது உள்ளூர் விவசாயிகதான். பெரும்பாலும் பருத்தி விவசாயம். கோயமுத்தூர் மில்லுகெல்லாம் நம்மூர் பஞ்சத்தான் நம்பி இருந்துச்சுக. அங்கொண்ணு இங்கொண்ணுனு திருப்பூர்லயும் தனலட்சுமி மில்லு, டி.டி.பி மில்லு, ஆஷர் மில்லு, எஸ்.ஆர்.சி மில்லுனு நாலஞ்சு மில்லுக உருவாச்சு. அப்ப விவசாயத் தொழில் தாண்டி பெரும்பாலும் அரிசி மில்லு, மாட்டு வண்டி, சுமைப்பணி தொழிலாளர்கள்னுதான் உள்ளூர் மக்கள் இருந்தாங்க. மில்லுக வந்த பிறகு கொஞ்சம் வேலைவாய்ப்பு கிடச்சுது.

அப்ப குலாம் காதரு, சத்தார் சாகிப்னு அண்ணந்தம்பிக ரெண்டு பேரு இருந்தாங்க. அவங்க அப்பா வெள்ளக்கார அரசாங்கத்துல கணக்குப்புள்ளையா இருந்தவரு. கொஞ்சம் வசதியான குடும்பம். காதருக்கு நாடகம் பாக்குறதுல ரொம்ப இஷ்டம். நாடகக் கம்பெனிலலாம் மெம்பரா இருந்தாரு. அப்புறம் சினிமா வந்துச்சு. அப்பெல்லாம் சினிமால வசனமெல்லாம் இருக்காது ஊமப்படந்தான். தெரைல படம் ஓடும். ஒருத்தர் பக்கத்துல நின்னு, "இராமர் வாளை எடுக்கிறார், பாருங்கள், சூர்ப்பனகை மூக்கை அறுக்கிறார், பாருங்கள்" அப்டினு சொல்லிட்டு இருப்பாரு."

கண் கொட்டாமல் உன்னிகிருஷ்ணன் வாயையே பார்த்துக் கொண்டிருந்தான் அனஸ்.

"அப்புறம் கல்கத்தால பேசும் படம் ஒண்ணு ரிலீஸ் ஆச்சு. அதப்பாத்த காதருக்கு அதே மாதிரு நம்மூர்லயும் பேசும்படம் ஓட்டணும்னு ஆச. அந்த படம் ஓட்டர மெசின வாங்கக் கல்கத்தா போனாரு. அங்க வீடுகள்ல சின்னச்சின்ன மெசின வெச்சு துணி உற்பத்தி பண்ணிட்டிருந்ததப் பாத்ததும் அவருக்கு மனசு மாறிடுச்சு. மெசின வாங்கிட்டுவந்துட்டாரு."

"நிட்டிங் மெசினா தோழர்..?" எனக்கேட்டார் மூர்த்தி.

“இப்ப இருக்கிற மாதிரி மெசின் இல்ல தோழர் அது. ஓட்டவே ரொம்பச் சிரமப்பட்டாங்க. மாட்டுவண்டிச் சக்கரம் மாதிரி பெரிய வீல் இருக்கும். அத ஒரு லிவர்ல மாட்டிக் கைலதான் சுத்தனும். ஊசி ஒடஞ்சு போகும், ஸ்பேர் பார்ட்ஸ் ரிப்பேர் ஆகும், இதெல்லாம் லேத்ல குடுத்துச் சரி செய்யணும். இப்பிடிக் கொஞ்சம் கொஞ்சமா டெவலப் பன்ணி பேபி நிட்டிங்குறபேர்ல பனியன் உற்பத்தி பண்ணுனாங்க.”

டீக் குடித்ததுமே தம்மடித்தாகவேண்டும் மூர்த்திக்கு. சட்டைப்பையிலிருந்து கணேஷ் பீடிக்கட்டை எடுத்தார். கை நீட்டிய செந்திலுக்கு ஒன்றைக் கொடுத்துவிட்டுத் தானும் ஒன்றைப் பற்றவைத்தார்.

“உற்பத்தி பண்ணாப் போதுமா.. வாங்க ஆள் வேணும்ல.. நம்மூர்ல அப்பலாம் எல்லாரும் மேல் சட்டை போடமாட்டாங்க. பெரிய பெரிய ஆளுகதான் போட்டிருப்பாங்க. சட்டையே போடாத மக்களுக்கு எப்பிடிப் பனியன விக்கிறது? அதுக்கும் ஒரு யோசன பண்ணாங்க. பனியன் வாங்குனா பீடி தீப்பெட்டி இலவசம்னு விளம்பரம் பண்ணாங்க. அது கொஞ்சம் கை குடுத்துச்சு. மொதல்ல பெரிய தொட்டியில சுடுதண்ணில பிளீச்சிங் பண்ணிட்டு இருந்தாங்க. அப்புறம் சாயம் கலந்து கலர் பண்ண ஆரம்பிச்சாங்க. கலர் துணிகளப் பாத்ததும் மக்களுக்கு ஆர்வம் அதிகமாச்சு. கொஞ்சம் கொஞ்சமா வியாபாரம் அதிகரிச்சுது. நவீன இயந்திரங்கள இறக்குமதி பண்ணி தொழில டெவலப் பண்ணாங்க. ஒரு சந்தை உருவாச்சு.”

“எக்ஸ்போர்ட் பண்ணாங்களா?” மூர்த்தி.

“இல்ல தோழர், அப்ப உள்ளூர் சந்தைக்கும் பக்கத்து ஊர்களுக்கும் மட்டும் போய்ட்டிர்ந்துச்சு. ஒரு கட்டத்துல இலங்கைக்கு ஏற்றுமதி பண்ணாங்க. இந்தத் தொழில் வளர்றதப் பாத்து மத்தவங்களும் மெசின் போட ஆரம்பிச்சாங்க. கொஞ்சம் கொஞ்சமாத் தொழில் பரவுச்சு. ஜட்டி பனியன்னு உள்ளூர்ல பரவிட்டிருந்த தொழில் கல்கத்தா மும்பைனு வெளி மாநிலங்களுக்குப் போச்சு. வேலை வாய்ப்பு பெருகப்பெருக திருப்பூரச் சுத்தியிருக்கிற கிராமங்கள்ல இருந்து மக்கள் இங்க வந்து குடியேறினாங்க.”

“சுத்துவட்டாரக் கிராமங்கள்ல மழ இல்லாம வெவசாயம் அழிஞ்சதால சிரமப்பட்ட மக்கள்லாம் பொழப்பத் தேடித் திருப்பூர் வந்தாங்க.. அப்டிதான தோழர்..?” மூர்த்தியின் இடைக்கேள்வி, அனசுக்குப் புதிய திறப்பைக் கொடுத்தது.

“ஆமா.. அப்பதான் இந்திராகாந்தி எமர்ஜென்சி கொண்டுவந்து ரெண்டுவருசம் பேயாட்டம் ஆடுனாங்க. எல்லாத் தொழிலும் படுத்திருச்சு. எமர்ஜென்சி முடிஞ்சதும் மறுபடியும் சூடு பிடிச்சது. அப்ப விரானாங்கிற ஒரு இத்தாலிக்காரரு மும்பைல இருந்து நம்மூர்ப் பனியன வாங்கி ஐரோப்பாவுக்கு அனுப்பினாரு. அப்புறம் அவரே நேரடியாத் திருப்பூர் நிறுவனங்களுக்கு ஆர்டர் குடுத்தாரு. இத்தாலியிலிருந்து நிபுணர்கள வரவெச்சு டையிங் தொழில் நுட்பத்த நம்மூர் ஆளுகளுக்குக் கத்துக் குடுத்தாரு. அதுக்குப்பிறகு தொழிலோட தன்மையே மாறுச்சு. ஐரோப்பிய நாடுகளோட ஆர்டர் திருப்பூருக்குக் குவிஞ்சுது. டையிங், பிரிண்டிங், நிட்டிங், காம்பாக்டிங் தொழில் எல்லாம் ஒண்ணாத்தொட்டு ஒண்ணா வளந்துச்சு. எக்ஸ்போர்ட் கம்பெனிக நைட்டும் பகலும் ஓட ஆரம்பிச்சுது. மீண்டும் ஆட்களோட தேவை அதிகரிச்சுது.

அதே சமயம் விவசாயம் பாதிக்கப்பட்ட, புதுக்கோட்டை, திருச்சி, தஞ்சாவூரு, மதுரை, தேனி, ராமநாதபுரம், திருநெல்வேலி, சேலம், தருமபுரினு எல்லா ஊர்ல இருந்தும் மக்கள் குடும்பம் குடும்பமா இங்க குடியேறினாங்க. இவங்க எல்லாருடைய இரத்தமும் வியர்வையும் சேர்ந்து தான் திருப்பூரோட வளர்ச்சியச் சாத்தியமாக்கியிருக்கே தவிர எந்த தனிப்பட்ட முதலாளியாலயும் இல்ல.. புரிஞ்சுதா அனசு?.”

புரிந்தது போலவும் இருந்தது, புரியாதது போலவும் இருந்தது எதற்கும் இருக்கட்டுமென்று மேலும் கீழும் தலையாட்டி வைத்தான்.

யாரோ வருவதுபோலிருந்தது. ஒரு நடுத்தரவயதுப் பெண் கணவனோடு வந்திருந்தாள். இடுப்பிலிருந்த கைக்குழந்தை விரல் சப்பிக்கொண்டிருந்தது.

“ண்ணா.. எம்பேரு பார்வதி, இவரு என்ற ஊட்டுக்காரு சீனிவாசன். சொந்த ஊரு கரூரு. இங்க வந்து அஞ்சு வருசமாச்சி. புதூர் பிரிவுல குடியிருக்கோம்.”

“உக்காருங்க..” எதிரே இருந்த பெஞ்சைக் கைகாட்டினார். அதில் அமர்ந்திருந்த மூர்த்தியும், செந்திலும் எழுந்து அவர்களுக்கு இடம் கொடுத்தார்கள்.

“இவரு மூணு வருசமா ஒரு கம்பெனில வேல செஞ்சாரு. தீவாளிக்குப் பத்துநாள் முன்ன ஒடம்புக்கு முடியாமப் போயிருச்சு.

வேலைக்குப் போகல. நோம்பி முடிஞ்சு போனப்ப வேலைக்கு வேணாம்னுட்டாங்க. போனசு கேட்டதுக்கு அஞ்சு மாசமா அதா இதான்னு சொல்லிட்டு இப்ப இல்லேங்குறாங்க.. "

"எந்தக் கம்பெனி.." என்றதும் திரும்பிக் கணவனின் முகத்தைப் பார்த்தாள் பார்வதி.

"விமல் எக்ஸ்போர்ட்ஸ்.. எம்.ஜி.பி தியேட்டர் கிட்ட இருக்கு" என்றான் சீனிவாசன்.

"கூட வேலசெய்ற ஒரு அக்காதான் உங்களப்போய் பாக்கச்சொன்னாங்க. ரொம்ப சிரமமா இருக்கு. அந்தக் கம்பெனில பேசி எதாச்சும் வாங்கிக் கொடுங்கண்ணா. புண்ணியமாப் போட்டும்." தெளிந்த நீரோடை போல அவள் பிசிறின்றிப் பேசியதைக் கூர்ந்து கவனித்த உன்னி கிருஷ்ணன்,

"அதெப்படி அவஞ்சவுரியத்துக்கு வேலைக்கு வேணாம்பான். போனஸ் மட்டுமில்ல, மூணு வருசம் வேல செஞ்சதுக்குக் கணக்கும் முடிச்சுக் குடுக்கணும். கவலப்படாதீங்க, என்னான்னு பாப்போம்" என்று சொல்லிவிட்டு மூர்த்தியிடம் திரும்பி

"தோழர், இவங்க கூடப் போய் என்னான்னு விசாரிச்சுட்டு வாங்க.."

"ரொம்ப நன்றிங்ணா.."

கைகளைக் கூப்பியபடிச் சொன்ன பார்வதியின் முகத்தில் பிரகாசம் இருந்தது.

"இருக்கட்டும்.. போய்ட்டு வாங்க,,"

அத்தியாயம் – 6

பள்ளி விடுமுறை என்றாலே பயல்களுக்கு ஆண்டிபாளையம் வாய்க்கால்தான் ஒரே பொழுதுபோக்கு. கள்ளுக்கடை முக்கிலிருந்து தாராபுரம் பஸ் ஏறினால் 20 நிமிடத்தில் வாய்க்கால் கரையிலேயே இறங்கி விடலாம். ஆளுயர சிமெண்ட் குழாய்கள் பதிக்கப்பட்டிருந்தன. முட்ட வரும் வாடிவாசல் காளைபோல ரோட்டின் ஒருபுறமிருந்து மறுபக்கம் பாய்ந்து கொண்டிருந்தது வாய்க்கால்.

பக்கத்தில் ஒரு கிழவி மாங்காய் விற்றுக்கொண்டிருந்தாள். தாமரைப்பூ வடிவில் கீறி, கூடையில் வரிசையாக அடுக்கி வைக்கப்பட்டிருந்த மாங்காய்களைப் பார்க்கும்போது அனசுக்கு எச்சில் ஊறியது. நான்கு நண்பர்கள் காசைப் பகிர்ந்துகொண்டு மாங்காய் வாங்கி ஆளுக்கொரு துண்டு சாப்பிட்டார்கள். கொட்டை அருணுக்குப் போய்விட்டதில் கொஞ்சம் வருத்தம்தான். மிளகாய்ப்பொடியும் உப்பும் கலந்த பொடியைத் தொட்டுச் சாப்பிட்டதால் புளிப்பும் காரமும் கலந்து அவன் கண்கள் கலங்கின.

பாலத்தின் வடப்பக்கத்தில் சிறுவர்கள் இறங்க மாட்டார்கள். ஆழம் அதிகம். குறுகிய குழாயிலிருந்து சீறிப்பாய்ந்து வெளிவருவதால் இழுவையும் அதிகம். ஓரங்களில் சிமெண்ட் பெயர்ந்து, பிடிப்பதற்கு வசதியில்லாமல் இருக்கும். நீச்சலில் அனுபவமுள்ளவர்கள் மட்டும்தான் அங்கு நீந்துவார்கள். அனசும் நண்பர்களும் தென் பக்கக் கரையில் நடந்து சென்றார்கள்.

வழியெங்கும் நெரிஞ்சியும், ஆவாரையும், எருக்களையும், பாளையும் மண்டிக்கிடந்தன. பாறைமீது நின்றிருந்த தவளையொன்று இவர்களைக் கண்டதும் 'தளக்'கென தண்ணீருக்குள் குதித்தது. வெள்ளவேளாஞ்செடிக் கிளையிலிருந்து ஓடக்கானொன்று கழுத்தை நீட்டிப் பார்த்தது.

ஐந்து நிமிடத்தில் அவர்களுக்கான வழக்கமான இடம் வந்தது. அங்கு நூறாண்டுப் புளியமரமொன்று நின்றிருந்தது. அதன் தலையில் நூற்றுக்கணக்கான பூக்கள் பூத்ததுபோலப் பலநிறங்களில் பறவைகள் இருந்தன. புளிய மரத்தில் பறவைகளும் பூக்குமோ?

அதன் மீது ஏறி வாய்க்காலுக்குள் டைவ் அடித்து சாகசம் செய்வதில் பயல்களுக்குள் எப்போதும் போட்டி இருக்கும். போன வருடம் இங்கே வந்திருந்தபோது சொறப்புரடை கட்டிக்கொண்டு தத்தித்தத்தி நீந்திக் கொண்டிருந்த அனஸ் இப்போது மரத்தின் உச்சியிலிருந்து தலைகீழாகப் பாயுமளவுக்குத் தேர்ச்சி பெற்றிருந்தான். உள் நீச்சல், வெளிநீச்சல், எதிர் நீச்சல், கத்தி நீச்சல் தலைகீழ் நீச்சல், எல்லாம் பழகியிருந்தான்.

“போன வருச மின்னேரமெல்லாங் கடப்பார நீச்சலடிச்சிட்டுக் கெடெந்தான்.. இப்ப என்ன போடு போடறாம்பாரு..” என்று நண்பர்கள் சொல்லிக் கொண்டார்கள். நீச்சல் தெரியாமல் தண்ணீருக்குள் குதித்ததும் கடப்பாரை விழுந்ததைப்போல மூழ்கிப்போவதைத்தான் கடப்பாரை நீச்சல் என்று சிறுவர்கள் கிண்டல் செய்வார்கள்.

கழுத்தளவுத் தண்ணீர் சலனமின்றி ஓடிக்கொண்டிருந்தது. உச்சி வெயிலின் சூட்டுக்கு இதமாய்க் குளிர்ந்த வாய்க்கால் நீரில் நீந்திக் கிடப்பதன் சுகமே தனி.

திடீரென்று ஏதோ சலசலப்புக் கேட்டது. பயல்கள் அலறியடித்துக் கொண்டு கரையேறினார்கள். அவர்களின் கூச்சலைக் கேட்டதும் அனசுக்குத் திக்கென்றானது. தண்ணீர் வரத்து அதிகமாகிவிட்டதோ என்று அஞ்சினான். இங்கே அப்படித்தான். யாரும் எதிர்பார்க்காத நேரத்தில் திடீரென்று வெள்ளம் அதிகரித்துவிடும். தண்ணீருக்குள் இருப்பவர்களால் அதைச் சட்டென உணர்ந்துகொள்ள முடியாது. திடுமென அதிகரிக்கும் இழுவை வேகத்தைப் பதட்டப்படாமல் சமாளித்தால் தப்பிக்கலாம். பயப்பட்டால் அவ்வளவுதான்.

இரண்டு மாதம் முன்புகூட திடீரென அதிகரித்த வெள்ளம், குளித்துக் கொண்டிருந்த இராஜவீதியைச் சேர்ந்த முருகேசனை இழுத்துச் சென்று பாலத்துக்குள் சொருகிவிட்டது. அந்த ஆளுயரக் குழாய்க்குள் கருவேலஞ்செடிகள் சல்லடைபோல முளைத்துக் கிடக்கும். அதில் மாட்டிக் கொண்டால் கதை முடிந்தது. இரண்டாவது நாள் தீயணைப்பு வீரர்கள் வந்துதான் உப்பிப்கிடந்த முருகேசன் உடலை எடுத்தார்கள்.

இதெல்லாம் அனசின் மூளைக்குள் காட்சிகளாய் ஓடின. ஒரு சில விநாடிகள் தடுமாறாமல் நிதானித்துப் பார்த்தான். வெள்ளமெல்லாம் வரவில்லை. அவனுக்குப் பக்கத்தில் மூன்றடி நீளமிருந்த தண்ணீர்ப்பாம்பொன்று அதுபாட்டுக்கு

நீந்திக்கொண்டிருந்தது. அதைக் கண்டுதான் சிறுவர்கள் பயந்து ஓடியிருக்கிறார்கள். பாம்பு கடந்து போகும் வரை அசையாமல் நின்றான். சட்டென அதன் வாலைப்பிடித்துச் சுழற்றிக் கரையில் வீசினான். அங்கிருந்தவர்கள் இன்னும் தூரமாக ஓடிப்போவதைக்கண்டு சிரித்துக்கொண்டான்.

சலிக்கும்வரை தண்ணீருக்குள் ஆட்டம் போட்டுவிட்டுக் கரையேறினான். குளிரில் உடல் வெடவெடத்தது. உச்சி வெயிலில் சிறிதுநேரத்திலெல்லாம் உடைகள் உலர்ந்து விட்டன. உடலும் மனமும் களைத்துப்போயிருந்தது. புளிய மரத்தடியில் அடித்துப் போட்டதைப்போலக் கிடந்தார்கள்.

பசியில் வயிறு கபகபவென அரித்தது. ஒருவன் மரத்திலேறி புளியம் பழங்களை உலுக்கிப் போட்டான். நன்கு பழுத்து மனம் பரப்பிக்கிடந்தன. ஒரு முனையைப் பல்லால் கடித்து நரம்பைப் பிடித்து இழுத்ததும், பாம்பு சட்டையை உரிப்பதுபோல ஓட்டிலிருந்து நழுவி வந்தது புளியம்பழம். மாங்காய்க்கு வாங்கிய உப்புமிளகாய்த்தூள் மிச்சமிருந்தது. அதைத் தொட்டுக்கொண்டு ஆளுக்கொரு புளியம்பழத்தைச் சப்பிக்கொண்டே நடந்தார்கள்.

வீட்டுக்கு வந்து சேர்ந்தபோது உடலின் மொத்த சக்தியும் வடிந்திருந்தது. பழைய சாதத்தில் தயிரை ஊற்றிப் பாகுபோலக் கரைத்துக் கிளாசில் ஊற்றிக் கொடுத்தாள் ஜெமீலா. தட்டத்தில் வறுத்த மிளகாயும் உரித்த சின்ன வெங்காயமும் இருந்தது. வெக்கைக்கும் பசிக்கும் அமிர்தமாய்ச் சுவைத்தது.

சாப்பிட்டுவிட்டுச் சமையலறைச் சுவரில் சாய்ந்தவன் அப்படியே உறங்கிப்போனான்.

கருப்புநிறப் போர்வை விரிப்பில் ஊர்கிற எறும்புபோல, பால்வெளித் திரளில் பறந்துகொண்டிருந்தான். அவனுக்குத் துடுப்புகளோ சிறகுகளோ இல்லை. ஓடும் நீரில் ஒரு தக்கை மிதப்பதுபோலப் போய்க்கொண்டிருந்தான். தூங்கவேண்டும் போலிருந்தது அவனுக்கு. விண்மீன்களின் வெளிச்சம் கண்களைக் கூசியது. ஒரு சுவிட்சைத் தட்டி மின்விளக்குகளை அணைப்பதுபோல. ஒவ்வொரு விண்மீனாய்த் தொட்டுத்தொட்டு அணைத்தான். இறுதியாய் எரிந்துகொண்டிருந்த நிலாவை ஊதி அணைத்தபோது பிரபஞ்சம், பிரமாண்டமான கருப்புடை ஒன்றை அணிந்துகொண்டது. முகில்களைப் போர்த்திக்கொண்டு உறங்கிப்போனவனுக்கு ஓர் அமானுஷ்யக்குரல் கதை சொல்லிக்கொண்டிருந்தது.

எவ்வளவு நேரம் தூங்கினானென்றே தெரியவில்லை. யாரோ கனவுக்குள் பேசுவதுபோல இருந்தது. வீட்டுக்காரம்மா சாந்தி அக்காதான் வாசலில் நின்று ஏதோ கத்திக் கொண்டிருந்தாள். திடுக்கிட்டு எழுந்தான்.

“என்ன பாய்.. மாசம் ரெண்டாச்சு.. இன்னுமு வாடக வந்த பாட்டக்காணோ.. கேட்டா ஏதேதோ பழம பேசிட்டிருக்கீங்க..?”

“ஏக்கா.. நீங்களே பாக்கறீங்கல்லோ.. பொழப்பு ஒண்ணுஞ் சொல்றமாறியில்ல.. கம்பெனியெல்லாம் ஸ்ட்ரைக்குல மூடிக்கெடக்குது. ரெண்டு வாரம் பொறுங்க, ஏற்பாடு பண்ணித்தர்றேன்..”

கெஞ்சல் மொழியில் சொல்லிக்கொண்டிருந்தார் ஷேக் பரீத்.

“கம்பெனிக்குதான ஸ்டைக்கு.. நீங்க யேவாரந்தான பாக்கறீங்க..? உங்களுக்கென்னவாமா?”

“உங்களுக்குத் தெரியாதாக்கா..? கம்பெனி ஓடுனாதான் மக்க கைல ரெண்டு காசு இருக்கும், அப்பதான மத்த யேவாரம் ஓடும்? மூனுமாசமா சனங்க சோத்துக்கே கஷ்டப்படுதுக.. மத்த பொருளு வாங்கறக்குக் கைல ஏது காசு..?”

“நாயமெல்லா நல்லாதாம் பேசறீங்க.. காசுதான் வந்தபாட்டக் காணோம்.. ஏம்பாய் எனக்குனா மட்டும் ரெவ்வெண்டு மில்லா ஓடுது..? இந்த வாடக வாங்கித்தான் நாம் பொழப்போட்டிட்டு இருக்கறேன்.. உங்க கஷ்டத்த நீங்க சொல்லிப்புட்டீங்க.. எம்பட கஷ்டத்த நான் யார்ட்ட போய் சொல்லுட்டு.. சொல்லுங்க பாக்கலா..”

“செரி செரி கோவப்படாதீங்க்கா.. ரெண்டு வாரத்துல எப்பிடியாச்சும் காசப் பொறட்டித் தர்றேன்..”

“ரெண்டு வாரம் மூணுவாரமெல்லாஞ் செரிப்பட்டு வராது பாய்.. ரெண்டு நாளைக்குள்ள பணத்தக் குடுக்கற வழியப்பாருங்க.. இல்லனா உங்களுக்குத் தோதுப்பட்ட வீட்டப் பாத்துக்கங்க.. நமக்கு இந்தச் சக்காத்தமெல்லாஞ் செரிப்பட்டு வராது..”

படக்கென்று சொல்லிவிட்டுச் சென்ற சாந்தியை வைத்த கண் வாங்காமல் பார்த்துக்கொண்டிருந்தார் ஷேக் பரீத். நிலைக்கதவில் சாய்ந்தபடி வாடிப்போன முகத்தோடு இதைப் பார்த்துக் கொண்டிருந்த ஜெமீலாவைக் கட்டிக்கொண்டு எதுவும் புரியாமல்

நின்றிருந்தாள் இளையவள் அஜிதா. ஒரு பொட்டுப்போல மூக்கில் ஒட்டிக்கொண்டிருந்த கடைசித் தங்கத்தைக் கழற்றிக் கொடுத்தாள் ஜெமீலா.

வறுமை தரும் அவமானம் எப்படிப்பட்ட வலியைத் தரக்கூடியது என்பதை முதன் முதலில் உணர்ந்த அனசுக்குக் கண்கள் கலங்கியிருந்தன. சாந்தியக்கா பேசியதைவிட அக்கம்பக்கத்தினரெல்லாம் அதை வேடிக்கை பார்த்ததைத்தான் அவமானமாக உணர்ந்தான். அவன் மண்டைக்குள் புதிது புதிதாய்க் கேள்விகள் ஓடிக் கொண்டிருந்தன.

“ஸ்ட்ரைக் பண்ணா கஷ்டம் தீரும்னுதான சங்கத்துல சொன்னாங்க..?ஆனா அத்தா, ஸ்ட்ரைக்னாலதா கஷ்டம்னு சொல்றாரு.. அப்ப எதுதான் உண்மை..? அத்தா சொல்றதுதான் உண்மையா இருக்கும். ஸ்ட்ரைக் இல்லனா கம்பெனி ஓடும். எல்லாரும் வேலைக்குப் போவாங்க, எல்லாருக்கும் காசு கிடைக்கும். அத்தாக்கும் யேவாரம் நடக்கும். ஆனா இப்ப யார்கிட்டயும் காசில்லாம போனதுக்கு ஸ்ட்ரைக் தான காரணம்? நேத்துக்கூட அருணோட அம்மா பித்தள அண்டாவ அடமானம் வெச்சுதான் அரிசி வாங்குச்சுனு அவன் சொன்னான். அத்தா இப்பிடி கூனிக்குறுகி நின்னத இதுவரை பாத்ததே இல்ல. பணம் இல்லைங்கிற ஒரே காரணத்துக்காக அத்தாவக் குற்றவாளி மாதிரி நிக்கவெச்சு எவ்ளோ கேள்வி கேக்குது அந்தம்மா.. ச்செ.. எல்லாம் இந்த ஸ்ட்ரைக்காலதான் ”

மனதில் ஸ்ட்ரைக்கை வெறுக்கத் தொடங்கியிருந்தான்.

இரண்டு நாட்கள் சங்கத்துக்கே போகவில்லை. மூன்றாவதுநாள் பள்ளி விட்டு வரும்போது உன்னிகிருஷ்ணன் நிற்பதைப் பார்த்தான். அவரைத் தவிர்ப்பதற்காக முகத்தைத் திருப்பிக்கொண்டு நடப்பதைப் பார்த்துவிட்டார் உன்னிகிருஷ்ணன்.

“என்னப்பா அனசு.. கண்டுக்காம போற மாதிரியிருக்கு..?”

அவர் மீது மிகுந்த மரியாதையைக் கொண்டிருந்தான். தட்டிச் செல்லமுடியவில்லை. பேசாமல் நின்றான். அவன் முகவாட்டத்தைப் புரிந்துகொண்ட அவர் அவனைக் கைத்தாங்கலாக அழைத்துவந்தார். புத்தகக் கூடையை ஓரத்தில் வைத்துவிட்டு முக்காலியில் அமர்ந்து தரையையே பார்த்துக் கொண்டிருந்தான்.

“அட என்ன ஆச்சு..? சொன்னாத்தான தெரியீ..”

“ஸ்ட்ரைக் பண்ணாக் கஷ்டம் தீரும்னுதான சொன்னீங்க.. ஸ்ட்ரைக்காலதான் எல்லாருக்கும் கஷ்டம். எங்கத்தாவால வாடக கொடுக்க முடியல. வீட்டுக்காரம்மா வந்து திட்டிட்டுப் போகுது.” துக்கத்தில் குரல் உடைந்து கம்மியது.

“என்னாச்சு, வெவரமாச் சொல்லு பாக்கலாம்..” என்றவரிடம் நடந்த அனைத்தையும் ஒரே மூச்சில் சொல்லி முடித்தான்.

“ஓ.. இதுதான் உன் பிரச்சனையா..? செரி, ஒரு கேள்விக்குப் பதில் சொல்லு.. இப்ப மூணுமாசமாதான் ஸ்ட்ரைக்கு நடக்குது.. அதுக்கு முன்னாடியெல்லாம் உங்க வீட்ல நல்லா வசதியா இருந்தீங்களா..?”

இந்தக் கேள்வியை எதிர்பார்க்காத அனஸ் குழம்பினான்..

“சொல்லு, இதுக்கு முன்னாடி இருந்த வீட்ட ஏன் காலி பண்ணிட்டு வந்தீங்க..?”

“வாடக குடுக்க முடியாமதான் காலிபண்ணச் சொல்லிட்டாங்கனு அம்மா சொன்னாங்க” தயங்கியே சொன்னான்.

“அப்பதான் ஸ்ட்ரைக் இல்லையே.. நல்லாச் சம்பாதிச்சு மூணு வேள நல்லாச் சாப்பிட்டு கரக்ட்டா வாடகை குடுத்து நல்லா வாழ்ந்திருக்கலாமே.. ஏன் முடியல?”

எதுவும் பேசாமல் அமைதியாக நின்றான்

“உங்க வீடு மட்டும் இல்ல அனசு, இங்க எல்லார் நிலைமையும் அப்படித்தான் இருக்கு. எல்லாருமே பண்டம் பாத்திரத்த அடமானம் வெச்சுதான் காலந்தள்ளிட்டு இருக்காங்க. வாங்குற சம்பளம் மூனுவேளச் சோத்துக்கே பத்தல, இதுல எங்கிருந்து வாடக குடுத்து, நல்லது கெட்டதப் பாத்து ஒரு மனுஷன் வாழ்றது..?”

இப்படித்தான் சில கேள்விகள் நம் முன் முடிவுகளைத் துடைந்தெறிந்து விடுகின்றன. அமைதியாக நின்றான்.

“அஞ்சு வருஷம் முன்னாடி ஒரு படி அரிசி எட்டணா. இன்னைக்கு அதே அரிசி அஞ்சு ரூபா... அதுமாதிரியே பருப்பு, எண்ணெ, ராகி, எல்லாமே மம்மானியா வெலையேறிப் போச்சு. ஆனா சம்பளம் ஏறுச்சா..? இல்லையே.. பின்ன எப்படிக் குடும்பம் ஓட்டறது? மொதலாளிக காரு பங்களானு சொகுசா வாழ்றதுக்கு நம்ம குடும்பம் சோத்துக்கு இல்லாமச் சாகணுமா?”

“ஸ்ட்ரைக் பண்ணா வெலவாசி குறையுமா?”

“வெலவாசி குறையாது. இவ்ளோ வெலவாசியில ஜனங்க சமாளிக்கணுமுன்னு ஒவ்வொரு தொழிலாளிக்கும் விலைவாசி உயர்வுக்கு ஏத்த மாதிரி ஒரு சின்னத் தொகையப் படிக்காசா கொடுக்கணும்னு சட்டம் இருக்கு. சட்டப்படி நமக்கு வரவேண்டிய காசத்தான் இந்த மொதலாளிக தராமத் திருடறானுக. அதுக்குத்தான் இந்தப் போராட்டம், ஸ்ட்ரைக் எல்லாம்.”

ஏதோ கொஞ்சம் புரிந்ததுபோல இருந்தது. தலையாட்டினான்.

“எல்லாம் கொஞ்சநாள்தான் அனசு, நாம நம்மோட உரிமைய வென்றெடுத்தே தீர்வோம்.. அப்ப எல்லாக் கஷ்டமும் தீந்திரும். அதுவரைக்கும் பல்லக் கடிச்சிட்டுப் பொறுத்துக் கிட்டுதான ஆகனும்?”

“ஆமா தோழர், சட்டமே குடுக்கனும்னு சொல்ற காச இவங்க எப்படி குடுக்க மாட்டேன்னு சொல்ல முடியும்? அப்ப.. ஸ்ட்ரைக் நல்லதுதான் தோழர்..” அவனுக்குத் தெரிந்த மொழியில், ஆனால் உறுதியோடு பேசினான்.

“நாம நம்பணும்.. சங்கத்த நம்பணும்.. தொழிலாளர் ஒற்றுமை எல்லாத்தையும் சாதிக்கும்ங்கிற தத்துவத்த நம்பணும்..”

“நம்பறேன் தோழரே..”

புத்தகக்கூடையை எடுத்துத் தோளில் மாட்டிக்கொண்டு கிளம்பும்போது திரும்பிப் பார்த்தான். ஆணியில் தொங்கிய படத்திலிருந்து கார்ல் மார்க்ஸ் அவனைப் பார்த்துக் கொண்டிருந்தார்.

அத்தியாயம் – 7

வீட்டுக்குள் நுழையும்போதே கவனித்தான்.

வாசலில் புதிதாக நான்கைந்து ஜோடி செருப்புகள் கிடந்தன. ஈரோட்டிலிருந்து அத்தையும் மாமாவும் குழந்தைகளும் வந்திருந்தனர். திருப்பூரில் ஏதோ ஒரு திருமண நிகழ்வுக்கு வந்தவர்கள் அப்படியே ஷேக்பரீத் குடும்பத்தைப் பார்த்து விட்டுப் போகலாம் என்று வந்திருந்தனர். ஐநீசும், மொட்டு பிஸ்கட்டும் வாங்கி வந்திருந்தனர். போகும்போது அனசுக்கும் அஜிதாவுக்கும் ஆளுக்கு 25 பைசா கிடைத்தது.

3ம் நம்பர் சைக்கிளை வாடகைக்கு எடுத்து ரவுண்டு அடித்துக் கொண்டிருந்தான். மன்றத்தின் பக்கம் வண்டியை விட்டான். வழக்கத்தைவிடக் கூட்டமாக இருந்தது. வாசலில் ஏழெட்டுச் சைக்கிள்கள் நின்றிருந்தன. உன்னிகிருஷ்ணனைத் தேடினான். மன்றத்துக்குள், ஒரு பழைய மரப்பெட்டியிலிருந்து கொடிகளை எடுத்து அருகில் இருந்த ஒரு தோழரிடம் கொடுத்துக் கொண்டிருந்தார். அவர் அதைக் கம்புகளில் கட்டிக்கொண்டிருந்தார். சைக்கிள்களின் ஹேண்டில்பாரில் கொடிகள் பறந்தன. எங்கோ பயணப்படத் தயாராவதுபோலத் தெரிந்தது. சைக்கிளை நிறுத்திவிட்டு உள்ளே சென்றான்.

“எங்க தோழர் கிளம்பிட்டிருக்கீங்க..?”

”ஏ.ஐ.டி.யூ.சி ரைஸ்மில் சங்கத்துல அவசரக் கூட்டம். அதான் கிளம்பிட்டிருக்கோம்..”

“நானும் வர்ட்டா தோழர்?”

“செரி வா..”

“சைக்கிள உட்டுட்டு வந்தர்றேன் தோழர்..” ஏறி மிதித்தான். அடுத்த ஐந்தாவது நிமிடத்தில் வந்து நின்றான். உன்னிகிருஷ்ணன் சைக்கிளின் பின்னால் வேறொருவர் அமர்ந்திருந்தார். முன்பக்க பாரில் அமர்ந்துகொண்டான். சைக்கிள்கள் கிளம்பின.

தாராபுரம் ரோடு ரைஸ்மில் சங்கம், முதலில் தாராபுரம் ரோட்டில் கே.எஸ்.சி. பள்ளி வீதிக்கு எதிரே வாடகைக்

கட்டிடத்தில் இருந்தது. சென்ற ஆண்டு ரொட்டிக்கடையாக இருந்த இந்தக் கட்டிடத்தை மீசை ஆறுமுகம் தோழர் விலைக்கு வாங்கியிருந்தார்.

வாசலில் முப்பதுக்கும் மேற்பட்ட சைக்கிள்கள் நின்றிருந்தன. கூட்டம் நிறைந்து வழிந்தது. அருகிலிருந்த டீக்கடையிலும் தோழர்கள் அமர்ந்திருந்தார்கள். கணபதி தோழரின் வருகைக்காக கூட்டம் காத்திருந்தது.

இந்தியக் கம்யூனிஸ்ட் கட்சியின் தொழிற்சங்கமான ஏ.ஐ.டி. யூ.சி, மார்க்சிஸ்ட் கம்யூனிஸ்ட் கட்சியின் சி.ஐ.டி.யூ, திமு.க வின் எல்.பி.எஃப், ஜனதா கட்சியின் ஏ.டி.சி ஆகிய நான்கு சங்கங்கள் இணைந்து கூட்டமைப்பு ஏற்படுத்தப் பட்டிருந்தது. அவசரக்கூட்டம் என்று வரச் சொல்லியிருந்தார்கள்.

கூட்டம் துவங்கியது. தோழர் கணபதி பேசினார்.

“தோழர்களே.. கடும் சிரமங்களுக்கிடையே நூறுநாட்களைக் கடந்து போய்க் கொண்டிருக்கும் போராட்டத்தைச் சீர்குலைக்க சிலர் முயல்கிறார்கள்.. உள்ளூர் முதலாளிகள் ஊருக்கு வெளியே கம்பெனிகள் அமைத்து இரவுகளில் திருட்டுத்தனமாக உற்பத்தியில் ஈடுபடுகிறார்கள். ஆரம்பத்தில் வீரியமாகச் செயல்பட்ட நமது ஸ்குவாடுகள் இப்போது தொய்வடைந்துவிட்டதோ என்று கவலைப்படுகிறேன். இது நமக்கான போராட்டம் மட்டுமல்ல. ஒட்டுமொத்த திருப்பூரின் வாழ்வாதாரப் போராட்டம். நாம் தொய்வடையக்கூடாது. ஏற்கனவே அமைக்கப்பட்ட ஸ்குவாடுகளோடு இன்னும் சில ஸ்குவாடுகளைப் புதிதாக அமைத்துத் தொடர்ச்சியான ரோந்துப்பணிகளில் ஈடுபட்டால்தான் போராட்டத்தை நாம் தக்கவைத்துக்கொள்ள முடியும்...”

மற்ற தொழிற்சங்கத் தலைவர்களும் பேசினார்கள். புதிய ஸ்குவாடுகள் அமைக்கப்பட்டன. எந்தெந்த ஸ்குவாடு எந்தெந்தப் பகுதிகளுக்கு ரோந்து போகவேண்டும்? அட்டவணை தயாரானது. திருப்பூரிலிருந்து பல்லடம், காங்கேயம், மங்கலம், தாராபுரம், காங்கேயம், பெருமாநல்லூர், அவிநாசி என்று ரூட் பிரித்திருந்தார்கள்.

உன்னி கிருஷ்னண் குழுவில் பி.கே.ஆர் காலனியைச் சேர்ந்த சில சி.பி.ஐ தோழர்கள் சேர்க்கப்பட்டுக் குழு எண்ணிக்கை 20 ஆக இருந்தது. காங்கேயம் ரோடு ரூட் அவர்களுக்கு. எல்லாருக்கும் சைக்கிள்கள் இல்லை. மூன்று சைக்கிள்களே இருந்தன. தலா

மூன்று பேர் என சைக்கிள்களில் 9 பேரும், மீதம் 11 பேர் மாட்டு வண்டியிலும் செல்வதென முடிவானது. இரவு ஏழு மணிக்கு வண்டி கிளம்பியது. மாட்டுவண்டியில் போக ஆசைப்பட்டு அந்தக் குழுவுடன் இணைந்து கொண்டான் அனஸ். அவனை வீட்டுக்குப்போகச்சொல்லி உன்னிகிருஷ்ணன் சொன்னதை மீறிப் பிடிவாதமாக இருந்தான்.

ஒருவரை மாற்றி ஒருவர் கிண்டலடித்துக்கொண்டு சிரிப்பும் கும்மாளமுமாய்ப் போய்க்கொண்டிருந்தது பயணம். சி.பி.எம் தோழர் சின்ராசு, தொடர்ச்சியாகப் பீடி இழுத்துக் கொண்டே இருந்தார். அந்தக் குழுவில் அறிமுகமில்லாத புதியவர்கள் அனசும் ஈஸ்வரனும்தான். இருபது வயது மதிக்கத்தக்க ஒல்லியான ஈஸ்வரன் சி.பி.ஐ தோழர். ஆள் பார்ப்பதற்கு சல்லைக்குச்சிக்குச் சட்டை போட்டதுபோலத்தான் இருப்பார். ஆனால் உணர்வுள்ள தோழர். மற்றவர்களின் கிண்டல் கேலியை ரசித்துச் சிரித்தபடி அமைதியாக இருந்தார்.

சின்ராசுதான் ஆரம்பித்தார்.

“என்ன தோழர், எதுவும் பேசாமலே வர்றீங்க..?”

“நீங்க பேசுங்க தோழர். நான் கேட்டுட்டே வர்றேன்..” ஈஸ்வரன், சற்றுத் திக்கித்திக்கிப் பேசுவார். அந்தத் தாழ்வு மனப்பாங்கால் கொஞ்சம் கூச்ச சுபாவம் உடையவராகவும் இருந்தார்.

“உங்க ஏரியாவுல சங்கங் கட்றதுல பெரிய பிரச்சனையா இருந்துச்சே, இப்ப எல்லாம் சரியாயிருச்சா..?”

“சரியாயிருச்சுனு ஸ்..சொல்ல முடியாது.. ஆனாலும் மின்னமாதிரி ம்....மோசம் இல்ல..”

“எந்த ஏரியா தோழர்?” வண்டியோட்டிக் கொண்டிருந்த மகேந்திரன் கேட்டான்.

“பி.கே.ஆர் காலனி..”

“அட கள்ளுக்கட முக்கு எறக்கத்துல..”

“ஆமாங்க.. அ..அதான்..”

“என்ன பெரச்சன?”

“எ..எ..எங்க ஏரியால சங்கம் கட்றதுக்கு முக்கியமான காரணம் பொரிக்கார சுப்பிரமணி தான். நல்ல தோழர். ஸ்..ஸ்..சிலம்பம்லாம்

ஆடுவாரு.. அவருதான் மொதல்ல பத்திருவது பசங்கள ரெடி பண்ணாரு.. ஸ்..சங்கம் கட்றதுக்குத் தோதான இடம் பாத்துச் சுத்திகிட்டு இருந்தோம். ஏரியாவுல கடைசி சைட்டு காலியாக் க்.. கெடந்துச்சு. அது பிகே ராமசாமி சைட் போட்டது.”

“ஒத்தக்குதர வண்டில வருவாரே.. அவருங்களா..? ”

“ஆமா.. அவரேதான்.. அவரும் எங்க பார்ட்டிகார்ருதான். செரீ.. எடம் முடுவாயிருச்சுனு நம்ம கணபதி தோழரும் சுப்பராயன் தோழரும் பி கே ஆரப் பாத்து ப்..பேசினாங்க. அவரும் நம்ம கட்சிக்குதானன்னு அந்த எடத்த பட்டா போட்டு கொடுத்துட்டாரு. என்ன ப்..பிரச்சனைனா ஏற்கனவே அந்த இடத்துல ரியல் எஸ்டேட் சம்பந்தமாப் பக்கத்து சைட்காரங்களோட சின்னச் சிக்கல் இருந்திருக்குது.”

“இளங்கோ லே அவுட் சைட்டுக்காரங்களா..? எல்லாரும் அண்ணா தி.மு.க ஆளுகளாச்சே..” மகேந்திரன் திரும்பாமலே சொன்னான்.

“ஆமா தோழர். அ..அ..அதாம் பெரச்சனையே.. எங்க ஏரியாவும் அ.தி.மு.க கோட்டைதான். பெரும்பாலும் அங்காளி பங்காளிக, சொந்த பந்தம்னு ஒண்ணுக்குள்ள ஒண்ணா இ..இருப்பாங்க. வேற கட்சிக்கொடிகூட உள்ள பறக்கக்கூடாதுனு சொல்ற ஆளுக.. சங்கம் கட்றோம்னு சொன்னதும் க்..க்..கொதிச்சு போய்ட்டாங்க.”

“அட வக்கால்லிக, அதுவுமப்பிடியா..? செரிசெரி, கதையச் சொல்லுங்க..” சின்ராசு.

“அந்த இடத்த நாங்க சுத்தம் பண்ணி, நைட்டோட நைட்டா கீத்த வச்சு ப்..ப்..படல் மறைச்சுக் கட்சிக்கொடியை நட்டுனோம். வெடியால பாத்தா அண்ணா திமுக காரங்க படலெல்லாம் பிச்சுப் போட்டு அவங்க .க்..கொடிய நட்டீருந்தாங்க. எங்களுக்கு வந்துச்சே ஆத்தரம்.. அவங்க கொடியப் புடுங்கி எறிஞ்சிட்டு திரும்பவும் எங்க க்க்.க்க்.க்க். கொடியக் கட்டிக்கிட்டோம். மக்யாநாள் திரும்பவும் அவங்க வந்து படலைப் பிச்செரிய.. இப்பபடியே ஒண்ணு மாத்தி ஒண்ணு ப்..ப்..ப்..பெரச்சனை ஆயிட்டே இருந்துச்சு. அடிதடி ஆவுற அளவுக்கு போயிருச்சு.”

“எல்லாப்பக்கமும் இதே பொழப்பாப் போச்சு.. அண்ணா தி.மு.க காரனுக ரொம்பத்தான் அதிக்கலத்துல ஆடறானுக.” . பக்கத்திலிருந்த இன்னொருவர் தன் ஆதங்கத்தைப் பகிர்ந்துகொண்டார்.

“இது இப்படியே போனாச் சரிப்பட்டு வராதுன்னு தலைமைக்குச் சொன்னோம். நம்ம க்க்..கணேசன் தோழரும், சுப்பராயன் தோழரும் எம்எல்ஏ மணிமாறன் ஊட்டுக்கு ப்..ப்..போனாங்க..”

“எம்.எல்.ஏ ஊட்டுக்கு.. செரி செரி..”

“அட அங்க நடந்த கதையை கேளுங்க.. எம்.எல்.ஏ ஊட்டு வாட்ச்மேன் ம்..ம்..மலையாளத்துக்கார்ராட்டருக்குது. நம்ம கணேசன் தோழர அடையாளம் தெரியல.. உள்ள விட மாட்டேன்னு சொல்லிட்டானாமா.. கணேசன் வந்திருக்கான்னு ம்..ம்..மட்டும் போய்ச் சொல்லுன்னு சொல்லி அனுப்பி இருக்காரு. அவனும் போய் அ..அ..அப்படியே சொல்லி இருக்கிறான். எம்எல்ஏ அடிச்சுப் புடிச்சு வெளிய ஓடி வந்தாராமா.. வந்து ரெண்டு பேரையும் உள்ள கூட்டிட்டுப் போயி உட்கார வெச்சு, என்ன ஸ்..ஸ்..சேதினு கேட்டிருக்கிறாரு..

எடத்தோட பட்டாவெல்லாம் வாங்கி செக் பண்ணிட்டு.. சட்டப்படி நீங்க ர்..ர்..ரெஜிஸ்டர் பண்ணி வச்சிருக்கீங்க. அது உங்களுக்குத் தான் சொந்தம். இதை யாரும் சொந்தம் கொண்டாட ம்..ம்..ம்..முடியாதுன்னு சொல்லிட்டார். அவங்க கட்சிக்காரங்களையும் கூப்பிட்டுச் சொல்லிட்டாரு. ஆனாலும் உள்ளூர்ல இருக்குற அண்ணா திமுக பசங்க அ..அடங்குற மாதிரியே தெரியல.த்..த்.. திரும்பத் திரும்ப பெரச்சனை ஆகிட்டே இருந்துச்சு..

ஒருநா.. நாங்க அசந்த நேரம்பாத்து அவங்க 10 பேர் வந்து எங்களப்புடுச்சு அ..அ..அடுச்சுப்போட்டு போய்ட்டாங்க. அப்புறம் ஸ்டாலின் மன்றத்திலிருந்து நம்ம த்..த்..தோழர்களை கூட்டிட்டு போய் அடிச்சவங்களத் தேடிப்புடுச்சு ஒதச்சோம்..

ஒரு தடவ நம்ம த்..த்..தோழர்கள் இரண்டு பேரு கள்ளுக்கடை மூக்குல இருக்குற எம்ஜிஆர் ம்..ம்..மன்றம் பக்கம் போயிருக்காங்க. அவங்க 10 பேர் ரவுண்டு கட்டி அடிச்சு ம்..ம்..மண்ட கிண்டைலாம் ஒடச்சுப் போட்டாங்க. எ..ஏ..ஏழெட்டுத் தையல் பாவம்..

நாங்க செரங்காட்டில க்..க்..காட்டே ராமசாமி தோழர்ட்ட கிட்ட தகவல் சொல்லிப் பாலன் மன்றத்தில் இருந்து 50 பேர் வ்.. வ்..வந்தாங்க. நாங்க போய் அவங்களத் தேடிப்பிடிச்சு நாலுபேத்த மண்டையப் பொளந்துட்டு வந்துட்டோம்.

மறுக்கா அவங்க செட்டு சேந்துட்டு ஏரியாக்குள்ள வ்..வ்.. வந்தப்ப நம்ம தோழருக யாரும் இல்ல. லோக்கல் ஆள ஒருத்தரப்

புடிச்சு அடையாளம் த்..த்..தெரியாம அடிச்சு போட்டாங்க. அவர் கொஞ்சம் வெவரமான ஆளு. போலீஸ்ல கேஸ் குடுத்துட்டு க்.. க்..கவமெண்டு ஆஸ்பத்திரில போயி படுத்துட்டாரு. பெரிய ப்.. ப்..பிரச்சனையாகிடுச்சு. போலீஸ் ரெண்டு பக்கமும் ஆளுகளத் தேடுச்சு.

அப்ப கணேசன் தோழர் சொன்னாரு.. 'க்..க்..கொஞ்ச நாள் சூடு ஆர்ற வரைக்கும் ஊர்ல இருக்காதீங்க எல்லாம் எ..எ.. எங்கியாச்சி வெளியூர் போயிருங்க. பிரச்சனையெல்லாம் வ்..வ்.. ஓஞ்சப்புறம் நாஞ் சொல்றேன். அப்புறம் வாங்க..' ன்னு சொன்னாரு.

ஆளாளுக்கு ஒவ்வொரு ஊருக்கு போயிட்டாங்க நானும் சென்னிமல காட்டுப்பாளையம் போயிருந்தேன். நாலு நாள் ஆகிப்போச்சு ஒரு தகவலையும் க்..க்..காணோமே.. சரி எல்லாம் முடிஞ்சு போயிருக்குமாட்டருக்குதுனு நெனச்சு.. ர்..ர்..ரோட்டுக்கு வந்தேன். திடீர்னு ஒரு ப்..ப்..பிளசர் கார்ல ஏழெட்டுப் பேர் வந்து, என்னைய கோழியமுத்தா அமுத்திட்டாங்க. க்..க்..கார்ல தூக்கிப் போட்டுட்டுப் போயி மாறி மாறி அடிக்கிறானுங்க..

பிரச்சனை இப்பிடிப் போயிட்டே இருக்குது.. ஒருத்தனையாவது ப்..ப்..போட்டோம்னாதான் சங்கத்துக்காரனுக அடங்குவானுகனு முடிவு பண்ணிட்டாங்களாட்டருக்கு. ப்.ப்..பெருந்தொழுவு வாய்க்கால் மேட்டுக்கிட்ட கூட்டிட்டு போயி ய்..ய்...எறக்குனானுக. வக்காளோலிக ஆளாளுக்குக் கையில அருவா கத்தினு நிக்கிறானுக. அவ்வளவுதான் இ.இ.இன்னையோட சோலி முடிஞ்சதுன்னு ந்.. ந்..நெனைச்சேன்.

அந்த நேரம் பாத்து எதுக்கால ஒரு ஏழெட்டு ம்..ம்..மாட்டு வண்டி ஜல் ஜல்லுனு வந்துச்சுக. ந்..ந்..நம்மாளுகதான் வந்துட்டாங்கனு நெனச்சு அப்பிடியே உட்டுட்டு ஓடிட்டானுக.."

"அப்ப மாட்டுவண்டி மட்டும் வரலனா உங்களுக்கு உப்புமா காப்பி போட்ருப்பானுக.." சின்ராசு சொன்னதும் ஈஸ்வரன் சிரித்துக் கொண்டார்.

"அங்கிருந்து ஸ்டாலின் மன்றத்துக்கு ந்..ந்..நடந்தே வந்தம்பாத்துக்காங்க. ஆளுகளச் சேத்திட்டுப் போய் தேடுனா.. ஒரு பயஞ்சிக்கல.. எங்கதாம் மாயமா ம்..ம்..மறஞ்சானுகளோ தெரியல..சிட்டாப் பறந்துட்டானுக.

அ..அ..அப்பறம் ஒருமாசமிருக்கும்.. தனியா மாட்டுன நம்ம தோழர் ஒருத்தர அடிச்சு போட்டாங்க. எதுக்கு அவர அடிக்கப்போச்சுனு நாங்க போய்ப்..ப்.. பிரச்சன பண்ணப்ப.. கூட பரமு இருந்தாப்ல. அவரு வ்..வ்..வளவுக்காரரு. அதுல அவங்களுக்குக் கௌரவக் கொறச்சல் ஆகிப்போச்சு. ஒரு சக்கிலியமந்து வந்து எங்களை ம்..ம்..மெரட்டறதான்னு சொல்லி சாதிப் பிரச்சனையக் கௌப்பிட்டாங்க. ஊரே ஒண்ணு சேர்ந்துருச்சு.. பிரச்சனைய வேற மாறி தெசமாத்துறாங்கனு ப்..ப்.. புரிஞ்சுபோச்சு.”

“நேரடியாச் செயிக்க முடியலனா சாதி மதம்னுதான கூட்டுச்சேந்துருவானுக. வக்காலோழிக..” சின்ராசு.

“ஸ்டாலின் மன்றத்துல ப்..ப்..பேச்சுவார்த்த நடந்துச்சு. அவங்க சார்பா மாவட்ட செயலாளர் 28 பழனிசாமி வந்திருந்தாரு. ஒருவழியா ப்..ப்..பஞ்சாயத்து பேசி முடிஞ்சுது. இப்பவும் வர்றப்ப போறப்ப மொறப்பானுகதான். இவனுககிட்ட சண்ட போடறதவிட ஸ்..ஸ்..சங்கத்தக் காப்பாத்தறதுதான் முக்கியம்னு நாங்க அமைதியா இருந்தோம். ஆனா உசுரே போனாலும் சங்கத்த உடமாண்டோம்னு நின்னோம்.

மார்க்கெட் வேலு தோழர்லாம் க்..க்..கொஞ்சம் செலவு ஏத்துக்கிட்டாரு.. ஸ்டாலின் மன்றத்தோழர்கள் வந்தாங்க. ய்..ய்.. யெல்லாரும் கட்டட வேல செய்றவங்க. ரெண்டே நாள் ல மன்றத்த க்..க்..கட்டி முடிச்சோம்.

மாவட்ட மாநாட்டுக்கு வந்த தா.பாண்டியன் தோழர்தான் சங்கத்த த்..தொறந்து வெச்சாரு.”

“நம்ம சுத்துவட்டாரத்துலயே நாலஞ்சு மன்றம் கட்டிட்டீங்களாட்டருக்கு தோழர்?”

சின்ராசு கேட்டதும் ஈஸ்வரனின் முகம் பெருமையில் மலர்ந்தது. சங்கம் என்பது வெறும் கட்டிடமல்ல. அதன் ஒவ்வொரு செங்கல்லிலும் தோழர்களின் தியாகமும் உழைப்பும் கலந்த சமூக அங்கம். சங்கம் கொடுக்கும் பெருமித உணர்வு எந்த வார்த்தையாலும் அளவிட முடியாதது.

“ஆரம்பத்துல டூம்லைட்ல மட்டும் தான் சங்கம் இருந்துச்சு. அ..அ.. அப்புறம் சங்கிலி பள்ளம் தாண்டி த்.த்..தில்லை நகர்ல பாலன் மன்றம். சேரங்காட்டுல நவா மன்றம், க்..க்..க்.

கரட்டாங்காட்டுல ஜீவா மன்றம், தாராபுரம் ரோட்டுல ஸ்டாலின் மன்றம், தாராபுரம் ரோட்டுல ரைஸ்மில் சங்கம். இப்ப பி.கே.ஆர் காலனில ம்..ம்..மணவாளன் மன்றத்தோட தெக்குலயே அஞ்சு மன்றமாச்சு.

“மணவாளன் யாருங்க தோழர்?”

“மதுரை தியாகி. சுதந்திரப்போராட்டத்தோட, த்..த்.. தொழிற்சங்க போராட்டங்களும் சேர்த்து பண்ணவரு. சங்கத்துல வெச்சே ப்.ப்..போலீஸ் அவர சுட்டுக் க்..க்..கொன்னுருச்சு. நம்ம தா.பா வோட சொந்தக்கார்ரு”.

"நியாயப்படி பாத்தா சங்கத்துக்கு உயிரக்குடுக்க இருந்த உங்க பேரயே சங்கத்துக்கு வெச்சிருக்கலாம்.." சின்ராசு சொல்லிச்சிரிக்க மற்றவர்களும் கலந்துகொண்டனர்.

அத்தியாயம் – 8

கம்பளிப் போர்வையைப் போர்த்தியதுபோல இருண்டு கிடந்தது ஊர். காளையின் கழுத்தில் தொங்கிய சலங்கைச் சப்தம் இரவின் சப்தத்தை ஊடறுத்துக் கொண்டிருந்தது. துணையைத்தேடும் இரவுப்பூச்சிகளின் ரீங்காரம் விட்டு விட்டுக் கேட்டது. நெருப்புப் பொறிகளைத் தூவியது போல ஆங்காங்கே மின்மினிகள் பறந்துகொண்டிருந்தன.

ஆடியாடிச் செல்லும் மாட்டுவண்டி அவனுக்குத் தொட்டிலாக மாறியிருந்தது. கண்களைச் சொக்கித் தூங்கப்பார்த்தான். திடுமென ஒரு பள்ளத்தில் இறங்கியேறியதில் திடுக்கிட்டுக் கண்விழித்தான்.

வண்டி நாச்சிபாளையத்தை அடைந்தபோது ஊரே கப்சிப் என்றிருந்தது. வெள்ளிமலைப் பிரிவு மின்கம்பத்தில் ஒற்றை விளக்கு அனாதையாய் ஒளிர்ந்துகொண்டிருந்தது. காங்கேயம் சாலையிலிருந்து வலதுபுறம் திரும்பினால் ஒண்ணரை கிலோமீட்டரில் வெள்ளிமலை.

மின்கம்பத்தின் கீழே சைக்கிளில் சென்ற தோழர்கள் காத்திருந்தார்கள். அவர்கள் காட்டிய திசையில் மாட்டுவண்டி திரும்பியது. எதையோ கண்டு பயந்ததுபோல காட்டுப் பூச்சிகளின் அலறின. தூரத்தில் ஒரு நாய் ஊளையிடும் ஓசை ஏழுமணிச் சங்குபோல் ஒலித்தது.

வண்டியை நிறுத்தும்படி தோழர்கள் சைகை செய்தார்கள். தூரத்தில் ஒரு தனிக்கட்டிடத்தில் விளக்கு ஒளிர்ந்தது. அதுதான் கம்பெனியாக இருக்கவேண்டும்.

இதுபோன்ற சாகசச் செயல்பாடுகளைக் காண வெகுநாட்களாக ஆவலோடு எதிர்பார்த்துக் காத்திருந்த அனசுக்கு உள்ளுக்குள் படபடத்தது. தோழர்களோடு இறங்கி நடந்தான்.

நெருங்கும்போது செடி மறைவிலிருந்து ஒருவன் எழுந்து ஓடிக் கட்டிடத்துக்குள் மறைந்தான். சட்டென விளக்குகள் அணைந்தன. காவலுக்கோ அல்லது உளவு சொல்வதற்கோ காத்திருந்தவன் போலிருக்கிறது. மெய்ன் சுவிட்ச் அணைக்கப்பட்டதும் பார்வைக்கு எதுவுமே புலப்படாமல் அந்த இடமே சூன்யமானது.

நல்லவேளையாகப் பெட்ரோமாக்ஸ் விளக்கைக் கொண்டு வந்திருந்தார்கள். பக்கத்தில் சென்று பார்த்தபோது கதவு உள்பக்கமாய் அடைக்கப்பட்டிருந்தது.

கதவைத்தட்டினார் சின்ராசு. திறக்கப்படவில்லை. ஆனால் உள்ளே பேச்சுக்குரல்கள் பதட்டத்தோடு கிசுகிசுத்தன.

"இப்ப கதவத் தொறக்கறீங்களா, இல்ல, ஒடச்சுட்டு உள்ள வரனுமா..?"

எந்தப் பதிலுமில்லை. பலம் கொண்டமட்டும் கதவை எட்டி உதைத்தான் சின்ராசு.

"இருங்க இருங்க.. தொறக்கறேன்.." உள்ளிருந்து ஒரு கம்மிய குரல் வந்தது.

கதவு திறக்கப்பட்டதும் பெட்ரோமாக்ஸ் விளக்கை உயர்த்திப் பார்த்தான். கலவரமடைந்த முகங்கள் ஆங்காங்கே பல்லிகள்போல ஒண்டிக்கொண்டு நின்றன.

"மெயினப்போடுங்க.." ஒரு தோழரின் அதிகாரக்குரல் அடங்கும்முன்பே விளக்குகள் ஒளிர்ந்தன.

"ஓனர் யாரு..?"

"ஓனர் இல்லீங்க.. கணக்குப்பிள்ளைதான் இருக்காரு.." யாரோ ஒரு தொழிலாளி பதில் சொன்னார்.

இதை எதிர்பார்க்காத கணக்குப்பிள்ளை முண்டியடித்துக் கொண்டு பின்பக்கமாக இருட்டுக்குள் ஓடி மறைந்தான்.

தொழிலாளர்களின் முகங்களை ஆராய்ந்த உன்னிகிருஷ்ணனுக்கு திடுக்கெனத் தூக்கிவாரிப் போட்டது. அந்தக் கூட்டத்தில் வெள்ளையப்பனும் இருந்தார். மற்ற தோழர்களுக்கு ஆத்திரமாய் இருந்தது.

வெள்ளையப்பன் தொழிற்சங்க உறுப்பினர். இன்று காலையில் கூட சங்கக்கூட்டத்தில் கலந்துகொண்டவர். இரவில் சங்க விதிக்கு எதிராக வேலை செய்துகொண்டு இருக்கிறார்.

"என்ன வெள்ளையன், தோழர் இது..?"

"என்ன பண்ணச்சொல்றீங்க தோழர்? சின்னச்சின்ன கொழந்தைங்க இருக்குது. ஊட்டுக்குப்போனா பசீனு அழுகுதுக.. என்ன சொல்லிச் சமாதானப்படுத்தறது..? ஊட்ல பொட்டு அரிசி

இல்ல. அடகு வெக்கறக்கோ விக்கிறக்கோகூட எதுவுமில்ல.. பசில அழுகுற கொழந்தைய வெசம் வெச்சாக் கொல்ல முடியும்..?"

அம்பலப்பட்டுப்போன இயலாமை ஆத்திரமாகத்தானே தன்னை வெளிப்படுத்தும். ஆனாலும் அவமானம் தாளாமல் வெள்ளையனின் தொண்டை விசும்பியது.

"எல்லாருக்கும் கஷ்டம் இருக்கதான் தோழர் செய்யிது.. நாமதான் மாற்று ஏற்பாட்டச் செய்யணும்.. நீங்க தற்காலிக நியாயத்தப் பேசறீங்க.. நம்ம கொழந்தைங்க பசிய நிரந்தரமாப் போக்கறதுக்குதான போராடிட்டு இருக்கோம்..? உன்னிகிருஷ்ணன்.

“நீங்க பேசறது எனக்குப் புரியும்.. பசில அழுகுற கொழந்தைக்குப் புரியுமா?” வெள்ளையன் குரலும் உயர்ந்துதான் இருந்தது.

“உங்க உணர்வுகள நான் புரிஞ்சிக்கிறேன் தோழர். ஆனாலும் நாம உறுதியா இல்லாம எப்படிப் போராட்டம் ஜெயிக்கும்?" சின்ராசுவும் தன் பங்குக்குப் பேசினான்.

“திருட்டுத்தனமா வேலசெஞ்சு கோட்டையா கட்டப்போறோ.. அரப்படி அரிசி வாங்கத்தான் வம்பாடு படறோம்.. அதுலையும் வந்து மண்ணள்ளிப் போட்றாதீங்க சித்தெ..” இன்னொரு தொழிலாளியும் வெள்ளையனோடு சேர்ந்துகொண்டார்.

"வேலை செஞ்சுட்டேதான் கெடக்கறோம்.. நம்ம பஞ்சந்தீந்துதா? எங்க பாத்தாலும் இல்லப்பாட்டாத்தான கெடக்கு.. நம்ம அப்பனாத்தா ஒருகாலத்துல பண்ணைககிட்ட அடிமையா வேலை செஞ்சாங்க.... நாம மொதலாளிகிட்ட அடிமையா வேலை செய்றோம்.. என்ன வித்தியாசம்? நம்ம வாழ்க்க மாறுச்சா..? ஒரு வாய்ச் சோறு திங்க முடியல, ஒரு நல்ல துணி போட முடியல. போதாக்கொறைக்கு வெலவாசி மானாங்கீனையா ஏறிட்டே இருக்கு.. எப்படி சமாளிக்கிறது? “

“அதுக்காகக் குடும்பத்தோட பட்டினி கெடந்து சாகவா முடியும்?” வெள்ளையனின் குரல் உடைந்து தழுதழுத்தது. இதை எதிர்பார்க்காத உன்னி கிருஷ்ணன் சுருதி சட்டென இறங்கியது. கொஞ்சம் சாந்தமாகப் பேசினார்.

“அப்படி இல்ல தோழர்.. அரசாங்கமே தரணும்னு சொல்ற படிக்காசத் தரமாட்டேன்னு புடுச்சு வெச்சிருக்கிற முதலாளிகள யார்தான் தட்டிக்கேக்கறது? மொதலாளிங்க சொகுசு வாழ்க்க வாழ்றதுக்குதான், நாம இந்த முக்கு முக்கறோம்.. அவங்களுக்கு

சம்பாதிச்சுக் குடுக்கதான் நம்ம அப்பனாத்தா நம்மள பெத்துப்போட்டாங்களா..? யோசிச்சு பாருங்க.

இன்னைக்குப் படிக்காசு இல்லேம்பான்,, நாளைக்குப் போனஸ் இல்லேம்பான்.. அப்புறம் சம்பளமே இல்லாம வேல செய்னு சொல்லுவான் எல்லாத்தையும் ஏத்துட்டு வாழ நாமெல்லாம் அடிமையா என்ன? நம்ம பலம் நம்ம ஒத்துமைலதான் இருக்கு. சேந்து நின்னு போராடுனாத்தான் நம்ம பஞ்சம் தீரும். அப்பதான் வாழ்க்க மாறும்.." உன்னிகிருஷ்ணன்.

"சும்மா நிறுத்துங்கப்பா.." என்றபடி முன்னுக்கு வந்தான் ஒருவன். முப்பதுவயது மதிக்கத்தக்க தடித்த உருவம். பெரிய மீசை, அவன் முகத்தை முரட்டுத்தனமாகக் காட்டியது. அவனது அகலமான நெற்றி, செண்ட்ரிங் பலகை போலிருந்தது.

"நீங்க சொல்றதெல்லாம் பேச்சுக்கு நல்லா இருக்கும்.. நடைமுறைக்கு ஒத்துவராது. மொதலாளிகளுக்கு என்ன? ஏழு பரம்பரைக்குச் சொத்திருக்கு. கம்பெனிய இழுத்து மூடிட்டுப் போயிடுவாங்க. நாமதான் சோத்துக்கு தின்னக்காலப் புடிக்கனும்.." கிட்டத்தட்டக் கத்துவதுபோலப் பேசினான். விட்டால் பாய்ந்து அடித்துவிடுவான் போலிருந்தது.

“இந்தச் சவடால் மயிரெல்லாம் வேறெங்காவது வெச்சுக்கோ.. அப்பிடி ஏழு தலமுறைக்குச் சொத்திருக்கிறவன் எதுக்குப் பாடுபடறவன் வயித்துல அடிச்சிப் புடுங்கனும்? உங்க மொதலாளி, தொழிலாளிக்குச் சேரவேண்டிய படிக்காசத் திருடித்திங்காட்டிதான் என்ன?" உன்னிகிருஷ்ணனும் பதிலுக்குக் கத்தினார்.

"எங்க மொதலாளிக்குத் திருடனும்னு அவசியமெலாங் கெடயாது.. அவருக்கு இந்தக் கம்பெனி நடத்திதான் திங்கோணுங்கிறது இல்ல.. உள்ளங்கைல மசுரு மொளச்சுக் கெடக்கறாப்ல காடுதோட்டங் கெடக்குது.. ஊர்ல பாதி அவருதுதான் தெருஞ்சுக்கோ.."

"இந்தச் சொத்து சுகம், காடுதோட்டமெல்லாம் அவருக்கு வ்.. வ்..வானத்துலர்ந்து கொட்டுச்சாமா..? அப்பாவிககிட்ட அடிச்சுப் புடுங்குனதுதான எல்லாம்?" சூடு குறையாமல் சொன்னார் ஈஸ்வரன்.

"அடுச்சுப்புடுங்குனதா..? ஆண்ட சாதியப்பா நாங்க.. எல்லாம் பரம்பரச்சொத்து.."

"இப்பதான் கரக்டாப் பாயிண்டுக்கு வந்திருக்கீங்க.. உங்க சாதிதான் உங்கள மொதலாளிக்கு சப்போர்ட் பண்ண வெக்குது.."

"ஆமா.. அப்பிடித்தான்.. இப்ப என்னாங்கற அதுக்கு..?"

"சரி, மொதலாளியும் நீங்களும் ஒரே சாதிதான.. சம்பளத்த எட்டணா சேத்திக்கேளுங்க குடுக்கறாரா பாக்கலாம்.."

இந்தக்கேள்வியால் தடுமாறியவன் பின்பு சுதாரித்துக்கொண்டு பேசினான்.

"அதெல்லாங்குடுப்பாரு..!!"

ஆவேசமெல்லாம் தொண்டைக்குள் அடங்கிப்போய், பாதிக்குரல் தான் வெளியே வந்தது.

"குடுப்பாங் குடுப்பான்.. எட்டணா கீழகடந்தா எடுத்து கோமணத்துல முடிஞ்சுக்குவான்.. பிச்சக்காரப்பய... குடுப்பானாமா..!!"

அந்தக்கூட்டத்திலேயே ஒருவர் நக்கலாகப் பேசியதில் அனைவரும் சிரித்து விட்டனர் ஆளாளுக்கு எகிறியதில் அடங்கிப்போனான் முதலாளியின் கரண்டி.

"சரி போனது போகட்டு. இனி சங்கம் அறிவிக்கிற வரைக்கும் யாரும் வேலை செய்யக்கூடாது. நம்ம கோரிக்கைய நிறைவேத்தறதத் தவிர முதலாளிகளுக்கு வேற வழியே இல்ல.. மனசு விடாமத் தைரியமா இருங்க.. நமக்கு இதுவரைக்கும் கிடச்சது எதுவுமே முதலாளிக மனசு வந்து குடுக்கல.. எல்லாமே போராடிதான் கிடச்சுது.. அதுமாதிரி இதையும் நாம போராடி வாங்குவோம்..!!"

பேசிப்புரிய வைத்து, ஒருசிலர் தவிர அனைவரையும் சங்கத்தில் இணைத்து அங்கேயே கிளை அமைத்துப் பொறுப்பாளர்களை நியமித்தார் உன்னிகிருஷ்ணன்.

"சிரமத்துல இருக்கிற தோழர்களுக்கு உதவவேண்டியது சக தோழர்களோட கடமை. வெள்ளையன் தோழருக்கு உங்களால முடிஞ்ச உதவிகளச் செய்யுங்க.."

ஒரு மேசையின் மீது ஒரு துணியை விரித்தார். தோழர்கள் சட்டைப்பையிலிருந்த காசுகளை அதில் போட்டனர். குற்ற உணர்ச்சியில் உடைந்து அழுதான் வெள்ளையன். ஆதரவாய் அவனைத் தழுவிக்கொண்டார்.

உறுப்பினராகப் பதிவுசெய்து கொண்டவர்கள் வரிசையில் நின்றிருந்த செல்வம் சினேகமாகப் புன்னகைத்தான். தோழர்கள் கிளம்பும்போது வேகவேகமாக அருகில் வந்தான்.

"தோழர் கோயிந்தம்மா தோட்டத்துலயும் கம்பெனி நடக்குது..!!"

"வழி காட்ட முடியுமா?"

"நானே வர்றேன்.. போலாம் வாங்க..!!"

பெட்ரோமாக்ஸ் விளக்கை எடுத்துக்கொண்டு வெக்குவெக்கென்று முன்னால் நடந்தான்.

பத்து நிமிடப்பயணத்தில் கோயிந்தம்மா தோட்டத்தில் செயல்படும் கம்பெனி கண்ணில் பட்டது.

அந்த முதலாளி எதற்கும் தயாராகத்தான் இருந்தான். பத்துப் பதினைந்து அடியாட்களோடு இவர்களை எதிர்கொண்டான். உருட்டுக் கட்டைகளும் தடிகளும் தயாராய் இருந்தன.

"எங்க வந்து யாரடா மெரட்டறீங்க..? ஒரு பய உசுரோட திரும்பிப்போக மாட்டீங்க, சாக்கரத..!" முதலாளியின் குரல் காட்டின் தெற்கு மூலையில் எதிரொலித்தது.

"இந்த உருட்டல் பெறட்டலெல்லாம் இங்க வேண்டாம்.. கம்பெனிய ஆஃப் பண்ணுங்க மொதல்ல.."

"நீ யார்றா.. என்ற கம்பெனிய ஆஃப் பண்ணச்சொல்ல..? மரியாதையாத் திரும்பிப்பாக்காம ஓடிருங்க.. ஒடம்புல கைகால் இருக்காது.."

"நாங்களும் தயாராத்தான் இருக்கோம் மொதலாளி.. நேராப் புடுச்சாத்தான் இது கொடி.. திருப்பிப் புடிச்சா தடி.. உங்க பாசைல எங்களுக்கும் பேசத்தெரியும்.."

பேசிக்கொண்டிருக்கும்போதே செல்வம் விறுவிறுவென்று போய் மெய்ன் ஸ்விட்சை அணைத்தான். ஓர் அடியாள் ஓடிப்போய் அவன் தலையில் தடியால் அடித்தான்.

அதுதான் தாமதம். தோழர்கள் பாய்ந்தார்கள். சரமாரியாகத் தடிகள் சுழன்றன. இளைஞர் மன்றங்களில் எடுத்திருந்த பயிற்சிகள் களத்தில் வித்தைகள் காட்டின. உள்ளூர்த் தோழர்களும் சேர்ந்து கொள்ள அடியாட்களைத் துவம்சம் செய்தனர். அடிபட்ட கும்பல்

ஆளுக்கொரு திசையில் ஓடி மறைந்தனர். அடிதடி ஆரம்பித்த போதே முதலாளி நழுவியிருந்தான்.

கம்பெனிக்குள்ளிருந்த தோழர்களைத் திரட்டி, அவர்கள் மத்தியில் பேசினார் உன்னிகிருஷ்ணன். கிளை உருவானது.

கம்பெனியைப்பூட்டிச் சாவியை எடுத்துக் கொண்ட தோழர்கள் கதவின் முன்னே ஆங்கில எழுத்து எக்ஸ் வடிவில் இரண்டு கொடிகளை இணைத்துக் கட்டினார்கள். செங்கொடிகள் படபடத்துக் கொண்டிருப்பதைப் பெருமிதத்தோடு மலங்க மலங்கப் பார்த்துக் கொண்டிருந்தான் அனஸ்.

அத்தியாயம் – 9

"மொள்ள சாப்பிடுத்தா. !! எதுக்கு இந்தப்பற பறக்கற..?"

அரக்கப்பறக்கச் சாப்பிட்டுக்கொண்டிருந்த அனசைக் கடிந்து கொண்டாள் ஜெமீலா.

திண்ணையில் அமர்ந்து நாளிதழ் வாசித்துக்கொண்டிருந்த ஷேக் பரீத் நிமிர்ந்து பார்த்துவிட்டு மீண்டும் நாளிதழில் மூழ்கினார்.

"இத என்னான்னு கேக்க மாட்டீங்களா..? எங்க போறதுக்குக் காலங்காத்தால இவன் இந்தக் குதி குதிக்கறான்..?"

தேவையில்லாமல் எங்கும் போய் ஊர் சுற்றுகிறவனல்ல அனஸ். அது இருவருக்கும் நன்றாகவே தெரியும். ஆனாலும் ஜெமீலாவின் புகாருக்கு முகம் கொடுக்கவேண்டி இருந்ததால் கடமைக்குக் கேட்டு வைத்தார்.

"எங்கத்தா போற..?"

"ஊர்வலம் பாக்க போறேன்த்தா..!!"

"ஊர்வலம் தெனமுந்தான போகுது இன்னைக்கு என்ன அதிசயமா..?"

பஞ்சப்படி ஸ்ட்ரைக்கால் மக்கள் கடுமையான நிதி நெருக்கடியில் இருந்த நேரம் அது. நூறு நாட்கள் வேலைக்குப் போகாமல் குடும்பம் தாட்டுவதென்றால் சின்னக் காரியமா என்ன? மக்கள் சோர்ந்து விடாமல் இருக்கவும், நம்பிக்கையூட்டவும் மக்கள் கூடுகிற பகுதிகளில், வீதி நாடகங்கள், தெருமுனைக் கூட்டங்கள், பாடல்கள், பிரச்சார இயக்கங்கள், ஊர்வலம், பேரணி என்று நாள்தோறும் நடந்தன. இந்தப் போராட்டத்தின் நியாயம், தொழிலாளர்களின் உரிமை, முதலாளிகளின் வரட்டுப் பிடிவாதம் போன்றவற்றையெல்லாம் மக்களிடம் சொல்லி அரசியல்படுத்திக் கொண்டிருந்தார்கள்.

''இல்லம்மா இன்னைக்கு மொதலாளிக ஊர்வலம் போறாங்களாமா.."

"மொதலாளிகளா..? அவங்களுக்கு என்ன கேடாமா..?" நக்கலாகக் கேட்டாள் ஜெமீலா.

"டெய்லி சங்கத்துக்காரங்க நிகழ்ச்சி நடத்தி மக்கள்கிட்ட எழுச்சி குறையாம பாத்துக்கிறாங்க.. மக்களுக்கு முதலாளிகள் மேல கோபம் திரும்பிடுச்சு.. அதத் தணிக்கனும்னா இவங்களும் எதாச்சும் செஞ்சுதான ஆகணும்..?" பேப்பரிலிருந்து தலையை நிமிர்த்தாமலே பேசிக்கொண்டிருந்த சேக் பரீத்தின் முகத்தை உற்றுப் பார்த்துக் கொண்டிருந்தான் அனஸ்.

"பாடுபடற மக்களுக்குப் படிக்காசு எட்டணா சேத்திக்குடுக்கறதுக்கு மாட்டாம என்னென்ன பண்றானுக பாரு..?"

ஜெமீலாவுக்குத் தெரிந்த அரசியல் இப்படித்தான் இருந்தது. காலம் அனசின் குடும்பத்தை அரசியல் குடும்பமாக மாற்றியிருந்தது. இடதுசாரிகள் மட்டுமின்றிப் பெரியாரியத் தோழர்கள், தலித் இயக்கத் தோழர்கள் எல்லாரும் வீட்டுக்கு வருவதும் அரசியல் பேசிக்கொண்டிருப்பதும் வழக்கம். சமயங்களில் அவர்களுக்கிடையேயான விவாதங்கள் முற்றிக் காரசாரமாகக் கத்திக்கொண்டிருப்பதையும் ஜெமீலா பார்த்திருக்கிறாள். வெளியிலிருந்து பார்ப்பவர்களுக்கு அவர்கள் ஏதோ அடித்துக்கொள்ளப் போகிறவர்கள் போலத் தெரியும். ஆனால் அடுத்த அரைமணிநேரத்தில் ஒன்றாகச் சாப்பிட உட்காருவார்கள் என்பது அவளுக்குத் தெரியும்.

வீட்டுக்கு வரும் தோழர்கள் உரையாடுவதைக் கேட்டுக்கேட்டே ஓர் அரசியல் நிலைப்பாட்டுக்கு வந்து சேர்ந்தவள் ஜெமீலா.

‘தோழர்ன்னா நல்லவங்க..’ அவ்வளவுதான் அவள் அரசியல்.

அவளைப் பொருத்தவரை சி.பி.ஐ கம்யூனிஸ்ட், மார்க்சிஸ்ட் கம்யூனிஸ்ட், நக்சல்பாரி கம்யூனிஸ்ட் என்றெல்லாம் வேறுபாடு தெரியாது. தோழர்கள் என்று யார் வீட்டுக்கு வந்தாலும் கட்சி வேறுபாடின்றி அவர்களுக்கு விருந்தோம்பல் செய்வதைத் தனது அரசியல் கடமையாக வரித்துக் கொண்டிருந்தாள்.

சேக்பரீத் வியாபாரத்துக்குப் போகவிருப்பதால் சைக்கிளை எடுக்காமல் நடந்தே போனான் அனஸ். ஆஷர் மில் ரோட்டில்தான் ஊர்வலம் வரப்போவதாகத் தகவல்.ஊரெல்லாம் விளம்பரம் ஜொலித்தது. ஊர்வலத்தைப்பார்க்கச் சாலையோரங்களில் கூட்டம் நிறைந்து வழிந்தது. மக்களை விடப் போலீசின் எண்ணிக்கை அதிகம்.

ஓர் ஓரமாகப் போய் நின்று ஊர்வலத்துக்குக் காத்திருந்தான். யாரோ தோளைத்தொட்டதை உணர்ந்து திரும்பிப் பார்த்தால், ஈஸ்வரன் நின்றிருந்தார்.

ஊர்வலம் வந்து சேர்ந்தது. சும்மா சொல்லக்கூடாது ஓரளவுக்கு நல்ல கூட்டத்தைத்தான் திரட்டியிருந்தார்கள். காசுள்ள சீமான்கள் எதைச் செய்தாலும் பிரமாண்டமாகத்தான் செய்வார்கள்.

'திருப்பூர் பனியன் உற்பத்தியாளர்கள் சங்கம்.' என்கிற பதாகையை ஏந்திக்கொண்டு முதலாளிகள் பேரணியாக வந்துகொண்டிருப்பதை மக்கள் வியப்போடு பார்த்துக் கொண்டிருந்தனர்.

குளிரூட்டப்பட்ட அறைகளில் சொகுசாக வாழ்ந்து பழகியவர்கள் முதல்முறையாக ரோட்டுக்கு வந்திருக்கிறார்கள். இந்தப் புதிய அனுபவம் அவர்களுக்கு நம்பிக்கையைக் கொடுத்திருந்தாலும் கொளுத்தும் வெயிலில் நடப்பதற்கு அவர்கள் சிரமப்படுவது பார்த்ததுமே புரிந்தது.

மொறமொறப்பாக இஸ்திரி போடப்பட்ட கசங்காத சட்டைகள், வியர்வையில், அவர்கள் மீது ஒருசொம்புத் தண்ணீரை ஊற்றி விட்டது போல நனைந்து கிடந்தன.

“பஞ்சப்படி வேணுமா பஞ்சப்படி..?

மஞ்சப்பொடி கூடத் தரமாட்டோம் தரமாட்டோம்..!!"

அவர்களது முழக்கங்கள் சுரத்தே இல்லாமல் ஒலித்தன. ஒருவேளை கோசமிட வாடகைக்கு ஆளமர்த்தி இருப்பார்களோ..? அடிவயிற்றிலிருந்து உணர்வுப்பூர்வமாக தோழர்கள் எழுப்புகிற முழக்கங்களோடு இந்த முதலாளிகளின் சுரமற்ற முழக்கத்தை ஒப்பிட்டுப்பார்த்துச் சிரித்துக்கொண்டான் அனஸ்.

ஊர்வலத்தின் பின்வரிசையில் தெரிந்த சில புதிய கொடிகள் அவன் கவனத்தை ஈர்த்தன. காவி வர்ண இரட்டை முனை முக்கோணக்கொடியையும். தாமரைப்பூ அச்சிடப்பட்ட கொடிகளையும் சிலர் ஏந்தியிருந்தனர்.

"யார் தோழர் இவங்க..? என்ன கட்சி..?" ஈஸ்வரனிடம் கேட்டான் அனஸ்.

"ஆர்.எஸ்.எஸ் காரனுக..!"

"அப்டினா..?"

"வடநாட்டுக் கட்சி. ஆ..ஆரம்பத்துல ஜன சங்கம்னு இருந்தாங்க. அப்புறம் அவங்களுக்குள்ளயே பல குழப்பம் ஆகி நாலு வருசம் ம்..முன்னாடிதான் பா.ஜ.க னு புதுப்பேர்ல கட்சி ஆரம்பிச்சாங்க."

"மொதலாளிகளுக்கு ஆதரவா இருக்காங்களே.. இவங்களும் மொதலாளிக கட்சியா..?"

"ஆமா மொதலாளிக, ப்..ப்..பண்ணையாருக, சாமியாருகளுக்கெல்லாம் ஆதரவா இருப்பாங்க."

“சாமியாருகளுக்கா?”

“ஆமா.. நாம கல்வி குடு, வேலை குடுனு போராடுவோம்.. ஆனா இவங்க க்..க்..கோவிலு, சாமி, ஹிந்தி, சமஸ்கிரதம்னு மக்களுக்கு ஸ்..சம்மந்தமில்லாத விசயங்களதான் பேசுவாங்க.."

எதிர்பார்த்ததைவிடவும் ஊர்வலம் பிரமாண்டமாகத்தான் இருந்தது. ' எங்களுக்குப் பணபலம் இருக்கிறது, அடியாள் பலம் இருக்கிறது, போலீசும் அரசும் எங்களோடுதான் இருக்கிறது. எங்களிடமிருந்து ஒரு பைசாகூட வாங்க முடியாது' என்பதைச் சொல்லும் விதமாகத்தான் அந்தப் பேரணி நடந்து முடிந்திருந்தது.

கம்யூனிஸ்ட் கட்சிக்காரர்கள் போராடுவார்கள், ஊர்வலம் போவார்கள், கோசம் போடுவார்கள் என்பதை அறிந்திருந்த மக்கள், முதலாளிகள் கோஷமிட்டபடி ஊர்வலம் சென்றதைப் பார்த்துக் கேலிசெய்து சிரித்தபடி கலைந்து சென்றனர். ஈஸ்வரனோடு பேசிக்கொண்டே நடந்தான் அனஸ்.

"உண்ணாவிரதப் பந்தலுக்கு ப்..ப்..போறேன்.. வர்றியா..?"

இரண்டாண்டுகளுக்கு முன்பு 1982 இல் அரசு விலைவாசி உயர்வுப்புள்ளியை அறிவித்ததிலிருந்தே பஞ்சப்படிக்கான கோரிக்கை இருந்து வந்தது. தொழிற்சங்கங்களின் குரலை ஒரு பொருட்டாகவே மதிக்காமல் ஆணவத்தோடு நடந்துகொண்டது உற்பத்தியாளர்கள் சங்கம். மூன்று மாதங்களுக்கு முன்பு தொழிற்சங்கங்களின் கூட்டமைப்பு சார்பாக ஸ்ட்ரைக் நோட்டீஸ் கொடுக்கப்பட்டும் காரியம் ஆகவில்லை.

தொழிற்சங்கம், முதலாளிகள் இருதரப்புப் பேச்சுவார்த்தை, தொழிற்சங்கம், முதலாளிகள், தொழிலாளர் ஆணையம் முத்தரப்புப் பேச்சுவார்த்தை எல்லாம் தோல்வி முகம். நீண்ட காலம் நடந்த பேச்சுவார்த்தைகளில் முதலாளிகள் தரப்புப் பிடிவாதம் தளரவே இல்லை. மூன்று மாதங்களுக்கு முன்பு வேலை நிறுத்தம் அறிவித்தது சங்கங்களின் கூட்டமைப்பு.

கொஞ்சநாள் கத்திவிட்டுக் கலைந்துவிடுவார்கள் என்றுதான் கணக்குப் போட்டிருந்தார்கள் முதலாளிகள். தொழிலாளிகளின்

உறுதிமிக்க போராட்டம் 100 நாட்களைக் கடந்தும் போய்க்கொண்டிருப்பதில் கொஞ்சம் ஆடித்தான் போயிருந்தார்கள். ஆனாலும் விட்டுக்கொடுத்துப்போக அவர்களின் ஈகோ தடுத்தது.

“எத்தன நாள் ஆடுவானுக..? குதிரைக்குக் குண்டி காஞ்சா தன்னால கொள்ளத்திங்கும்..” என்றுதான் முதலாளிகள் ஒன்றுபட்டு நின்றார்கள். எவ்வளவு இன்னல்கள் வந்தபோதும், சங்கங்களின் துணையோடு தொழிலாளிகள் உறுதியோடு நின்றதில் கொஞ்சம் ஆடித்தான் போனார்கள்.

ஊருக்கு வெளியே திருட்டுத்தனமாக உற்பத்தியில் ஈடுபட்ட நிறுவனங்களையும் ஸ்குவாடுகள் கண்டறிந்து உற்பத்தியை நிறுத்திவிடுவதால், எதைத்தின்றால் பித்தம் தெளியும் என்ற நிலையில் இன்று ரோட்டுக்கும் வந்து விட்டார்கள்.

முதலாளிகளுக்கு ஆதரவாக மாநில அரசும், ஆகாத மருமகளைக் கண்டதுபோல முகத்தைத் திருப்பிக்கொண்டு நின்றது.

பஞ்சப்படிக் கோரிக்கையை ஏற்றுப் பேச்சுவார்த்தைக்கு அழைக்க வலியுறுத்தி, பத்து நாட்களுக்கு முன்பு சங்கங்களின் கூட்டமைப்பு சாகும் வரை உண்ணாவிரதம் அறிவித்திருந்தது.

திருப்பூர் குமரன் சிலை அருகே பந்தல் அமைக்கப்பட்டிருந்தது. ஏ.ஐ.டி.யூ.சி சுப்பராயன், கணேசன், சி.ஐ.டி.யூ கே.எஸ் கருப்பசாமி, காமராஜ், உள்ளிட்ட தலைவர்கள் 10 வதுநாளாக உண்ணாவிரதம் இருந்து வந்தனர். தினமும் சகோதர அமைப்புகளும், ஜனநாயக அமைப்புகளும் போராட்டப்பந்தலுக்கு வந்து நிகழ்வுகள் நடத்தின.

உண்ணாவிரதப் பந்தல் ஜே.ஜே வென இருந்தது. பந்தலுக்கு வெளியே நாடகக்குழு உறுப்பினர்கள் நிகழ்வு அட்டவணையைப் பரிசீலித்துக் கொண்டிருப்பது தெரிந்தது.

“சி.பி.எம் அரங்குல பாவெல் துரை, மணிக்குமார், வீரபாண்டி குமார், எஸ்.ஏ காதர், ஓடக்காடு ஈஸ்வரன் ஆர்.ரங்கசாமி குழு வடக்குலயும், சி.பி.ஐ அரங்குல ஆர்.பாலகிருஷ்னன், பி.ஆர்.கணேசன், கு.நா.தங்கராஜ், விஷ்வா, பொன்னுசாமி, மலர்கள் ராசு குழு, இளம்பரிதி தெற்குலயும் கவர் பண்ணிக்கனும்” ஒரு மூத்த தோழர் சொல்லச்சொல்ல இன்னொருவர் குறிப்பெடுத்துக் கொண்டிருந்தார்.

பந்தலுக்குள் நுழைந்தான் அனஸ். கீழே விரிக்கப்பட்டிருந்த ஜமுக்காளம் ஏசல்கோசலாய்க் கலைந்து கிடந்தது. மேல்சட்டை

இல்லாமல் முண்டா பனியனோடு பந்தல்காலில் சாய்ந்து அமர்ந்திருந்தார் சுப்பராயன். உடல் மெலிந்து சோர்வடைந்திருந்தாலும் கண்கள் ஒளிவீசின. பக்கத்தில் தங்கவேல் இருந்தார். சற்றுத்தள்ளி காமராஜும் கணேசனும் ஏதோ ஒரு குறிப்பேட்டை வைத்து விவாதித்துக் கொண்டிருந்தனர். வலப்புறமாக ரங்கராஜ், தோழரோடு அமர்ந்திருந்த ஆர்.ஈஸ்வரன் அனசைப் பார்த்துச் சிரித்தார். சிலர் நாளிதழ்களை வாசித்துக்கொண்டும், சிலர் சுருண்டு படுத்துக் கொண்டும் இருந்தனர். எல்லாருமே பலவீனமாக இருந்தனர்.

அருகில் சென்று அமர்ந்தார் ஈஸ்வரன். அனசையும் அமரச்சொன்னார். தூரத்தில் பார்த்து வியந்த தலைவர்களை மிக அருகில் பார்க்கிற வாய்ப்புக் கிடைத்ததில் அவனுக்குத் தலைகால் புரியவில்லை. சில விநாடிகள் பேசி விட்டு அனசை அறிமுகப்படுத்தினார்.

"ஏய்.. ஆமா.. இந்தத் தம்பிய எனக்குத் தெரியும்..!! இளங்கோ லே அவுட் பொதுக்கூட்டத்துல பாட்டு பாடுன பையன் தான நீ..?"

சுப்பராயன் தன்னை நினைவு வைத்திருப்பதை நினைத்துப் பெருமிதத்தில் அவன் கன்னங்கள் சிவந்தன. வெட்கத்தோடு சொன்னான்.

"ஆமா தோழர்.. நாந்தான் அது"

"நல்லது.. என்ன படிக்கிறீங்க..?"

"ஏழாவது தோழர்.."

"நல்லாப் படிங்க.. படிச்சு நல்ல உத்தியோகத்துக்குப் போயி மக்களுக்குச் சேவை செய்யனும்.. "

"செரிங்க தோழர்.."

அருகிலிருந்த ஒரு மஞ்சள் பையைக் கைகாட்டினார். ஈஸ்வரன் அதை எடுத்துக் கொடுத்தார். அதிலிருந்து ஒரு புத்தகத்தை எடுத்து அனசிடம் கொடுத்தார்.

கவிஞர் புஷ்கினின் கவிதைப் புத்தகம் அது.

மனமெல்லாம் பூரிப்போடு அதன் அட்டையை வாஞ்சையாகத் தடவிப்பார்த்தான் அனஸ்.

அத்தியாயம் – 10

அழுக்கடைந்த கிழிந்த பனியனும் அரைக்கால் டவுசரும் அணிந்து வி.எஸ்.எஸ் காம்ப்ளெக்ஸ் டீக்கடையில் நின்றிருந்த அனசை அடையாளம் கண்டுகொண்டார் ஈஸ்வரன்.

"என்னடா அனசு.. இங்க நிக்கிற..? இதென்ன ட்ரெஸ் இப்பிடி இருக்குது..? ஒர்க்ஷாப்ல சேந்துட்டியா..? பள்ளிக்கூடம் ப்..ப்.. போறதில்லையா..?" கேள்விகளை அடுக்கிக்கொண்டே போனார்.

"ஒர்க்கிங் ட்ரெஸ் தோழர்.. டிங்கர் ஒர்க்ஷாப்ல வேலைக்கு சேந்துட்டேன்."

ஒரு வாரமிருக்கும். பள்ளியில் விளையாட்டுப் போட்டிகளுக்கான தேதி அறிவிக்கப்பட்டிருந்தது. நூறு மீட்டர் ஓட்டப்பந்தயத்தில் பெயர் கொடுத்திருந்தான். தினமும் பள்ளி முடிந்ததும் ஆறரை மணிவரை பள்ளி மைதானத்தில் பயிற்சிகள் இருக்கும். அனசின் வேகத்தைப் பார்த்த டிரில் மாஸ்டர் ஆனந்தன், அவனுக்குச் சிறப்புப் பயிற்சிகள் கொடுத்தார். எப்படியும் ஆண்டுவிழாவில் முதல் பரிசை அவன் வாங்குவான் என்று நம்பியிருந்தார்.

பயிற்சி முடிந்து வீடு வந்து சேர்வதற்குள் பொழுது விழுந்து விடுகிறது.

"என்னப்பா வரவர இருட்டுனதுக்கப்புறம் வீட்டுக்கு வர்ற..?" என்று ஜெமீலா கேட்டபோது, ஆனந்தன் மாஸ்டர் சொன்னதை ஆர்வம் பொங்கக்கூறினான். அவளுக்கு முகமெல்லாம் பூரித்திருந்தது.

அன்றும் அப்படித்தான் பயிற்சி முடிந்து வரும்போது ஏழு மணியாகியிருந்தது. கால் குடைச்சல் படுத்தியெடுத்தது. கெண்டைக்கால்கள் இரண்டும் விறகுக் கட்டைகள் போல இறுகிக் கிடந்தன. தொடைகள் காற்றடைத்த கால்பந்து போல வீங்கி, உப்பிக் கிடந்தன.

வாசலில் ஜெமீலா, துவைத்த துணிகளைக் கொடியில் போட்டுக்கொண்டிருந்தாள். பொடுசுகள் பன்னாங்கல் விளையாடிக்கொண்டிருந்தார்கள். உள்ளே நுழைந்தான். அஜிதா இல்லாமல் வெறிச்சோடிக்கிடந்தது வீடு.

அஜிதா எங்கம்மா..?

"முபீனா வீட்டுக்குப் போயிருக்கா..? முபீனாவுக்கு நாளானைக்கு நிச்சயம். மருதாணி வெக்கப் போயிருக்கா.."

அஜிதா, மருதாணி வைப்பதில் கில்லாடி. மருதாணிக்கோனைக் கையில் எடுத்தால், ஒரு தேர்ந்த ஓவியரைப்போல கைகள் விளையாடும். அவளது திறமையால் அந்தப் பகுதி முழுவதும் பிரபலமாகியிருந்தாள். அக்கம்பக்கத்து வீட்டினரெல்லாம் எதாவது விசேசங்களென்றால் மருதாணி வைத்துக்கொள்ள அஜிதாவைத்தான் தேடிவருவார்கள். சில நேரங்களில் எதாவது காசும் கொடுப்பார்கள். அந்த காசுகளைச் சேர்த்துவைத்து வாரக்கடைசியில் கலர் வாங்கிக் குடிப்பாள்.

கைகால் கழுவி வந்தவனுக்குப் பசி வயிற்றைக் கிள்ளியது. சமையலறைக்குப்போய்ப் பார்த்தான். சமையலறையென்றால் பெரிய அறையெல்லாம் இல்லை. அந்த ஒற்றை அறையின் ஈசானி மூலையில் ஐந்தடி உயரத்தில் ஒரு சுவர் மறைப்பு இருக்கும். அதுதான் சமையலறை.

அலுமினியச் சட்டியில் மொழுமொழுவென்று கிடந்த களி உருண்டையைப் பார்த்ததும் அவனுக்கு வாயூறியது. குழம்புச்சட்டியில் சுண்டவைக்கப்பப்பட்ட நேற்றைய குழம்பும் சட்டியை ஒட்டிக் களிபோலக்கிடந்தது.

களியைப் பிய்த்து அதில் முக்கி வாயில் போட்டான்.. அமிர்தம்.. விழுங்கவே தேவையில்லை. எண்ணெயில் கால் வைத்ததுபோல அது வயிற்றுக்குள் வழுக்கிச் சென்றது.

சிறிதுநேரம் சென்ற பிறகு உள்ளே வந்த ஜெமீலா,

"என்னடா.. புள்ளைக்குக் கொஞ்சம் வெக்காமப் பூராத்தையும் நீயே சாப்பிட்டுட்டியா..?"

அப்போதுதான் முழுக் களி உருண்டையையும் முடித்துவிட்டது நினைவுக்கு வந்தது. குற்ற உணர்ச்சியில் அவன் தொண்டை கசந்தது.

வீட்டில் வேறு எதுவுமே இல்லை. மூன்று வேளை உணவென்பதெல்லாம் காலாவதியாகியிருந்தது. அரை வயிறோ கால் வயிறோ மதியமும் இரவும் மட்டும்தான்.

மதியம், இரண்டு துண்டு மரவள்ளிக்கிழங்கை வைத்துச் சமாளித்திருந்தாள். ஒரு கைப்பிடி ராகிதான் எஞ்சியிருந்தது. அதைத்தான் களிகிண்டியிருந்தாள்..

இப்போது அஜிதா வந்து பசிக்குது என்று கேட்பாளே, என்ன பதில் சொல்வது? பித்துப் பிடித்தது

பின்னாலேயே வந்த அஜிதா, "ம்மா.. பசிக்குதுமா சாப்பாடு குடுங்க.." என்றபோது அவனுக்கு நெஞ்சுக்குள் ஏதோ உருண்டு மூச்சு வாங்கியது.

துக்கம் தாளாமல் அழுதான். அவனைப்பார்த்து ஜெமீலாவும் அழுதாள். இவர்கள் ஏன் அழுகிறார்கள் என்று புரியாமல் அஜிதாவும் அழுதாள்.

சாப்பிட எதுவும் இல்லாமல் போவதும், பட்டினி கிடப்பதும் இப்போதெல்லாம் அடிக்கடி நடக்கிற சம்பவம்தான். ஆனாலும் தன்னால் தங்கை பட்டினி கிடக்கிறாள் என்ற உணர்வுதான் அவனை நெருப்பைத் தின்றது போல இம்சித்தது.

ஷேக் பரீத் வந்து சேர்ந்தபோது அஜிதா தூங்கியிருந்தாள். முகம் கழுவிவிட்டு வந்து லுங்கிக்குள் நுழைந்து பாயில் அமர்ந்தார். தூங்கிக்கொண்டிருந்த அஜிதாவின் தலையை வருடிக்கொண்டு ஏதோ சிந்தனையிலிருந்தார்.

எதுவும் பேசாமல் இருந்த இடத்தை விட்டு நகராமல் அமர்ந்திருந்தாள் ஜெமீலா. அப்படியென்றால் எதுவும் இல்லையென்று அர்த்தம் என்பது ஷேக் பரீத்துக்கும் தெரியும். எழுந்து போய் ஒரு சொம்புத் தண்ணீரை மோர்ந்து குடித்துவிட்டு படுத்துவிட்டார்.

அடுத்தநாள் விடியும் முன்பவே கிளம்பிவிட்டார் ஷேக் பரீத். அன்று பள்ளிக்குச் செல்லவே பிடிக்கவில்லை அனசுக்கு. அஜிதாவும் படுத்தே கிடந்தாள். இருவருக்கும் வரக்காப்பி வைத்துக்கொடுத்தாள். இனிப்போ, திடமோ இல்லை. வாசம் மட்டும் லேசாக வீசி அது காப்பிதான் என்று நம்ப வைத்தது.

அஜிதாவை எழுப்பிக் கொடுத்தாள். குடித்துவிட்டுப் படுத்துக்கொண்டாள். ஜெமீலாவும் கொஞ்சம் குடித்துக்கொண்டாள். வீடு வாசல் கூட்டி, பாத்திரம் கழுவி, சில துணிகளை அலாசிப்போட்டுவிட்டு வந்து அதே இடத்தில் அமர்ந்துகொண்டாள். அந்தச் சிறிய அறையின் மூன்று மூலைகளில் மூன்று ஜீவன்கள் இரயில் பூச்சிபோலச் சுருண்டு கிடந்தன.

அனசுக்கு, வறுமை, பசி, அவமானம், இயலாமை போன்றவற்றையெல்லாம் உணர்கிற அறிவு வந்திருந்தது.

ஒருவருக்கொருவர் பேசிக்கொள்ளாமல் மௌனத்தை உடுத்திக்கொண்டு கிடக்கும் அந்தச்சூழல் கொடூரமாக இருந்தது. பேசாமலிருப்பதும் ஒருவகையில் அவனுக்கு நல்லதாகவே பட்டது. வெடிக்கக் காத்திருக்கும் பட்டாசுபோல அவனுக்குள் துக்கம் பொறுபொறுத்துக் கொண்டிருந்தது. யாராவது பேசினால் வெடித்து அழுதுவிடுவான் என்று அஞ்சினான்.

மாலை மூன்று மணி சுமாருக்கு திரும்பி வந்த ஷேக் பரீத்தின் சைக்கிள் கேரியலில் மூன்று எண்ணெய் டின்கள் தடதடத்தன.

இரண்டை வெளியே வைத்துவிட்டு ஒன்றை வீட்டுக்குள் கொண்டுவந்தார். அதில் கால்பாகத்துக்கு அரிசி இருந்ததைக் கண்டு ஜெமீலாவின் கண்கள் விரிந்தன. கொஞ்சம் அள்ளிப் பார்த்தாள். நமுத்துப்போன வாடை வீசியது. ஏழெட்டு வெள்ளைநிறப் புழுக்கள் நெளிந்தன.

ஒரு குண்டாவை எடுத்து அந்த அரிசியைக் கொட்டினாள். இரண்டு சொம்புத் தண்ணீரை ஊற்றி ஒரு குச்சியை விட்டுக் கிளறிக்கொண்டே இருந்தாள். சிறிது நேரத்தில் புழுக்கள் மிதந்தன. அவற்றை அள்ளியெறிந்துவிட்டு மீண்டும் கிளறினாள். இப்படி ஏழெட்டு முறை கிளறிப் புழுக்களை அகற்றி அரிசியைக் கழுவி வெய்யிலில் காய வைத்தாள். அடுப்பில் உலை கொதித்துக் கொண்டிருந்தது.

இதையெல்லாம் கண்கூடாகப் பார்த்த அனஸ் பள்ளியை விட்டு வேலைக்குச் செல்வதாக முடிவெடுத்ததில் ஆச்சரியமில்லை தான். அவனது முடிவுக்கு ஷேக் பரீத்தோ ஜெமீலாவோகூட தடை சொல்லவில்லை. சொல்லக்கூடிய சூழலில் குடும்பம் இல்லை.

சுப்பு மாமாவின் நண்பர் மூலமாக இந்த டிங்கர் ஒர்க்ஷாப்பில் வேலைக்குச் சேர்ந்திருந்தான். பல்லடம் ரோட்டில் பூம்புகார் வி.எஸ்.எஸ் காம்ப்ளெக்ஸ் பிரபலமான ஒன்று. அதற்குப்பின்னால் கிரில் ஒர்க்ஷாப்களும் லாரி கார் ஒர்க்ஷாப்புகளும் இருக்கும். முன்புறமிருந்த மாணிக்கம் பட்டறை பிரசித்தி பெற்றது. லாரி, பஸ்களின் ஸ்பிரிங் பட்டைகளில் மாணிக்கம் அடிக்கிற அரிவாளுக்கு அவ்வளவு மதிப்பிருந்தது. 'மானிக்கண்ண அருவா அடிச்சுக்குடுத்தா இரும்ப வெட்டுனாலும் மழுங்காது' என்ற பேச்சு இருந்தது.

மேலுக்குச் சட்டையில்லாமல் அழுக்கு லுங்கியோடு பட்டறையில் அமர்ந்திருப்பதைப்பார்த்தால் எண்ணெய்

பூசியஅய்யனார் சிலைபோல இருக்கும். வாயில் எந்நேரமும் 10ம் நம்பர் பீடி புகைந்து கொண்டிருக்கும். கிரில் ஒர்க்ஷாப்புகளுக்குத் தேவையான மேல்கட்டர், அடிக்கட்டர், வெட்டிரும்பு, குறடு போன்றவற்றை அடித்துக் கொடுப்பார். அவரது பொருட்களுக்காகவே தொலைதூரத்தில் இருந்தெல்லாம் ஒர்க்ஷாப்காரர்கள் வந்து வாங்கிச் செல்வார்கள்.

காம்ப்ளக்சுக்குப் பின்னால் வரிசையாக இருந்த ஒர்க்ஷாப்களில் மூன்றாவது ஷெட் ராஜண்ணனுடையது. லாரி மெக்கானிக். அதில் உள் வாடகைக்கு டிங்கர் வேலைகள் செய்துகொண்டிருந்தார் மௌலி ஏட்டா. அடிபட்ட வண்டிகளை ஒடுக்கெடுத்து மீட்டுருவாக்கம் செய்வதுதான் வேலை.

ஒரு சின்ன பாய்லரில் கார்ஃபைடு கற்களை நிரப்பி தண்ணீர் ஊற்றினால் குபுகுபுவென வெந்நிறப்புகையுடன் வெளிவரும் வாயு எரியக்கூடிய தன்மையுடையது. அதைக்கொண்டுதான் கேஸ் வெல்டிங் செய்வார்கள்.

மௌலி ஏட்டா, அற்புதமான வேலைக்காரர். அப்பளம் போல நொறுங்கிய நிலையில் ஒரு வண்டியைக் கொண்டுவந்து கொடுத்தாலும் மூன்றே மாதத்தில் அது புது வண்டிபோல ஜொலிக்கும்.

இந்த பட்டறை சார்ந்த தொழில்காரர்கள் அவ்வளவு எளிதாக இன்னொருவருக்குக் கற்றுக்கொடுக்க மாட்டார்கள். வேலைக்கு வருகிற பொடியன்களில், திட்டினாலும் அடித்தாலும் திருப்பிப்பேசாத, சொல்பேச்சுக் கேட்டு நடக்கிற விசுவாச அடிமைகள் மட்டும்தான் நுணுக்கங்களைக் கற்றுக்கொள்ள முடியும்.

ஆனால் அனசை எப்படித்தான் அவருக்குப் பிடித்துப் போனதோ இரண்டாவது வாரத்திலேயே கேஸ்வெல்டிங் நாசிலைக் கையில் கொடுத்திருந்தார்.

எவ்வளவு பணம் கொடுத்தாலும் ஆறு மணிக்கு மேல் வேலை செய்யமாட்டார் மௌலி ஏட்டா. ஏழு மணிக்கெல்லாம் செட்டு சேர்ந்துவிடும். வேலைக்கு வந்த ஏதாவது ஒரு வண்டியை எடுத்துக்கொண்டு தமிழ்நாடு தியேட்டர் எதிரே உள்ள ஒய்ன்சாப்புக்குதான் வண்டி போகும்.

ஆறு மணிக்குமேல் பட்டறை அனசின் கட்டுப்பாட்டுக்கு வந்துவிடும். டிங்கர் வேலைகள் முடிந்த வண்டியின் பழைய

பெயிண்ட்டை உரிக்கிற வேலை அவனுக்கு. கேஸ் வெல்டிங் நாசிலைக்கொண்டு சூடுபடுத்தினால் பெயிண்ட் எரிந்து கருகும். பின்பு பட்டித்தகடு வைத்துச் சுரண்டி எடுத்துவிட்டு, எம்ரி தாள் (உப்புக்காகிதம்) கொண்டு தேய்த்து எடுத்தால் நிறமற்ற வண்டி புதிதாய்ப்பிறந்த குழந்தை அம்மணமாய் நிற்பதுபோலத் தெரியும். அதன் பிறகுதான் மெட்டல் பேஸ்ட் வைத்து மேடு பள்ளங்களைச் சமன் செய்து தேய்த்துப் பெயிண்ட் அடிப்பதெல்லாம்.

இந்த வேலையை ரசித்துச் செய்தான். சிதைந்த நிலையில் வருகிற வண்டியை மீட்டுருவாக்கம் செய்து டெலிவரி குடுக்கும் போது மௌலி ஏட்டா முகத்தில் தெரிகிற பெருமிதத்தையும், வாடிக்கையாளர் முகத்தில் தெரிகிற திருப்தியையும் கூர்ந்து கவனிப்பான். தானும் மௌலி ஏட்டா போல நல்ல வேலைக்காரனாகவேண்டும் என்று நினைத்துக் கொண்டு ஒவ்வொரு வேலையையும் நுணுக்கமாகக் கற்றுக்கொள்ளத் துவங்கினான்.

மௌலி ஏட்டாவை எந்தளவுக்குப் பிடிக்குமோ அதே அளவுக்கு அவரது நண்பர்களை வெறுத்தான். யாராவது ஒருவர் வந்துகொண்டே இருப்பார்கள். டீ வாங்கிட்டு வா, பீடி வாங்கிட்டு வா என்று இவனை அனுப்புதை வெறுத்தான். பொடியா என்று அழைப்பதை மரியாதைக்குறைவாகக் கருதினான். என் பேரு பொடியன் இல்ல அனஸ்.. என்று ஒருமுறை கோபமாகப் பேசியதை ஓனரிடம் போட்டுக் கொடுத்து ஸ்குரூ ட்ரைவரால் அடிவாங்க வைத்து விட்டார் மௌலி ஏட்டாவின் நண்பர். பல்லைக் கடித்துக்கொண்டு சகித்துக் கொண்டிருந்தான். அப்படித்தான் அன்றைக்கு டீ வாங்கப் போயிருந்தபோது ஈஸ்வரனைப் பார்த்திருந்தான்.

"ஏன் அனசு பள்ளிக்கோடத்த உட்டு நின்னுட்ட..? ப்..ப்.. படிப்பு வர்லியா..?" திக்கித்திக்கிக் கேட்டார் ஈஸ்வரன்.

"இல்ல தோழர், வீட்ல ரொம்பக் கஷ்டம். சாப்பாட்டுக்கே சிரமமா இருக்கு.. அத்தாக்கும் பெருசா ஒண்ணும் யேவாரம் இல்ல.. அதான்.." ஒளிவுமறைவின்றிப் பேசினான்.

“நீங்க இங்க என்ன பண்றீங்க..?”

"இங்க பூம்புகார் கிளைல நம்ம தோழர்கள் இருக்காங்க. சுப்பராயன அரஸ்ட் பண்ண தகவல் சொல்ல வந்தேன்.."

"சுப்பராயன் தோழர அரஸ்ட் பண்ணிட்டாங்களா..? எப்ப..? ஏன்..?" அதிர்ச்சியோடு கேட்டான்.

"உனக்கு விசயமே தெரியாதா..? உண்ணாவிரதம் 10 நாள் தாண்டிப் ப்..ப்..போய்ட்டிருக்குல்ல.. தோழர்களும் ரொம்ப வீக்கா இருக்காங்க. எதாவது ஒண்ணு கணக்கா ஒண்ணு ஆய்ப்போச்சுனா பெரிய ப்..ப்..பிரச்சனை ஆயிடும்னு பயப்படறாங்க போல.. அதான் காலைல உண்ணாவிரத மேடைல இருந்து எல்லாத் தோழர்களையும் அரஸ்ட் பண்ணி கொண்டுபோய்ட்டாங்க."

" ஜெயில்ல போட்டாங்களா..?"

"இல்லல்ல.. சர்க்கார் ஆஸ்பத்திரிக்குக் கூட்டிட்டுப்போயி வலுக்கட்டாயமாச் சாப்பிட வெச்சிருக்காங்க.. நம்ம தோழர்கள் நூத்துக்கணக்குல ஆஸ்பத்திரிலதான் குமுஞ்சு கெடக்கறாங்க.. நாங்களும் அங்கதான் போறோம்"

"இருங்க தோழர், ஓனர்ட்ட சொல்லிட்டு நானும் வந்தர்றேன்.."

அரக்கப்பரக்க ஓடியவன், முகத்தைச் சோகமாக வைத்துக் கொண்டு பாட்டி செத்துப்போச்சு என்று பொய் சொல்லி, உடை மாற்றி ஓடி வந்தான். பூம்புகார் கிளைத் தோழர்கள் வந்து சேர்ந்ததும் எல்லாரும் கிளம்பினார்கள். எங்கு பார்த்தாலும் கட்சிக் கொடிகளுடன் கூட்டம் கூட்டமாய் ஆட்கள். குமரன் சிலை முன்பும், அரசு மருத்துவமனையிலும், தெற்கு காவல் நிலையத்தின் அருகிலும் ஏராளமான தோழர்கள் குழுமியிருந்தார்கள். இரண்டாம் கட்டத்தலைவர்கள் அடுத்தகட்ட நகர்வு குறித்த ஆலோசனையில் மூழ்கினார்கள்.

ஒட்டுமொத்தத் தோழர்களும் கொந்தளித்துத்தான் கிடந்தார்கள். அவர்களுக்குத் தேவையெல்லாம் ஒற்றை அனுமதிதான். நகரை ஸ்தம்பிக்க வைக்கும் முடிவுடன் காத்திருந்தனர். சாலை மறியல், இரயில் மறியல், காவல் நிலைய முற்றுகை, மருத்துவமனை முற்றுகை, கடையடைப்பு அல்லது பந்த் அறிவிப்பு, என்றெல்லாம் விவாதித்தார்கள்.

எம்.எல்.ஏ மணிமாறன் வீட்டை முற்றுகையிடலாம் என்கிற யோசனைக்குப் பலமான ஆதரவு இருந்தது.

கூட்டத்தோடு கூட்டமாகக் கலந்திருந்த உளவுத்துறை இந்தத் திட்டங்களையெல்லாம் அரசுக்குச் சொல்லி உஷார் படுத்தியது. 'தொழிற்சங்கத் தலைவர்கள் கைதால் திருப்பூர் நகரம் பெட்ரோல் ஊற்றிக்கொண்டு நிற்கிறது. பற்றிக் கொள்ளும் முன்பு ஏதாவது செய்தாகவேண்டும். அவசரம்.' உளவுத்துறை குறிப்புகள் பறந்தன..

அன்று மாலையே தோழர்கள் விடுவிக்கப்பட்டனர். ஆலோசனைகளும் விவாதங்களும் சூடுபிடித்தன. அடுத்த நாளே சென்னையில் இறங்கினார் எம்.எல்.ஏ. சட்டமன்றத்தில் இதுகுறித்த விவாதம் அனலைக் கிளப்பியது. அரசு, இதுகுறித்து ஆய்வு செய்ய ஒரு கமிட்டியை அமைத்தது. பேச்சுவார்த்தைக்கான தேதி முடிவானது.

உற்பத்தியாளர் சங்கம், தொழிற்சங்கக் கூட்டமைப்பு, அரசுத்தரப்பு, என முத்தரப்பு பேச்சுவார்த்தை நீண்ட இழுபறிக்குப்பிறகு ஒரு முடிவு கிடைத்தது. பப்பீஸ் நிட்வேர் சக்திவேல், மோகன் கந்தசாமி, யுவராஜ் நிறுவனத் தலைவர் பாலசுப்பிரமணியம், பனாமா ஒசைரி மில்ஸ் ராமநாதன், எஸ்.வி நிட்டிங் சண்முகம், செண்ட்வின் ஒசைரீஸ் பழனிச்சாமி, லீலா ஒசைரீஸ் கங்காதரன் ஆகியோர் உற்பத்தியாளர்கள் சங்கத்தின் சார்பில் தொழிற்சங்கக் கூட்டமைப்புத் தோழர்களோடு பேசினார்கள்.

நீண்ட பேச்சுவார்த்தை நடந்தது. ஒருவழியாகத் தொழிற்சங்கங்களின் கோரிக்கையை உற்பத்தியாளர்கள் சங்கம் ஏற்றுக்கொண்டது. 127 நாட்கள் எவ்வளவோ இன்னல்களைத் தாங்கிப்பிடித்து உறுதியுடன் போராடிய தொழிலாளி வர்க்கம் இறுதியில் தனது உரிமையை வென்றெடுத்தது. திருப்பூர் விழாக்கோலம் பூண்டிருந்தது.

அத்தியாயம் – 11

குடும்ப நிலைமையைப் புரிந்துகொள்ளும் வயது வந்திருந்தது அவனுக்கு. சின்ன மழைக்கே தாங்காத வீடு. நான்கு தங்கச்சிகள். ஒரு தம்பி. ஓய்ச்சலின்றி ஓடும் அப்பா. ஓடாய்த்தேயும் அம்மா. பஞ்சம் தீராத வாழ்க்கை. ஏதோ ஒரு வேகத்தில் ஒர்க்ஷாப்புக்கு வந்திருந்தான். எந்த மாற்றமும் இல்லை. தொழில் கற்றுக்கொள்ளும் வரை சம்பளமெல்லாம் கிடைக்காது, செலவுக்கு மட்டும் எதாவது கிடைக்கும். எதிர்காலம். எதிர்காலம் குறித்த அச்சம் அவனுக்குள் நோய்போலப் படர்ந்திருந்தது. இனம் புரியாத கவலை அவனைச் சூழ்ந்து சிதைத்தது.

ஒரு மனிதனுக்குத் தனிமையில் விளைகிற சிந்தனைகள் விபரீதமானவை. ஆனால் பாசாங்கற்றவை. முகமூடிகளைக் கிழித்து எதார்த்த முகத்தைக் காட்டுவதில் இரக்கமற்றவை. கவலை, மனிதனைத் தனிமையில் தள்ளுகிறது. தனிமை, மனிதனைக் கவலையில் தள்ளுகிறது.

டிங்கர் பட்டறையில் வேலைக்குச் சேர்ந்து ஆறு மாதமாகியிருந்தது. கேஸ் வெல்டிங், கட்டிங் போன்ற சில அடிப்படை வேலைகளைக் கற்றிருந்தான். திடீரென்று பெரிய இடைவெளி விழுந்தது. மௌலி ஏட்டா, அக்காள் மகள் திருமணத்துக்குக் கேரளா போய் நான்கு நாளாகிவிட்டது. ஒரு வேலையும் இல்லாமல் வெறிச்சோடிக் கிடக்கிறது பட்டறை. மற்ற ஆட்களுக்கு லீவு கொடுத்திருந்தார்.

அனஸ் மட்டும் தினமும் வந்து ஒர்க்ஷாப்பைக் கூட்டிப்பெருக்கி மெசின்களைத் துடைத்து ஆயில் விட்டு, சாமி படத்துக்கு பூ போட்டு ஊதுவர்த்தி கொளுத்தி விடுவான். அவ்வளவுதான் வேலை. மாலை 6 மணி வரை, வேடிக்கை பார்த்துக் கொண்டு சும்மாவே உட்கார்ந்திருக்க வேண்டும்.

'எவ்ளோ நேரந்தா இப்டியே ஈயோட்டிட்டு உக்காந்திருக்கறது?!' கடுப்பாக இருந்தது.

முரளியண்ணனைப் பார்க்கப் பக்கத்து ஒர்க்ஷாப்புக்குப் போனான். வெங்கடேஷ்வரா எஞ்சினியரிங், திருப்பூரிலேயே பெரிய ஒர்க்ஷாப். இரண்டு பிரிவுகளாக இருக்கும். உள்ளே

நுழைந்ததும் துருப்பிடிக்காத எஃகுப் பொருட்களை உற்பத்தி செய்யும் பிரிவும், அதற்குப் பின்புறம் கேட் கிரில் சட்டர் என்று இரும்புப் பொருட்களை உற்பத்தி செய்கிற பிரிவும் இயங்கின.

எஸ்.எஸ் பிரிவில் நுழைந்ததுமே ஒரு பெரிய விஞ்ச் தொட்டியை வெல்டிங் செய்துகொண்டிருந்தார் சுக்கூர் பாய். அவர்தான் அங்கே ஹெட் ஃபிட்டர். இவனைக்கண்டதும்,

'என்னடா புளுத்தி.. இங்க சுத்திட்டிருக்க..? வேலை ஒண்ணும் இல்லையா..?' என்று அவன் வாயைக் கிளறினார்.

"இல்ல பாய்.. இன்னும் ஓனர் ஊர்லர்ந்து வரல.." முன்னோக்கிச் சென்றான்.

நீள்வட்ட பிளேட்டுகளை ட்ரில்லிங் இயந்திரத்தில் துளையிட்டுக் கொண்டிருந்தார் முரளி. துளையிடும் இயந்திரத்தின் மேல்பக்கம் ஒரு டிரம் வைக்கப்பட்டிருந்தது. அதிலிருந்து டியூப் வழியாக பால் போன்ற குளிர்விக்கும் திரவம், டிரில் பிட்டின் அடிப்பாகத்தில், சின்னப்பையன் ஒன்னுக்கடிப்பது போலப் பீய்ச்சிக் கொண்டிருந்தது.

முரளிக்கு வயது நாற்பதுக்கு மேல் இருக்கும்.. இந்தப் பட்டறைக்கு வந்து பத்தாண்டுகளாகி விட்டன. அனஸ் மீது கொள்ளைப் பிரியம். அவனைக் காலராவுக்குப் பலிகொடுத்த தன் மகனின் சாயலில் இருப்பதாகச் சொல்வார். வாராவாரம் சனிக்கிழமை சம்பளம் வாங்கியதும் ஹோட்டலுக்குக் கூட்டிப்போய்ப் புரோட்டா வாங்கிக் கொடுப்பதில் அவருக்கு ஏதோ நிறைவு.

அவன் முரளியோடு பேசிக்கொண்டிருப்பதை அலுவலகத்திலிருந்து கண்ணாடித்திறப்பு வழியாகப் பார்த்து விட்டு எழுந்து வந்தார் முதலாளி. பொதுவாக வேலை நேரத்தில் யாராவது பார்க்க வந்தால் கடுப்படித்து விடுவார். ஆனால் அப்போது அவர்களைத் திட்டாமல் சிரித்துப் பேசியது ஆச்சரியம்தான். அவருக்கு ஒரு காரியமாகவேண்டி இருந்தது. தனக்கு வேலையாக வேண்டுமென்றால் முதலாளிகள் விதிகளை எப்படியும் வளைப்பார்கள்தானே?

குப்பாண்டம்பாளையம் அருள் டையிங்கிலிருந்து ஒருவர் வந்திருந்தார். விஞ்ச் மெசினில் ரோலர் பேரிங் மாற்றவேண்டும். அதற்கு ஆட்களை அழைத்துப்போக வந்திருந்தார். அன்றைக்கெனப்பார்த்து ஆட்கள் நெருக்கடியாக இருந்ததால்

முரளியோடு அனசைத் துணைக்குப் போய்வரச் சொன்னார். அவனும் சும்மாதானே இருக்கிறான். சரியென்றான்.

டூல்ஸ் பையை எடுத்துக்கொண்டு டையிங் காரரின் லூனா வண்டியின் பின்பக்கம் அமர்ந்தார் முரளி. முன்பக்கப் பள்ளத்தில் கங்காருக் குட்டிபோல அனஸ் அமர்ந்து கொண்டான். மூன்றுபேரைச் சுமந்துகொண்டு திக்கித்திணறி ஓடிக்கொண்டிருந்த வாகனத்தின் சப்தம், ஒரு கிழவன் ஈனஸ்வரத்தில் முனகுவதுபோலிருந்தது

டையிங்குக்குள் நுழையும்போதே கன்னங்கரேலென்று ஒரு ராட்சத பாய்லர், பூதம்போல நின்றிருந்தது. பிரமாண்டமான சிகரெட்டைப் போல நிறுத்திவைக்கப்பட்டிருந்த புகைபோக்கியில் புகை கசிந்துகொண்டிருந்தது. ஆளுயரத்துக்கு அட்டி போட்டு அடுக்கப்பட்டிருந்த விறகுகளை எடுத்து உள்ளே போட்டுக்கொண்டிருந்த இருவர், இவர்களை நிமிர்ந்து பார்த்து விட்டுத் திரும்பிக் கொண்டனர்.

உள்ளே நுழைந்ததும் ஒரு பெரிய வளாகத்துக்குள் நிறைய இயந்திரங்கள் வரிசையாக இருந்தன. வெள்ளை வெளேரென்று கண்ணைப் பறிப்பதுபோன்ற பளபளப்பு.

“இதெல்லாம் என்னங்ணா?” அனஸ் கேட்டான்.

“இதுதான் சேம்பிள் யூனிட். இதெல்லாம் சாம்ப்பிள் விஞ்ச் மெசினுக. 25 கிலோ 30 கிலோ துணிகள சாயம்போடுகிற சின்ன விஞ்ச்சுக. சின்னத் துணிய இதுல சாயம்போட்டுச் செக் பண்ணுவாங்க. அதப்பாத்து பையர் அப்ரூவ்டு கொடுத்தப்புறம் தான் பல்க் ஆர்டர்லாம் வரும். டன் கணக்கான துணிகளையெல்லாம் பெரிய விஞ்சுகள்ல போட்டு ஓட்டுவாங்க.”

பல்க் யூனிட்டுக்குள் நுழைந்தபோது புத்தம்புதிய பிரமாண்டமான விஞ்ச் இயந்திரங்கள் வரிசைகட்டி நின்றதைப் பார்த்து பிரமித்தான்.

அண்டாக்களிலும், சிமெண்ட் தொட்டிகளிலும் துணிகளைப் போட்டு வாரக்கணக்கில் பிளீச்சிங் செய்வதைப் பார்த்திருக்கிறான். இப்போது புதிய தொழில்நுட்பத்துடன் விஞ்ச் இயந்திரங்களில் டண் கணக்கான துணிகள் உடனுக்குடன் சாயமேற்றப்படுவதைப் பார்த்து வியந்தான்.

தொழில்நுட்பங்கள், வேகத்தைப் பெருக்கிக் காலத்தைச் சுருக்கி விடுகின்றன.

பஞ்சப்படி ஸ்ட்ரைக்கிற்குப்பிறகு திருப்பூர் புதிய வேகத்தில் பயணித்தது. மேற்கத்திய தெய்வங்கள் கூரையைப் பிய்த்துக் கொண்டு ஆர்டர்களைக் கொட்டின. லாபம் கொழிக்கும் இந்த வர்த்தகத்தின் பளபளப்பைப் புரிந்துகொண்ட பெருநிலக்காரர்கள் தங்கள் நிலங்களை விற்றுக் கம்பெனிகளில் போட்டார்கள்.

இன்னொருபக்கம் சராசரி ஆட்கள்கூட 'நகநட்டப் பூட்டி வெச்சா குட்டியா போடப்போகுது? கம்பெனியில போட்டா ஆறுமாசத்துல காசெடுத்தர்லாம்'' என்று தங்கங்களை விற்றுத் துவக்கிய சின்னச்சின்னக் கம்பெனிகளும் காலகதியில் முளைத்துக் கொண்டுதான் இருந்தன. எக்ஸ்போர்ட் நிறுவனங்களுக்கு அரசு கொடுக்கும் ட்ராபேக் மானியம் முதுகெலும்பாகத் தாங்கி நின்றது.

8 மணி நேர வேலை, ஓவர் டைம் என்றிருந்த நிலையெல்லாம் மலையேறிப்போனது. 1 மணி வரை ஃபுல் நைட், காலை 6 மணி வரை விடிநைட் போன்ற முறைகளெல்லாம் இப்போது சர்வசாதாரணம்.

பாய்லர்கள் இரவும் பகலும் விறகுகளைத் தின்று செரித்துப் புகையைத் துப்பின. டையிங் நிறுவனங்களின் பழைமையான முறை, வளர்ச்சியின் வேகத்துக்குக் கைகொடுக்கவில்லை. விஞ்ச் இயந்திரங்கள் பிறந்தன. கைகளால் பிழிந்து கம்பிகளில் உலர்த்தும் நடைமுறைக்கு மாற்றாகத் துணி பிழியும் இயந்திரங்கள் அறிமுகமாகிக் காலத்தைச் சுருக்கின.

காம்பாக்டிங், ஸ்டீம் காலண்டரிங், எம்பிராய்டரிங், பிரிண்டிங், என எக்ஸ்போர்ட் துறையின் கிளைத்தொழில்களிலும் பெருவெடிப்புகள் நிகழ்ந்தன. அப்படி ஒரு வளரும் நிறுவனத்தில்தான் ஒரு விஞ்ச் இயந்திரத்தில் ரோலர் பேரிங் உடைந்திருந்தது.

பின்புறம் வளைந்த ஓர் எஃகுத் தொட்டியில் இரண்டு உருளைகள் இருந்தன. முன்புறம் வட்டமான உருளையும், பின்புறம் நீள் வட்ட உருளையும் பொருத்தப்பட்டிருந்தது. தொட்டிக்குள் தண்ணீரில் சாயத்தையும், இரசாயனக் கலவைகளையும் சரியான விகிதத்தில் கலந்து வைத்திருப்பார்கள்.

வட்ட உருளையில் துணியின் ஒரு முனையைக் கோர்த்து நீள் வட்ட உருளையில் போட்டுவிட்டால், நீள் வட்ட உருளை துணியை இழுத்து இழுத்துத் தொட்டிக்குள் தள்ளும், உள்ளே

விழுந்த துணிகள் வட்ட உருளையின் வழியே மீண்டும் நீள்வட்ட உருளைக்குத் தள்ளப்படும். இப்படிச் சுழற்சி முறையில் குறிப்பிட்ட நேரத்துக்குத் துணிகள் தொட்டியின் சாயக் கரைசலுக்குள் சுழலும். தேவையான நிறம் ஏறிய பிறகு துணியை வெளியே எடுத்துத் தள்ளுவண்டிகளில் ஏற்றி ஹைட்ரோ யூனிட்டுக்குக் கொண்டுபோவார்கள். அங்கு துணிகள் பிழிந்தெடுக்கப்படும். அடுத்துப் பெரிய கொட்டகையில் நிழலில் உலர்த்துவார்கள்.

அடுத்து காம்பாக்டிங் ஸ்டீம் காலண்டரிங் என்று பயணித்து எக்ஸ்போர்ட் கம்பெனிக்கும் போய்ச் சேரும். அங்கு வெட்டி தைக்கப்பட்டு, பனியன்களாக வெளிநாடுகளுக்கு ஏற்றுமதியாகும்

சேதமடைந்த உருளையின் பேரிங் புள்ளியின் மூடியைக் கழற்றி, தோளில் முட்டுக்கொடுத்துத் தூக்கி அடிப்பக்கம் ஒரு கட்டையை வைத்தான். உடைந்திருந்த பேரிங்கை வெட்டிரும்பால் தட்டித்தட்டிக் கழற்றிப் புதிய பேரிங்கைப் பொருத்தி கிரீஸ் அடித்து, பழையபடி உருளையை இறக்கி மூடியை மாட்டிவிட்டுக் கிளம்பினான் முரளி.

வெளியே வரும்போது திரும்பிப் பார்த்தான். டையிங்கிலிருந்து வெளியேறுகிற சாயக் கழிவுகள் நொய்யலில் கலந்து கருப்பாய் ஓடிக்கொண்டிருந்தன. வரும்போது அழைத்துவந்த லூனாக்காரர் வெளியே போயிருப்பதாகச் சொன்னார்கள். வருவதற்குத் தாமதமாகுமாம். இருவரும் நடந்தே வந்தனர்.

உணவு இடைவேளையில் வெளியே வந்த டையிங் தொழிலாளர்கள் சாலையோரம் கூட்டமாகப் போய்க் கொண்டிருப்பதைப் பார்த்தான். ஒரு கருப்பு ராஜ்தூத் வண்டி அவர்களுக்கு எதிரே வந்து மறித்து நின்றது. அவர் ஆறுமுகம். மீசை ஆறுமுகம் என்றால் திருப்பூர் முழுதும் தெரியும்.

முறைசாராத் தொழிலாளர்கள் மத்தியில் சங்கம் கட்டியதில் முன்னோடி. கலாஸ் தொழிலாளர்கள் சங்கம், ரைஸ் மில் சங்கம், ஆட்டோ ஓட்டுனர்கள் சங்கம், தூய்மைப்பணித் தொழிலாளர்கள் சங்கம் என்றெல்லாம் சுழன்று சுழன்று உழைக்கும் மக்களை அமைப்பாக்கிக் கொண்டிருந்தார். சும்மா விடுவார்களா முதலாளிகள்? அவருக்குக் கடுமையான அச்சுறுத்தலும் இருந்தது அவரது வண்டியின் சீட்டுக்குக் கீழே இரண்டடி நீளமுள்ள வீச்சரிவாள் ஒன்றை வைத்துக்கொண்டு அவர்பாட்டுக்குச் சங்கம் கட்டிக்கொண்டிருந்தார்..

மில்சங்கத்தில் அவரை இரண்டொருமுறை பார்த்திருக்கிறான். அனசைப் பார்த்ததும் அடையாளம் கண்டுகொண்டார்.

“என்ன அனசு இங்க..?”

“டையிங்ல சின்ன வேலைங் தோழர்.. இவருகூட வந்தேன்.” முரளியைக் கைகாட்டினான்.

“முடுஞ்சிதா..?

“முடுஞ்சுதுங்க..”

“செரி செரி பாத்துப்போ..”

பெரிய மீசையுடன் கம்பீரமாக இருந்த ஒரு மனிதரை சின்னப்பையன் தோழர் என்று கூப்பிடுவதையும், அவர் இவனோடு வெகு சகஜமாகப் பேசுவதையும் கண்டு ஆச்சர்யமடைந்தான் முரளி. அவர் யார் என்பதையும் சங்கமமைக்கும் அவரது முயற்சியையும் அவனிடம் கேட்டுத் தெரிந்துகொண்டார்.

“டையிங் ஆளுகளுக்குச் சங்கம் தேவ தான்.. நம்ம நெலம பரவால்ல.. இவங்க பாடு பெரும்பாடுதான். முன்னெல்லாம் ஆளுக தொட்டிக்குள்ள எறங்கி பிளீச்சிங் பண்ணோனும். காலெல்லாம் செறங்கு வந்த மாதிரிப் புண்ணாப்போகும். எங்கண்ணாரு அந்த வேலதாஞ் செஞ்சிட்டிருந்தாரு. எந்நேரம்பாத்தாலுஞ் சொறிஞ்சிட்டே கெடப்பாரு பாவம். தேங்கெண்ணெ வெக்காம நைட்டு செத்தநேரங் கண்ணசர முடியாது. எரிச்சல் கொன்னெடுத்துருங் கெரகத்த.

இப்ப விஞ்சுமெசினு வந்ததிலிருந்து அந்தப் பாடு இல்லேன்னாலும் கண்ட கண்ட கெமிக்கல்ல பொழங்கி நெறையப்பேத்துக்கு காசநோயே வந்துருது. சம்பளமும் சொல்லிக்கறாப்ல ஒண்ணும் இல்ல. வெளியிருந்து வந்து வேல செய்யிறவங்களாச்சும் பரவால்ல. தங்கி வேல செய்யிராங்க பாரு.. கொடும.. புறாக்கூடாட்டம் கொட்டாய்ல தங்கி நைட்டும் பகலும் வேல செய்யோணும். தூக்கமில்லாம வேல செஞ்சு ரெண்டு மாசம் முன்னாடி ஒரு சின்னப்பையன் பெல்ட்டுல கைய உட்டுட்டான். திருநெல்வேலிக்காரன். மணிக்கட்டோட போயிடுச்சு பாவம். ஆஸ்பத்திரிச் செலவோட ஊருக்குத் தாட்டி உட்டுட்டாங்க. ஊர்ல போய் ஒத்தக் கையில்லாம எப்படிப்பொழப்பானோ பாவம்” உச்சுக் கொட்டினான் முரளி.

“வேற பணங்காசு எதுவும் கொடுக்கலையா?” அதிர்ச்சியோடு கேட்டான் அனஸ்.

“இவனுககிட்டயா வாங்க முடியும்..? எல்லாம் மல முழுங்கி மொதலைக. ஊர்ல வெளையாமக்கெடக்குற வரக்காட்டுல கொஞ்சத்த வித்துப்போட்டு இங்க வந்து ரெண்டு மெசினப்போட்டு டையிங் ஆரம்பிக்கிறாங்க. ரெண்டே வருசத்துல நெலமயே மாறிடுது.. எங்கேயோ போயிடறாங்க. இந்த தொழில்ல கொஞ்சத்தப் பணமா பொழங்குதுனு நெனைக்கிற..? இந்தியாவுல எந்த கார் மொதல்ல அறிமுகமானாலும் மொதல்ல அத வாங்கறது நம்மூர் டையிங் காரங்கதான். அந்தளவுக்கு மம்மானியாக் கொட்டுது காசு.” பெருமூச்சோடு முடித்தான் முரளி.

“அத்தன வந்து கொட்டுனாலும் பாடுபடற ஆளுகளுக்கு ஓர்ருவா சேத்திக்குடுக்க மனசு வர்றதில்ல பாருங்க.. சங்கம்னு ஒண்ணு இருந்தாத்தான் இதெல்லாம் சரிபண்ண முடியும்.” தனக்குத் தெரிந்த அரசியலைப் பேசினான் அனஸ்.

“எல்லா மொதலாளியும் அப்படிதான்னு சொல்ல முடியாது. இதே திருப்பூர்ல வெள்ளக்காரன் மாதிரி கரக்ட்டா வரவுசெலவு பண்ற கம்பெனிகளும் இருக்கதான செய்யுது. அந்த மொதலாளிக கரக்ட்டா ரூல்ஸ்படி சம்பளம், போனஸ் எல்லாங் குடுத்து நல்லதுகெட்டதப் பாத்துதான தொழில் செய்யிறாங்க.” முரளி.

“அதுவுஞ்செரிதான். அத்திப்பூத்தாப்ல ஒண்ணு ரெண்டு அப்படியும் இருக்கதான் செய்யுது” தலையாட்டினான் அனஸ்.

பேசிக்கொண்டே தென்னம்பாளையம் வந்து சேர்ந்திருந்தனர். கௌரி மெஸ்சின் சைவக்குருமா வாசனை வீதிவரை வீசியதில் அனசுக்கு எச்சிலூறியது.

“சாப்பிடலாமா அனசு..?”

இந்தக்கேள்விக்காகவே காத்திருந்தவனைப்போல வேகமாகத் தலையசைத்தான்.

அத்தியாயம் – 12

அந்தக் குறுகலான சந்தில் ஒரு வாகைச்செடி நின்றிருந்தது. அதன் கிளையின் முனையில் அமர்ந்திருந்த சிட்டுக்குருவி அதன் இலையின் நிறத்திலேயே இருந்தது. தட்டுமுட்டுச் சாமான்களை ஏற்றிச்சென்ற குதிரை வண்டியில் பாத்திரங்களுக்கு நடுவே ஒரு சிறுமி சிரித்தாள். ஏழு மணிக்கே திறந்துவிடும் நாயர் டீக்கடையின் ஷட்டர் இறங்கியிருந்தது. பண்டிகைக்குப் பிந்தைய நாளைப் போல ஊரே வெறிச்சோடிக் கிடந்தது. ஒர்க்ஷாப் வளாகத்துக்குள் நுழையும்போதே ஏதோ மாற்றம் தெரிந்தது.

எல்லாப் பட்டறைகளும் செய்துகொண்டிருந்த வேலைகளை அப்படியப்படியே நிறுத்திவிட்டு ராஜண்ணன் லாரி ஒர்க்ஷாப்பில் குவிந்திருந்தனர். அங்கு பழங்காலத்து பிலிப்ஸ் ரேடியோ ஒன்று இருந்தது. ஆகாசவாணியின் முக்கியச் செய்திகள் ஒலிபரப்பாகும் நேரம். எல்லோர் கவனமும் ரேடியோவின் மீதே இருந்தது.

'இந்தியாவின் மூன்றாவது பிரதம மந்திரி இந்திரா காந்தி இன்று காலை 09:20 மணியளவில், புது தில்லி, சப்தர்ஜங் தெருவிலுள்ள அவரது இல்லத்தில் சத்வந்த் சிங், பியாந்த் சிங் என்ற அவரது இரு பாதுகாவலர்களால் சுட்டுக் கொல்லப்பட்டார்.'

காந்தி கொலைக்குப்பிறகு இந்திய வரலாற்றில் பெரிய அதிர்வை ஏற்படுத்திய இரண்டாவது அரசியல் படுகொலை. ஊரெங்கும் இதே பேச்சாக இருந்தது. ரேடியோ பெட்டிகள், தொலைக்காட்சிப்பெட்டிகள் இருந்த இடங்களிலெல்லாம் மக்கள் கூடிநின்றிருந்தனர்.

ஒரு கிழவி, முந்தானையைச் சுருட்டி வாயில் திணித்து அழுதபடி நின்றிருந்தாள். யாருடைய துக்கத்தையோ தன் துக்கமாக வரித்துக்கொள்ளும் இந்தக் குணத்தை எளிய மக்களுக்கு யார் சொல்லிக் கொடுத்திருப்பார்கள்?

திருப்பூரில் காங்கிரஸ்க்குப் பெரிய வலிமை இல்லை. கலவரம் நடக்கக்கூடுமென்று அச்சுறுத்தல் இல்லை. மக்கள் தாங்களாகவே கடைகளை அடைத்தனர். நாடு முழுதும் அறியப்பட்ட மிகப்பெரிய தலைவரான இந்திரா காந்தி கொல்லப்பட்டது, கட்சி வேறுபாடுகளைத்தாண்டி எல்லோரையும் உச்சுக்கொட்ட வைத்தது.

எதிர்பார்க்காமல் கிடைத்த திடீர் விடுமுறையை எப்படிக் கழிப்பது என்கிற யோசனையில் நடந்துகொண்டிருந்தான் அனஸ்.

வாய்க்கால் போகலாமா, இல்ல, சங்கத்துக்குப் போய் ரொம்பநாள் ஆச்சு.. அங்க போகலாமா..?

மூர்த்தியண்ணன் குதிரைவண்டி, உரசுவதுபோல வேகமாகச் சென்று, டக்கென நின்றது. அவர் பழக்கமானவர்தான். பேய் வேகத்தில் வண்டி ஓட்டுவதால் பேமூர்த்தி என்ற பட்டப்பெயரும் அவருக்கு உண்டு. அவரது தர்ம அடிக்குத் தாக்குப்பிடிக்காமல் வண்டிச் சக்கரம் அடிக்கடி பழுதாகிவிடும்.

மரச்சக்கரம் தேயாமல் இருப்பதற்காக அதைச்சுற்றி இரும்புப் பட்டையில் டயர் போல அமைத்திருப்பார்கள். அது தேய்ந்து போய்த் தகடுபோல் ஆகியிருந்தது. அவ்வப்போது அது பழுதாகிப் பட்டறைக்கு வருவார். அதைச் சரிசெய்து பற்றவைத்துக் கொடுப்பார் மௌலி ஏட்டா.

அவரது வண்டிக்கு மட்டும் வாய் இருந்திருந்தால் ங்கொம்மா ங்கோத்தா என்று திட்டிவிடும். அதிவேகமாக ஓட்டுவது மட்டுமல்ல பிரச்சனை. பொதுவாக ஆட்களைக் குதிரை வண்டியும், பாரங்களை மாட்டுவண்டியும் சுமக்கும். ஆனால் இந்த மனிதர் மாட்டு வண்டியில் ஏற்றுகிற சரக்குகளையெல்லாம் குதிரை வண்டியில் ஏற்றிக்கொண்டு போவார். அதுவும் எவ்வளவுதான் தாங்கும். அடிக்கடி காலைத் தூக்கிக்கொண்டு நின்றுவிடும்.

"ஏங்கண்ணு..!! எங்க சாமி போற..?" வண்டிக்குள்ளிருந்து எட்டிப்பார்த்தார்.

"வூட்டுக்குதாண்ணே.. இந்திராகாந்திய சுட்டுட்டாங்களாமா.. ஓனர் லீவுட்டுட்டாரு.."

"அதுவுமப்பிடியா கெரகம்..? செரி .. நா அந்தப்பக்கந்தாம் போறே.. அவடத்தாலக்கி எறக்கியுட்டர்ரம் மா"

அனசுக்கு மகிழ்ச்சியில் வாயெல்லாம் பல்முளைத்தது. ஒரே குதி.. முன்பக்கம் அவருக்கு அருகில் அமர்ந்து கொண்டான்.

"ஏண்ணே இப்பலாம் பட்டறப்பக்கமே வர்றதில்ல..?"

"எங்க கண்ணு.. முன்னெல்லாம் நெறைய சவாரி கெடச்சுது. இல்லீங்காம பொழப்பு ஓடீட்டு இருந்துச்சு. இப்ப இந்த மஞ்ச சனியனுக வந்த பொறவு சவாரியே படுத்திருச்சு போ.."

"ஆட்டோவயா சொல்றீங்க..?"

“ஆமா.. அந்தக்கெரகந்தான்.. கம்பெனி ஓடி இந்த சனங்க கைல கொஞ்சம் காசு வந்துச்சோ இல்லையோ குதர வண்டிய கண்டுக்கறதே

இல்ல வக்காலோழிக.. குண்டி நோவாம மோட்டார் வண்டிலதாம் போவேங்கிறானுக.. கானாத நாயி கருவாட்டக்கண்ட மாதற ஆட்டோவுல ஏறிட்டு பவுசா போற தளுக்கென்ன மினுக்கென்ன..?

நவீனங்கள், தம் போக்குக்கு ஈடுகொடுக்க முடியாதவர்களை வாரிச் சுருட்டி விழுங்கிக்கொள்கின்றன.

“நீங்கதான் லோடு சவாரி ஓட்டுவீங்கல்ல..? அப்புறமென்ன?”

“அட அத ஏங்கேக்குற..? சரக்கு ஆட்டோவும் வரப்போறதா பேசிக்கிறாங்க கெரகம்.. எப்பிடித்தாம் பொழச்சு நாசமாப்போறதோ போ..”

சலித்துக்கொண்டபடி அவர் பேசியதைக்கேட்கப் பாவமாக இருந்தது.

"லெஃப்ட்ல எப்பிடித் திருப்பறது? ரைட்ல எப்பிடித் திருப்பறது? பிரேக் எது? ஸ்பீடாப் போகணும்னா என்ன பண்ணனும்..?"

தொணதொணவென்று கேட்டுக்கொண்டே வந்தான். பதில் சொல்லிக்கொண்டே வந்தவர் என்ன நினைத்தாரோ..

"என்னடா கோழிப்பொச்சத் தின்னவனாட்டந் தொணதொணங்கிற.?.. இப்பென்ன ஒனக்கு வண்டியோட்டனுமா..? புடி வக்காலோழி ஆனதாகட்டும்.. உடு வண்டிய சொல்றேன்.." என்று லகானைக் கையில் கொடுத்துவிட்டு நகர்ந்து அமர்ந்தார். முதலில் கொஞ்சம் தடுமாறியவன் சிறிது நேரத்திலெல்லாம் பக்குவத்தைக் கற்றுக்கொண்டான். பயமோ தயக்கமோ இல்லாமல் ஓட்டிக்கொண்டு போவதை ஆச்சரியத்தோடு பார்த்தான் மூர்த்தி. ரோட்டில் போகிறவர்களெல்லாம் இவனை வேடிக்கை பார்ப்பதைக் கண்டு பெருமிதத்தோடு சிரித்துக்கொண்டான்.

உஷா ரைஸ் மில் எதிரே நிறுத்தச் சொன்னார். அரிசி மூட்டைகளை ஏற்ற வந்திருந்தார் போலும். அங்கே அவனை இறக்கி விட்டு உள்ளே போய்விட்டார்.

அங்கிருந்து வீட்டுக்குச் செல்கிற வழியில் சாலைகளில் மக்கள் பதட்டமான முகத்துடன் பரபரப்பாக அங்குமிங்கும் போய்க் கொண்டிருப்பதைக் கவனித்தான்.

எந்த அசம்பாவிதங்களும் நடக்கவில்லைதான். ஆனாலும் ஊரே மயான அமைதியைப் போர்த்தியிருந்தது.

ஏற்கனவே ஷேக் பரீத் வீட்டில் இருந்தார். அஜிதா சிலேட்டில் எதையோ கிறுக்கிக் கொண்டிருந்தாள். மற்ற பொடுசுகள்

மூலைக்கொன்றாய் விளையாடிக் கொண்டிருந்தன. முறத்தில் அரிசி புடைத்துக் கொண்டிருந்த ஜெமீலா எதையும் கேட்கவில்லை.

"சரள சரளேய்ய்ய்.. சரள சரளேய்...!!"

தெருவில் சரளை வண்டி வந்திருந்தது. விறகு வாங்க வழில்லாதவர்களுக்கெல்லாம் சரளைதான் மாற்று. விறகுக்காக வெட்டப்படும் வெள்ள வேலா மரத்தின் தடித்த பகுதி விறகுக்கடைக்கு உடைக்கப்போய் விடும். விறகு பிளப்பதற்கென்றே வலையர் சமூகத்தைச் சேர்ந்த தொழிலாளிகள் விறகுக்கடைகளில் இருப்பார்கள். பிளக்கப்பட்ட விறகுகள் மனுக்கணக்கில் விற்பார்கள்.

குச்சிபோன்ற மெலிதான அதன் கிளைகள் சரளை. அதை விற்பதற்கென்றே தனியாக வியாபாரிகள் இருந்தனர். மன்னரை, காங்கேயம், மங்கலம் பகுதிகளிலிருந்து வியாபாரிகள் வண்டி கட்டிக்கொண்டு வருவார்கள்.

மாட்டுவண்டியில் இரண்டாள் உயரத்துக்கு சரளைகள் அடுக்கப்பட்டிருக்கும். தடித்த தோல் செருப்பை அணிந்த ஆட்கள் மேலே அமர்ந்திருப்பார்கள். வண்டி போகும்போது சரளைகளோடு சேர்ந்து அவர்கள் அசைவதைப் பார்த்தால் ஊஞ்சலாடுவதைப்போல இருக்கும். அதை வேடிக்கை பார்ப்பதற்கென்றே பொடுசுகள் கூட்டம் கூடிவிடும். ஆனால் அன்று வழக்கத்துக்கு மாறாய் வண்டி காலியாய்க் கிடந்தது. வண்டியில் ஒன்றிரண்டு கத்தைகளே கிடந்தன.

வாசலில் நின்றிருந்த ஜெமீலா

"ஏப்பா ஊரே வெறிச்சோடிக் கெடக்குது.. நீ ஜரூரா யேவாரம் பண்ணிட்டிருக்கியே..?" என்றாள்.

அவர்களுக்கு அப்போதுதான் விசயமே தெரிந்திருந்தது. மங்கலத்திலிருந்து வியாபாரத்துக்கு வந்திருந்தவர்கள்

"திடுதிப்புனு இப்பிடியாவுமுனு நானென்ன கனவா கண்டேன் மாமி.."

முஸ்லிம்களை உறவுமுறை சொல்லி அழைக்கும் ஆத்மார்த்தமான பிணைப்பு கிராமத்து மக்களிடம் இன்னும் மிச்சமிருந்தது.

"போனா போச்சாது பாத்துப் பத்தரமா போய்ச் சேருங்க.."

"கொஞ்சம் தண்ணி குடுங்க மாமி.. கத்திக்கத்தித் தொண்டையெல்லாம் வத்திப்போச்சு.."

உருமாலையைக் கழறி உதறினான். அது துண்டாய் மாறியிருந்தது. ஒரு சொம்புத் தண்ணீரை ஒரே மூச்சில் குடித்துவிட்டுத் துண்டால் வாய் துடைத்துக் கொண்டான்.

" மகராசியா இரு தாயி..!!" என்றபடி சொம்பைக் கொடுத்தான்.

பண்டிகைக்குப் பகிர்ந்துகொள்ளப்படும் பலகாரம்போல அன்பைப் பகிர்ந்துகொள்ள சில எளிய சொற்களே போதுமானவையாக இருக்கின்றன.

“இந்த ஒரு கத்ததான் மிச்சம். எதோன்னு குடுத்துட்டு இத வாங்கிக்க மாமி..” என்றான்.

“ஆமாம்போ.. கத்தையா சரளவாங்கிச் சோறாக்கித்திங்கிற நெலமைலயா நானிருக்கேன்.. ஒண்ணும் வேணாம் போ,,”

சரளைக்காரனுக்கு ஏமாற்றமெல்லாம் இல்லை. நல்லபடியாக வியாபாரம் நடந்திருந்த திருப்தி அவனுக்கிருந்தது.

“இந்த ஒத்தக்கத்தைய ஊட்டுக்குக் கொண்டுபோயி நானென்ன கோட்டையா கட்டப்போறேன்.. இங்கயே போட்டுட்டுப் போறேன்.. உனக்குத் தண்ணியடுப்புக்காவது ஆவட்டும்..”

இறக்கிப் போட்டுவிட்டுச் சென்றான். இப்படியும் ஆட்கள் இருக்கிறார்கள் என்று ஆச்சரியத்தோடு பார்த்தாள் ஜெமீலா.

“ஏத்தா அனசு.. சரள நல்லாக் காஞ்சு கெடக்குது.. மழகிழ வந்தா நனஞ்சு போயிடும்.. இந்த சரளையக்கொஞ்சம் தரிச்சுக் குடுத்தா..”

கரமுராவென கிளைபரப்பிக்கிடக்கும் ஆறடி நீளமுள்ள சரளைக்குச்சிகளைச் சீராகத் தரித்து, அடுப்பில் வைப்பதற்குத் தோதாக முட்டியில் வைத்துச் சிறு சிறு துண்டுகளாக வெட்டித் திண்ணைக்குக்கீழே அடுக்கிக் கொண்டிருந்தான்.

“ஜெமீலாக்கா ஏரியாவுல தெற கட்றாங்களாமா.. படம் போடறாங்களாட்டருக்கு.. பாக்க வரீங்களா..?”

பக்கத்துவீட்டுப் பார்வதி அக்காவின் குரலைக்கேட்டதும் உற்சாகம் தொற்றிக்கொண்டது அவனுக்கு. சினிமா பார்த்து எத்தனை நாட்களாச்சு?

மூன்றாண்டுகளுக்கு முன்பு புஷ்பா தியேட்டரில் விஜயகாந்த் நடித்த சிவப்பு மல்லி படம் வந்திருந்தது. கம்யூனிசப்படம் என்பதால் ஷேக்பரீத் அவனை அழைத்துப் போயிருந்தார். பிறகு ஒருநாள் தனலட்சுமி தியேட்டரில் இந்தியக் கம்யூனிஸ்ட் கட்சி

சார்பில் ரெவல்யூசன், அதிகாலையின் அமைதி படமெல்லாம் ஓட்டினார்கள். வீட்டுக்குச் சொல்லாமல் போய்ப்பார்த்த ஞாபகம் வந்தது. பிறகு உண்மை தெரிந்து அத்தா கண்டித்ததெல்லாம் வேறு கதை. அதன் கிளைமாக்சில் சமாதியின் மீது வைக்கப்படும் துப்பாக்கியில் சுத்தியல் அரிவாள் சின்னம் பதித்த பேட்ச்சை தொங்கவிடுகிற காட்சியில் ஒட்டுமொத்த தியேட்டரும் உணர்ச்சி வசப்பட்டு இன்குலாப் ஜிந்தாபாத் கோஷம் போட்டதெல்லாம் நினைவுக்கு வந்தன.

அதைத்தாண்டிச் சினிமாவுக்குப் போனதில்லை அவன். அவ்வப்போது நாடகம் பார்க்கப்போவதுண்டு. சில ஆண்டுகளுக்கு முன்பு கோமல் சாமிநாதனின் தண்ணீர் தண்ணீர், ஓர் இனிய கனவு, அசோகவனம் போன்ற நாடகங்கள் டவுன்ஹாலில் நடந்தன. KA குணசேகரின் நாட்டுப்புறப்பாடல்கள் என்றால் அவ்வளவு பிடிக்கும். அதில் சின்னப்பொண்ணு பாடுவதைக் கேட்டுக் கொண்டே இருக்கலாம். செங்கதிர் கலைக்குழுவில் சினிமா பாடல்களின் மெட்டுக்குப் பொன்னுசாமி தோழர் எழுதிய பாடல்களை விஸ்வநாதன் தோழர் பாடும்போதெல்லாம் அரங்கம் அதிரும். ஜீவாவின் காலுக்குச் செருப்பில்லை, பாடலை அவர் பாடக் கேட்டால் கலங்காத கண்களும் இருக்குமா?

சமீபத்தில்கூட வட்டங்கள் நாடகக்குழுவின் பஞ்சப்படி, ஏப்ரல் 20 போன்ற நாடகங்கள் தெருவுக்குத்தெரு நடத்திக் கொண்டிருந்தார்கள். செங்கம் இளங்கோவின் குரலுக்கென்று தனி ரசிகர்கள் இருந்தார்கள்.

இப்படிச் சினிமாவுக்கு வெளியே நாடகம், நாட்டுப் புறப்பாடல் என சுற்றிக்கொண்டு இருந்தவன் தெருவில் படம் போடுகிறார்கள் என்ற செய்தி கேட்டதும் உற்சாகமாகி விட்டான்.

ஆனால் அவனுக்கு ஒரு குழப்பமும் இருந்தது. ஊரே மயான அமைதியாக இருக்கிற இன்றைக்குப்போய்ப் படம் போட வந்திருக்கிறார்களே யாராக இருக்கும்?

அவர்கள் காங்கிரஸ் காரர்கள். இளங்கோ லே அவுட் மெயின் வீதியில் திரை வைக்கப்பட்டு இருந்தது. மின்சாரக் கம்பங்களில் கூம்புவடிவ ஒலிபெருக்கிகள் கட்டப்பட்டன. சன்னம் சன்னமாக மக்கள் கூட்டம் கூடிக்கொண்டிருந்தது. ஒரு வசதியான இடம் பிடித்து அமர்ந்தான். இந்திராகாந்தியின் இறுதி ஊர்வலம் ஒளிபரப்பாகத் துவங்கியது.

அத்தியாயம் – 13

ஆறு மணிக்கெல்லாம் கிளம்பியிருந்தான் அனஸ்.

கருமேகம் திரண்டு மோடம் போட்டிருந்தது. சிறு காற்றே போதும், உடைந்த கண்ணாடிச் சில்லுகளைப் போலப் பொலுபொலுவென்று கொட்டிவிடும் மழை. நாசியிலேறிய மண்வாசம் மூளைக்குள் மணந்தது.

டிங்கர் பட்டறையிலிருந்து நின்றுவிட்டதற்கு இரண்டு காரணமிருந்தது. சென்றவாரம் வீட்டுமனைப்பட்டா கேட்டு மிகப்பெரிய போராட்டத்தைச் சோசலிஸ்ட் வாலிபர் முன்னணி முன்னெடுத்தது. கரட்டாங்காடு, செரங்காடு, தில்லைநகர், பி. கே.ஆர் காலனி, புஷ்பா நகர் காங்கேயம் ரோடு, மக்களெல்லாரும் உன்னி கிருஷ்ணன் தலைமையில் ஊர்வலமாகப் போயிருந்தனர். பல்லடம் ரோட்டிலிருந்து ஒரு குழு வந்தது. மேற்கே புஷ்பா தியேட்டர், பத்மாவதி நகர், காந்திநகர், போன்ற பகுதி மக்கள் ஒரு குழுவாக, மங்கலம், அவிநாசி, குழு தனியாக.. இப்படி நகர் முழுவதிலுமிருந்து இளைஞர் அமைப்பின் தலைமையில் மக்கள் ஊர்வலமாக வந்து முனிசிபாலிடி அலுவலகம் முன்பு திரண்டனர்.

'கூட்டத்துக்குள்ள சில்றக்காசத் தூக்கியெறிஞ்சாக் கீழ உழுகாது பாத்துக்கோ.. அவ்ளோ சனம்.. கடலாட்ட நிக்குது,,' என்று மக்கள் பிரமிப்போடு பேசிக்கொண்டார்கள். முப்பதாயிரத்துக்கும் அதிகமான மக்கள் திரண்டதால் போக்குவரத்து ஸ்தம்பித்தது. அந்தப் போராட்டத்திற்கு அனசும் போயிருந்தான். அன்றைய தினம் வேலைக்குச் செல்லவில்லை. அதற்காக மௌலி ஏட்டா கடுமையாகப் பேசியதிலிருந்தே இரண்டு மனதாகத்தான் போய்க்கொண்டிருந்தான்.

இன்னொன்று குடும்பக் கஷ்டத்துக்காகத்தான் வேலைக்கே சேர்ந்திருந்தான். ஒர்க்ஷாப்பில் கிடைக்கும், வாரம் ஐந்து ரூபாய் அற்பக்கூலி அவனுக்கு எந்த மூலைக்குப் போதும்?.

கம்பெனிகள் நன்றாக ஓடுகின்றன. கைமடிக்கப் போனாலே வாரம் பத்துப்பதினைந்து ரூபாய் சம்பாதித்து விடலாம். கொஞ்சம் சிரமப்பட்டு வேலை கற்றுக்கொண்டு டெய்லராகிவிட்டால் வாரம்

நாற்பது ரூபாய்கூட கிடைக்கும் என்று ஈஸ்வரன் தான் ஆலோசனை சொன்னார். ஏற்கனவே குழப்பத்திலிருந்தவனுக்கு இந்த யோசனை சரியெனப்பட்டது.

பல்லடம் ரோடு நொச்சிப்பாளையம் பிரிவில், அவர் வேலைசெய்யும் கம்பெனியில் அவனுக்கு வேலைக்கும் ஏற்பாடு செய்திருந்தார். அவரைச் சந்திக்கத்தான் வேகவேகமாகப் போய்க்கொண்டிருந்தான். முதல் நாள் என்பதால் அத்தாவிடம் சொல்லி சைக்கிளை எடுத்து வந்திருந்தான்.

கள்ளுக்கடை முக்கில் எம்.ஜி.ஆர் மன்றத்துக்கும் பொரிக்கடைக்கும் நடுவே ஒரு மண்சாலை கிழக்கே இறங்கி ஓடியது. அந்தச்சாலை மணவாளன் இளைஞர் மன்றத்தில் மோதி இரண்டாகப் பிரிந்தது. மன்ற வாசலில் ஒரு சின்னத் திடலிருந்தது. இளைஞர்களுக்குப் பொரிக்காரச் சுப்பிரமணி சிலம்பம் கற்றுக்கொடுத்துக் கொண்டிருந்தார். அரசமரப் பிள்ளையார் கிழக்கே பார்த்து அமர்ந்திருந்தார். கோவில் எதிரே உப்புத்தண்ணீர் பம்பில் சில பெண்கள் தண்ணீர் அடித்துக் கொண்டிருந்தார்கள்.

எந்தப்பக்கம் போவதென்று தெரியாமல் ஒரு பெண்ணிடம் கேட்டான்.

"இங்க சிங்கர் டெய்லர் ஈஸ்வரன் வீடு எங்கீங்க்கா இருக்குது..?"

"இப்பிடியே தெக்க போனீனா.. மாவறைக்கிற கடதாண்டி ரோடு கெழக்க திரும்பும். அதுல கொஞ்சோம் மின்னுக்குப் போனீனா எழனிக்கார ஊட்டுக்குப் பக்கத்தூடுதான் ஈஸ்வரனூடு.. போய்ப் பாரு போ..!" காற்றில் கையை நீட்டி ஓவியம் வரைந்தாள். அந்த ஓவியத்தில் ஈஸ்வரன் வீட்டுக்கான பாதை நீண்டது.

நிறைந்த தண்ணீர்க் குடத்தை ஓர் அசக்கு அசக்கித் தூக்கினாள். அந்தக் குடம், ஒரு கைக்குழந்தையைப்போல அவள் இடுப்பில் போய் அமர்ந்துகொண்டது.

ஒரு வீட்டு வாசலில் மாட்டுவண்டி நின்றிருந்தது. அதில் இளநீர் மட்டைகள் நிறைந்திருந்தன. இதுதான் அந்தம்மா சொன்ன அடையாளம். சைக்கிளை ஓரத்தில் நிறுத்திவிட்டு இறங்கி நடந்தான். தெருவோரம் கூட்டமாக இருந்தது.

ஈயம் பூசும் தொழிலாளிகள் இருவர், வீதியோரத்தில் பட்டறை அமைத்திருந்தனர். அதைச்சுற்றிப் பித்தளைப் பாத்திரங்களைப் பிடித்துக்கொண்டு பெண்கள் நின்றிருந்தனர். ஒரு சிறுவன், சக்கரம்

போலிருந்த பட்டறை ஊதுலைக் கருவியைச் சுற்றிக் கொண்டிருந்தான். அவன் கண்கள் வேறெங்கோ வெறித்துக்கொண்டிருந்தன. சக்கரத்தோடு அவன் நினைவுகளும் சுழல்கின்றனவோ?

ஈஸ்வரனும் தயாராகி அனசுக்காகக் காத்திருந்தார். ஈஸ்வரனுக்கு சைக்கிள் விடத்தெரியாது. அனஸ், சீட்டில் அமர்ந்து ஓட்டுமளவுக்குத் தேறியிருந்தான். இன்னும் கால்கள் எட்டவில்லை. சாய்ந்து சாய்ந்து ஓட்டிச் சமாளித்தான்.

காட்டன் மில் சாலையின் இருபக்கமும் தூக்குப் போசியை எடுத்துக்கொண்டு வெறுங்கால்களுடன் பெண்கள் வரிசையாகச் செல்வதைப் பார்த்தால் ஊர்வலம் போலிருந்தது. சில ஆண்கள் சைக்கிள் பாரின் நடுவே டிபன் கேரியரைத் தொங்க விட்டபடி போய்க் கொண்டிருந்தனர்.

“இ..இ..இவங்கெல்லாம் ஜின்னிங் பேக்டரிக்கு வேலைக்குப் போறவங்க.” என்றார் ஈஸ்வரன்.

வித்யாலயம் ஜின்னிங் பேக்டரி முன்பு கூட்டமாக இருந்தது. விடிநைட் ஷிப்ட் முடிந்து வெளியே வந்த தொழிலாளிகள் ஒருபுறமும், ஏழு மணி ஷிப்டுக்கு உள்ளே போகவேண்டிய தொழிலாளிகள் ஒருபுறமும் குழுமியிருந்தனர். மத்தியில் இரண்டு கோன்கேஸ் பெட்டிகள் மேடையாகியிருந்தன. அதில் நின்று ஒல்லியான ஒருவர் பேசிக் கொண்டிருந்தார்.

"என்ன தோழர் அங்க கூட்டம்? அங்க பேசிட்டிருக்கிறவர் யாரு?" அனஸ்.

"கேட் கூட்டம் ந்..ந்..நடக்குது. வழக்கமா மில்லுகள் ல நடக்கறது தான். ஷிப்ட் முடிஞ்சு வ்..வ்..வ்..வர்ற தொழிலாளிக கிட்ட, தொழிற்சங்கத்தின் கோரிக்கைகளப்பத்தி, தொழிலாளர்களின் வ்..வ்..உரிமை பத்தியெல்லாம் தலைவர்கள் பேசித் தொழிலாளிகள அமைப்பாக்குவாங்க.. பார்வதி கிருஷ்னன், தங்கமணி, ரமணி தோழர்லாம் அப்பப்ப வந்து பேசுவாங்க. இப்ப அங்க பேசிட்டிருக்கிறவர் பேரும் ஈஸ்வரன் தான். ஆர்.ஈஸ்வரன். ஆர்.ஈ னு கூப்பிடுவாங்க."

எட்டுமணிக்கெல்லாம் கம்பெனிக்குள் நுழைந்து விட்டார்கள். அனசின் வேலை குறித்துக் கணக்குப் பிள்ளையைப் பார்த்துப் பேசிவிட்டு யூனிட்டுக்குள் நுழைந்தான்.

முதலில் தென்பட்டது கட்டிங் செக்சன். உருளை வடிவில் ரோல்களாக இருக்கிற துணியை மடித்துப் பனியன்களின் அளவுக்கும், வடிவுக்கும் தகுந்தபடி வெட்டும் பகுதி. அடுத்தது பவர் டேபிள். ஒரு நீளமான மேசையின் மீது வரிசையாக மெசின்கள் பொருத்தப்பட்டிருந்தன. மேசைக்குக் கீழே சுழன்றுகொண்டிருக்கும் கௌண்டர் ஷாப்டில் எல்லா மெசின்களும் தனித்தனிப் பெல்ட்களால் இணைக்கப்பட்டிருக்கும். அங்குதான் வெட்டப்பட்ட துணிகளைத் தைத்து உருவமாக்கும் இடம். கழுத்து தோள், கை முண்டா, சைடு பாடி.. எல்லாம் தைத்து, அடுத்து பேட்லாக்குக்கு போகும். கை டவரு, பாடி டவரு அடித்து அங்கிருந்து சிங்கருக்குப்போகும்.

பெடலைக் கால்களால் அழுத்தித் தைக்கப்படும் தனித்தனி இயந்திரங்கள் அவை. பெரிய நிறுவனங்களில் பவர் சிங்கர் என்கிற மின் மோட்டார் இணைக்கப்பட்ட தனித்தனி இயந்திரங்கள் புழக்கத்துக்கு வந்திருந்தன. ஆனால் சிறிய நிறுவனங்கள் பழைய கால இயந்திரத்தை வைத்தே ஒப்பேற்றிக் கொண்டிருந்தன.

அங்கு பனியன்களுக்குப் பட்டி அடிப்பது, லேபிள் வைப்பது போன்ற இறுதிக்கட்டத் தையல் பணிகள் முடிக்கப்பட்டு, பிசிர் வெட்டி அடுக்கிக்கட்டி செக்கிங் டேபிளுக்குப் போகும். ஆடைகளில் சிறிய ஓட்டை, அழுக்கு, கறை ஏதும் இருக்கிறதா எனப்பரிசோதிக்கப்படும். சிறிய குறைபாடுள்ள ஆடைகள் ஒதுக்கப்பட்டு, அவை உள்ளூர்ச் சந்தைக்கு விற்பனைக்குப் போகும்.

செக்கிங் ம்முடித்து அயர்னிங் டேபிளுக்கு அனுப்பி இஸ்திரி போட்டுப் பேக்கிங் டேபிளுக்கு அனுப்பப்பட்டு தனித்தனிப் பாலிதீன் கவர்களில் அடைக்கப்பட்டு அட்டைப்பெட்டியில் போட்டு குடோனுக்குப்போகும். அங்கே மீண்டும் பாலிதீன் கவர் சுற்றப்பட்டு கனமான அட்டைப்பெட்டியில் அடைத்து மாட்டு வண்டிகளில் ஏற்றி லாரி புக்கிங் ஆபீசுக்குப் போகும். அங்கிருந்து கப்பலில் அந்தந்த நாடுகளுக்கு அனுப்பப்படும்.

பவர் டேபிள் யூனிட்டில் டெய்லருக்கு உதவியாகக் கைமடி வேலைதான் அனசுக்கு. ஒர்க்ஷாப்பில் அழுக்கு, நெருப்பு, வெப்பம் சப்தம் என்று கிடந்தவனுக்கு மின்விசிறியின் கீழே வியர்க்காமல் வேலைசெய்வது பிடித்திருந்தது.

ஆண்களும் பெண்களும் சேர்ந்து வேலைசெய்யும் அந்த சூழல் அவனுக்குப் புதிதாக இருந்தது. பெரும்பாலும் ஆண்கள்தான்

டெய்லராக இருந்தனர். தனக்கு உதவியாகக் கைமடிக்கும் பெண்ணுடன் ஒரு டெய்லர் சில்மிசம் செய்வதும் அவள் அதை ரசித்துச் சிரிப்பதும் அதை நோட்டமிட்ட பேக்கிங் பெண்கள் புறனி பேசிச் சிரிப்பதையும், பார்ப்பதைத் தவிர்க்க முயன்று அடிக்கடி தோற்றுப்போனான்.

வெட்டிய துணிகளை எடுத்துப்போக வந்த ஓர் இளம் பெண்ணிடம்

"என்ன கல்யாணி கண்ணெல்லாஞ் செவந்து கெடக்குது.. நைட்ஓவர்டைம் வேலையா..?" ஒரு கட்டிங் மாஸ்டர் இரட்டை அர்த்தத்தில் கேட்டதும் அருகிலிருந்தவர்கள் சிரித்துக் கொண்டனர்.

"ஆமாங்ண்ணா.. நீங்கெல்லாம் நைட் டூட்டி பாக்காம நேரத்துல தூங்கிருவீங்களாட்டருக்கு.. பாத்துண்ணோவ்.. பக்கத்தூட்டுக்காரன் டூட்டி பாத்தறப்போறான்.." என்று அவனது மொழியிலேயே பதிலடி கொடுத்ததும் அவனுக்கு முகம் செத்துப் போனது. அதற்கும் அருகிலிருந்தவர்கள் சிரித்துக் கொண்டனர்.

10.30 மணி டீ டைமுக்கு எதிரே இருந்த கடையில் டீயும் வடையும் அவனது அக்கவுண்டில் வாங்கித்தந்தான் ஈஸ்வரன்.

மதிய உணவு நேரத்துக்குக் கொஞ்சம் முன்னதாக ஏதோ சலசலப்பு ஏற்பட்டது. ஏதோ அவசர வேலையென்று மதியத்தோடு விடுப்பு கேட்டிருந்தான் ஒரு டெய்லர். மறுத்திருக்கிறார் முதலாளி. வாக்குவாதமாகிவிட்டது.

" எஞ்சவுரியத்துக்கு வேலபாக்கற ஆள்தான் எனக்கு வேணும். உஞ்சவுரியத்துக்குதான் பாப்பீன்னா வேற எடம் பாத்துக்கோ.."

" அவசரம்னுதானுங்கணா அரநேரம் லீவு கேக்கறேன்.."

"எதுத்தெதுத்து பழம பேசீட்டு நிக்காத.. உம்பட பஞ்சாயத்தக் கேக்கறக்கெல்லா எனக்கு நேரமில்ல.. கண்ணுமின்னால நிக்காத அக்கட்டால போ.."

முகத்தில் அடித்ததுபோலப் பேசி அவனை விரட்டினார். வாடிய முகத்தோடு வெளியே வந்தவன் விசயத்தை மற்றவர்களிடம் சொன்னான். அவனோடு சேர்ந்து ஒட்டுமொத்த கம்பெனித் தொழிலாளர்களும் வெளியேறினார்கள். கணக்குப்பிள்ளை பதறியடித்து ஓடிவந்தார்.

" என்னாச்சு.. நீங்கெல்லாம் ஏன் வெளியே போறீங்க..?"

"பின்ன.. ஆத்தர அ..அவசரத்துக்குக்கூட போகாம உங்ககிட்ட வேலை பாக்க நாங்கென்ன வ்..வ்..வ்..உங்களுக்கு அடிமையா..? அர நேரம் லீவு கேட்டா வேலைக்கு வேணாம்பீங்களா..? நாங்களும் வேலைக்கு வல்ல.. நீங்களே இ..எல்லா மெசின்லயும் உக்காந்து தெய்யிங்க.. " ஈஸ்வரன் அனலாகப் பேசினார்.

பெரும்பாலான கம்பெனிகளில் தொழிலாளிகள் சங்கத்தில் உறுப்பினராக இருந்தார்கள். தொழிலாளர் உரிமைகள், பாட்டாளிவர்க்க ஒற்றுமையின் பலம் என்பதையெல்லாம் சங்கம் போதித்திருந்தது.

"என்னவாமா இவனுகளுக்கு..? ஒருத்தனும் இங்க நிக்கக்கூடாது.. அப்பைடியே ஓடிரு.. ஒங்கள உட்டா ஆளா இல்ல..? காசத் தூக்கியெறிஞ்சா ஆயிரம்பேரு வர்றான்.." ஐம்பது கிலோ சிப்பத்துக்குச் சட்டை போட்டதுபோல பெரிய தொப்பையைத் தள்ளிக்கொண்டு வந்து பேசினார் முதலாளி.

"செஞ்சுதான் ப்..ப்..ப்..பாருங்களே..!! எங்கள மீறி எவம்மந்து வேல ஸ்..ஸ்..செய்யிறான்னு பாக்குறோம்..டேய் அனசு.. சங்கத்துல போய்ச் சொல்லிட்டு வா..!!"

சங்கத்தின் பெயரைக்கேட்டதும் பதறினார் முதலாளி. தொழிற்தாவாவில் சங்கம் தலையிட்டால் உடன்பாடு ஏற்படும் வரை கம்பெனியை இயங்க விடமாட்டார்கள். வாசலில் செங்கொடி நட்டிவிடுவார்கள். அதை மீறி ஒரு பயலும் உள்ளே வரமாட்டான்.

சற்று முன்பு ஆவேசமாகப்பேசிய முதலாளி இறங்கி வந்தார்.

" ஏப்பா.. பொண்டாட்டி நகநெட்டல்லா அடமானம் வெச்சு இந்த ஆர்டர் செஞ்சிட்டிருக்கேன். அடுத்தவாரம் பொட்டி போகலனா நான் நடுத்தெருவுலதான் நிக்கோனும்.. ஆளாளுக்குப் பண்ணாட்டுப்பண்ணி எம்பொழப்பக் கெடுத்தறாதீங்க சித்த.. ஏப்பா உனக்கு என்னப்பா அரநாள் லீவுதான..? எடுத்துக்கோ போ..!! "

சரியான நேரத்தில் உற்பத்திப்பொருட்களைக் கப்பலில் அனுப்பினால்தான் முதலாளிகளுக்கு லாபம். தாமதமானால் விமானத்தில் அனுப்பும்படி ஆகிவிடும். பையர்களைப் பொருத்தவரை சொன்ன தேதிக்குச் சரக்கு அந்த நாட்டில் இறங்கியிருக்க வேண்டும். எந்த காரணத்தையும் அவன் காதில்

போட்டுக்கொள்ள மாட்டான். இரக்கமே இல்லாமல் ஆர்டரை ரத்துசெய்துவிடுவான். எண்ணெய் ஊற்றியதுபோல பனியன் வர்த்தகம் வழுக்கிக்கொண்டு போவதற்குக் கடன் வர்த்தகம்தான் முக்கியமான காரணி. பேப்ரிகேசன், நிட்டிங், டையிங், பிரிண்டிங், காம்பாக்டிங், ஸ்டீம் கேலண்டரிங் போன்ற நிறுவனங்களுக்கு உடனே பணம் கொடுக்க வேண்டியதில்லை. இரண்டு மாதம் மூன்று மாதம் ஆறு மாதம் என்று கடன் சொல்லித்தான் தொழில் ஓடியது. பணம் வந்ததும் சரியான தேதியில் பில்களைக் கொடுத்துவிட்டால் அடுத்த முறை கடன் வாங்கலாம். இழுத்தடித்தால் அதோடு கதை முடிந்தது. ஒவ்வொரு நிறுவனத்துக்கும் சங்கமிருந்தது. கம்பெனிக்கே வந்து கழுத்தைப் பிடித்து விடுவார்கள். விமானத்தில் ஏற்றியாவது நேரத்துக்குச் சரக்குகளை அனுப்பித்தான் ஆகவேண்டும். விமானக்கட்டணம் மொத்த இலாபத்தையும் விழுங்கி ஏப்பம் விட்டுவிடும். அந்தப் பயம்தான் முதலாளியின் பதட்டத்துக்குக் காரணம்.

ஒற்றுமையின் பலத்தைப் பெருமிதத்தோடு பார்த்தபடி மற்றவர்களோடு உள்ளே சென்றான் அனஸ்.

அத்தியாயம் – 14

அம்மணமான ஆண் பிணமொன்று கனவில் வந்தது. கடற்கரை மனலில் பாதி புதைந்திருந்தது உடல். நீரில் ஊறி உப்பிய முதுகில் சடை வேர் வேராய் வெடிப்புகள். பௌர்ணமி நிலவொளி, கடலை பிரமாண்டமாகக் காட்டி அச்சமூட்டியது. போர் வீரர்கள் ஓடிவருவதுபோல உருண்டுவந்த கடலலை, ஒருமுறை உடலை அசைத்துச் சென்றது. எங்கிருந்தோ வந்த மஞ்சள்நிற நண்டுகள் பிணத்தை இழுத்துப்போய் வளைக்குள் பதுங்கின. வளை இருந்த இடத்தை மண்மூடச்செய்தது அலை. இப்போது உடலுமில்லை வளையுமில்லை.

“அனசு.. மணி ஏழாச்சு..எந்திரித்தா..”

ஜெமீலாவின் குரல் கிணற்றுக்குள் ஒலித்தது. உடலை முறுக்கிச் சோம்பல் முறித்துத் தூக்கத்தை நீட்டினான். அவன் தூக்கத்தில் உளறுவது புறாக்கள் புனுகுவதுபோலிருந்தது.

“அனசு.. நேரமாகலையா..?”

இப்போது அம்மாவின் குரல் பக்கத்தில் கேட்டது. திடுமென எழுந்தமர்ந்து ஜெமீலாவை மலங்க மலங்கப் பார்த்தான். எதிரில் தேநீர் டம்ளரை நீட்டிக்கொண்டிருந்தாள். பாம்புச் சட்டையைப்போல சுருக்கங்களோடிருந்த அவள் முகத்தில், கண்களின் பொலிவுமட்டும் குறையவே இல்லை.

சராசரி மனித மூளை ஒரு வேலையைக் கற்றுக்கொள்ள எடுத்துக்கொள்ளும் காலத்தில் பாதி மட்டுமே அவனுக்குப் போதுமானதாக இருந்தது. அது இயற்கை அவனுக்களித்த வரம் என்பதா? அர்ப்பணிப்போடு கூடிய அவனது ஆர்வம் என்பதா? எது எப்படியோ கை மடியாக உள்ளே சென்றவன், படிப்படியாகக் கற்றுக்கொண்டு ஒரே மாதத்தில் டெய்லராக அமர்ந்திருந்தான். நாடோடி போல வெவ்வேறு வீடுகளுக்கு மாறிக்கொண்டிருந்த குடும்பத்துக்கு ஒண்டிக்கொள்ள ஓர் இடம் கிடைத்திருந்தது. பலகட்டப் போராட்டங்களுக்குப் பிறகு அதைத் தக்கவைத்துக் கொண்டிருந்தது குடும்பம்.

எலும்புக்கூடு போலக் காட்சியளித்த வீடு, சமீபத்தில்தான் கூரையைப் போட்டுக்கொண்டது. அனசின் வருமானத்தில், வீட்டின் சுவர்களாக இருந்த ஜெமீலாவின் பழைய சீலைத்தடுப்புகள் ஓலைத்தடுக்குகளாக மாறியிருந்தன. மொட்டை வெயிலில் முள் செடிகளுக்குக் கீழே ஒண்டிக்கொண்டு சமைக்கும் ஜெமீலாவின் அவஸ்தையைப் பார்த்து எவ்வளவோ முறை கண் கலங்கியிருந்தாலும் யாரிடமும் காட்டிக்கொண்டதில்லை. இப்போது வீடு, வீடுபோல மாறியிருப்பதில் மனம் நிறைந்திருந்தது. ஒரு கதவு வைக்க வேண்டும். அது மட்டும்தான் அவனது இப்போதைய குறிக்கோள்.

அவனை நோக்கி வெக்குவெக்கென்று வந்து, கிளையிலிருந்து வந்திருந்த சர்க்குலரைக் காட்டினார் ஈஸ்வரன்.

'தோழர்களுக்கு புரட்சிகர வணக்கங்கள்.

சம்பள உயர்வு, பணிச்சூழல் பாதுகாப்பு போன்ற கோரிக்கைகளை வலியுறுத்தி கோவை பஞ்சாலைத் தொழிற்சங்கம் கடந்த ஒரு வாரமாகப் போராடிக் கொண்டிருப்பதை நாம் அறிவோம்.

தோழர்களுக்கு நம் ஒருமைப்பாட்டைத் தெரிவிக்கும் விதமாகக் கோவை, சைமா அலுவலகம் முன்பு நடைபெறும் ஊர்வலத்தில் நம் நகரக்கிளை பங்குபெறுவது என்று முடிவு செய்யப் பட்டுள்ளது. கலந்துகொள்ள விரும்பும் தோழர்கள் தங்கள் பெயர்களை முன்பதிவு செய்துகொள்ளவும்.

ஏ.ஐ.டி.யூ.சி – திருப்பூர் நகராட்சி.'

அவனுக்கும் ஆர்வம்தான். சில மாதங்களுக்கு முன்பு திருப்பூரிலிருந்து கோவைக்கு இளைஞர் பெருமன்றத்தின் சைக்கிள் பேரணி போனது. அப்போது போகமுடியவில்லை. இந்த வாய்ப்பை விடக்கூடாது என்றிருந்தான்.

காட்டன் மில்லிலிருந்து லாரி புறப்படவிருந்தது. ஐம்பது நபர்கள் மட்டுமே கலந்துகொள்ள முடியும். தலைக்கு 4 ரூபாய் கட்டணம். லாரிக்கு மட்டும் பணம் கட்டினால் போதும் உணவு உள்ளிட்ட மற்ற செலவுகளைத் தான் ஏற்றுக்கொள்வதாகச் சொல்லியிருந்தார் ஈஸ்வரன்.

போராட்டமென்பது மக்கள் திருவிழா என்று மார்க்ஸ் சொல்வதுபோலக் கொண்டாட்ட மனநிலையுடன் தோழர்கள் கிளம்பினார்கள்.

முதல்நாள் போராட்டக்குழுவைச் சந்தித்துப் பேசி தங்கள் ஆதரவைத் தெரிவித்ததோடு மேடை முன்பு அடையாள ஆர்ப்பாட்டம் நடத்தினார்கள். அடுத்த நாள் ஊர்வலம் இருந்தது. சிங்காநல்லூரில் ஒரு மண்டபத்தில் அடைந்தார்கள்.

மண்டபத்துக்கு வெளியே இருந்த வண்டிக்கடையில் இரவு உணவை முடித்துவிட்டுச் சிலர் படுத்துவிட்டிருந்தனர். சிலர் ஆங்காங்கே அமர்ந்து பேசிக்கொண்டிருந்தனர்.

அனசின் நச்சரிப்பால் ஆர்.ஈ தோழரை அறிமுகப்படுத்தி வைத்தான் ஈஸ்வரன். நல்ல உயரம், சிரித்த முகம், தெளிவான பேச்சு.. சுறுசுறுப்பான நடவடிக்கை.. ஆர்.ஈ தோழரைப் பார்த்ததுமே ஈர்க்கப்பட்டு நெருங்கியும் விட்டான்.

ஆர்.ஈ தோழரைச் சுற்றி எப்போதும் சிறு கூட்டம் இருக்கும். அப்போதும் நான்கைந்து பேர் இருந்தார்கள். அதில் அனசும் ஈஸ்வரனும் சேர்ந்துகொண்டார்கள்.

"அந்தக் கேஸ் என்னாச்சு தோழர்?" ஈஸ்வரன் கேட்டார்.

"ஆஃபீஸ் அடிதடி கேசா..? அது இன்னும் போய்ட்டுதான் இருக்கு.. அவுட் ஆஃப் தி கோர்ட் பைசல் ஆகிற மாதிரி தெரியல.. பாப்போம்.."

அனசுக்கு இதுபோன்ற சாகசக்கதைகள் என்றால் சோறு தண்ணியே வேண்டாம். விடிய விடியக் கேட்டுக் கொண்டிருப்பான்.

"விளக்கமாச் சொல்லுங்க தோழர் கேப்போம்.." என்றான். வழக்கமான ட்ரேட் மார்க் புன்னகையை உதிர்த்துவிட்டுப் பேசினார் ஆர்.ஈ..

" எலக்சன்ல சுப்பராயன் தோழர் ஜெயிச்சதுலிருந்து அவங்களுக்கு மாளாத ஆத்திரம்.."

"யாருக்குத் தோழர்..?" அனஸ்.

"அண்ணா தி.மு.க காரங்களுக்கு.." ஈஸ்வரன்.

" அதோட தண்ணிப்பிரச்சனை தலவிரிச்சாடுச்சு.. எம்.ஜி.ஆர் அடிக்கல் நாட்டிட்டுப் போய் அஞ்சு வருசம் ஆச்சு.. திட்டம் வந்தபாட்டக்காணோம். கே.எஸ் தலைமைல டெய்லி ஆர்ப்பாட்டம் போராட்டம் மறியல்னு இயக்கம் நடந்துட்டே இருக்கும்.

'என்னாச்சு என்னாச்சு தண்ணிப்பைப்பு என்னாச்சு'ன்னு கோசம் போட்டுட்டு முனிசிபாலிடிக்கு ஊர்வலம் போனோம். ஆயிரக்கணக்கான ஜனங்க தெரண்டதுல விசயம் மேலிடம் வரைக்கும்

போயி செம்ம பிரச்சனை.. அதுபோக சட்டமன்றத்துலயும் இதப்பத்திக் கே.எஸ் தோழர் பேசி எம்.ஜி.ஆர் கவர்மெண்ட்டக் கிழிச்சுத் தொங்க விட்டுட்டார். இதெல்லாம் அவங்களுக்கு ஏகக் கடுப்பு..

ஒரு நாள் ஊத்துக்குளி ரோடு மில் சங்க வாசல்ல நானும் கே.எஸ் சும் நின்னுட்டிருந்தப்ப மணிமாறன் தலைமைல பெரிய ஊர்வலம்.. ' சுப்பராயனை வெட்டுவோம்.. சுப்பராயனைக் குத்துவோம்'னு கோசம் போட்டுட்டே போனாங்க.. "

" அட வக்காலோழிக.." என்று உச்சுக்கொட்டினார் ஒருவர்.

"ஒரு எம்.எல்.ஏ வையே மெரட்டறானுகனா எவ்ளோ எகத்தாளமிருக்கனும்..? கேசு கீசு குடுத்து உள்ள தள்ள வேண்டியதுதான தோழர்?"

"கேசு எங்க எடுக்கறானுக.. போலீஸ் ஸ்டேசன்லாம் அ.தி.மு.க மன்றம் மாதிரி ஆகிப்போச்சு..." ஆர்.ஈ.

"அதுவுஞ்செரிதான்.." மேலும் கீழும் தலையாட்டினார் ஈஸ்வரன்.

"அவங்க ஆதிக்கம் பறிபோன வெறியில நம்மாளுகள எங்க கண்டாலும் பிரச்சன பண்ணிட்டிருந்தாங்க. ராயபுரத்துல அப்படித்தான் ஒருக்கா நம்ம தோழர்களப் புடுச்சு அடுச்சுப் போட்டாங்க. அப்புறம் நம்ம தோழர்கள் நூறு பேர் போய் மன்றத்தையே அடிச்சி நொறுக்கிட்டாங்க."

" அட்றா சக்க.." ஈஸ்வரன்.

"அப்படிப்போடு.." என்று நிமிர்ந்து அமர்ந்த அனசின் கண்கள் ஆர்வத்தில் விரிந்தன.

"அப்புறம் கொஞ்ச நாள் பதட்டமாவே இருந்துச்சு. நம்ம தோழர்கள் எல்லாரும் இடுப்புல ஆயுதங்கள வெச்சுட்டுதான் சுத்திட்டு இருந்தாங்க.

நேரம் பாத்துட்டே இருந்தவனுக ஒருநாள் மன்றத்துக்கு வரப்போறதா தகவல் வந்துச்சு. நம்மாளுக நூறு பேர் மில்சங்கத்துல கூடி நின்னுட்டிருந்தாங்க.

ஆனா அவனுக பத்மாவதிநகர் மன்றத்துக்கு வந்துட்டானுக. நாங்க ஏழெட்டுப்பேர்தான் இருந்தோம். அவனுக நூறு பேருக்கு மேல.."

"ஐயையோ.. அப்புறம் என்னாச்சு.."

“மெயின் கேட்டப் பூட்டிட்டு உள்ள போய்ட்டோம். கதவ ஒடச்சுட்டு உள்ள பூந்துட்டானுக. அத ஒடைக்கிறானுக இத ஒடைக்கிறானுக, டேபிளு சேரு தண்ணி பாய்லருனு கண்ணுல கண்ட எல்லாத்தையும் போட்டு ஒடைக்கிறானுக.

“நீங்க திருப்பி அடிக்கலையா தோழர்..?” ஆர்வத்தோடு கேட்டான் அனஸ்.

“ஒரு ஆளு பத்துப்பேத்த அடிக்க இதென்ன ரஜினி படமா? அவனுக நூறுபேரு நாங்க எட்டுப்பேரு..தப்பிச்சுப்போகத்தான் பாத்தோம்.”

பொருத்தமில்லாத கேள்வியை அவசரப்பட்டுக் கேட்டுவிட்டோம் என்று உணர்ந்து அமைதியானான்.

“அப்புறம் உள் ரூம்ல போய்க் கதவப் பூட்டிக்கிட்டோம். அதையும் உடைக்கப்பாத்தானுக. அது வெளியே தொறக்கற கதவு.. அது தெரியாம வந்தவனுக உள்ள தள்ளித்தள்ளிப் பாத்துட்டிருந்தானுக. அந்த டைம்ல நாங்க பின்பக்க செவுற ஏறிக்குதிச்சுத் தப்பிச்சோம்.. அப்புறம் ரெண்டு சைடுலயும் கேஸ் ஆகி வழக்கு நடந்துட்டு இருக்கு.."

"அவங்களுக்கு என்னதான் பிரச்சனையாமா..? எப்பப்பாத்தாலும் நம்மளையே நோண்டிட்டு இருக்கானுக"

“அதாவது ஊரு வளருது.. வெவ்வேற ஊர்ல இருந்தெல்லாம் மக்கள் வந்து குடியேர்றாங்க. அங்கங்க எடத்தப்புடுச்சுக் குடுச போட்டுக்கறாங்க. இப்படி ஊர்க்குள்ள 56 அங்கீகரிக்கப்படாத மனைப்பிரிவுகள் இருக்கு. அந்த பகுதியிலல்லா மக்கள் நலத்திட்டங்கள் எதுவும் செய்யறதுக்கு சட்டப்படி அனுமதி இல்லைனு நகராட்சி நிர்வாகம் ஒதுங்கிக்குது. தண்ணியில்லாம, ரோடு இல்லாம, ரேஷன் கார்டு இல்லாம, ஜனங்க என்ன பண்ணுவாங்க பாவம். நாமதான் இயக்கம் எடுத்தோம். 'அங்கீகரிக்கப்படாத மனைப்பிரிவுனு சொல்றியா..? அப்ப மொதல்ல பட்டா கொடுத்து அதை அப்ரூவ் பண்ணு’னு இயக்கம் எடுத்தோம். அப்புறம் ரோடு, சாக்கட, ரேசன் கட, லைட்டு, தண்ணி, கரண்டுனு எல்லாத்தையும் போராடிப் போராடி வாங்கிக் குடுத்தோம். மக்கள் நம்மள நம்பி நம்ம கூட நின்னாங்க.

கம்பெனிகள்ல, மில்லுகள்ல பஞ்சப்படி, சம்பளப்பிரச்சன, போனஸ் பிரச்சன, தொழிலாளர் உரிமைனு எல்லாத்தையும்

போராடி வாங்குனோம். ஆஷர் மில்லுல வேலை இல்லாத நாளுக்கு அரைச்சம்பளம்னு முடிவானதே நம்ம போராட்டத்தால தான்.

இப்படிச் சங்கம் துணையா நிக்கறதால தொழிலாளிகள் கூட்டம் கூட்டமா அமைப்பானாங்க. சங்கம் பலமா வளந்துச்சு.. இன்னைக்கு எஸ்.ஆர்.சி மில்லு, டி.டி.பி மில்லு, ஆஷர் மில்லு, ஜின்னிங் பேக்டரி, ரைஸ் மில்லுக, எக்ஸ்போர்ட் கம்பெனினு எல்லா நிறுவனங்கள் லயும் சங்கம் வலுவா இருக்கு..''

ஒரு ஆசிரியர் பாடமெடுப்பதுபோலப் பேசிக்கொண்டிருந்த ஆர்.ஈ தோழரை வியப்போடு பார்த்துக்கொண்டிருந்தான் அனஸ்.

" தனலட்சுமி மில்லுதான் சிக்கமாட்டேங்குது.. அது தி.மு.க கைலதான் இன்னும் இருக்கு.." இன்னொரு தோழர் கவலையைப் பகிர்ந்தார்.

"இன்னும் வலுவா வேலை செஞ்சா அதையும் கைப்பற்றலாம் நாம.."

“பாத்திரத் தொழிலாளிகள், சுமைப்பணியாளர்கள், கட்டிடத் தொழிலாளர்கள், துப்புரவுத்தொழிலாளர்கள், எல்லா மட்டத்துலயும் சங்கம் கட்டுனோம். சங்கத்துல உறுப்பினரா இருக்கிற தோழர்கள் அவங்கவங்க பகுதிகள்ல படிப்பகம், நூலகம்னெல்லாம் ஆரம்பிச்சுச் சங்கம் கட்டுனாங்க. ஊரெல்லாம் செங்கொடி பறந்துச்சு..

அதுவரைக்கும் அவங்க கொடி மட்டும் பறந்துட்டிருந்த ஊர்கள், கிராமங்கள்னு எல்லாப்பக்கமும் நம்ம கொடி பறக்கிறதப்பாத்து அவங்களால ஜீரணிக்கவே முடியல. எப்படியாச்சும் நம்ம வளர்ச்சியத் தடுக்கனும்னு நினைக்கறாங்க. அவங்க தடுக்கத் தடுக்க நாம வீரியமா வளந்துட்டுதான் இருக்கோம்.."

ஆர்.ஈ தோழர் பேசினால் நேரம் போவதே தெரியாது. ‘செரி எல்லாரும் போய்ப் படுங்க மணி ரெண்டாகப்போகுது’ என்று அவர் சொன்னபோது ஏமாற்றமாக இருந்தது அனசுக்கு.

அடுத்த நாள் முதலாளிகள் சங்கமான சைமா அலுவலகம் முன்பு பிரமாண்டமான ஊர்வலம் ஆவேச முழக்கத்தோடு பயணித்தது. தி.ம.ராசாமணி,, ஆர்.ஈ, பொன்னுசாமி தோழர்களின் நகரத்தை அதிரச்செய்யும் முழக்கத்தோடு தன் குரலையும் இணைத்துக்கொண்டான் அனஸ்.

அத்தியாயம் – 15

15 வயதைத் தொட்டுவிடும்போதே மனித மனம், சரிக்கும் தவறுக்கும் இடையே ஊசலாடும் பெண்டுலம் போலாகிவிடுகிறது. முன்னறிவிக்காமலே பெய்யும் மழைபோல, மாய வெள்ளம் மனதில் நிறைகிறது. ஆட்டுக்குட்டிக்குக் கொம்புகள் முளைப்பதுபோல, ஒரு பறவைக் குஞ்சுக்குச் சிறகுகள் முளைப்பதுபோல, ஒரு மொட்டு அவிழ்ந்து மலர் சிரிப்பதுபோல 15 வயதில் மனிதர்கள் மலர்கிறார்கள்.

பாறையில் தேய்த்துக் கொம்பைக் கூர்தீட்டுவதுபோல நான் சிறுவனல்ல, முழு மனிதன் என்று நிறுவத்துடிக்கும் ஆர்வம், எரிமலைக்குன்றுபோல உள்ளிருந்து வெடித்துக் கிளம்புகின்றன. ஹார்மோன்கள் லாவா குழம்பாய் மாறி உதிரக்குழாய்க்குள் ஓடும்போது சிறகுகள் முளைக்கின்றன இப்பிரபஞ்சத்தின் எல்லையை ஒரே மூச்சில் தொட்டுவிடத்துடிக்கும் பேரார்வத்தோடு அது பறக்கத் தொடங்குகிறது.

இது புதிய உணர்வு. உலகைக் கால்களால் அளக்கத்துடிக்கும் உந்துவிசை தனக்கு வாய்த்துவிட்டதாக உணரும் விநோத நம்பிக்கை. எதிர்ப்பாலினம் குறித்த கற்பனைகளால் மூளைக்குள் காமம் சுரக்கும் மாயப் பெருவெடிப்பு.

பொழியக் காத்திருக்கும் நீர் சுமந்த மேகக்கூட்டம் போல, உணர்வுகளின் சஞ்சலங்கள் உருத்திரண்டு நின்று காற்றின் உரசலுக்குக் காத்துக் கொண்டிருக்கிற தருணமது.

இளங்கோ லே அவுட்டிலிருந்து பஸ் நிலையத்துக்கு ஏழு நிமிடப்பயணம். அங்கிருந்து பல்லடம் செல்லும் 6 ம் நம்பர் ஏறினால் 10 நிமிடத்தில் நொச்சிப்பாளையம் பிரிவில் இறங்கிவிடுவான்.

இப்போதெல்லாம் அவன் உடையின் தோரனை மாறியிருந்தது. நடையின் பாவனையும் மாறியிருந்தது. அரைக்கால் டவுசர்களைத் தொடுவதில்லை. அடிக்கடி முகம் கழுவினான். தன்னைத்தானே ரசித்தான். அவன் தலைமுடி கலைந்திருப்பதில்லை. பின் பாக்கெட்டில் எப்போதும் சீப்பிருந்தது. நேர்த்தியாக வாரப்பட்ட தலையும், பாண்ட்ஸ் பவுடர் பூசிய பளிச்சென்ற முகமும்

லட்சணமாய் இருந்தது. ஒவ்வோர் அசைவிலும் தன்னைத் தனித்துக்காட்ட மெனக்கெட்டான்.

ஆறு மாதங்களுக்கு முன்புதான் அவளைப்பார்த்தான். அதே 6ம் நம்பர் பஸ்சில் அவளிருந்தாள். மாநிறம், களையான முகம், சிரிக்கும் கண்கள், குங்குமப் பொட்டுக்குக்கீழே சன்னமான விபூதி இழுவை. வெட்டியெடுத்து ஒட்டவைத்த பவளத்துண்டு போல சிறிய மூக்கு, சின்ன இதழ்கள், தொங்கியபடித் தூரியாடும் கவரிங் தோடு..

அவளின் ஒவ்வோர் அசைவையும் ரசித்தான். கழுத்தோரம் காற்றிலாடும் இளம் செம்முடிகளில் ஒட்டிக்கொண்ட அவன் கண்கள் மீள மறுத்தன. அவள் பேரழகுப் படைப்புகளையெல்லாம் கண்களால் விழுங்கிச் செரித்தான்.

அவளும் இவனைப் பார்க்கிறாள் என்கிற உணர்வே அவனுக்குச் சிலிர்ப்பூட்டியது. எங்கிருந்து வருகிறாள், எங்கே போகிறாள்.. எதுவும் தெரியாது. தெரிந்துகொள்ளவும் தேவையில்லை. பஸ்சில் ஏறும்போது அவள் இருப்பாள். இறங்கும்போதும் இருப்பாள்.

நிறுத்தத்தில் அவள் கண்கள் அவனைத் தேடும். பஸ்சுக்குள் அவளை அவன் கண்கள் தேடும். சட்டென ஒருபுள்ளியில் பார்வைகள் மோதிக்கொண்டு பௌதீகக் கலவை நிகழும். அவள் மௌனமாகத் தலைகுனிந்து கொள்வாள். அவன் இறங்கி நடக்கும் போது விழுங்கிவிடுவதுபோலப் பார்த்துக் கொண்டே இருப்பாள். பஸ்சுக்குள் ஒன்றிரண்டு முறை திரும்பிப் பார்ப்பாள். அதோடு சரி.

அவளுக்குக் கயல் என்று பெயர் சூட்டியிருந்தான். கயலை அவன் நேசித்தான்.

அவள் பெயரென்ன, ஊரென்ன, வயதென்ன எதுவுமே அவனுக்குத் தேவைப்படவில்லை. நெருங்கிப் பார்க்கவோ, மறித்துப் பேசவோ கூட அவன் நினைக்கவில்லை. இந்தப் பார்வை மட்டுமே அவனுக்குப் போதுமானதாக இருந்தது. அந்த ஒருநொடிப் பார்வைக்கு ஏங்கித்தவித்தான். ஒரு முறை கண்ணடித்துச் சிரித்தான். அவள் சிணுங்கினாள். அவனுக்குள் வெடிவெடித்தது.

மனித மனதுக்குள் ஆழ்துளையிட்டு ஆனந்தத்தை நுழைக்கும் பொருள் காதலைப்போல வேறெதுவுல்லை.

ஒருமுறை ஒரேநேரத்தில் இரண்டு பேருந்துகள் வந்தன. வழக்கமாக ஏறும் பேருந்தில் ஏறித் தேடினான். அவள் இல்லை.

முன்புறக் கண்ணாடியில் பார்த்தான். முன்னே நின்ற பஸ்சின் ஜன்னலொன்றிலிருந்து நீண்ட ஒரு கை, கண்ணாடி வளையல்களைக் குலுக்கிக் காட்டியது. அடுத்த நிறுத்தத்தில் இறங்கி, அந்தப் பேருந்தில் ஏறி அவள் முகம் கண்டபிறகே அந்த நாள் அவனுக்கு முழுமையடைந்தது.

ஒருமுறை ஒரு மூதாட்டிக்கு அவளது சீட்டைக் கொடுத்துவிட்டு எழுந்து நின்றாள். இடுப்புவரை நீண்டிருந்த ஒற்றை ஜடைப்பின்னலில் சிவப்புநிற ரிப்பன் கட்டியிருந்தாள். பின்னந்தலையில் குத்தியிருந்த ஒற்றை ரோஜா பன்னீர் மனம் வீசியது. பாவாடை தாவணிக்கு, பொஃப் வைத்த ரவிக்கை எடுப்பாய் இருந்தது. இளம் பொன்நிற இடுப்பில் வழுக்கிய கண்கள், வேகத்தடைகளில் ஏறியிறங்கி மன விபத்தொன்று நிகழ்ந்தது.

"நீ எங்க போற கண்ணு..?" என்ற கிழவியின் கேள்விக்கு

"கரையாம்புதூர்ங்காத்தோவ்.." என்றாள்.

எவ்வளவு இனிமையாகப் பேசுகிறாள். இவளுக்கு மட்டும் உமிழ்நீர்ச் சுரப்பிகளில் தேன் சுரக்குமோ..?

அவன் கயலை நேசித்தான். அவள் குரலொலியை அவன் செவிப்பறைகள் மனப்பாடம் செய்து ஒப்புவித்துக் கொண்டிருந்தன. தினமும் அவள் ஒளிவீசும் கண்களை எதிர்கொள்வதை ஒரு தவம்போலச் செய்தான்.

கனவுகளில் அவள் வந்தாள். கரம்கோர்த்து நடந்தாள். கதைபேசிச் சிரித்தாள். தோள் சாய்ந்து நிறைந்தாள். அவ்வப்போது முத்தங்கள் கொடுத்தாள்.

திகட்டத்திகட்ட அவள் பொழிந்த அன்பில் சொக்கி, அவள் சங்குக் கழுத்து வளைவில் முகம் புதைத்துச் சமைந்துபோனான். கற்பூரச்செடியின் வாசனையில் கிறங்கிச் சரிந்து அவள் மார்புச்கூட்டின் கதகதப்பில் நிலைகொண்டபோது அவள் நெஞ்சுக்கூட்டின் படபடப்புச்சப்தம் அவன் காதில் எதிரொலித்தது.

காதலென்பது காமத்தின் இளந்தளிர். காமமென்பது காதலின் விருட்சம். காதலென்பது விதை. காமமென்பது காதலின் விளைநிலம்.

ஒருபோதும் அவளை விளைநிலத்துக்கு அழைத்துச்செல்லும் எண்ணமில்லை அவனுக்கு. இளந்தளிரின் நிழலில் அமர்ந்து உரையாடுவதே அவனுக்குப் போதுமானதாக இருந்தது.

ஒரு முறை அவள் சேலையில் வந்திருந்தாள். அழகு தளும்பும் நிறைகுடம் அவள்.

'எங்கேயடி மறைத்து வைத்திருந்தாய்
இத்தனை நாளாய் இந்தப் பேரழகை
தாவணியில் கண்டபோதே
தடுமாறிப்போன நெஞ்சம்
சேலையிலே உனைக்கண்டு
சுக்குநூறானதடி..'

அவனுக்குள் ஒரு அமெச்சூர்க் கவிதை சட்டெனத் தோன்றி மறைந்தது.

எதாவது விஷேசமாக இருக்கலாம். வழக்கத்துக்கு மாறாக அவ்வளவு அலங்காரம். ஒருவேளை பிறந்தநாளாக இருக்குமோ..? வாழ்த்துச் சொல்லலாமா? எப்படிச் சொல்வது? இவ்வளவு கூட்டத்தில் ஒரு பெண்ணிடம் பேசுவது சரியாக இருக்குமா? எழுதிக்கொடுத்து விடலாமா? எண்ணங்கள் மண்டைக்குள் வட்டமடித்தன.

அவன் கவனிக்கிறானா என்பதை அவள் அடிக்கடிக் கவனித்தாள்.

கண்கள் விரியப்பார்த்தான். அதற்கு, 'இன்று நீ அவ்வளவு அழகாய் இருக்கிறாய்..' என்று பொருள். அது அவளுக்குப் புரிந்தது. தலை குனிந்து சிரித்தாள். அதற்கு ' நீ ரசிப்பதால்தான் நான் அழகாக இருக்கிறேன்' என்று பொருள். அது அவனுக்கும் புரிந்தது. காதலைப் பேசிக்கொள்ள மொழிகள் தேவையா என்ன?

அவனுக்கு மட்டும் மந்திரச் சக்தி இருந்தால், சட்டென அவளை ஒரு மாத்திரை வில்லையாய் மாற்றி, அப்போதே விழுங்கித் தண்ணீர் குடித்துவிட்டிருப்பான்.

அவனது நிறுத்தம் வந்ததும் இறங்கினான். வைத்த கண் மாறாமல் அவனைப் பார்த்தாள். ஏனோ அவன் வெட்கப்பட்டான். கண்டக்டர் விசில் ஊத வண்டி கிளம்பியது. பார்த்துக் கொண்டே நின்றான். ஜன்னலில் இருந்து ஒரு கைக்குட்டையை வீசி எறிந்தாள். ஓடிப்போய் எடுத்தான். எதாவது எழுதி இருக்கிறாளா?. எதுவுமில்லை. முகர்ந்து பார்த்தான். அவள் வாசனை அவனோடு கலந்தது.

கம்பெனியிலிருந்து ஆறுமணிக்கெல்லாம் வந்திருந்தான். கே. எஸ்.சி பள்ளி சாலையில் ஒரு வாழ்த்து அட்டைக் கடை இருந்தது. பெரும்பாலும் பொங்கல் வாழ்த்து, தீபாவளி வாழ்த்து அட்டைகள்தான் இருந்தன. தேடிப்பிடித்து ஓர் அட்டையை எடுத்தான். அட்டையில் இதயக்குறிக்குள் அம்பு துளைத்திருந்தது.

'இனியவளுக்கு இனிய பிறந்த நாள் வாழ்த்துகள்' கீழே அவன் பெயரை எழுதிச் சட்டைப்பையில் வைத்துக் கொண்டான். விடிவதற்குள் நூறு முறையாவது அதை எடுத்துப் பார்த்திருப்பான்.

என்ன செய்வாள்? வாங்கிக்கொள்வாளா..? பயந்து ஓடுவாளா.? கிழித்து வீசுவாளா? கூச்சலிட்டு ஊரைக்கூப்பிடுவாளா? என்னென்னவோ நினைவுகள் அவனுக்குள் ஓடிக்களைத்தன.

அடுத்தநாள் இருப்பதிலேயே நல்ல உடையை அணிந்து கொண்டு கிளம்பினான். தூரத்தில் பஸ் வருவது தெரிந்தது. சட்டைப்பையைத் தொட்டுப் பார்த்துக்கொண்டான். நெருங்க நெருங்கப் படபடப்பாக இருந்தது. பஸ்சுக்குள் ஏறிப்பார்த்தான். அவள் இல்லை. அடுத்த பஸ்சில் ஏறித் தேடினான். அதிலும் இல்லை. அவ்வழியாகப்போகும் நான்கு பஸ்களிலும் பார்த்துவிட்டான். அவள் வரவில்லை.

அதன் பிறகு அவள் எப்போதுமே வரவில்லை.

அத்தியாயம் – 16

சுக்கிரன் உச்சத்திலிருந்த ஏதோ ஒரு நேரத்தில் ஐரோப்பியப் பையர்களின் பார்வை திருப்பூரில் விழுந்தது. திருப்பூரின் தரமும் உற்பத்தித் திறனும் அட..!! போட வைத்தது. அடித்தது ஜாக்பாட். மேற்கத்தியப் பையர்கள் திருப்பூரை மொய்த்தனர். அப்புறம்தான் நிகழ்ந்தது அற்புதம். கம்பெனிகளில் ஆர்டர்கள் அமுதசுரபியாய்ப் பெருகின. ஆற்றோரச் சுனைகள் போலப் புதிது புதிதாய்க் கம்பெனிகள் முளைத்தன.

டாலர் குடித்து வளர்ந்த, சிட்டி எக்ஸ்போர்ட்ஸ் ஈஸ்ட்மென் கார்மெண்ட்ஸ் செண்ட்வின் போன்ற பெரிய நிறுவனங்கள் அள்ளியெடுத்த தனது ஆர்டர்களில் கொஞ்சத்தைச் சிறிய கம்பெனிகளுக்கு ஜாப் ஒர்க் அடிப்படையில் கிள்ளிக்கொடுத்தன. இரவு பகல் பாராத, தொழிலாளர்களின் உழைப்பால் சிறிய நிறுவனங்களும் லாபமடைந்தன.

நிறுவனங்களின் விரிவாக்கம் புயல்போலப் பரவின. கொஞ்சம் வளர்ந்து கையை ஊன்றி எழுந்துநின்ற சில நிறுவனங்கள், டையிங், பிரிண்டிங் தொழிலில் மெல்லக் கால்பதித்தன. ஆரம்பகட்டத் தொழிலே அபரிமிதமாய்க் கொழித்தது. பணம் சாயமாய்க் கொட்டியது. முழுமையாய் இறங்கி ஓர் ஆட்டம் ஆடிப்பார்த்தால்தான் என்ன?

ருசிகண்ட பூனைகள் பசிகொண்ட மிருகமாய் மாறி நொய்யல் கரையோரங்களில் சிறிதும் பெரிதுமாய் டையிங் நிறுவனங்கள் நூற்றுக்கனக்கில் முளைத்தன. ஊர் செழிப்பானது. ஆறு மலடானது.

ஃபேப்ரிகேசன், நிட்டிங், கம்பெனி, டையிங், பிரிண்டிங், கூட்டுக்குடும்பமாய் வளர்ந்தது. மாமியார் நாத்தனார் சண்டைகள் இருந்தாலும் சந்தோசத்துக்குக் குறைவில்லை. மக்களிடம் பணப்புழக்கம் பெருகியது. சந்தைகள் பரவின.. உபதொழில்கள் வளர்ந்தன. நகரம் விரிவடைந்தது.

முறையான உள் கட்டமைப்பில்லை, தரமான சாலைகள் இல்லை, ஆனாலும் உற்பத்தி, ராக்கெட் வேகத்தில் நடப்பதைப் பார்த்துப் பையர்கள் வாயைப்பிளந்து நின்றனர்.

மில்களைப்போல ஆயிரக்கணக்கான நிரந்தர ஊழியர்கள் கம்பெனிகளில் சாத்தியப்படவில்லை. வேலைக்குத் தகுந்த ஊதியம் கிடைக்கும் தோதான கம்பெனிகளுக்குத் தொழிலாளர்கள் மாறிக்கொண்டே இருந்தார்கள். அப்படித்தான் அனசும் நொச்சிப்பாளையத்திலிருந்து இளங்கோ லே அவுட் ஜவான் கம்பெனிக்கு வேலைக்குச் சேர்ந்தான்.

அது எக்ஸ்போர்ட் கம்பெனி அல்ல. உள்நாட்டு வர்த்தகத்துக்கான நிறுவனம். ஜெனத், மில்லர், காதர், ராம்ராஜ், ஸ்பைடர், ஃபேன்சி, டிசைன், அம்பர், சைமா போன்ற நிறுவனங்கள் நூற்றுக் கணக்கான தொழிலாளர்களோடு உள்ளூர் வர்த்தகத்தைத் தூக்கிச் சுமந்தன. அதில் ஒன்றுதான் வின் ஜவான்.

நகரத்தின் வளர்ச்சி, மக்களின் வாழ்க்கைத்தரத்தைக் கொஞ்சம் உந்தித் தள்ளியது. அனசின் குடும்பமும் வறுமை அழுத்தத்திலிருந்து மீண்டு கொஞ்சம் மூச்சுவிடத் துவங்கியிருந்தது. தங்கை அஜிதாவும் அவனுடன் வேலைக்குப் போனாள். ஷேக் பரீத்துக்கும் சொல்லிக் கொள்ளும்படியான வியாபாரம் இருந்தது. சமீபத்தில் வீடு கதவு மாட்டிக்கொண்டு சிரித்தது. வாசலில் சின்னதாக ஒரு பந்தல் அமைத்து ஒரு டீ கடையைத் துவங்கியிருந்தாள் ஜெமீலா.

முன்பெல்லாம் கம்பெனிக்கு மதிய உணவு கொண்டுபோனால் தனியாக அமர்ந்துதான் சாப்பிடுவான். பெரும்பாலும் பழைய உணவாக இருக்கும். அதை மற்றவர்கள் முன்பு சாப்பிட வெட்கப்படுவான். இப்போது மூன்றடுக்கு கேரியரில் சாப்பாடு, குழம்பு, ரசம், பொறியல் என்று ஜெமீலா கொடுத்தனுப்புகிறாள். எல்லாருடனும் பகிர்ந்து சாப்பிடும்போது வாழ்வின் மீதான புதுப்பிடிப்பு அதிகரித்திருந்தது.

தினமும் ஓவர் டைம் வேலை கட்டாயம். வாரத்தில் மூன்று நாட்கள் ஃபுல் நைட். அவசரமென்றால் வாரத்தில் ஒருநாள் விடிநைட். காலை 6 மணி வரை வேலை இருக்கும். ஞாயற்றுக் கிழமையும் மதியம் வரை வேலை இருக்கும். வாரத்தில் அரைநாள்தான் விடுமுறை என்பது கம்பெனிகளில் பொது விதியாக இருந்தது.

இப்போதெல்லாம் ஞாயிறு உணவில் அசைவம் எட்டிப் பார்க்கிறது. சாப்பிட்டபிறகு பொடிநடையாக பஸ்நிலையத்தில் இருக்கும் செண்பகம் புத்தக நிலையத்துக்குப் போவது வழக்கமாகியிருந்தது. அங்குதான் முற்போக்குப் புத்தகங்களும்

இதழ்களும் கிடைக்கும். புத்தகங்களை வாங்கி அன்று இரவுக்குள் படித்து முடித்து விடுவதுதான் அவனது ஒரே பொழுதுபோக்கு.

அன்றும் அப்படித்தான் பஸ் நிலையம் போயிருந்தபோது, தப்படித்தபடி பாடிக்கொண்டிருந்த ஒரு குழுவினரைப் பார்த்தான். ஏழெட்டுப்பேர் இருந்தார்கள். ஆண்கள் பெண்கள் யாருக்கும் 20 வயதுக்கு மேல் இருக்காது. எல்லாருமே சிவப்புச்சட்டைகள் அணிந்திருந்தார்கள். சுருதியும் லயமும் முன்பின் இருந்தாலும் பாடலில் இருந்த ஆக்ரோசமும் கோபமும் கவனிக்க வைத்தன.

சமகால அரசியலைப் பகடிசெய்யும் அவர்களின் பாடுபொருள் அவனை ஈர்த்தது. கூட்டத்தோடு கூட்டமாக நின்று பார்த்தான். பாடல் முடிந்ததும் ஒருவர் உரை நிகழ்த்தினார். பின்பு ஒருவர் கட்சி இதழ்களைப் பேருந்துகளில் ஏறி விற்பனை செய்தார். அவனும் வாங்கினான்.

சமீபத்தில் மறைந்திருந்த முதல்வர் எம்.ஜி.ஆரைக் கடுமையாக விமர்சிக்கும் அட்டைப்படத்துடன் அந்த இதழ் இருந்ததை ஆச்சர்யத்தோடு பார்த்தான். பெருவாரியான மக்களால் கொண்டாடப்பட்ட தலைவராக எம்.ஜி.ஆர் இருந்தார். சொல்லப்போனால் திருப்பூரே அ.தி.மு.க வின் கோட்டை.

இந்த நிலையில் இப்படியோர் அட்டைப்படத்துடன் ஓர் இதழைப்பார்த்ததும் அவனுக்குள் ஏதோ ஒரு பொறி பற்றிக் கொண்டது. விற்றுக்கொண்டிருந்தவரிடம் பேசினான். ஒவ்வொரு வார்த்தையிலும் புரட்சிக்கனல் இருப்பதாக உணர்ந்தான். அவர்கள் புரட்சிகர மக்கள் முன்னணி அமைப்பைச் சேர்ந்தவர்கள்.

" பூம்புகார்லதான் அலுவலகம் தோழர். நேரம் இருக்கும்போது வாங்க பேசுவோம்.." என்று விடைபெற்றவரை வெகுநேரம் பார்த்துக்கொண்டே நின்றான்.

மனோசக்தி கலை இலக்கிய மாத இதழ், ஆயுதம் மாதமிருமுறை அரசியல் இதழ். இரண்டையும் வாசித்தான். மூளைக்குள் காட்டுத்தீ பிடித்தது. அவை, அவனுக்குள் அழுந்திக்கிடந்த சாகச மனோபாவங்களுக்கு தீனிபோட்டன. வயதுக்குண்டான துடிப்பும் வேகமும் அவன் சிந்தனையை வேறு திசையைநோக்கி நகர்த்திக் கொண்டிருந்தன.

இரண்டு நாட்களாகவே அவன் மண்டைக்குள் ஆயிரம் கேள்விகள் மின்னலைப்போலத் தோன்றி மறைந்தன.

அதுவரையிலான அவனது நம்பிக்கைகளில் விரிசல் விழ துவங்கியிருந்தது.

‘அப்படியானால் நாம் நம்புகிற கட்சிகளால் புரட்சியை நடத்த முடியாதா? அவர்களின் வழிமுறை தவறா..? அவர்கள் திரிபுவாதிகள் என்று புத்தகத்தில் எழுதியிருந்ததே, அது உண்மையா?”

அன்று மாலையே கால்கள் தென்னம்பாளையத்துக்கு ஓடின. புரட்சிகர மக்கள் முன்னணி தென்னம்பாளையம் கிளைப் பெயர்ப்பலகையில் மார்க்ஸ் எங்கெல்ஸ் லெனினுக்கு அருகில் மாவோவும் இருந்தார். அவனை அடையாளம் கண்டுகொண்ட ஒருவர் உள்ளே அழைத்துச் சென்றார். ஓர் இரும்பு டேபிளும் இரண்டு சேர்களும் இருந்தன. மூலையில் ஓர் அலமாரியில் தடித்த புத்தகங்கள் அடுக்கிவைக்கப் பட்டிருந்தன. பரன் மீது கத்தை கத்தையாக அச்சடிக்கப்பட்ட காகிதங்கள் கட்டிவைக்கப்பட்டிருந்தன. மேசைக்குப் பின்னே நாற்பது வயது மதிக்கத்தக்க ஒருவர் அமர்ந்திருந்தார்.

“வாங்க தோழர், உக்காருங்க.. உங்க பேரு?”

“அனஸ்..”

“சி.பி.எம்மா.. ஐ யா..?”

உண்மையில் அந்தக் கேள்வியை அப்போதுதான் முதல்முறையாக எதிர்கொள்கிறான். அவன் மனதில் அதுவரை இந்த வேறுபாடுகள் தோன்றியதில்லை. சிவப்பு என்றால் எல்லாமே சிவப்புதானே..? இதில் வலதென்ன, இடதென்ன என்பதுதான் அவனது புரிதலாக இருந்தது. அந்த வலது இடது என்பதைக்கூட சமீபத்தில்தான் அவன் கேள்விப்பட்டிருந்தான். சி.பி.எம் மின் பாலர் சங்கத்தில் இருந்தாலும் சி.பி.ஐ நிகழ்வுகளுக்கும் போவதுண்டு. அவனுக்குப் பிடித்தமான தலைவராக சுப்பராயன் இருந்தார்.

“அப்படி இல்ல தோழர். உங்க புரிதல் தவறு.. எல்லா சிவப்பும் ஒண்ணுதான்னா 64 ல்ல ஏன் கட்சி ஒடஞ்சுது..? 69 ல ஏன் எம். எல் கட்சி தோன்றுச்சு.. அப்புறம் எதுக்கு இத்தன பிரிவுகள்..?”

“தத்துவார்த்த முரண்கள்னு தெரியும்.. ஆனாலும் எல்லோரோட நோக்கமும் ஒண்ணுதான? எல்லாரும் ஒரே இலக்குக்குத்தான போராடறாங்க..?”

“அவ்ளோ ஈசியாச் சொல்லிட முடியுமா தோழர்..? இந்த உடைவுகளுக்குப் பின்னால பெரிய கட்சிகளோட துரோகமும் பிழைப்புவாதமும் இருக்கு.. எல்லாம் ஒண்ணுதான்னு பொதுமைப்படுத்திச் சொன்னா அது லட்சக்கணக்கான தோழர்களோட உயிர்த்தியாகத்தக் கொச்சைப்படுத்தற மாதிரி ஆகும்..”

“கொஞ்சம் விளக்கமாச் சொல்லுங்க தோழர்” காதுகளைத் தீட்டிக்கொண்டான்.

“அதாவது 1923 கான்பூர்ல உருவாக்கப்பட்ட இந்திய கம்யூனிஸ்ட் கட்சி 1947 இந்திய விடுதலையப்பக் காங்கிரசுக்கு அடுத்த வலிமையான கட்சியா இருந்துச்சு. புரட்சிக்கான அறைகூவல், அரசு அடக்குமுறை, கட்சித்தடை, தடை நீக்கம்னு எல்லாத்தையும் கடந்து கூட்டணி வெச்சுத் தேர்தல்ல பங்கெடுத்து சில தொகுதிகள்ல அதிகாரத்துக்கு வந்தாங்க. சீனப்பாதையா ரஷ்யப்பாதையான்னு பெரிய விவாதம் கட்சிக்குள்ள நடந்துச்சு. சீனப்படையெடுப்பு தொடர்பா நிலைப்பாடு எடுக்கிறதுல கட்சிக்குள்ள கருத்துவேறுபாடு வந்துச்சு. தலைமை, புரட்சிகர நடைமுறையக் கைவிட்டு நாடாளுமன்ற வாதத்துல மூழ்கிப் போச்சுனு சொல்லி 64 ல்ல சி.பி.எம் தனிக்கட்சியா உருவாச்சு. அடுத்த தேர்தல்ல அதுவும் கூட்டணி வெச்சு கேரளா, மேற்குவங்கம்னு சில இடங்கள்ல அதிகாரத்துக்கு வந்தாங்க. அப்ப மத்திய அரசு ஆட்சிய கலைச்சிடுவோம்னு மிரட்டியதால கட்சி, நிலச்சீர்திருத்தத்தச் சரியா அமுல்படுத்தலை, அதுவும் நாடாளுமன்ற வாதத்துல கரைஞ்சிடுச்சு, ஆயுதப் புரட்சியைக் கைவிடச்சொல்லுதுனு சொல்லி னு சி.பி.எம் மேல விமர்சனம் வெச்சு 1969 ல சாரு மஜூம்தார் தலைமைல சி.பி.ஐ எம்.எல் உருவாச்சு. தோழர் சாருவோட அழித்தொழிப்பு அறைகூவலால இந்தியாவில் பலபகுதிகளில் விவசாயிகள் எழுச்சி ஏற்பட்டு நூத்துக்கணக்கான கிராமங்கள் விடுதலையடஞ்சுது. அடக்கி வெச்சிருந்த பண்ணையார்களக் கொன்னுட்டு நிலங்களைக் கைப்பற்றி மக்களுக்குப் பிரிச்சிக் கொடுத்தாங்க.

அதெல்லாம் ரொம்பநாள் நீடிக்கல. நிலைமை மாறிச்சு. அரசோட கடுமையான ஒடுக்குமுறையால ஆயிரக்கணக்கான தோழர்கள் கொல்லப்பட்டும் ஊனமாக்கப்பட்டும் இல்லாமலாக்கப்பட்டும் அந்த எழுச்சி ஒடுக்கப்பட்டுச்சு.

அப்பவும் பல துண்டுகளாக் கட்சி ஒடஞ்சுது. கொண்டப்பள்ளி சீதாராமையா தலைமைல மக்கள் யுத்தக்குழு ஆயுதப்போராட்டத்த தொடர்ந்தாங்க, மேற்கு மண்டலக் கூட்டுக்குழு அந்த அதிதீவிர பாதை தவறுனு முடிவு செஞ்சுது., அப்புறம் மாநில அமைப்புக் கமிட்டினு உருவாச்சு.

இந்தியாவின் நிலைமைகள புரிஞ்சுக்காததாலதான் இவ்வளவு இழப்புகள் ஏற்பட்டிருக்கு ஆகவே அடுத்த இரண்டு வருசம் கட்சி, கல்விக்கான இயக்கத்த முன்னெடுத்துச்சு. வாசிப்பது, விவாதிப்பது, இந்தியச்சூழலுக்கான போராட்ட வடிவத்தைத் தீர்மானிப்பதுனு இயங்குனாங்க. இரண்டு வருஷம் கழிச்சு வைக்கப்பட்ட தீர்மானத்துல முரண்பட்டுத் தனிச்சு இயங்க முடிவெடுத்த கட்சி த.நா அமைப்புக்கமிட்டி.

இந்த ஒவ்வோர் உடைவுக்குப் பின்னாலும் ஆயிரக்கணக்கான தோழர்களின் அர்ப்பணிப்பும் உயிர்த்தியாகமும் இருக்கு. இப்பச் சொல்லுங்க.. எல்லாக் கட்சியும் ஒன்னுதான்னு சொன்னா இவ்வளவு தோழர்களின் உயிர்ப் பலிகளுக்கு என்ன பதில் சொல்லப்போறோம்..?"

"புரியுது தோழர், இது சம்மந்தமா நான் இன்னும் கொஞ்சம் வாசிக்கறேன் தோழர். அதுக்குப்பிறகு நாம மீண்டும் இதப்பத்தி விவாதிக்கலாம்"

"நேரம் இருந்தா அடிக்கடி வாங்க, தோழர்.."

"கண்டிப்பா தோழர்.." விடைபெற்றுச்சென்ற அனசின் கையில் வேலன் கொடுத்த கட்சி ஆவணங்கள் இருந்தன.

அத்தியாயம் – 17

"ஜெமீலாக்கா.. ஒரு கிளாஸ் அஸ்கா குடுக்கா.. நாளைக்கு வாங்கினதும் திருப்பிக் குடுத்தர்றேன்.." வாசலில் கேட்டது பக்கத்து வீட்டு ஹசீனாவின் குரல்.

" உள்ள வா..!"

ஜெமீலாவின் குரல் சமையலறையிலிருந்து ஒலித்தது. நிலைப்படியில் இடித்துக்கொள்ளப் பார்த்தாள். குனிந்து உள்நுழைகையில் சாம்பிராணி வாசனை காற்றை நிறைத்து மணந்தது. குண்டாவில் அரிசியைக் களைந்து கொண்டிருந்தாள் ஜெமீலா. கைகளில் பரபரப்பிருந்தது.

" என்னக்கா.. ஒரம்பரைக யாராவது வர்றாங்களா..? "

" இல்லியே.. ஏங்கேக்குற..?"

"ஊட்ல இருக்கிறது மூனு முழு டிக்கெட்டு அஞ்சு அரை டிக்கெட்டு.. குண்டான்ல பதனஞ்சாளுக்கு அரிசி கெடக்குதே.. அதான் கேட்டேன்.."

" அட இல்ல அசீ.. இன்னிக்கி நாயத்துக்கெழமைல்ல.. தோழருக யாராச்சும் வருவாங்க.. அதான் நாலுபடி சேத்திப் போட்டிருக்கேன்.."

" அதுசெரி.. உங்க வீட்டுக்கு என்னிக்குதான் ஆள் வல்ல..?"

அனஸ் சார்ந்திருக்கும் பு.ம.மு மட்டுமல்லாமல், வெவ்வேறு தோழமைக்கட்சிகளைச் சேர்ந்தவர்களுக்கும் அனசின் வீடும், அஜிதா டீ ஸ்டாலும்தான் அரசியல் விவாத மையம். கூடிப்பேசுவது, நிகழ்வுகளுக்குத் திட்டமிடுவது, வகுப்புகள் நடப்பது, கலை நிகழ்ச்சிகளுக்குப் பயிற்சிகள் எடுப்பது என எல்லாமே அங்கேதான். வீட்டுக்கு வரும் தோழர்களுக்குப் பசியாறச் செய்வதில் அவ்வளவு ஆத்ம திருப்தி ஜெமீலாவுக்கு. வருபவர்களும் அது தம் சொந்த வீடு போன்ற உணர்வோடு தாங்களே போட்டுச் சாப்பிடுவார்கள். பொருளாதார ரீதியாகச் சிரமப்படும் தோழர்களுக்கு, அந்த வீடுதான் அன்னவாசல்.

பகுதிப் பொருப்பாளர் வந்தார். கமிட்டித் தோழர்கள் சிலர் அங்கு இருந்தார்கள். பிரபஞ்சத்தின் தோற்றம், மனித குல வரலாறு, ஐவகைச் சமூகம் என்றெல்லாம் ஆரம்பகட்ட வகுப்புகள் நடந்தன. கட்சியின் கொள்கை ஆவணங்கள் என 11 வெளியீடுகளைக் கொடுத்தார். நீண்ட விவாதங்கள் நடந்தன. தொடர்ச்சியான வகுப்புகள், வாசிப்பு, விவாதம் மூலமாக அரசியல் மயப்படுத்தப்பட்ட தோழர்கள் கள வேலைகளுக்கு அழைத்துச் செல்லப்பட்டனர்.

பகுதிப் பிரச்சனைகளுக்கு முகம் கொடுப்பதைக்காட்டிலும் வீதி நாடகங்கள், பாடல்கள், பிரச்சாரம் போன்ற கலைநிகழ்ச்சிகளுக்கு முக்கியத்துவம் கொடுக்கப்படுவதைக் கவனித்தான் அனஸ்.

கலை இலக்கியம், துப்பாக்கிகளைவிட வலிமையான அரசியல் ஆயுதம். ஏதோ ஒரு நம்பிக்கை அவனை இயக்கியது.

பஸ் நிலையம், இரயில் நிலையம் போன்ற மக்கள் நிறைந்த பகுதிகளுக்குத் தோழர்களோடு போவான். திடீரென்று தப்படித்துக்கொண்டு பாடுவார்கள். நடப்பு அரசியலைப் பகடி செய்யும் பாடலாக இருக்கும் அது. கூட்டம் சேரும். தங்கள் அமைப்பு குறித்துப் பிரச்சாரம் செய்வார்கள். கட்சிப் பத்திரிக்கைகளை விற்பார்கள்.

அநேக நேரங்களில் பேருந்துகளில் ஏறிப் பிரச்சாரம் செய்து புத்தகங்கள் விற்பனை செய்வது வழக்கமாக இருந்தது.

சிலநேரங்களில் போலீசோ, ஆளுங்கட்சி அபிமானிகளோ ரவுண்டு கட்டிவிடுவார்கள். அதை எதிர்கொண்ட அனுபவங்களைக் கூடிப்பேசும் இடமாகவும் அனசின் வீடு இருந்தது.

மூன்று வாரங்களில் அமைப்பின் மாநாடு ஈரோட்டில் அறிவித்திருந்தார்கள். அன்றைய தினக் கூட்டத்தில் அதுகுறித்த விவாதங்களே மையப்பொருளாக இருந்தன. 96 இல் கோவையில் நடத்தப்பட்ட மாநாட்டைவிட பிரமாண்டமாக அதை நடத்தவேண்டுமென்ற முனைப்பு அனைவரிடமும் இருந்தது.

பறையிசைப் பாடலுக்கான பயிற்சியில் குழு ஈடுபட்டிருந்தது. ஆக்ரோசமான பறையிசையுடன் துவங்கும் பாடல் மக்களின் துயர்களைப் பேசும்விதமாகப் பயணித்து இந்தத் துயர்களுக்குக் காரணம் இந்த முதலாளித்துவ அமைப்பும் அதன் உறுப்புகளும் தான், அதற்கெதிராக மக்கள் வெகுண்டெழ வேண்டும் என்ற பொருளோடு முடியும்.

இதையெல்லாம் பார்க்கப்பார்க்க மொஹல்லா வாசிகளுக்கும் பள்ளிவாசல் நிர்வாகிகளுக்கும் ஏகக்கடுப்பு. பள்ளியின் எதிரிலேயே ஹராமாக்கப்பட்ட இசையைப் பாடுவது, கோசங்கள் போடுவதெல்லாம் அவர்களை உச்சகட்ட ஆத்திரத்தில் அழுத்தியிருந்தது.

பாடலில் வருகிற, மதங்களெல்லாம் ஆளும்வர்க்கத்தின் கருவிகள்தாம் அவற்றையும் சேர்த்தே வீழ்த்தவேண்டும் என்கிற வரிகள் போதாதா? ஏகப்பட்ட இடையூறுகள். வீட்டைக் காலிசெய்யவேண்டும். மொஹல்லாவை விட்டுத் தள்ளி வைக்க வேண்டும் என்றெல்லாம் வெளிப்படையாக மிரட்டல்கள். அனைத்தையும் அரசியலாக எதிர்கொண்ட ஜெமீலாவின் உறுதியின் முன்னால் எந்த முயற்சியும் பலிக்கவில்லை.

அடிக்கடி நிகழும் போலீசின் நெருக்கடிகளையும் அவள்தான் எதிர்கொள்வாள். மொஹல்லா நிர்வாகிகளும் போலீசும் கள்ளத்தனமாகக் கூட்டு சேர்ந்து கொள்வதையும், மற்ற நேரங்களில் "அனசுக்கெதுக்கு பூம்மா இந்த வேண்டாத வேலையெல்லாம்.. கொஞ்சம் சொல்லக்கூடாதா..?" என அக்கரை காட்டுபவர்களைப்போல நடிப்பதையும் கண்டு சிரித்துக் கொள்வாள்.

தன் மகன் மக்களுக்காக நிற்கிறான். மக்களுக்காகத்தான் வேலை செய்கிறான் என்கிற நம்பிக்கையில் உறுதியோடு அனைத்தையும் எதிர்கொண்டாள்.

பெரும் திரள் இயக்கங்களில் பங்கெடுத்துக்கொண்டிருந்த அனசுக்கு இந்தப் புதிய இயக்கத்தில், சிறிய குழுவாகச் செயல்படுவதில் ஆரம்பத்தில் கொஞ்சம் நெருடல் இருக்கத்தான் செய்தது. திருப்பூர் சென்னிமலை தர்மபுரி போன்ற பகுதிகளில் அமைப்பு வலுவாக இருந்தது. தமிழகம் முழுவதிலும் கணக்கெடுத்துப் பார்த்தால் நம்பிக்கையளிக்கக் கூடியதாக இல்லை. திருப்பூரில் தென்னம்பாளையம், பூம்புகார், பட்டுக்கோட்டை நகர், வெள்ளியங்காடு, காட்டுவளவு, பகுதிகளில் கொஞ்சம் தோழர்கள் இருந்தனர். ஆனாலும் ஒரு குழு என்பதைக்கடந்து கட்சியாக மதிப்பிடும் அளவில் இல்லாமலிருப்பதில் அவனுக்குத் தயக்கங்கள் இருந்தன.

அவனது அந்த நெருடலை ஈரோடு மாநாடு உடைத்தெறிந்தது. ஆயிரக்கணக்கான தோழர்கள் பங்கெடுத்த மாபெரும் மாநாடாக

அது நிகழ்ந்து முடிந்ததில் மொத்த அமைப்புக்குமே உற்சாகம்தான். எமெர்ஜென்சியை எதிர்த்துப் போராடிப் புகழ்பெற்றிருந்த ராம் மனோகர் லோகியாவின் பட்டறையில் புடம்போடப்பட்டிருந்த ஜார்ஜ் பெர்னாண்டஸ் சிறப்பு அழைப்பாளராகக் கலந்து கொண்டிருந்தது கூடுதல் சிறப்பாகப் பேசிக்கொண்டார்கள்..

மாநாட்டுக்கான வசூல் பணிகளில் தோழர்கள் முழுவீச்சில் ஈடுபட்டுக் கொண்டிருந்த நேரம், பல்லடத்தில் ஒரு தேநீர்க்கடையில் அடிதடியாகி விடுகிறது. மாநாடு முடித்த கையோடு கும்பலாகச் சென்று அந்த டீக்கடைக்காரரை அடித்துத் துவம்சம் செய்த வழக்கில் சில தோழர்கள் கைதானது பேசுபொருளானது.

இதுபோன்ற அடிதடிகள், போலீஸ், வழக்கு, போன்ற சாகசவாத நிகழ்வுகளும், அங்கொன்றும் இங்கொன்றுமாக அமைப்பின் ரகசிய நடவடிக்கைகள் என்று அமைப்பாளர்களால் சொல்லப்படும் தகவல்களும் அவனது சாகச வேட்கைகளுக்குத் திரிதூண்டிப்போனது.

நடவடிக்கையில் ஈடுபடுவது, வழக்கு வாங்குவது, போன்றவைதாம் புரட்சிகர நடவடிக்கைகள் என்று நம்பத் தொடங்கியிருந்தான். துப்பாக்கியோடு தண்டகாருன்யா காடுகளில் சுற்றித்திரிவதுபோன்ற கனவுகள் அவனுக்குள் அடிக்கடி வந்தன.

புரட்சி, பஸ் ஏறிவிட்டது.. நாளை அல்லது மறுநாள் திருப்பூருக்கு வந்துவிடும் என்பதுபோன்ற பேச்சை முழுமையாக நம்பினான். ரசித்தான்.

அமைப்பு, தான் எப்படிச்சரி என்று சொல்வதைக்காட்டிலும், மற்றவர்கள் எப்படித் தவறு என்று கற்பிப்பதிலேயே அதிக ஆர்வம் செலுத்தியதை அவன் உணரவே இல்லை. தங்களைத்தவிர அனைவருமே பிழைப்புவாதிகள், புரட்சியை நடத்தும் தகுதி தங்களுக்கு மட்டுமே உண்டு என்று அமைப்பு உறுதியாக நம்பியது. தன் அணிகளையும் நம்பவைத்திருந்தது. அனசும் நம்பினான்.

புதிதாக உடற்பயிற்சிக்கூடத்துக்குப் போகிற சிறுவர்கள், தான் பலசாலி என்று காட்டுவதற்காக நெஞ்சை விடைத்துக் கொண்டு நடப்பதுபோல, யாரிடமாவது வம்பிழுத்துத் தன் பலத்தைக் காட்ட நினைப்பதுபோலத்தான் அனசின் நிலையும் இருந்தது.

மற்ற கட்சிகளில் இருப்பவர்கள் அனைவரையும்விட தனக்கு அரசியல் ஞானமும் அறிவும் அதிகம் என்று நினைத்துக் கொண்டான்.

“பாராளுமன்றத்தைப் பயன்படுத்தறதப்பத்தி லெனின் என்ன சொல்லியிருக்காரு தெரியுமா?”

“சம்பளப்பிரச்சனை போனஸ் பிரச்சனைனு தொழிற்சங்க வாதத்துக்குள்ள மூழ்கிப்போறது ஆசான்களின் வழிகாட்டுதலுக்கு எதிரானது..”

“அரைக்காலனி, அரை நிலப்பிரபுத்துவம், யுத்த தந்திரம், செயல் தந்திரம்..” என்றெல்லாம் யாருடைய வாயையாவது கிளறித் தன்னை அறிவாளியாகக் காட்டிக்கொள்ளும் ஆர்வக் கோளாறுக்கு ஆளாகியிருந்தான்.

அப்படித்தான் ஒருமுறை உன்னிகிருஷ்ணன் தோழரிடம் பேசினான்.

“உங்க கட்சிப் பேனர்ல மாவோ படம் வைக்கிறதுக்கே உங்களுக்குத் தைரியமில்ல.. நீங்க எப்படி புரட்சி செய்வீங்க..?”

“பாராளுமன்றம் பன்றித்தொழுவம்னு லெனின் சொல்றாரு.. நீங்க அதுக்குள்ள கெடந்து உருள்றீங்க..?”

“துப்பாக்கி முனையில்தான் அதிகாரம் பிறக்கிறதுனு மாஓ சொல்றாரு.. நீங்க ஆயுதப்போராட்டத்தக் கைவிட்டது பாட்டாளி வர்க்கத்துக்குச் செய்யிற துரோகம்.”

அனைத்தையும் அமைதியாகக் கேட்டுக்கொண்டிருந்த உன்னிகிருஷ்ணன் சிரித்தபடிச் சொன்னார்.

“அனசு.. நீ சொல்ற எல்லா விசயங்களும் உண்மைனே வெச்சுப்போம்.. எங்களால புரட்சி நடத்த முடியாதுன்னே வெச்சுப்போம்.. நீங்கதான் சரியான தத்துவத்த வெச்சிருக்கிங்கள்ல.. புரட்சி நடத்துங்க.. மக்களுக்குத் தலைமைதாங்கி அதிகாரத்தக் கைப்பற்றுங்க.. அப்படி நடந்தா கண்டிப்பா நான் உங்க பாதை சரினு ஏத்துக்கறேன். அதுல எனக்கு எந்த தயக்கமும் இல்ல. அத விட்டுட்டு அடுத்தவனக் கொற சொல்லிட்டே இருந்தா எப்படி? சக்கரைனு எழுதி நக்குனா இனிக்காது தோழரே.. செயல்ல காட்டுங்க..”

“ஆயுதப்புரட்சியக் கைவிட்டுட்டு முதலாளிகளோட நாடாளுமன்றத்துல சமரசம் செஞ்சிக்கிட்ட நீங்க இப்படிப் பேசலைனாதான் ஆச்சரியம்” அனசின் குரலில் ஒருவித நக்கல் இருந்தது.

“ஒன்றுபட்ட கம்யூனிஸ்ட் கட்சியோட ஆயுதப்போராட்ட வரலாற மொதல்ல படிப்பா.. குறைஞ்சபட்சம் நிஜாம் படையையும், இந்திய ராணுவத்தையும் எதிர்த்து 1946 லிருந்து 1951 வரைக்கும் ஆயுதமேந்திப் போராடின தெலுங்கானா ஆயுதப்புரட்சி வரலாறையாவது வாசி. விடுவிக்கப்பட்ட நூற்றுக்கணக்கான கிராமங்கள், பகிர்ந்தளிக்கப்பட்ட லட்சக்கணக்கான விவசாய நிலங்கள், உயிர்த்தியாகம் செஞ்ச ஆயிரக்கணக்கான கொரில்லா தோழர்கள், எல்லாம் வரலாறா நிலைச்சவங்க. பெரிய இழப்புக்குப்பின்னால, மக்களை தயார்படுத்தாம ஆயுதமேந்தியது தவறுனு கட்சி உணர்ந்து 1948 ல நிலைப்பாட்ட மாத்துச்சு. அப்பவும் ஆயுதப்போராட்டம் தேவையில்லைனு கட்சி சொல்லல. மக்கள் மனநிலைய மாத்தாம ஆயுதப்போராட்டம் சாத்தியமில்லைனுதான் சொல்லுச்சு.” உன்னிகிருஷ்ணனின் பதிலைப் பொருட்படுத்தாமல் சிரித்தான்.

“மக்களத் தயார்ப் படுத்தாமத் தொழிற்சங்க வாதத்துலயே மூழ்கியில்ல கெடக்கறீங்க,,?”

“அதுவும் மக்களுக்கான பிரச்சனைகள்தான?”

“இல்ல நீங்க புரட்சிகர நடவடிக்கைல இருந்து விலகிட்டீங்க. பாத்துட்டே இருங்க.. மக்களை நாங்க அரசியல் படுத்துவோம். நிச்சயமா நாங்க புரட்சிய நடத்துவோம்.. அதிகாரத்தக் கைப்பற்றுவோம்..”

“நாங்க வேண்டான்னா சொல்றோம்.. நல்லாவே பண்ணுங்க.. வாழ்த்துகள்.”

மார்க்சியம் சரி..

தனிச்சொத்துதான் எல்லா சமூகத்தீமைகளுக்கும் காரணம். அதை ஒழிப்பதன் மூலம்தான் சமூக மாற்றத்தைப் படைக்க முடியும். அதை மார்க்சியம் சரியாகவே சொல்லியிருக்கிறது. ஆனால் அதை நடைமுறைப்படுத்துவதாகச் சொல்லிக் கொள்ளும் கட்சிகளின் வழிமுறை தவறானது. புரட்சி நடத்துவதற்கான அறிவு அவர்களிடம் இல்லை. நம்மிடம்தான் அதற்கான அறிவும் திட்டமும் இருக்கிறது. நாமே சரி. நாம் மட்டுமே சரி. என்கிற கண்மூடித்தனமான நம்பிக்கை சில மா.லெ குழுக்களுக்கு இருந்தது. தலைமையை வறட்டுத் தனமாகப் பின்பற்றும் இயந்திரங்களாக அணிகளை அவை மாற்றிக்கொண்டிருந்தன.

அத்தியாயம் – 18

மதிப்பீட்டுக்கும் மிகை மதிப்பீட்டுக்கும் நூலிழைதான் வேறுபாடு. நம்பிக்கை ஒரு மனிதனை வலிமையாக்கும். மிகைநம்பிக்கை அவனைக் கோழையாக்கும்.

அனஸ் பஸ் நிலையம் போய்ச் சேர்ந்தபோது உச்சி வெயில் கொளுத்தியது. முடுக்கிய பொம்மைகள்போல மக்கள் பரபரப்பாய் உலவினர். விஜயா பதிப்பகம் அருகிலிருந்த அழகு டீ ஸ்டாலில் நின்றிருந்தான் வெங்கடேஷ்க்கு சராசரி உயரம்தான். பெஞ்சில் அமர்ந்திருந்த முருகனின் கையில் தினத்தந்தி இருந்தது. அருகில் சென்றான் அனஸ்.

"வாங்க தோழர்.. டீ சாப்பிடலாமா..?"

இரண்டு டீயைச் சொன்னான் வெங்கடேஷ். முருகனுக்குச் சர்க்கரை இருப்பதால் டீ குடிப்பதில்லை. உழைக்காத உடல் 40க்கு மேலாகிவிட்டால் எல்லா இழவையும் இழுத்துப் போட்டுக்கொள்ளும்தானே? ஆனால் தேயிலைத் தொழிலாளர்களின் உழைப்புச் சுரண்டலைச் சகிக்காமல்தான் தேநீரை விட்டதாகச் சொல்லிக் கொள்வான். அவனெதிரே யாரும் கோலா குடிக்க மாட்டார்கள். நீங்கள் குடிப்பது கோலா அல்ல பாட்டாளிகளின் உதிரம் என்று முழங்குவான்.

எப்போதும் போலில்லாமல் இன்று வெங்கடேசின் முகம் அழையா விருந்தாளியை எதிர்கொண்டவன் போல இருண்டு கிடந்தது.

முருகனின் முகமும் கலவரமடைந்திருந்ததை அனஸ் கவனிக்காமலில்லை. முருகனின் கண்கள், விரிக்கப்பட்ட நாளிதழில் ஒட்டவே இல்லை. சாலைக்கு எதிரே நின்ற புர்கா அணிந்த பெண்ணின் மீது படிவதும் விலகுவதுமாக இருந்தது. அந்த புர்கா பெண்ணின் கண்களும் இவர்களை ஆராய்வது போலத்தான் இருந்தது. அந்தச் சூழல் இயல்பாக இல்லை என்பதை உணர்ந்த அனஸ், அங்கே என்ன நடக்கிறது என்று புரியாமல் குழம்பினான்.

முருகனின் இயற்பெயர் பல்லவராயன். சொட்டைத் தலையும், முட்டைக் கண்களும் உதடுகளுக்குள் அடங்காத முன்வரிசைப் பற்களுமே அவனது அடையாளம். அவனுக்கு முன் பற்கள் துருத்திக் கொண்டு இருப்பதை முன்னுணர்ந்தெல்லாம் பெற்றோர்கள் அந்தப்பெயரை வைத்திருக்க வாய்ப்பில்லைதான். ஆனாலும் வளர வளர பல்லவராயன் என்று நண்பர்கள் அழைக்கும்போது அவனைக் கிண்டல் செய்வதுபோல நினைத்துச் சண்டை பிடிப்பான். ஒரு கட்டத்தில் தன் பெயரை அழகேசன் என்று மாற்றிக்கொண்டான்.

அழகேசன் சொந்த ஊர் திருச்செங்கோடு. மூன்றாம் வகுப்போடு பள்ளியைத் தலைமுழுகிவிட்டு ஊர் சுற்றிக் கொண்டிருந்தவனை அவனது அப்பா லாரிப்பட்டறையில் கொண்டுபோய் அழுத்தினார். தொழிலைக்கற்றுக் கொண்டானோ இல்லையோ ஆகாத சகவாசத்தால் குடிக்கக் கற்றுக்கொண்டான். ஓர் உள்ளூர் டிரைவர் மூலம் ஆர்.எஸ். எஸ் அமைப்பில் சேர்ந்து, பிரச்சாரக் அளவுக்கு வளர்ந்து, முழுநேர ஊழியராகப் போக இருந்தபோது ஒரு நண்பர் பெரியாரை அறிமுகம் செய்திருந்தார். பெரியாரை வாசிக்கத்தொடங்கி மது, மத போதைகளிலிருந்து மீண்டான். நாளடைவில் ஒரு புரட்சிகர குழுவில் தன்னை இணைத்துக் கொண்டபோது வயது முப்பதைக் கடந்திருந்தது. கொஞ்சம் கொஞ்சமாக வளர்ந்து இப்போது அந்தக்குழுவில் முழுநேர ஊழியராக இருக்கிறான். முருகன் என்பது ரகசியப்பெயர்.

முருகன் அந்தக் குழுவின் கோவை மாவட்டப் பொறுப்பாளர். இந்தியப்புரட்சியே தன்னை நம்பித்தான் இருப்பதாக அவன் நம்பிக்கை. இந்திய ஆளும் வர்க்கத்தின் போலீசும் இராணுவமும் தன்னை மிகப்பெரிய அச்சுறுத்தலாகப் பார்ப்பதாகவும், தன்னுடைய ஒவ்வொரு அசைவையும் அது கூர்ந்து கவனிப்பதாகவும் சொல்லிக் கொள்வான். தன்னை அரசுக்கெதிரான மாபெரும் ரகசியப் புரட்சியாளனாகவும் நடமாடும் வெடிகுண்டாகவும் நினைத்துக் கற்பனையான உலகில் வாழ்பவன். கூட்டுப்புழு தன்னைச்சுற்றித் தானே கூடமைத்துக் கொள்வதுபோல முருகனும் தன்னைச்சுற்றிக் கற்பனைக்கூட்டைக் கட்டமைத்து வைத்திருந்தான்.

ஒவ்வொரு பகுதிக்காகப் பயணித்துப் புதிய தோழர்களை அமைப்புக்கு வென்றெடுப்பது அவன் வேலை. சிங்கா நல்லூரிலிருந்து திருப்பூருக்கு நேராக வரமாட்டான். பல்லடம் வந்திறங்கி, அங்கிருந்து சோமனூர் சென்று, அங்கிருந்துதான் திருப்பூருக்கு வருவான். தன்னைப் பின் தொடரும் உளவுத்

துறையின் கண்களில் மண்ணைத்தூவ அவன் கைக்கொள்ளும் தந்திரோபாயம் இது.

மக்கள் திரள் அமைப்புகளைக் கட்டி, மக்களைச் சந்தித்துப்பேசி அமைப்புக்கான ஆட்களை வென்றெடுப்பதெல்லாம் நொச்சுப் பிடித்த வேலை. ஏற்கனவே ஏதோ ஒரு அமைப்பிலோ கட்சியிலோ இருக்கிற தோழர்களைக் கண்டறிந்து பேசி, அவர்களிடம் அந்தக் கட்சி குறித்த நம்பிக்கையைக் குலைத்து, தங்கள் குழு மட்டுமே புரட்சிக்குத் தகுதியானது என்று மகுடியூதி, ஊசலாட்டமுள்ள தோழர்களை வென்றெடுப்பது எளிதாக இருந்ததால் அதையே தன் பாணியாக வைத்துக் கொண்டான்.

தன்னைத்தவிர எந்தக்கட்சிக்கும் அறிவில்லை, எல்லா அமைப்புகளும் பிழைப்புவாதிகள், தான் மட்டுமே இந்தியப்புரட்சியை வடிவமைக்கவல்ல சிற்பி என்கிற ஆழமான நம்பிக்கை ஒரு மனநோயைப்போல அவனைப் பீடித்திருந்தது.

தன்னைப்பற்றிய ஒரு பிம்பத்தைக் கட்டமைப்பதில் எப்போதும் கவனமாக இருப்பான். அவன் சிந்திப்பதெல்லாம் மார்க்சியத் தத்துவங்கள், அவன் பேசுவதெல்லாம் மார்க்சிய உரை, அவன் இழுப்பதெல்லாம் மார்க்சிய பீடி. அவன் வீட்டு விட்டத்தில்கூட மரப்பல்லிகளுக்குப் பதில் மார்க்சியப்பல்லிகள்தான் ஊர்ந்தன. தலைமுடியையும் தாடியையும் தவிர தனக்கும் கார்ல் மார்க்சுக்குமான வேறுபாடு எதுவுமில்லை என்பது அவனது நம்பிக்கை.

சில வாரங்களுக்கு முன்பு ஒரு நிகழ்வில் வெங்கடேஷ், அனசைச் சந்தித்துப் பேசியிருந்தான். அவனை அமைப்புக்கு வென்றெடுப்பதற்காகவே முருகனைத் திருப்பூருக்கு வரவழைந்திருந்தான்.

முருகன் மிகச்சிறந்த புரட்சிகர வாயாடி. எந்தக் களப்பணியும் செய்யாமல் அறைக்குள் அமர்ந்து புரட்சிகர அரட்டை அடித்தே பொழுதைக் கழிப்பவன், அதில் தேர்ச்சி பெற்றிருப்பதில் ஆச்சரியம் இல்லைதானே? அவனது மார்க்சிய வெட்டிப்பேச்சுகளைச் சகித்துக்கொண்டு உடனிருக்கும் தோழர்களின் நிலைமைதான் பாவம். சீனப்புரட்சிக்கே அவன்தான் ஆலோசனை கொடுத்ததாக அடித்துவிடும் கூத்துகளுக்கும்கூட கைதட்ட வேண்டும்.

ஆனாலும் “முனிசிபாலிட்டி முக்கத்தாண்டுனா இந்த நாய யாருக்கும் தெரியாது.. இவன் சீனப்புரட்சிக்கு ஆலோசன நொட்டுனானாமா..?” என்று பின்னால் சிரித்துக்கொள்வார்கள்.

முழுநேர ஊழியர்களாகத் தம் வாழ்வைச் சமூகத்துக்கு அர்ப்பணித்துக் களத்தில் பணியாற்றும் தோழர்களைக் குறைசொல்லியே எந்த வேலையும் செய்யாமல் பிழைப்பை ஓட்டுகிற முருகனுக்குக் குறைகூறிப் புறம்பேசும் பாணியில் பாண்டித்தியம் இருந்ததால் அவனது குழுவும் அதைக் கண்டுகொள்வதில்லை. அப்படி வந்து அனசுக்குக் காத்திருக்கும் நேரத்தில்தான் ஒரு புர்கா அணிந்த பெண் அவனைக் கண்காணிப்பதைப் பார்த்தான்.

"என்ன முருகன் தோழர், ஒரு மாதிரியா இருக்கீங்க..?" என்ற அனசிடம் கடுமையான முகத்தைக் காட்டியபடி 'உஷ்ஷ்ஷ்..' என்றான். தலைமறைவுப் புரட்சியாளர்களிடம் பொதுவெளியில் சப்தமாகப் பேசக்கூடாது என்று அதற்கு அர்த்தம்.

"வெங்கடேஷ் தோழர், உடனே திரும்பி பாக்காதீங்க.. அங்க ஒரு பெண் அதிகாரி என்ன உளவு பாத்துட்டு இருக்காங்க. ரொம்ப நேரம் என்ன ஃபாலோ பண்றாங்க.."

வெங்கடேசோடு அனசும் அந்த திசையைத் திரும்பிப் பார்த்தான்.

"ப்ச்ச்ச்.. இப்படியா டக்குனு திரும்பிப் பாப்பாங்க..?" என்று அதற்கும் கடிந்துகொண்டான்.

"ரகசியக் கட்சியில வேலை செய்யணும்னா கடுமையான ரகசியத்தன்மை வேணும். இருபத்து நாலு மணிநேரமும் போலீஸ் உளவுத்துறையோட கண்காணிப்புல வாழ்கிறவன் நானு. அவங்க கண்ணுல மண்ணத்தூவிட்டுதான் இங்க வந்திருக்கேன். அப்படி இருந்தும் ஒரு பெண் எஸ்.ஐ.என்ன ஃபாலோ பண்ணி வந்திருக்குனா அரசோட கண்காணிப்பப் புரிஞ்சுக்கனும். இப்படி விளையாட்டுத்தனமா இருந்தாப் போலீஸ் நம்மளத் தூக்கிரும்.. புரியுதா..?"

முகத்தைத் தீவிரமாக வைத்துக்கொண்டு அவன் பேசிய தோரணை அச்சமூட்டுவதாகத்தான் இருந்தது. ஆனாலும் அந்த சாகச உணர்வின் பரவசத்தை அனஸ் ரசித்தான். உளவுத்துறை, ரகசிய செயல்பாடுகள் போன்றவற்றைக் கேள்விப் பட்டிருக்கிறானே தவிர இப்போதுதான் நேரடியாகப் பார்க்கிறான்.

தப்பிக்கும் திட்டத்தை முருகனே விவரித்தான்.

"நான் நல்லா கவனிச்சுட்டிட்டேன். ஒரு பெண் ஐ.எஸ் மட்டும்தான், இருக்காங்க. வேற யாரும் பின் தொடரல.. இப்ப

ஒரே நேரத்துல நாம மூணு பேரும் மூணு திசைல பிரிஞ்சு போகனும் யாரப் பின் தொடர்றதுனு அந்த ஐ.எஸ்க்கு குழப்பம் ஆகி நிக்கும்போது நாம தப்பிச்சிடணும் புரியுதா?"

"சரி தோழர்.."

"போலாம்.."

பெஞ்சிலிருந்து சட்டென எழுந்த முருகன் பெண் உளவாளியின் எதிர்த் திசையில் நடந்தான். வெங்கடேஷ் வலப்புற வழியிலும் அனஸ் இடப்பக்க பாதையிலும் சென்றார்கள். வில்லிலிருந்து புறப்பட்ட அம்பு போல பத்து விநாடிக்குள் மூவரும் மறைந்து விட்டனர்.

அனசுக்கு உள்ளுக்குள் ஒரு குறுகுறுப்பு இருந்தது. ' ஹலோ.. புரட்சிக்காரங்க தப்பிச்சுப் போறாங்க.. உடனே ஃபோர்ஸ் அனுப்புங்க..' என்று அந்த பெண் உளவாளி வாக்கி டாக்கியில் தகவல் சொல்லிக்கொண்டு இருப்பாரோ என்ற சந்தேகத்தில் ஒளிந்திருந்து பார்த்தான். அந்தப்பெண் அதே இடத்தில் அசைவின்றி நின்று கொண்டிருந்தது ஏமாற்றமாக இருந்தது.

ஏற்கனவே திட்டமிட்டபடி வெள்ளியங்காடு நால்ரோட்டில் காத்திருந்தான் அனஸ். சில நிமிடங்களில் வெங்கடேஷ் வந்து விட்டான். முருகன் வரவில்லை என்றறிந்ததும் அனசுக்குப் பதட்டமானது.

"இவ்ளோ நேரமாகியும் முருகன் தோழரக் காணோமே.. போலீஸ்ல மாட்டிட்டாரோ..?"

"அட நீ வேற எப்பா..!! அது போலீசுமில்ல ஐ.எஸ் சுமில்ல.. அவ பேரு ஆஷா.. நான் கட்டிக்கப்போற பொண்ணு.. என்னப் பாக்கதான் அங்க வந்திருந்தா. அந்த நேரம் பாத்து முருகன் தோழர் வந்துட்டாரு. அதான் அவரு போற வரைக்கும் அவள ஒரு ஓரமா வெய்ட் பண்ணச் சொன்னேன். அதப்பாத்துட்டு இவரு ஐ.எஸ், கிய்.எஸ் சுனு களேபரம் பண்ணிட்டாரு.." என்று சொன்னதும் இருவரும் விழுந்து விழுந்து சிரித்தார்கள்.

ஒருமுறை முருகன் பஸ்சில் போய்க்கொண்டிருந்தபோது காக்கிச் சீருடையோடு நான்கைந்து கூர்க்காக்கள் ஏறியிருக்கிறார்கள். அவர்களைப் போலீசென்று நினைத்த முருகன், “போலீஸ் அராஜகம் ஒழிக, புரட்சி ஓங்குக, என்றெல்லாம் கோசமிட்டிருக்கிறான். அவனைச் சமாதானப்படுத்த முயற்சித்த

பயணிகளைப்பார்த்து 'புரட்சிக்குத் துரோகம் செய்யும் எதிர்ப்புரட்சியாளர்கள் ஒழிக' என்று முழங்கியபடி மயங்கியிருக்கிறான். தோழர்கள் அள்ளிப்போட்டுக்கொண்டு போய் மருத்துவமனையில் சேர்த்திருக்கிறார்கள். இந்தக் கதையை வெங்கடேஷ் சொன்னதும் அனசுக்குச் சிரித்துச் சிரித்துப் புறையேறியது.

“புரட்சிகரத் தத்துவம் ஒரு ஊழியனுக்கு தைரியத்தையும் நம்பிக்கையும்தான தரனும்? சாதாரண மக்களப்பாத்தே பயப்படற அளவுக்கு முருகன் தோழர் இருக்கிறத புரிஞ்சுக்க முடியலையே..?” என்றான் அனஸ்.

“தத்துவத்த வாய்ல மட்டும் வெச்சிருந்தா போதுமா? செயல்படுத்தணும்ல. களத்துல வேலை செய்யும்போதுதான சரி தவற கத்துக்க முடியும். அந்த படிப்பினைதான் மனோபலத்தைக் கொடுக்கும். ரூமுக்குள்ள உக்காந்து கதபேசிட்டே இருந்தா அவநம்பிக்கையதான் கொடுக்கும். நடைமுறைல இல்லாத தத்துவம்ங்கிறது ஷோ கேஸ் பொம்மை மாதிரிதான். வெச்சு அழகுபாத்துக்கலாம். மக்களுக்கு அதனால பிரயோஜனம் ஒன்னும் இல்ல” வெங்கடேசின் குரல் தீர்க்கமாய் ஒலித்தது.

“மக்கள்கிட்ட வேலைசெஞ்சாதான மக்களப்பத்தின புரிதல் வரும். தன்ன அறிவாளினு காட்டிக்கிறதுக்கு மெனக்கெட்டதத்தவிற முருகன் தோழர் ஒரு வேலையும் செஞ்சதில்லைனு சொல்றீங்களா?” அனசின் கண்கள் கேள்விக்குறியைச் சுமந்து நின்றன.

“மக்கள்ட்ட வேலசெஞ்சா மக்களப்பாத்து ஏன் பயப்படப் போறாரு..? யாரு சாதாரண மக்கள். யாரு அதிகாரவர்க்கம்னு எடைபோடக்கூட தெரியலையே..” வெங்கடேஷ்.

" சரி அதெல்லாம் கெடக்கட்டும்.. ஏன் தோழர், உங்க காதல் விசயத்த முருகன் தோழர்ட்ட சொல்ல வேண்டியதுதான ஏன் மறைக்கனும்..?"

" அட நீங்க வேற.. காதலிக்கிறேன், கல்யாணம் பண்ணுறேன்னு எல்லாம் சொன்னா நம்மள எதிர்புரட்சிக்காரன் ரேஞ்சுக்கு பேசுவாங்க. ஏதோ நம்ம கல்யாணத்தாலதான் நடக்க இருந்த புரட்சியே நின்னுட்ட மாதிரிப் பேசியே கொன்னுடுவாங்க."

" ரகசிய அமைப்புல கல்யாணம் பண்ணக்கூடாதா...? முருகன் தோழரும் கல்யாணம் பண்ணிக்கலையா..?"

"அவரு கல்யாணம் பண்ணிக்கலதான். கெடைக்கிற கேப்புல மத்த எல்லாத்தையும் தான் பண்ணிடறாரே..'' பெரிய நகைச்சுவையைச் சொல்லிவிட்டதுபோல அவனே வாய்விட்டுச் சிரித்துக்கொண்டான்.

"செரி தோழர், கிளம்பலாமா.. ஆஷா காத்திட்டிருப்பா.." கடிகாரத்தைப் பார்த்தபடிச் சொன்னான் வெங்கடேஷ்.

" முருகன் தோழர், வருவேன்னு சொன்னார்ல்ல.."

"அட நீங்க வேற.. அவரப்பத்தி உங்களுக்கு தெரியாது..அவரு இந்நேரம் நடந்தே கோயமுத்தூர் போயிருப்பாரு.. வாங்க தோழர்.."

இவையெல்லாம் புதிய அனுபவமாக இருந்தது அனசுக்கு.

"சமூகத்தோட நிகழ்வுப்போக்கையும் மக்களோட உளவியலையும் பேசுற அமைப்புக்குத் தன் சொந்த ஊழியரோட உளவியலப் புரிஞ்சுக்க முடியலனு சொல்றதுதான் கொடுமை. காதல், காமம் எல்லாம் பசி தூக்கம் மாதிரி மனிதனோட அடிப்படைத்தேவைகள். அதுங்கள அடக்கி வெச்சாக் கிடைக்கிற வழியில பிச்சுக்கிட்டு வெளிப்படத்தான் செய்யும். அதப்புரிஞ்சுக்காம வறட்டுத்தனமா இருந்தா முருகன் தோழர் மாதிரி நடைமுறையற்ற பிண்டமாதான் ஆகனும்."

மிகப்பெரிய மார்க்சிய அறிவுஜீவியாகத் தன்னைக் காட்டிக் கொள்ளும் முருகனை நடைமுறையற்ற பிண்டம் என்று வெங்கடேஷ் சொன்னதும் அதிர்ச்சியடைந்தான். நக்சல்பாரிகளின் மீது அவனுக்கு மிகப்பெரிய பிரமிப்பும் மரியாதையும் இருந்தது. அவன் வாசித்தறிந்த வரலாறு முழுவதும் நக்சல்பாரிகள் மனித சமூகத்துக்காகச் செய்திருந்த அளப்பரிய தியாகங்களெல்லாம் அவன் கண்களுக்குள் ஓடின. நக்சல்பாரி என்று சொல்லிக்கொள்ளும் ஒருவரை இப்படிச் சொன்னதும் அவனுக்குள் பல கேள்விகள் எழுந்தன. அதைக் கேட்கவும் செய்தான்.

“நக்சல்பாரிகளோட தியாகத்த நீங்க கொச்சைப்படுத்தறீங்க..”

“அப்படி இல்லை தோழர், நக்சல்பாரிகள் தியாகங்கள நான் கொறச்சு மதிப்பிடல. இப்பவும் மக்களுக்காக தன்னை அர்ப்பணிச்சு வேலை செய்யிற எத்தனையோ நக்சல்பாரி தோழர்கள் இருக்கதான் செய்றாங்க. ஆனா இந்தாளு நக்சல்பாரி இல்லை.. மனநோயாளி..”

"என்ன தோழர் இப்படி சொல்லிட்டீங்க..?"

"பின்ன என்ன தோழர், எதார்த்த உலகத்த விட்டு எப்பவுமே கற்பனையிலயே வாழ்றத மனநோய்னு இல்லாம வேற என்ன சொல்றது? புரட்சிக்குத் தலைமை தாங்குற அமைப்பையும் தோழர்களையும் மக்கள் நம்பணும், கூட நிக்கணும்.. ஆனா நம்ம யாருனு பக்கத்து வீட்டுக்காரனுக்குக் கூட தெரியாது. நம்ம அமைப்புப் பேரேகூட தெரியாது.. இந்த லட்சணத்துல இருக்கு நாம மக்கள அனுகற விதம். இதுல நாளைக்கே புரட்சி வரப்போற மாதிரியும் அத நாமதான் தலைமை தாங்கப்போற மாதிரியும், நாம சொன்னதும் மக்கள் வரிசைல வந்து நிக்கப்போற மாதிரியும் எப்பப்பாத்தாலும் புரட்சிகர வீண்பேச்சுக்கு ஒண்ணும் கொறச்சல் இல்ல.. நாளைக்கு புரட்சி நடந்தா கட்சி சார்பா மார்க்சிய மறுவாழ்வு மையம் ஒண்ண அமைச்சு இந்த மாதிரி ஆட்கள எல்லாம் பிடிச்சு உள்ள போட்டு வைத்தியம் பாக்கணும்."

கோபம் கலந்த வருத்தத்தோடு சொல்லிக்கொண்டிருந்த வெங்கடேஷின் முகத்தையே பார்த்துக்கொண்டு நின்றான் அனஸ்.

" செரி தோழர் நீங்க கிளம்புங்க.. உங்க ஆளு வெய்ட் பண்ணிட்டு இருப்பாங்க.."

வெங்கடேசை அனுப்பிவிட்டுத் திரும்பி நடந்தான்.

அத்தியாயம் – 19

சமூகமாற்றத்துக்கான பயணத்தைத் தேர்வுசெய்யும் ஒருவன் மார்க்சியத்தை உயர்த்திப் பிடிக்கத் தயாராகிறான். அதற்காகத் தன்னை அர்ப்பணித்துக்கொள்கிறான். தன் வாழ்வை மனமுவந்து ஒப்புக் கொடுக்கிறான். மார்க்சியத்தை நடைமுறைப்படுத்தப் புரட்சிகர சிந்தனை கொண்ட பாட்டாளி வர்க்கக் கட்சியே அடிப்படை என்பதை உணர்ந்து கட்சியில் தன்னை இணைத்துக் கொள்கிறான்.

ஆனால் அவனும்கூட இதே பிற்போக்குச் சமூகத்திலிருந்துதான் கட்சிக்குள் வருகிறான். இந்தச் சமூகத்தில் நிலவுகிற அனைத்துப் பிற்போக்குச் சிந்தனைகளோடுதான் வருகிறான். அதேசமயம், மானுடகுல விடுதலையையும், சமத்துவச் சமூகத்தையும் படைக்க வேண்டும், என்கிற வேட்கை அவன் அடி மனதில் கனன்று கொண்டிருக்கிறது. அவன் சிந்தனையில் படிந்திருக்கும் அழுக்கைக் கழுவி அகற்றி, மானுடப் மாண்புகளை வெளிக்கொண்டுவந்து அவனைக் கம்யூனிஸ்ட் ஆக்குவதில்தான் கட்சியின் வெற்றி இருக்கிறது.

கட்சி, தனது ஊழியரைப் பயிற்றுவிக்கிறது. சமூகம் குறித்த அறிவைப் போதிக்கிறது. மனித குல வரலாறு குறித்த பரந்த பார்வையை எடுத்தியம்புகிறது. கற்றுக்கொண்ட சமூக அரசியலை நடைமுறையோடு பொருத்திப்பார்க்கிற இயக்கங்களில் அவனைப் பங்கெடுக்கச் செய்கிறது. தாய் வயிற்றில் வளர்கிற குழந்தையைப்போல படிப்படியாய் அவனை வளர்த்தெடுக்கிறது. தத்துவத்தைப் பற்றிப் பிடித்துக்கொண்ட ஓர் ஊழியன் சமூக மாற்றத்துக்காகத் தன்னுடைய வாழ்வை அர்ப்பணிக்கத் தயாராகும்போது அவன் முழுநேர ஊழியன் ஆகிறான்.

முழுநேர ஊழியர்கள்தான் கட்சியின் முதுகெலும்புகள். கட்சி அமைப்பே அவர்களின் தியாகத்தின் மீதுதான் கட்டமைக்கப் பட்டிருக்கிறது. கட்சியின் தத்துவார்த்த உறுதி, முழுநேர ஊழியர்களின் செயல்பாட்டில்தான் தீர்மானிக்கப்படுகிறது. அப்படியோர் அர்ப்பணிப்புணர்வோடு முழுநேர ஊழியராகக் காத்திருந்த அனசுக்கு சமீபநாட்களாகச் சில தடுமாற்றங்கள் ஏற்பட்டு இருந்தன.

தத்துவத்துக்கும் செயல்பாட்டுக்குமான இடைவெளி அவனது நம்பிக்கையைக் குறைத்திருந்தது. கட்சியின் நடைமுறைச் செயல்பாடுகளில் அவனுக்கு முரண்பாடுகள் ஏற்பட்டிருந்தன.

ஒரு செவ்வாய்க்கிழமை. மத்திய அரசைக் கண்டித்து ஓர் ஆர்ப்பாட்டம் அறிவித்திருந்தது அமைப்பு. டவுன் ஹால் எதிரே தோழர்கள் கூடியிருந்தனர். கிட்டத்தட்ட இருமடங்கு எண்ணிக்கையில் போலீசார்களும் இருந்தனர். அவன் போவதற்குக் கொஞ்சம் தாமதாகியிருந்தது. மக்களுக்குத் துண்டறிக்கை கொடுத்துக்கொண்டிருந்த அருண், அனசைப் பார்த்துச் சிரித்தான். அரசியல் உறவைத்தாண்டி அருண் அனசின் நெருங்கிய நண்பன். சிரித்த முகமும், எதார்த்தமாய்ப் பேசும் பண்புமே அவனது அடையாளம். விரைவில் புரட்சி வரப்போகிறது என்று உறுதியாய் நம்பியிருந்த தோழர்களில் ஒருவன். தன்னைத் தலைமறைவுக் கட்சியின் அர்ப்பபணிப்பு மிக்க ஊழியனாக வரித்துக்கொண்டவன். ஒளிவுமறைவின்றிப் பட்டெனப் பேசிவிடக்கூடியவன் என்பதால் சிலர் விலகியே இருந்தனர்.

நேரமாக ஆகப் போலீசின் எண்ணிக்கை கூடிக்கொண்டே போனது. கண்ணீர்ப்புகை வாகனங்களும் கலவரத்தடுப்பு வாகனங்களும் நின்றிருந்தன. டீக்கடையில் அனசும் அருணும் பேசிக்கொண்டிருந்தபோது இன்னொரு தோழர் அருகில் வந்தார். அவர் கையில் பீடி புகைந்துகொண்டிருந்தது. எங்கிருந்தோ அதைக் கவனித்த இன்னொருவர் விறுவிறுவென அருகில் வந்தார்.

“தோழர், பீடியக் கீழ போடுங்க..” என்று கடிந்துகொண்டார்.

“ஏந்தோழர்.. எப்பவும் அடிக்கிறவன் தான நானு.. இன்னைக்குத்தான் புதுசாப் பாக்கற மாதிரிப் பேசறீங்க..?” எதிர்க்கேள்வி வைத்தான்.

“தோழர்.. இன்னைக்கு நிகழ்ச்சிக்கு வஜ்ரவேல் தோழர் வர்றாரு. இன்னைக்கு மட்டுமாவது இதெல்லாம் தவிர்த்துக்கோங்க”

வஜ்ரவேல் பெயரைக் கேட்டதும் அனசுக்கு ஆர்வம் பற்றிக்கொண்டது. அருணுக்கும்தான். கட்சியின் மத்தியக்குழுவின் முக்கியமான தலைவர். அவரைப்பற்றிக் கேள்விப்பட்டிருக்கிறான். பார்த்ததில்லை. எப்படிப் பார்க்க முடியும்? அவர்தான் தலைமறைவுத் தோழர் ஆச்சே. அவரைப் பார்க்கப்போகிற ஆர்வம் அனசுக்குள் குறுகுறுத்தது.காத்திருந்தான். ஆர்ப்பாட்ட இடத்துக்குப் போனதுமே அருணின் முகம் அதிருப்தியடைந்ததைக் கவனித்தான் அனஸ்.

“ஏந்தோழர்.. என்னாச்சு..?”

“அங்க பாருங்க..” எதிரே கண் காட்டினான்.

அங்கு உளவுத்துறை அதிகாரிகளுடன் சிலர் நின்று பேசிக்கொண்டிருந்தனர். அனசுக்குப் புரியவில்லை. அருணே சொன்னான்.

“அங்க ஒசரமா நிக்கிறார்ல அவர்தான் வஜ்ரவேல் தோழர்”

அணிகளின் ரகசியத்தன்மையைக் கற்புப்போலப் பேணச் சொல்லும் கட்சியின் தலைமை நிர்வாகி உளவுத்துறை அதிகாரிகளோடு சகஜமாகப் பேசிச் சிரித்துக்கொண்டிருந்த நிகழ்வு அவனுக்குள் கடும் அலைக்கழிப்பை ஏற்படுத்தியது. சில மாதங்களில் அருண் அமைப்பிலிருந்து வெளியேறினான்.

சமீப காலங்களில் அடுத்தடுத்துப் பல முழுநேர ஊழியர்கள் அமைப்பை விட்டு விலகிச்சென்ற நிகழ்வுகள், அமைப்பின் மீதான அவனது உறுதித்தன்மையைக் குலைத்திருந்தன. சில நாட்களுக்கு முன்பு தோழர் ரங்கசாமி விலகுவதாகக் கடிதம் கொடுத்திருந்தார். ஆறு மாதங்களுக்கு மேல் நடைபெற்றுவந்த நீண்ட விவாதங்களில் எந்த முன்னேற்றமும் ஏற்படாத விரக்தியில் அந்த முடிவெடுத்திருந்தார்.

ரங்கசாமி பதினொரு ஆண்டுகளாகக் கட்சியின்முழுநேர ஊழியர். கடைசி ஐந்தாண்டுகள் மத்தியக்குழு உறுப்பினராக இயங்கியவர். அவருக்குச் சத்திய மங்கலம் பக்கத்தில் ஏதோ ஒரு மலைக்கிராமம். கல்லூரிப் பாடத்தில் கார்ல்மார்க்ஸ் குறித்த அறிமுகத்தால் உந்தப்பட்டு பதின்ம வயதில் சிவப்பை வரித்துக்கொண்டு அருகிலிருந்த சி.பி.ஐ கட்சியில் இணைந்தார்.

இலக்கியத்தின் மீதும் ஆர்வம் இருந்தது. கைகளால் எழுதப்பட்ட கதை, கவிதை போன்றவற்றை நூல் வடிவில் தொகுத்து உள்ளூர் நூலகத்தில் மாதாமாதம் போடுவது வழக்கம். அதைப்படித்த ஒரு எம்.எல் காரர் இவரை அணுகிப் பேசினார்.

அன்றைக்குத் தமிழகத்தில் இயங்கிவந்த பல மா.லெ குழுக்களின் இதழ்களைத் தேடித்தேடி வாசித்தார். கட்சி இதழைப் படித்துவிட்டுக் கட்சிக்குக் கடிதம் எழுதினார். திருப்பூரிலிருந்து ஒரு தோழர் வந்து பேசினார். கட்சி ஆவணங்களைக் கொடுத்து வாசிக்கச்சொன்னார். வாசிப்பும் விவாதங்களும் பு.ம.மு மீது ஈர்ப்பை ஏற்படுத்தியது. சட்டப் படிப்பை முதலாண்டோடு கைவிட்டுக் கட்சியில் முழுநேர ஊழுயராகச் சேர்ந்து பயணித்தவர்.

சில மாதங்களுக்கு முன்பு ரங்கசாமி என்ன மனநிலையில் இருந்தாரோ அதே மனநிலையில் இருந்தான் அனஸ். ரங்கசாமியின் கடித வரிகள் அவனுக்குள் விவாதங்களைக் கிளப்பியிருந்தன.

'... கிராமங்களுக்குச் செல்வோம் முழக்கத்தின் அடிப்படையில் கட்சி என்னை அனுப்பியது. அது இலங்கையில் சிரிமாவோ பண்டாரநாயக்கின் ஒப்பந்தத்தால் குடியுரிமை இழந்து இந்தியாவுக்குப் புலம்பெயர்ந்த தமிழர்கள் வாழும் பகுதி. ஒரே மாதிரியான பண்பாடும், உணவுப் பழக்கங்களும் கொண்ட மக்கள் அவர்கள். அந்தக் குடும்பங்களுக்குப் பிழைப்பதற்கு ஒரு துண்டு நிலத்தைக் கொடுத்திருந்தது அரசு. உணவுக்காக மக்காச்சோளம், நிலக்கடலை, குச்சிக்கிழங்குகளைப் பயிரிடுவார்கள். ரேசன் அரிசிதான் பிரதான உணவு. அம்மக்கள் எனக்குத் தங்குமிடம் கொடுத்தார்கள். இரவுகளில் கொசுக்கடியிலிருந்து பாதுகாத்துக் கொள்ள அரிசிச்சாக்கு போர்த்திக்கொண்டு உறங்கியிருக்கிறேன்.

ஒரு லுங்கி, ஒரு பேண்ட், ஒரு சட்டை, ஓர் உள்ளாடை இவை மட்டுமே என் சொத்து. ஊருக்குள் இருக்கும் போது லுங்கிதான் அணிந்திருப்பேன். மக்களிடம் அன்னியமாய்த் தெரியக்கூடாது அல்லவா? அங்கிருந்து டவுனுக்கு சென்று ஏதோ ஒரு சலூனில் லுங்கியை மாற்றிக்கொண்டு பேண்ட் சட்டை அணிந்து பத்திரிகை வியாபாரம் செய்திருக்கிறேன். ஏதோ ஒருநாள், இரண்டு நாள் அல்ல.. வருடக்கணக்காய் அலைந்து திரிந்து இப்படித்தான் அங்கே கட்சி கட்டினோம்.

இது ஓர் உதாரணம்தான். இதுபோலக் குறுக்கும் நெடுக்குமாக தமிழகம் முழுவதும் சுற்றிக் கட்சிப்பணி செய்திருக்கிறேன். அதில் கிடைத்த அனுபவங்களின் அடிப்படையில்தான் சொல்கிறேன். அமைப்பின் செயல்திசை வெற்றிகரமானதாக இல்லை. நாளுக்கு நாள் தேய்ந்து வருகிறது. கட்சி ஊழியர்கள் நம்பிக்கையிழந்து வெளியேறி வருகிறார்கள். நம்முடைய நடைமுறையில், வேலைத்திட்டத்தில் மாற்றம் கொண்டுவந்தாக வேண்டிய கட்டாயத்தில் நாம் இருக்கிறோம்.

என்ற ஆலோசனையை முன்வைத்தேன். தலைமைக்குழுவில் கடந்த ஆறு மாதங்களாக நடந்த விவாதங்கள் எல்லாம் தீர்வுக்கானதாக இல்லாமல் என்னை அமைதியாக்குவதுதான் நோக்கமாக இருந்ததோ என்றும் ஐயுருகிறேன்.

நீயே ஒரு தீர்வைச் சொல் என்று கேட்டீர்கள். ஒன்றை நினைவில் கொள்ளுங்கள். நான் தலைவனல்ல. ஒருங்கிணைப்பாளன்.

உங்கள் தலைமையை ஏற்று வேலைசெய்ய வந்திருக்கிற செயல்பாட்டாளன். மாவோவுக்கும் லீ சுச்சிக்குமான விவாதத்தில் லீ சுச்சியின் ஆதரவாளர் மாவோவுக்கோ மாவோவின் ஆதரவாளர் லீ சுச்சிக்கோ ஆலோசனை சொல்ல முடியாது. அதுபோல ஒரு தத்துவார்த்தத் தலைவருக்குப் பதில் சொல்லுமளவுக்கு நான் தேர்ந்தவனெல்லாம் இல்லை. நம் திசைவழி வெற்றிகரமாக இல்லை என்பதை என் அனுபவம் சொல்கிறது. அதைச் சரிசெய்யவேண்டும் என்ற கோரிக்கையை முன்வைத்த என்னிடம் நீயே மாற்றைச் சொல் என்பது முறையற்றது.

மார்க்சியத்தின் மீதோ, தத்துவத்தின் மீதோ நம்பிக்கையிழந்து நான் வெளியேறவில்லை. நடைமுறையில் என் உழைப்பும் அர்ப்பணிப்பும் விழலுக்கிறைத்த நீராய் வீணாவதை உணர்ந்தே வெளியேறுகிறேன். மீதமுள்ள என் வாழ்நாளை ஒரு சராசரி மனிதனாக வாழ்ந்து கழிக்க முடிவுசெய்துவிட்டேன். நன்றி'

ஏற்கனவே ஊசலாட்டத்தில் இருந்த அனசுக்கு ரங்கசாமியின் கடிதம் ஒரு முடிவெடுக்கத் தூண்டியது. மூன்றாண்டுகளாக அமைப்பின் மீது நம்பிக்கை வைத்துப் பயணித்த நாட்களெல்லாம் அவன் மூளைக்குள் காட்சிகளாய் ஓடின. சமூக மாற்றத்துக்கான பணிகளில் ஓரங்குலமேனும் முன்னேறியிருந்தால் நம்பிக்கை தளர்ந்திருக்காது. நாளுக்குநாள் அமைப்பும் வலுவிழந்து தேய்ந்து வருகிறது. ஊழியர்கள் நம்பிக்கையிழந்து வெளியேறிக் கொண்டிருக்கிறார்கள். கடும் பணிச்சுமையும், வாழ்க்கைச் சூழலும் அர்த்தமற்றதாகப் போய்க் கொண்டிருப்பதாக எண்ணங்கள் தோன்றுவதைத் தவிர்க்க முடியவில்லை.

ஒரு சே குவேரா போல, ஒரு ஹோசி மின் போல, துப்பாக்கியைத் தூக்கிக்கொண்டு பயணிக்கிற கனவோடு இருந்தவனிடம் புத்தகம் விற்பதையும் படிப்பறை வாதங்களையும் மட்டுமே புரட்சிக்கான நடவடிக்கை என்று சொல்வது அவனுக்கு ஒப்பவில்லை. அவனுக்குத் தேவை உடனடி நடவடிக்கை. உடனடித் தீர்வு. உடனடிப் புரட்சி. மக்கள் ஏகப்பட்ட இன்னல்களைச் சுமந்துகொண்டிருக்கிறார்கள். நாம் புரட்சியைத் துவக்கினால் அவர்களாகவே நம் தலைமையில் அணிதிரண்டு விடுவார்கள் என நம்பினான். அத்தகைய சாகசவாத நடைமுறைக்கு இந்த அமைப்பின் செயல்பாடுகள் சரிப்பட்டு வராது என்று அதிலிருந்து விலகி நின்றான். புரட்சி செய்யத் தயாராக இருக்கிற கட்சிக்காகக் காத்திருந்தான்..

அத்தியாயம் – 20

ஆடி பதினெட்டுக்கு இரண்டு நாட்கள் முன்பாகவே ஊர் களைகட்டியிருந்தது. தெருவிலுள்ள மரங்களிலெல்லாம் தூரிகள் முளைத்திருந்தன. எதிர் வீட்டுப் பூவரச மரத்திலும் ஒரு தூரி தொங்கியது. குழந்தைகளின் சிரிப்புச் சப்தம் சலங்கைப்பரல்களை உருட்டியதுபோல் ஒலித்தது. வாழ்வியலோடு கலந்துநிற்கும் பண்டிகைகள் மனித மனங்களைக் குதூகலப்படுத்தி விடுகின்றன.

பொங்கல் அறுவடைத்திருநாள் என்பதைப்போல ஆடி நோம்பி, நீர் நிலைகளைக் கொண்டாடுகிற, நன்றி செலுத்துகிற திருவிழா. பவானி, மேட்டூர், தாமிரபரணி ஆற்றங்கரைகளைப் போலவே திருப்பூர் நொய்யல் நதிக்கரையிலும் மக்கள் கூட்டம் நிறைந்து வழியும். நோம்பி நாளன்று பொடுசுகள் புதுத்துணி அணிந்து கொள்வார்கள். அதுவரை பாவாடை சட்டையில் சுற்றித்திரிந்த இளம்பெண்கள் தாவணி அணிந்து வருவதைப் பார்க்கவே இளைஞர்கள் கூட்டம் அலைமோதும். வீட்டில் சமைக்கப்படுகிற முறுக்கு, சீடை, அதிரசம், அஸ்கா பர்பி, கடலை பர்பி, பொரி உருண்டை போன்ற நொறுக்குத் தீனிகளோடு குடும்பம் குடும்பமாக மக்கள் கூடுவார்கள். சில நேரங்களில் கரும்பும் இருக்கும்.

தை மாதம் பூப்பறிக்கிற நோம்பியில் பாடும் பாடலைப் பாடி சிறுமிகள் இரண்டு குழுக்களாகப் பிரிந்து விளையாடிக்கொண்டிருந்தார்கள். மணலில் அமர்ந்து பார்த்துக்கொண்டிருந்தான். 'பூப்பறிக்க வருகிறோம் பூப்பறிக்க வருகிறோம்..'

'ஆடி மாசம் வருகிறோம்.. ஆடி மாசம் வருகிறோம்..'

' எந்தப் பூவைப் பறிக்கிறீர்..? எந்தப்பூவைப் பறிக்கிறீர்..?'

' மல்லிப்பூவைப் பறிக்கிறோம்.. மல்லிப்பூவைப் பறிக்கிறோம்..'

'யாரை விட்டுப் பறிக்கிறீர்..? யாரை விட்டுப்பறிக்கிறீர்..?'

'செம்பங்கியை விட்டுப் பறிக்கிறோம்.. செம்பங்கியை விட்டுப் பறிக்கிறோம்..'

இன்னொரு பக்கம் பெண்கள் கும்மியடித்துப் பாடிக்கொண்டு இருந்தார்கள். வழிவழியாகக் கடத்தப்படுகிற கும்மிப்பாடலைத் தாளலயத்தோடு பாடி ஆடுவதைப்பார்க்க ரம்மியமாய் இருந்தது. கொங்கு மண்ணின் புகழ்பாடும் பாடல்களோடு சமீபகால நிகழ்வுகளையும் மெட்டுக்கட்டிப் பாடினார்கள்.

ஜெமீலா கடைக்கு விடுமுறை விட்டிருந்தாள். வீட்டில் சுட்டிருந்த முறுக்கை ஈயப்போசியில் அடைத்து, தேங்காயைச் சிறு சிறு துண்டுகளாக நறுக்கிக் கலந்து வைத்திந்திருந்தாள். வரும் வழியில் அம்மணியம்மா கடையில் இரண்டு படி பொரிகடலை வாங்கியிருந்தாள். குடும்பம் குடும்பமாக அமர்ந்து நொறுக்குத்தீனிகளைத் தின்றபடி விளையாடிக்கொண்டிருந்ததில் பொடுசுகளுக்கு நேரம் போனதே தெரியவில்லை.

லேசாக இருட்டத் தொடங்கியது.

"செரி கெளம்புங்க போலாம்.."

ஷேக் பரீத்தின் குரலைக் கேட்டதும் வாடிப்போனாள் அஜிதா. இன்னும் கொஞ்ச நேரம் விளையாடிவிட்டுப் போகலாம் என்றிருந்தது அவளுக்கு.அத்தா அவசரப்படுத்தினார். ஏழு மணிக்கு நகராட்சி மண்டபத்தில் த.மு.எ.க.ச நடத்துகிற கலைவிழா துவங்கிவிடும். பூபாளம் இலக்கிய மையம் தோழர்களின் நாடகமென்றால் அவருக்கு உயிர். குமார், வேலுகண்ணா, மோகன், ராமு, விழிப்பு நடராஜன், குழுவினரின் நாடகங்கள், பாரதி விழாக்களில், மாநாடுகளில் பொங்கல் நிகழ்வுகளிலெல்லாம் போடுவார்கள். ஒன்றையும் விடமாட்டார்.

த.மு.எ.ச அன்றைய ஆடிப்பெருக்கு நிகழ்வைப் பிரம்மாண்டமாகத் திட்டமிட்டிருந்தது..

போய்ச் சேரும்போது நிகழ்வு துவங்கியிருந்தது. நிற்க இடமின்றிக் கூட்டம். தியாகி பழனிச்சாமி ஒயிலாட்டக்குழுவின் அரங்கேற்றம் ஓடிக்கொண்டிருந்தது. தோதான இடம் பார்த்து அமர்ந்தார்கள். பாடல்களும், கலைநிகழ்ச்சிகளும், நாடகங்களும் மனதுக்கு நெருக்கமாக இருந்தன. குடும்பமே ரசித்துப் பார்த்தது.

தூரத்தில் சைக்கிளில் நின்றிருந்த சோன் பப்படி வண்டியைக் கைகாட்டிக் கேட்டாள் அஜிதா. நடக்கவே முடியாத அளவுக்குக் கூட்டம் இருந்தது. சிரமப்பட்டுதான் சோன்பப்படி வண்டியை அடைந்தான். அருகில் இருவர் நின்று துண்டறிக்கை

கொடுத்துக்கொண்டு இருந்ததைப்பார்த்தான். இவனிடமும் கொடுத்தார்கள். அஜிதாவிடம் சோன்பப்படியைக் கொடுத்துவிட்டு துண்டறிக்கையை வாசித்தான்.

வருகிற ஞாயிற்றுக்கிழமை கோவை டவுன்ஹாலில் புரட்சிப் பாடகர் கத்தார் பங்குபெறும் நிகழ்வு நடைபெறுவதாகத் துண்டறிக்கையில் போட்டிருந்ததைப் பார்த்ததுமே ஆர்வமாகிவிட்டான். கத்தாரையும் அவரது ஆயுதந்தாங்கிய புரட்சிக்குழுவையும் பற்றி ஏற்கனவே கேள்விப்பட்டிருந்தான். மக்கள் புரட்சிக் குழு, ஆந்திரா, பீகார் போன்ற பகுதிகளில் அந்தக்கட்சி ஆயுதப் போராட்டத்தில் ஈடுபட்டிருந்த செய்திகளையெல்லாம் படித்திருந்ததில் அவர்களைப்பற்றிய மிகப்பெரிய பிம்பம் அவன் மனதிலிருந்தது.

ஞாயிற்றுக்கிழமைக்குக் காத்திருந்தான்.

மக்கள் புரட்சிக்குழு, இந்திய அரசால் தடைசெய்யப்பட்டிருந்தது. அதன் கலை இலக்கிய அரங்கு அந்தக் கோவை நிகழ்வை ஏற்பாடு செய்திருந்தது. ஆயிரக்கணக்கானோர் பங்கெடுத்த பிரமாண்ட நிகழ்வைப் பார்த்ததுமே அனசின் மனதில் உற்சாகம் பொங்கியது. புரட்சிகரக் கட்சி என்று ஊருக்கு பத்துப்பேர் சுற்றிக்கொண்டிருப்பதைப் பார்த்த அவனுக்கு இத்தனை தோழர்களை ஒரே இடத்தில் பார்த்ததில் புதிய நம்பிக்கை பிறந்தது. தோழர்களின் எண்ணிக்கைக்குச் சமமாகப் போலீசின் எண்ணிக்கையும் இருந்ததையும் அவன் கவனிக்கத் தவறவில்லை.

கத்தாரின் பாடல்களும் பேச்சும் அவனுக்குள் இருந்த சாகச உணர்வுகளைத் தட்டியெழுப்பின. புரட்சி நிகழ்ந்து பாட்டாளிவர்க்க சர்வாதிகார அரசு அமைந்துவிட்டதைப் போலவும், நாட்டிலுள்ள எல்லா மக்களும் புரட்சியைக் கொண்டாடுவதாகவும், அடுக்கடுக்காய்க் கற்பனைகள் தோன்றின.

கலவையான நினைவுகளோடு பஸ்சில் வரும்போது நிகழ்வு அரங்கில் வாங்கியிருந்த இதழை வாசித்தான். அவன் மூளைக்குள் தீப்பிடித்தது. நரம்புகளுக்குள் எரிமலைக் குழம்புகள் புரள்வதாய் உணர்ந்தான்.

’முதலில் இருந்த கட்சி நாடாளுமன்றத்தில் மூழ்கிவிட்டது, இரண்டாவதாகப் போன கட்சியோ வாசிப்பையும் புத்தக விற்பனையையும் தவிர எதுவும் செய்யவில்லை,. இதுதான்

சரியான கட்சி. இந்தியாவின் பல பகுதிகளில் ஆயுதமேந்திப் போராடுகிற கட்சி. இதுதான் நான் தேடியது. இதுதான் இந்தியாவில் புரட்சி நடத்தப்போகும் கட்சி.' மனதுக்குள் ஆயிரம் க்ணக்குகளைப் போட்டான்.

அதிலிருந்த முகவரிக்கு அடுத்த நாளே கடிதம் எழுதினான். ஒரே வாரத்தில் அவனைச் சந்திக்கப் பேரின்பன் வந்திருந்தார். அந்த அமைப்பின் முக்கியத் தலைவர்.

பொதுவான கம்யூனிஸ்ட் கட்சியின் முழுநேர ஊழியர்கள் போல் இல்லாமல் படித்த உயர்குடும்பத்துப் பிள்ளைபோல இருந்தார். அவர் அப்படித் தன்னை வெளிப்படுத்திக் கொள்ளும் இயல்பை அனஸ் ரசித்தான். வெகுநேரம் பேசிக்கொண்டிருந்தார். அரசியல், வரலாறு, இலக்கியம் என்றெல்லாம் பேசி முடித்து ஜெமீலாவின் உணவை ஒரு பிடி பிடித்தார். கோவையில் சில தோழர்களின் தொடர்புகளைக் கொடுத்துவிட்டுக் கிளம்பினார். திருப்பூரில் கட்சியின் கிளையைக் கட்டமைக்கும் பொறுப்பைத் தன் தோளில் சுமந்துகொண்டு வீடு திரும்பினான். உளவுத்துறை நிமிர்ந்து அமர்ந்தது

•

அத்தியாயம் – 21

தேடலுள்ள மனம் எளிதில் திருப்தியடைவதில்லை. நாளெல்லாம் நடந்தும் பாலையைக் கடக்காத ஒட்டகங்களைப்போல அவனது தேடல்கள் தொடர்ந்துகொண்டே போயின. மணி, நள்ளிரவு இரண்டைக் கடந்திருந்தது. இன்னும் வேலை முடிந்தபாடில்லை.

மாலை ஏழு மணிக்குக் கோவை போய்ச் சேர்ந்திருந்தான். இரண்டு மணிநேரம் சைக்கிள் மிதித்திருந்தான். கெண்டைக்கால்கள் இறுகி மரக்கட்டை போலாயின. சேர்த்தாற்போல இரண்டு எட்டு வைக்கமுடியவில்லை. விண்ணென்று இழுக்கிறது. ஐந்து நிமிடம் நிற்கக்கூட அவகாசமில்லை. அந்தப் பத்துக்கு இருபது அறையில் கலப்பை மாடுபோல நடந்துகொண்டிருந்தான்.

அமைப்பு கோவையில் ஓரளவுக்கு வலுவாக இருந்தது. பதிப்பாளர்கள், எழுத்தாளர்கள், வழக்கறிஞர்கள், அதிகாரிகள், என்று அறிவுத்துறைச் செயல்பாட்டாளர்கள் நிறையப்பேர் இருந்தனர். திருப்பூருக்கான வழிகாட்டுதல்களையும் அவர்கள்தான் தந்தார்கள்.

அப்போது ஸ்கிரீன் பிரிண்டிங் அறிமுகமாகியிருந்தது. தோழர் ஆதவன் ஜீவா வீட்டில் சுவரொட்டிகளை இப்ராஹிம் வடிவமைத்தான். பெங்களூரிலிருந்து வாங்கப்பட்ட சிறியரக நிக்சன் பிரிண்டிங் மெசின் இருந்தது. இரவோடிரவாக அச்சடிக்கப்பட்ட போஸ்டர்களை அடுக்கிக் கட்டினான் கலையமுதன்.

சுவரொட்டிகளைப் பெற்றுக்கொண்டு திரும்பும்போது விடிந்திருந்தது. கமலக்கண்ணனுக்கு சைக்கிள் ஓட்டத்தெரியாது. வரும்போதும் அனசே ஓட்டினான். இரண்டு பசைப் பாக்கெட்டுகளையையும் கொடுத்தனுப்பியிருந்தார் ஆதவன் ஜீவா. பேருந்து நிலையத்தில் இறங்கிய உடனேயே வேலையைத் தொடங்கலாமென்றான் அனஸ்.

“கொஞ்சநேரம் ரெஸ்ட் எடுத்துட்டு அப்புறமா ஒட்டலாமா தோழர்?” என்ற கலையமுதனை லேசாக முறைத்தான்.

“எவ்ளோ நேரம் ஆகப்போகுது..? ஒரேடியா வேலைய முடிச்சிட்டு போயர்லாம் தோழர்” என்ற அனசைச் சுவாரஸ்யமில்லாமல் பார்த்தான்.

“செரி செரி, மூஞ்சிய மூஞ்சியப் பாத்துட்டு நின்னா வேலையாகாது. ஒட்டிட்டே போயர்லாம்..” கேரியரிலிருந்து சுவரொட்டிக்கட்டை இறக்கி ரோட்டில் விரித்துப் பசை போட்டான் கமலக்கண்ணன்.

நண்பன் பேக்கரியில் அமர்ந்திருந்த இரண்டு பயணிகளில் ஒருவன் அவனைக் கூர்ந்து பார்த்துவிட்டுத் திரும்பிக் கொண்டான். ஒரு பூக்கார அக்கா தலையில் கூடையைச் சுமந்துகொண்டு சென்றாள். சம்பங்கி வாசனை அவளைத் துரத்திக்கொண்டே போனது.

பஸ் ஸ்டாண்டு சுவர்களில், பேருந்துகளின் பின்பக்கம், டிவைடர்கள், என்று பார்வைக்குப் படும் இடங்களிலெல்லாம் ஓடியோடி ஒட்டினான். பஸ் நிலையத்தின் மத்தியில் இருந்த ஒரு போலீஸ் பிக்கெட்டில் போய் ஒட்டிய அனசை அதிர்ச்சியோடு பார்த்தான். பஸ் நிலையத்துக்கு வெளியேயும் போலீஸ் அவுட் போஸ்ட்களில் ஒட்டியதைப் பார்த்து அவன் ஒரு முடிவோடுதான் இருப்பான் போல என்று நினைத்துக் கொண்டார்கள்.

க்ளிங் க்ளிங்ங்ங்.. மணியடித்தபடி சைக்கிளில் கடந்து போன பேப்பர்காரச் சிறுவன், ஒரு கடையின் முன்பு மடித்து விசிறியெறிந்த நாளிதழ், சட்டரின் கீழே சொறுகிக்கொண்டு நின்றது.

" ஏன் தோழர்..? குச்சானுக ஏற்கனவே நம்ம மேல கண்ணு வெச்சுட்டுச் சுத்தறானுக.. தேடிப்போய் வம்பிழுக்கனுமா?" சுடுசோற்றை விழுங்குவதுபோல தயங்கித்தயங்கிக் கேட்டான் கமலக்கண்ணன்.

"கண்ணுவெச்சா வெக்கட்டும் தோழர். கைது பண்ணட்டும். வழக்கு போடட்டும். இதையெல்லாம் எதிர்கொள்ளாம எப்பிடி புரட்சிக்குத் தயாராகறது? உங்களுக்குப் பயமா இருந்தா நீங்க வீட்டுக்கு போங்க.. நான் ஒட்டிட்டு வர்றேன்"

அவன் பதில் சுறுக்கென்று தைத்ததில் கமலக்கண்ணனும், கலையமுதனும் ஒருவருக்கொருவர் பார்த்துக்கொண்டனர். அந்தப்பார்வையில் கசப்புப் படிந்திருந்தது. அதை வெளிக்

காட்டாமல் வேலையைத் தொடர்ந்தனர். கமலக் கண்ணனின் முகம் மட்டும் போர்வையைப் போர்த்தியதுபோல இருண்டு போய்க் கிடந்தது.

சாந்தாமணி பஸ்சில் வாழை இலைக்கட்டுகளை ஏற்றிக் கொண்டிருந்த ஒரு கிழவர் கலையமுதனிடம் மணி கேட்டார்.

"ஏழாகப்போகுதுங்கைய்யா.."

எங்கிருந்தோ வந்த ஒரு செம்மி நாய் காலைத்தூக்கிப் பின்பக்கச் சக்கரத்தில் சிறுநீர் கழித்தது.

இப்போதெல்லாம் அனசின் மனநிலை இப்படித்தான் இருக்கிறது. சட்டென எடுத்தெறிந்து பேசிவிடுகிறான். ஒருவித சாகச மனோபாவத்தோடே அவனது பேச்சும் நடவடிக்கையும் இருப்பது வெளிப்படை. போலீசை எதிர்கொள்வது, கைதாவது, சிறை செல்வது இதையெல்லாம் செய்தால்தான் புரட்சிக்காரனாக முடியும் என்கிற சிந்தனை அவனுக்குள் படிந்திருந்தது. கரையான் புற்றுப் போல அது வளர்ந்துகொண்டே போனது. இந்தத் தைரியம் அசட்டுத்தனமாக இருந்தாலும், அதைச் சுட்டிக்காட்டும் துணிவு இருவருக்குமே இல்லாமலிருந்தது.

சுவரொட்டிகளை ஒட்டிக்கொண்டே ஜெம் சூப்பர் மார்க்கெட் தாண்டி சட்டிபானைக் கடையருகே வந்திருந்தார்கள். பானைகளோடு பானைகளாக வியாபாரிகள் போர்த்திப் படுத்திருப்பதைப் பார்த்தால் வண்ணார் பொதிமூட்டைகள் கிடப்பதுபோலிருந்தன. அப்போதுதான் விழித்தெழுந்த ஒரு கிழவி மூஞ்சி கழுவி வாய் கொப்பளித்துக்கொண்டிருந்தாள். பழனியாண்டவர் தண்ணி லாரி ரோடெல்லாம் தண்ணீரைச் சிந்தியபடி போய்க்கொண்டிருந்தது.

கலைக்கண்ணன் பயந்தது போலவே நடந்து தொலைத்தது. தூரத்தில் ஓர் ஆட்டோ இவர்களை நோக்கி வருவதைப் பார்த்தான்.

"போலீஸ்.." தனக்குள்ளாகச் சொல்லிக்கொண்டான் கமலக்கண்ணன். திரும்பிப் பார்த்த அனஸ்,

"வர்ட்டும்..!" என்றான்.

அங்காளம்மன் துணை என்று எழுதப்பட்டிருந்த ஓர் ஆட்டோவைத் தொடர்ந்து ஃபிரண்ட்ஸ் என்று எழுதப்பட்ட ஆட்டோவும் வந்து நின்றது. முதல் ஆட்டோவிலிருந்து இரண்டு காவலர்கள் இறங்கினார்கள்.

"டேய் வாங்கடா இங்க.." காற்றில் லத்தியை அசைத்து அழைத்தார் ஒரு காவலர். பசைப்பாக்கெட்டைக் கீழே போட்டுவிட்டு, சுவரொட்டியில் கைகளைத் துடைத்துக் கொண்ட கலையமுதன் அங்கேயே நின்றான். அனஸ்தான் அருகில் போனான்.

“நோட்டீஸ் ஒட்டப் பர்மிசன் வாங்குனீங்களா? யாரக்கேட்டு பப்ளிக்ல வால்போஸ்ட் ஒட்டிட்டு இருக்கீங்க..?"

"உங்ககிட்ட பர்மிசன் கேட்டாக் குடுக்கவா போறீங்க..?" அதே வேகத்தில் பதில் சொன்னான் அனஸ்.

" அதுக்குனு.. அனுமதி வாங்காம ஒட்டுவீங்களா..?"

" ஆமாம் ஒட்டுவோம்..! இது எங்க ஜனநாயக உரிமை..!" அவனது பேச்சும் தோரணையும் காவலர்களுக்கு எரிச்சலூட்டின. மாறிமாறிப்பேசி வாக்குவாதமானது

"ஓ.. அப்படியா.. சரி ஆட்டோல ஏறு.."

அனசின் சட்டையைப் பிடித்து இழுத்தார். திமிறினான். இரண்டு காவலர்கள் வலுக்கட்டாயமாகப் பிடித்துக் கையை முறுக்கி ஆட்டோவில் ஏற்றியதைப்பார்த்த மற்ற இருவரும் தாமாகவே ஏறிக்கொண்டனர். இந்தத் தள்ளு முள்ளுவைப் பார்த்து மக்கள் கூட்டம் கூடியதும் அனசின் திமிறல் அதிகரித்தது. அடித்தொண்டையிலிருந்து முழங்கினான்.

"போலீஸ் அராஜகம் ஒழிக..!!"

"போலீஸ் அராஜகம் ஒழிக.." மற்ற இருவரும் முழக்கத்தில் சேர்ந்து கொண்டர்..

"கண்டிக்கின்றோம் கண்டிக்கின்றோம்.."

"காட்டு தர்பாரைக் கண்டிக்கின்றோம்.."

பக்கத்தில்தான் தெற்கு காவல் நிலையமிருந்தது. அங்கிருந்து இரண்டு நிமிடம் கூட ஆகாது. கோசமிட்டபடியே ஸ்டேசன் வந்து சேர்ந்தனர். ஏதோ பெரிய ஆயுதங்களைக் கைப்பற்றியதுபோல அந்த பசைக்குண்டானையும், சுவரொட்டிகளையும் கையோடு எடுத்துவந்து மேசை மீது பார்வைக்கு வைத்திருந்தனர்.

9 மணிக்கு எஸ்.ஐ வந்தார். மன்னிப்புக் கடிதம் எழுதிக் கொடுத்துவிட்டுப் போகும்படி சொன்னதை அனஸ் ஏற்கவில்லை.

“கடிதமெல்லாம் கொடுக்க முடியாது. வழக்குப்போட்டுச் சிறைக்கு அனுப்புங்க, இல்லனா வால்போஸ்ட்டெல்லாம் திரும்பக் கொடுங்க”

மதியம் வரையிலும் பச்சைத்தண்ணீர்கூட பல்லில் படவில்லை. உண்ணாவிரதம். இதென்னடா பெரிய தலைவலியாப்போச்சு என்று போலீசாரே அமைப்புத் தலைவர்களுக்குத் தகவல் கொடுத்து வரச்சொன்னார்கள். அவர்கள் வந்து பேசியும் அவன் சமாதானமடையவில்லை. சுவரொட்டிகளை விட்டுக்கொடுத்து வெளியேறுவதை அவமானமாகக் கருதினான். கடைசியில் அமைப்புத் தோழர்கள் அவனைச் சமாதானம் செய்யும் நிலைக்குப் போனது. ஒருவழியாக ஸ்டேசனிலிருந்து வெளியே வரும்போது இருட்டியிருந்தது.

போலீசுக்கும் அனசுக்குமான முரண் வளர்ந்துகொண்டே இருந்தது. ராஜீவ்காந்தி படுகொலை நேரத்தில் ‘தணுவுக்கு வீரவணக்கம்’ என்று போஸ்டர் ஒட்டிய மூன்றுபேரை போலீஸ் கைது செய்தது. அதைக் கண்டித்து நகர் முழுவதும் அமைப்பு போஸ்டர் ஒட்டியது. அதற்கும் வழக்கு,..

ஒருமுறை குமரன் சிலையிலிருந்து பேரணியாகச்சென்று தாராபுரம் ரோட்டில் பொதுக்கூட்டம் நடப்பதாக இருந்தது. போலீஸ் அனுமதி வழங்கவில்லை. தடையை மீறிப் பேரணி துவங்கியது. கூண்டோடு அள்ளிச்சென்று கே.எஸ்.ஆர் மண்டபத்தில் அடைத்தது போலீஸ்.

அங்கு எல்லாருக்கும் இருக்கைகள் இல்லை. கீழே அமர மாட்டோம் என்று ஆர்ப்பாட்டம். கூச்சலும் குழப்பமும் நீடித்தது. பேரணிக்கு அனுமதியில்லை பொதுக்கூட்டம் நடத்திக் கொள்ளலாம் என்று போலீஸ் அனுமதித்தது. நடந்து போகமாட்டோம். எப்படிக் கைதுசெய்து வாகனத்தில் அழைத்து வந்தீர்களோ அதேபோல வாகனத்தில் அழைத்துச்சென்று விடுங்கள் என்று போராட்டம். வேறு வழியில்லை. எல்லாரையும் சொந்த வாகனத்தில் போலீசே பொதுக்கூட்ட மேடைக்கு அனுப்பி வைத்தது.

அமைப்பின் பெயரும் அனசின் பெயரும் உளவுப்பிரிவின் குறிப்புகளில் அடிக்கடி இடம்பெறுவதை அவன் பெருமையாக உணர்ந்தான். காயம் பட்ட பாம்புகள் நேரத்துக்குக் காத்திருந்தன.

அத்தியாயம் – 22

இரவு ரோந்துப்பணியை முடித்துக்கொண்டு ஸ்டேசனுக்கு வந்த இன்ஸ்பெக்டர் இரத்தினசாமியின் முகம் பொலிவிழந்திருந்தது. தன் இருக்கையில் அமர்ந்து, ஏட்டு சின்னமலையைக் கூப்பிட்டார்.

" யோவ்.. தலைய வலிக்குது. ஒரு டீ வாங்கிட்டு வாய்யா.."

மணி இரண்டை நெருங்கிக் கொண்டிருந்தது. இந்நேரத்தில் பக்கத்தில் எந்தக் கடையும் திறந்திருக்காது. பஸ் நிலையத்தில் நண்பன் பேக்கரிக்குதான் போகவேண்டும். தேநீரோடு விக்ஸ் ஆக்சன் மாத்திரை ஒன்றையும் வாங்கி வந்தார். இப்படி எதாவது செய்து நல்ல பெயர் வாங்கிவிடலாம் என்பது அவர் எண்ணம். ஆனால் கிடைப்பதென்னவோ வசவும் அவமானமும்தான்.

ஊர் மக்களிடம் பிடிபட்டு பொதுமாத்து வாங்கிய வலியில் முனகிக் கொண்டிருந்த பிக்பாக்கெட்டின் அவலச்சப்தம் குறைந்து காவல்நிலையம் நிசப்தத்தைப் போர்த்திக் கொண்டிருந்தது.

"யாரு இவன்..?"

" பிக்பாக்கெட்டுங்க சார்.. கே.வி.ஆர் நகர்ல கைவரிசை காட்டியிருக்கான். ஜனங்க புடுச்சு செமத்தியா குடுத்து இங்க கொண்டாந்து உட்டாங்க.."

" எஃப் ஐ ஆர் போட்டாச்சா..?"

" இல்லீங்.. ஐயா வரட்டும்னுதான் வெய்ட் பண்ணிட்டிருந்தேனுங் சார்.."

"செரி எஃப் ஐ ஆர் போட்டுரு.. காலைல கோர்ட்டுக்குக் கூட்டிட்டுப் போயிருங்க.."

" ஆகட்டுமுங்க.." என்று சொன்ன சின்னமலை, "ஐயா எனக்கொரு யோசனைங்க.." என இரத்தின சாமியின் அருகே சென்று காதில் கிசுகிசுத்தார்.

"சால்வாகாம ஏழெட்டுப் பெண்டிங் கேசு இருக்குதுல்ல, அதெல்லா இவனவெச்சுக் க்ளோஸ் பண்ணிர்லாமுங்களா..?"

"அப்டிங்கற..?" பலமாக யோசிப்பதுபோலிருந்தது முகம்.

கனத்த அமைதியைக் கிழித்தபடி திடீரென வாக்கிடாக்கி அலறியது.

" ஐயா.. ஜி.ஹெச் பக்கத்துல ரெண்டு டெட் பாடி கெடக்குது.. ஓவர் ஓவர்.."

அதைக்கேட்டதும் இரத்தினசாமிக்குக் கோபம் மண்டைக்கு ஏறியது. ஏற்கனவே சில கொலை வழக்குகள் நகராமல் தேங்கிக் கிடக்கின்றன. இதில் மீண்டும் இரட்டைக் கொலையா..?

"ங்கொம்மாள.. ஊராடா இது.. ட்ரான்ஸ்ஃபர் வாங்கிட்டு எங்காவது போய்த்தொலையலாம் போல இருக்கு.."

லத்தியை எடுத்துப் பிக்பாக்கெட் ஆசாமியை ஆத்திரம் தீர அடித்துவிட்டுக் கிளம்பினார்.

" யோவ் வண்டிய எடுய்யா..!"

★★★

ரைஸ் மில் எதிரே இருந்த சிவா ஒய்ன்ஸில் இரவு எட்டு மணிக்கே கூட்டம் நிறைந்து வழிந்தது. ஓட்டுக்கூரை அமைக்கப்பட்டிருந்த உள் அறையின் ஒரு மூலையில் நான்குபேர் அமர்ந்திருந்தனர்.

"ஓவராக் குடுச்சு மட்டையாயிராத.. வேலை இருக்கு.. அளவாக்குடி.."

"ஆளு யாராமா..? "

" லவ் மேட்டராட்டருக்கு.. புள்ள ஊர்க்கவுண்டருக்குச் சொந்தமாமா.. பையன் கம்பெனிக்குப் போறானாமா.. சொல்லிப்பாத்துங் கேக்கல.. புள்ளையும் அடங்கறமாதரயே தெரியல.. அதான் அண்ணங்காரன் பையன முடிக்கச்சொல்லி வந்திருக்கான்.."

" எந்த ஏரியா..?"

வெள்ளிங்காட்ல வேலை செய்யறான்.. அறுபதடி ரோட்லதான் தெனமும் ஊட்டுக்குப் போவான். ரெண்டு நாள் ஃபாலோ பண்ணி கன்ஃபார்ம் பண்ணியாச்சு.. இன்னிக்கு முடுச்சு உட்டர்லாம்.."

"இன்னிக்கு நைட் வேலைக்கு போயிருக்கான். ஒன்னேகால் மணிக்கு ஸ்பாட்டுக்கு வருவான்.. யமஹா ஆர்.எக்ஸ் 100. கருப்பு கலர். வண்டி நம்பர் 6063."

கிளம்பினார்கள்.

இரவு ஒரு மணி. வெள்ளியங்காடு நால்ரோட்டிலிருந்து மேற்கே செல்லும் அறுபதடி ரோடு, தாராபுரம் சாலையைச் சந்திக்கும் இடத்தில் ஒரு தள்ளுவண்டிக்கடையின் அருகே நின்றுகொண்டான் ஒருவன். இன்னொருவன் தெற்கே ஜி.ஹெச் செல்லும் வழியில் சற்றுத்தள்ளிப் பதுங்கிருந்தான். ஒருவன் வடக்குத் திருப்பத்தில் மறைந்திருந்தான். எந்தத் திசையிலும் அவன் தப்பிவிடக்கூடாது என்று உறுதியாகத் திட்டமிடப்பட்டிருந்தது.

தொண்டை கட்டிய நாய் ஊளையிடுவதுபோல யமஹா பைக்கின் சப்தம் தூரத்தில் கேட்டது. முகப்பு விளக்கின் ஒளி புள்ளியாகத் தெரிந்து நெருங்க நெருங்க அடர்த்தியானது. தள்ளுவண்டிக்குப் பின்னாலிருந்தவன் தயாரானான். விசில் ஒலியெழுப்பி மற்றவர்களை உஷார் படுத்தினான்.

யமஹா அருகில் வந்துவிட்டிருந்தது. சட்டென ரோட்டில் நின்று வழிமறித்தான் ஒருவன். வண்டியை நிறுத்தியவன் என்ன ஏதென்று கேட்கக்கூட அவகாசமில்லாமல் இன்னொருவன் பின்னாலிருந்து பாய்ந்து வந்து வெட்டினான். அவன் அலறக்கூட இல்லை. துல்லியமாய் விழுந்திருந்தது வெட்டு. வண்டி விழுந்த சப்தம் கேட்டதுமே மற்ற இருவரும் சூழ்ந்துகொண்டு, விழுந்து கிடந்தவனை சரமாரியாக வெட்டிச் சிதைத்தனர்.

அந்நேரம் இன்னொரு டி.வி.எஸ் 50 வந்து நின்றதை யாரும் எதிர்பார்த்திருக்கவில்லை. அதிலிருந்த இளைஞன் இந்த சம்பவத்தைப் பார்த்து உறைந்து நின்றான். திடுமென அவன் மீது பாய்ந்த கும்பல் அவனையும் வெட்டி வீழ்த்தியது. எல்லாம் முடிந்த பிறகுதான் ஒருவன் கவனித்தான். வண்டி எண் 8515.

“ஆள் மாறிப்போச்சுடா..”

ஒருவரையொருவர் குழப்பத்தோடு பார்த்துக் கொண்டனர். சம்மந்தமே இல்லாத இரண்டு உயிர்கள் சிதைந்து கிடந்தன. அடுத்த பத்தாவது வினாடியில் நால்வரும் சிட்டாகப் பறந்து மறைந்தனர்.

உடல்களை ஆய்வு செய்து ஆம்புலன்சில் ஏற்றி மருத்துவமனை அனுப்பிவிட்டு, காவல்நிலைய ஃபார்மாலிடிகளையெல்லாம் முடித்து வீட்டுக்கு வந்தபோது விடிந்திருந்தது. போலீஸ்காரன் வாழ்வில் ஒருநாளாவது களைப்பு நீங்கத் தூங்கலாமென்றால் நடக்கிற காரியமா? அதிகாரியின் தொலைபேசி அழைப்பால் பதட்டத்துடன் துவங்கியது இரத்தினசாமியின் அன்றைய நாள்.

'குற்றங்களின் நகரமாகும் திருப்பூர்..! தூங்குகிறதா காவல்துறை..!!'

நாளிதழ்களின் முதல் பக்கத்தில் வெளியாகியிருந்த செய்தியால் கடுப்பாகியிருந்த அதிகாரிகள் இரத்தின சாமியை அழைத்து வறுத்தெடுத்திருந்தனர்.

பதவி உயர்வுக்குக் காத்திருந்தவர், நடவடிக்கைக்கு ஆட்பட்டு டி.கிரேட் செய்யப்படக்கூடும் என்றெல்லாம் பேச்சுகள் அடிபட்டன.

பிக் பாக்கெட் ஆசாமியின் மீது மொத்த வழக்குகளையும் எழுதி எல்லாப்பிரச்சனைகளையும் தீர்ப்பதைத்தவிர வேறு வழியில்லை என நினைத்துக்கொண்டுதான் காவல் நிலையம் சென்றார். ஆனால் காலம் வேறு மாதிரி கணக்குப்போட்டு வைத்திருந்தது.

திருப்பூரில் நடந்துகொண்டிருக்கும் தொடர்கொலைகளைக் கண்டித்தும், காவல்துறையின் மெத்தனப்போக்கைக் கண்டித்தும் மக்கள் புரட்சிக்குழுவின் சார்பில் காங்கேயம் ரோட்டில் சாலை மறியல் நடப்பதாகத் தகவல் வந்ததில் இன்னும் சூடேறிப்போயிருந்தார்.

சி.டி.சி கார்னர் மும்முனைச் சந்திப்பு. பெண்கள் உட்பட பத்துப்பதினைந்து பேர் சாலையில் அமர்ந்து கோசமிட்டுக் கொண்டிருந்தனர். பார்த்ததும் பற்றிக்கொண்டு வந்தது. இடுப்பிலிருந்த துப்பாக்கியை உருவிப் படபடவென அனைவரையும் சுட்டுத்தள்ளிவிட்டால்தான் என்ன என்கிற அளவுக்கு ஆத்திரம். அதுவும் என்னென்ன கோஷம் போடுகிறார்கள்.. ' கையாலாகாத காவல்துறை, ஆளும் வர்க்கத்துக்குக் கூஜா தூக்கும் காவல்துறை, ஜாதியவாதிகளின் ஏவல்துறை.. காதுக்குள் கொதிக்கும் எண்ணெயை ஊற்றியதைப்போல இருந்தது. முன் வரிசையில் நின்று கோஷமிட்டுக் கொண்டிருந்த அனசை வெறித்துப் பார்த்துக்கொண்டிருந்த இரத்தினசாமி கடுப்போடு கேட்டார்.

“ஓடக்கானாட்டம் ஒல்லியா முன்னாடி நின்னு கத்திட்டிருக்கானே யாருயா அவன்..? ”

“அவந்தாங்கய்யா அனசு.. நக்சலைட்டுக் கட்சிக்காரன். இவனுகளோட பெரிய தலவலியாப்போச்சு.. ஆறுமாசம் முன்னாடி ஷெரீஃப் காலனி கொலக்கேசுல இவனுகளாலதான் அவ்ளோ பிரச்சனையாச்சு..”

இரத்தின சாமியின் மூளை சதுரங்கக் காய்களை நகர்த்திக் கொண்டிருந்தது.

ஏற்கனவே சில ஆண்டுகளுக்கு முன்பு ஷெரீஃப் காலனியில் குடும்பத்தகராறில் கொல்லப்பட்ட ஓர் இளம் பெண்ணின் வழக்கைத் தற்கொலை என்று மூடப்பார்த்தது காவல்துறை. அதை எம்.எல் குழுக்கள் உள்ளிட்ட இடதுசாரி அமைப்புகள் தலையிட்டு பிரச்சனையாக்கிக் கொலைவழக்காக மாற்றிக் குற்றவாளி கைது செய்யப்பட்டிருந்தான். அந்த பிரச்சனையிலேயே அனசின் பெயர் உளவுத்துறையின் குறிப்புகளில் இடம்பெற்றிருந்தன. அப்போதிருந்தே அவன் மீது வன்மத்தோடு, தக்க தருணத்துக்காகக் காத்திருந்த காவல்துறை ஓர் ஆட்டம் ஆடிப்பார்க்கக் காத்திருந்தது.

அத்தியாயம் – 23

அப்போதுதான் பொழுது சாய்ந்திருந்தது. பெட்ரோமாக்ஸ் வெளிச்சம் ஜெமீலாவின் முகத்தில் மஞ்சள் பூசியிருந்தது. டீக்கடைப் பெஞ்சில் அமர்ந்திருந்து ஊர்க்கதை பேசிக்கொண்டிருந்த இரண்டு பெருசுகள் அப்போதுதான் எழுந்து போனார்கள்.

'ரெண்டு டீயக்குடிச்சிட்டு ரெண்டு மணிநேரமா உலக நாயம்..'

ஜெமீலா மனதுக்குள் சொல்லிக் கொண்டாள். டேங்கிலிருந்து தண்ணீர் பிடித்துவந்த ஷேக் பரீத் குடங்களை இறக்கி வைத்துவிட்டு வீட்டுக்குள் போய் லுங்கிக்குள் நுழைந்து கொண்டார். மதரசா முடிந்து வந்த குழந்தைகள் கடைக்கு முன்பு கூட்டம் போட்டனர். ஆளுக்கு ரெண்டு தேன் மிட்டாய்களை வாங்கியபோது காசில்லாமல் வேடிக்கை பார்த்து நின்றிருந்த சிறுவன் பஷிருக்கும் ரெண்டு கொடுத்தனுப்பினாள். கையில் வாங்கியதும் ஓட்டைப்பல் தெரியச் சிரித்தான்.

இரண்டு புதிய முகங்கள் கடையை நோக்கி வருவதைத் தூரத்தில் வரும்போதே பார்த்துவிட்டாள். சுசூகி மேக்ஸ் 100 வண்டி கடை வாசலில் நின்றது. ஒண்ட வெட்டியிருந்த முடியமைப்பே அவர்கள் யார் என்று சொல்லியது. நிமிர்ந்து பார்த்துவிட்டு எனக்கென்ன என்பது போலக் கிளாசுகளைக் கழுவிக் கொண்டிருந்தாள்.

"ஏம்மா ஷேக் பரீத் வீடு இதுதான? வீட்ல இருக்காரா?"

"ஆமா நீங்க யாரு..?"

"யாருனு சொன்னாதான் கூப்பிடுவீங்களோ..? "

"திடுதிப்புனு புதுசா ரெண்டு பேரு வந்து கேட்டா.. யாரு என்னான்னு கேக்க மாட்டாங்களா..?"

"நாங்க மதுரை போலீஸ்மா.. உங்க வீட்டுக்காரர வரச்சொல்லு.. கொஞ்சம் விசாரிக்கணும்.."

பேசிக்கொண்டிருக்கும்போதே ஷேக் பரீத் வெளியே வந்தார்.

"சொல்லுங்க சார்.. என்ன விசயம்..? நாந்தான் ஷேக் பரீத்.."

"உங்கள விசாரிக்கணும்.. கொஞ்சம் கூட வர்றீங்களா..?"

ஷேக் பரீத்துக்கு விசயம் புரிந்தது. நான்கு நாட்களுக்கு முன்பு மதுரையில் பு.ம.மு ஏற்பாடு செய்திருந்த அரங்குக்கூட்டத்தில் 'ஆயுதப்போராட்டம் தவிர்க்கமுடியாதது' என்று தோழர் சுஜிதன் பேசியது சர்ச்சையாகியிருந்தது. தினமலரில் செய்தியானதோடு, சட்டமன்றத்திலும் விவாதங்களைக் கிளப்பியிருந்தது. நேற்றே மதுரைத் தோழர்கள் கைது செய்யப்பட்ட தகவல்களைக் கேள்விப்பட்டிருந்தார்.

சுஜிதனைத் தேடித்தான் திருப்பூர் வந்திருக்கிறார்கள். காவல் துறைக்கு ஒரு நல்ல பழக்கம் இருக்கிறது. அது வழக்கில் சம்மந்தப்பட்ட நபரை மட்டுமில்லாமல், எப்போதோ சந்தித்துப் பேசியவன், டீ வாங்கிக் கொடுத்தவன்,வணக்கம் சொன்னவனையெல்லாம் வழக்கில் இணைத்து விடுவார்கள். அப்படித்தான் சுஜிதனோடு கம்பெனியில் வேலை செய்த இரண்டுபேரைப் பிடித்திருந்தார்கள். அதேபோலத்தான் பு.ம..மு வோடு தொடர்பைத் துண்டித்து இரண்டாண்டுகள் ஆனபிறகும் ஷேக் பரீத்தைத் தேடி வந்திருந்தனர்.

சுஜிதன் திருப்பூர்க்காரர்தான். ஆரம்பத்தில் சி.பி.எம் இல் செயல்பட்டவர். சோசலிஸ்ட் வாலிபர் முன்னணியின் முதல் நகரச் செயலாளராக இருந்தார், பின்பு இந்திய ஜனநாயக வாலிபர் சங்கம் அமைக்கப்பட்ட பிறகு அதற்கும் நகரச் செயலாளரானார்.

தென்னம்பாளையம், காட்டுவளவு, பட்டுக்கோட்டையார் நகர், பூம்புகார், வெள்ளியங்காடு, பகுதிகளிலிருந்தெல்லாம் இளம் தோழர்களைக் கட்சிக்குக் கொண்டு வந்ததில் பங்காற்றியவர். களப்பணியாளர். சாகசவாதியாகவும் இருந்ததால் எப்போதும் அவருடன் இளைஞர்களின் கூட்டம் இருக்கும். எப்போது பார்த்தாலும் ஏதாவது ஓர் அடிதடிப் பிரச்சனை என்று இருந்து கொண்டே இருக்கும். ஆரம்பம் முதலே அவரது சாகசவாதச் செயல்பாடுகளால் கட்சியால் கண்டிக்கப்பட்டவர், சமீபத்தில் பு..ம.மு வில் இணைந்திருந்தார்.

விசாரணை என்ற பெயரில் அழைத்துச்சென்று வழக்குப் போடுவதுதான் போலீசின் நோக்கம். ஜெமீலா சங்கேதமாக ஷேக் பரீத்தை எச்சரித்தாள்.

"யாரு வந்து கூப்ட்டாலும் அப்படியே போயிருவீங்களா..? உள்ள போயி சட்டைய மாட்டிட்டுப் போங்க.." என்றாள்.

உள்ளே போனவர் வெகுநேரமாய் வரவில்லை. சந்தேகப்பட்டு ஒருவர் உள்ளே நுழைந்து பார்த்தார். ஆள் இல்லை. பின்பக்கக் கதவு வழியாக வெளியேறி நொய்யலைக் கடந்து மறுகரையேறி மறைந்திருந்தார் ஷேக் பரீத்.

கோபத்தில் போலீசாரின் முகம் அனலடித்தது.

"ஏம்மா.. பின்னாடிக் கதவு வழியாத் தப்பிக்க வெச்சிருக்கியா.?"

"அவரு போனதுக்கு நானென்ன பண்ணுவேன்.. வேணும்னா அதே வழியில நீங்களும் போய்த் தேடுங்க.."

"என்னம்மா எகத்தாளம் பேசற..? உன்னோட ஊட்டுக்கார்ரு போனா என்ன.. உன் மகன் வருவான்ல.. அவனத் தூக்குனா ஆட்டோமேட்டிக்கா வரப்போறாரு.."

முதலில் வெறுமனே மிரட்டலுக்குச் சொல்கிறார்கள் என்றுதான் நினைத்தாள் ஜெமீலா. ஆனால் அவர்கள் இருவரும் டீக்கடை பெஞ்சில் ஒரு முடிவோடுதான் அமர்ந்திருந்தார்கள். கடைக்கு ஆட்கள் வருவதும் டீ குடிப்பதும் போவதுமாக இருந்தார்கள். இவர்களும் போவதாக இல்லை. வெகுநேரம் கழித்து அனஸ் வந்தான்.

பெஞ்சில் அமர்ந்திருப்பவர்களின் தோரணையைப் பார்த்ததுமே புரிந்துகொண்டான். ஜெமீலாவும் அனசை யாரோ போலத்தான் பார்த்தாள். தன்னைக் கண்டுகொள்ளாமல் இருப்பதைக் கொண்டே முழுதையும் உணர்ந்து கொண்டான். ஆனால் என்ன செய்ய? கவனிக்காமல் கடைக்குள் நுழைந்துவிட்டான். உடனே திரும்பிச்சென்றால் சந்தேகம் வந்துவிடும்.

போலீசார்களுக்குப் பக்கத்திலேயே பெஞ்சில் அமர்ந்தான்.

" ஒரு பால் டீ குடுங்க.."

சொல்லிவிட்டுத் தினத்தந்தியை விரித்து வாசிப்பதுபோல நோட்டம் விட்டான். ஜெமீலா பால் டீயை நன்றாக ஆற்றிக் கொடுத்தாள். சீக்கிரம் குடித்துவிட்டுக் கிளம்பிவிடு என்று அதற்குப் பொருள்.

ஆற அமர டீயைக் குடித்து விட்டு ஐந்து ரூபாய் நோட்டைக் கொடுத்தான். அதை வாங்கிக் கல்லாவில் போட்டு விட்டு மீதச்சில்லரையை அவன் கையில் கொடுத்தாள். சட்டைப்பையில் சொருகிக்கொண்டு அவன் பாட்டுக்குக் கிளம்பிப் போய்க்கொண்டே இருந்தான்.

காத்திருந்து காத்திருந்து கடுப்பாகிப்போன ஒரு போலீஸ்காரர் தெருவில் நின்றிருந்த ஒருவரிடம் பேச்சுக்கொடுத்தார்.

" ஏங்க.. இந்தம்மாவோட பையன் எத்தன மணிக்கு வருவாரு..?"

"இப்பதாங்க போனாரு.. உங்க பக்கத்துல உக்காந்து டீ குடிச்சிட்டு இருந்தார்ல்ல.. அவர்தான் அந்தம்மாவோட மகன்.."

அவமான உணர்ச்சி, நூதனமாக நடித்துத் தன் மகனைத் தப்பவிட்ட ஜெமீலாவின் மீதான ஆத்திரமாய் மாறியது. வாய்க்கு வந்தபடி கத்தத் தொடங்கினார்கள். ஜெமீலாவும் லேசுப்பட்ட ஆள் இல்லை. பதிலுக்கு பதில் பேசி எதிர் கொண்டாள்.

" உம் மகனும் புருஷனும் ஒருநாள் மாட்டாமலா போயிடுவானுக.. அப்ப பாத்துக்கறேன்.." வண்டி கிளம்பிப் போனதும்தான் அவளுக்கு நிம்மதியானது.

அத்தியாயம் – 24

திருப்பூர் இரயில் நிலையம். நண்பகல் வெயிலில் சிமெண்டு பெஞ்சுகள் கொதித்துக்கிடந்தன. ஒரு முட்டையை உடைத்து ஊற்றினால் ஆம்லெட் ஆகிவிடும் போலிருந்தது. எல்லாப் பெஞ்சுகளுமே காலியாகக் கிடந்தன. கிளைபரப்பி நின்ற ஐம்பதாண்டுப் பூவரச மரமொன்றிலிருந்து மஞ்சள்நிறப் பூக்கள் உதிர்ந்திருந்தன. மரத்தடியில் ஒதுங்கியிருந்த எட்டுப் பேரில் அனஸ்தான் இளையவன். 16 வயதுக்கேற்ற பொலிவும் ஆர்வமும் அவன் கண்களில் மின்னிக் கொண்டிருந்தன. சமூக மாற்றத்துக்காகத் தன்னை ஒப்புக்கொடுக்க முன்வருபவர்களெல்லாம், திடுமென ஏதோ மாயவித்தை நிகழ்ந்ததுபோல பேரழகர்களாக மாறிப்போய் விடுகிறார்கள்.

'இரயில், இரண்டாம் நடைமேடையில் இன்னும் ஐந்து நிமிடத்தில் வந்து சேரும்.'

பதிவுசெய்யப்பட்ட பெண்குரலைக் கேட்டதும், பரபரப்பு தொற்றிக்கொண்டது. தர்மபுரி மாவட்டம், அரூரில் ஏற்பாடு செய்யப்பட்டிருந்த, மக்கள் புரட்சிக் குழுவின் மாநில மாநாடு, தடைசெய்யப் பட்டிருந்தது. தடையை மீறி நடத்தப்போவதாகச் சொல்லியிருந்தது கட்சி. திருப்பூரிலிருந்து எட்டுப்பேர் கிளம்பியிருந்தார்கள்.

இரயில் வந்து நின்றதும் இடம்பிடிக்கக் கூட்டம் முண்டியடித்தது. அந்தப் பதிவுசெய்யப்படாத பெட்டியில் ஏற்கனவே ஏகக் கூட்டம். கீழ் வரிசை இருக்கையில் அனசுக்கு இடம் கிடைத்தது. ஒரு பெரியவரிடம் பேசி, ஜன்னலோரத்துக்கு மாறிக்கொண்டான்.

சந்தைக்கடை போன்ற இரைச்சலும், அந்த நாற்றமும் அவனுக்குப் புதிதாக இருந்தன. கட்டைப்பைக்குள் திணிக்கப்பட்ட அழுக்குத் துணிகள்போல கூட்டத்தின் அழுத்தம் அவஸ்தைப்படுத்தியது. உள்ளுக்குள் நிலவிய புழுக்கத்தால் கசகசவென வியர்த்துக்கொட்டியது.

ஆஸ்துமாக்காரன் சிரமப்பட்டு மூச்சு விடுவதுபோலச் சுற்றிக்கொண்டிருந்த மின்விசிறியில் காற்றுக்குப் பதிலாகச் சப்தம்

மட்டும்தான் வந்தது. இரயில் நகரத்துவங்கியதில் கொஞ்சம் புழுக்கம் குறைந்ததில் நிம்மதியானான். ஜன்னல் வழியாக வந்த காற்றை ஆழமாக உள்ளிழுத்து நுரையீரலை நிறைத்துக் கொண்டான். தாய்ப்பால் குடித்த குழந்தைபோல லேசான போதையில் அவன் தலை கிறுகிறுத்தது. கண்களை மூடிக்கொண்டான்.

நேரம் போகப்போகத்தான் தெரிந்தது, அந்தப் பெட்டியிலிருப்பவர்களில் பெரும்பாலானவர்கள் கட்சித் தோழர்கள். அதுவரை இருந்த இறுக்கமான மனநிலை மறைந்தது. உறவினர்களோடு ஊர்த் திருவிழாவுக்குப் போகும் சிறுவன் போல உற்சாகமானான்.

சேலத்தில் இரயில் சில நிமிடங்கள் நின்றது. வெளியே எட்டிப் பார்த்தான். பரபரப்பான பிளாட்பார்ம் வியாபாரிகளின் வாழ்க்கை ஒரு நாடகம்போல ஓடிக்கொண்டிருந்தது. ஒரு வாயகன்ற கூடையைத் தலையில் வைத்துக்கொண்டு வெள்ளரிப் பிஞ்சுகளையும் பைனாப்பிள் துண்டுகளையும் விற்றுக்கொண்டிருந்தாள் ஒருத்தி. அவள் தோளில் தொங்கிய தொட்டிலில், பொம்மைபோலத் தூங்கிக் கொண்டிருந்த குழந்தையைப் பார்த்ததும் அனசுக்கு முபீனாவின் ஞாபகம் வந்தது. முபீனா, அவன் பக்கத்து வீட்டுப்பெண். கொஞ்ச நாட்களாகவே அவனை முழுமையாக ஆட்கொண்டிருந்தவள். ஒருதலைக் காதல்.

இந்தக் காதல் உணர்வுக்குதான் எத்தனை வலிமை. காதல்வயப்பட்ட ஒரு மனிதனின் கண்களில் விழுகிற வனப்பின் பிரதிகளிலெல்லாம் அவளின் சாயல்.

அவளை நினைவுகொள்வதென்பது நறுமணங்களுக்குள் கரைந்து போவதைப் போல உற்சாகமூட்டக்கூடியது. அவளைச் சிந்திப்பதென்பது இன்பச்சுனைக்குள் நீந்துவதைப்போலக் களிப்பூட்டக்கூடியது. சிட்டுக்குருவியின் முட்டைகள் போன்ற அந்தக் கண்களையும், படுத்துறங்கும் பெங்குவின் போன்ற நாசியையும். நினைவுகூறும்போதெல்லாம் ஒரு வரவேற்பறை பொம்மைபோல அசைவற்றுச் சமைந்துவிடுகிறது மனம்.

பெருந்துக்கத்தைப்போல தொண்டைக்குழிக்குள் அடைத்துக் கிடக்கும் அவள் நினைவுகளை விழுங்க முடியாமல் தவித்தான். அல்லது விழுங்க மனமின்றிக் கிடந்தான். ஒரு மிடறுத் தண்ணீரில் அவளைக் கரைத்து மொத்தமாய்க் குடித்துவிடும் பேராவல்

கொண்ட மாயக் கற்பனைகளை அவன் விரும்பி ஏற்றுக்கொண்டிருந்தான். கனவுக்கும் கற்பனைக்கும் இடையே சஞ்சரித்துக் கிடந்தவனை யாரோ அழைத்ததுபோலிருந்தது.

“தோழர் எந்திரிங்க. எறங்கற எடம் வந்திருச்சு..”

இரயில், பொம்முடி அருகே சென்றுகொண்டிருந்தபோது நள்ளிரவாகியிருந்தது. திட்டமிட்டபடி சங்கிலியை இழுத்து இரயிலை நிறுத்தி இறங்கினார்கள். தண்டவாளத்தையொட்டி அவர்கள், வரிசையாய் நடப்பதைப் பார்த்தால் எறும்புகள் ஊர்வலம் போவதுபோல இருந்தது. அதில் கொட்டப்பட்டிருந்த சரளைக் கற்கள் மிதிபடும் ஓசையும், காதல் செய்யத் துணையை அழைக்கும் இரவுப் பூச்சிகளின் சப்தமும் மாறிமாறித் தாளகதியில் ஒலித்தன.

இது இன்னதென்று யூகிக்க முடியாதபடி பலவகைச் செடிகளின் வாசனை வழியெங்கும் வீசியது. இடதுபுறமாய் விலகிப்பிரிந்த ஒற்றையடி மண் சாலையில் நடந்தனர். அந்த கும்மிருட்டுக்குக் கண்கள் பழக கொஞ்சம் நேரமெடுத்துக் கொண்டது. முன்னால் போய்க்கொண்டிருந்த தோழரின் கையிலிருந்த பெட்ரோமாக்ஸ் விளக்கின் ஒளி அவரது கால்களுக்குக் கீழே மட்டும் வட்டமாய் வெளிச்சம் காட்டியது.

அனசுக்கு அருகில் வந்துகொண்டிருந்த முருகேசன் பீடியைப் பற்றவைத்து இழுத்தபோது, ஏற்கனவே ஒட்டிப்போயிருந்த அவரது கன்னம் இன்னும் குழிவிழுந்தது. பத்து நிமிடப் பயணத்தில் அந்த ஒற்றையடிப்பாதை, ஒரு பிரதான சாலையில் மோதி இரண்டாகப் பிரிந்தது. எவ்வழியே போவதென்ற குழப்பத்தில் அந்தச் சந்திப்பிலேயே சில நிமிடங்கள் நின்றது கூட்டம். தூரத்தில் விசில் சப்தம் கேட்டது. திரும்பிப் பார்த்தான் அனஸ்..

சாலையின் வலதுபுறம் சற்றுத் தொலைவில் இரண்டு அரைபாடி லாரிகள் காத்திருந்தன. அனைவரையும் ஏற்றிக்கொண்டு கிளம்பிய வண்டிகள் அரை மணிநேரத்தில் ஒரு தேநீர்க்கடையில் நின்றன.

“இதுதான் கடைசிக் கடை. இதை விட்டா வேற கடகன்னி எதுவும் இல்ல.. டீ காபி குடிக்கறவங்க குடிக்கலாம்..”

ஒரு பாக்கெட் சக்திமான் பிஸ்கெட் பாக்கெட்டை வாங்கிப் பையில் வைத்துக் கொண்டான்.

அங்கு சென்று சேரும்போது மணி இரண்டைக் கடந்திருந்தது. சுற்றிலும் மலைகள் சூழ்ந்த அந்த அழகிய கிராமம், ஊரிலிருந்து துண்டிக்கப்பட்டு ஒரு தீவுபோலத் தனித்துக் கிடப்பதை அந்த இருளிலும் புரிந்துகொள்ள முடிந்தது. அங்கொன்றும் இங்கொன்றுமாய்ச் சில வீடுகள் தவிர பெரும்பாலும் பொட்டல் காடுதான். தூரத்தில் ஒரு நாய் ஊளையிட்டு அச்சமூட்டியது.

பெரும்பாலான தோழர்கள் வந்து சேர்ந்திருந்தனர். நல்ல கூட்டம் இருந்தது. எப்படிப்பார்த்தாலும் முன்னூறுபேருக்குக் குறையாது.

உள்ளூர்த் தோழர்களின் வீடுகளில் பெண் தோழர்களுக்கும், ஆண் தோழர்களுக்குப் பொது இடங்களிலும் தங்குமிடம் ஏற்பாடு செய்திருந்தார்கள்.

ஒரு சமுதாயக்கூடக் கட்டிடத்தில் அனசும் அவனோடு வந்த தோழர்களும் தங்கினர்.

விரித்துக்கொள்ளச் சிலருக்குப் பாய்கள் கிடைத்தன. சிலருக்குக் கித்தான் சாக்குகள். அனசுக்கு அதுவும் கிடைக்கவில்லை. ஒரு லுங்கியை விரித்துப் படுத்தான். சிலுசிலுவென்ற காற்று இதமாக இருந்தாலும் கொசுக்கடி படுத்தியெடுத்தது. கொசுக்களா அவை..? ஒவ்வொன்றும் ஈயைப்போல இருந்தன. புரண்டு புரண்டு படுத்தான். தூக்கம் பிடிக்கவில்லை. கொஞ்சம் காலாற நடந்தால் தேவலாம் போலிருந்தது.

சமுதாயக்கூடத்தின் பக்கவாட்டில் ஒரு வராண்டா இருந்தது. அநேகமாக அது உணவுக்கூடமாக இருக்கலாம். எரிந்த நிலக்கரியின் வாசமடித்தது. அங்கு நடந்து கொண்டிருந்தான். யாரோ இருமும் சப்தம் வெகுநேரமாகக் கேட்டுக் கொண்டிருந்தது. நின்று கவனித்தான். ஒரு மூலையில் ஒருவர் வெற்றுடம்போடு அமர்ந்திருந்தார். கடுமையான ஆஸ்துமாவால் மூச்சிரைத்தபடி அமர்ந்திருந்தவரைக் கண்டதும் பதறிப்போனான். அருகில் சென்று பேச்சுக் கொடுத்தான்.

மகேந்திரன், கோவை மாவட்டக்கமிட்டி உறுப்பினர். உக்கடம், சி.எம்.சி காலனி பகுதிகளில் கட்சியைக் கட்டிப் பலமான மக்கள் திரள் இயக்கங்களை முன்னெடுத்த அனுபவமுள்ளவர். சமீபத்தில்கூட அப்பகுதி மக்களை வெளியேற்றும் அரசின் முயற்சிக்கு எதிராக ஆயிரக்கணக்கான மக்களைத் திரட்டிப் போராடி அம்முயற்சியை முறியடித்த செய்தியை அறிந்திருந்தான்.

"என்ன தோழர் இவ்ளோ கடுமையா இருமல் இருக்கே..?"

"ஒரு மாசமாவே அப்படிதான் இருக்கு தோழர்."

"ஹாஸ்பிடல் போனீங்களா? எந்த ஹாஸ்பிடல் போனீங்க..?"

"நாம பிரைவேட் ஆஸ்பத்திரிக்கா போக முடியும்? ஜி.ஹெச் தான் தோழர். மருந்து மாத்திரை குடுத்தாங்க."

"கேக்கலையா?"

"நோய் தீர்க்குறதுல மருந்து மாத்திரைகளவிட சரியான உணவும், ஓய்வும் தான முக்கியம். அதுக்கெல்லாம் நாம எங்க போறது? மாநாட்டு வேலைகளுக்காக ஒருவாரமா பொட்டுத்தூக்கமில்ல கண்ணுல. ஓடிட்டே இருக்கேன்."

"அதுசரி, இவ்ளோ ஆஸ்துமா இருக்கைல வெறும் மேலோட இருக்கீங்க? சட்டையாவது போடலாம்ல."

"சட்ட பேண்ட்டு காயிது தோழர். காலைல அதத்தான் போடனும். புழிஞ்சு போட்டிருக்கேன்."

அவர் கைகாட்டிய திசையில் பார்த்தான். ஒரு கைப்பிடித் திண்டின்மீது அவரது உடைகள் தொங்கிக் கொண்டிருந்தன.

"நைட் சாப்டீங்களா?"

"இல்ல தோழர்."

"இருங்க வறேன்.".

தன்னிடமிருந்த பிஸ்கெட் பாக்கெட்டை எடுத்துக் கொடுத்தான். ஒரு குழந்தையைப்போல அதைப் பிரித்துச் சாப்பிட்டுக் கொண்டிருந்த மகேந்திரனை ஆச்சரியத்தோடு பார்த்தான்.

பேசிக்கொண்டிருக்கும்போது இன்னும் இரண்டுபேர் அருகில் வந்து அமர்ந்து உரையாடலில் கலந்துகொண்டனர். மகேந்திரனின் உக்கடம் போராட்டம் குறித்த அனுபவங்களை ஆர்வத்தோடு கேட்டுக் கொண்டிருந்தனர். அதில் ஒருவர் பாடகர். அவரைப் பாடச்சொல்லிக் கேட்டார் மகேந்திரன். சர்வதேசிய கீதத்தை அவர் பாடப்பாட மூவரும் பின்னணியில் பாடியது உணர்ச்சிமயமான சூழலை ஏற்படுத்தியது. அதைக் கேட்டுத் தூக்கம் வராமல் படுத்திருந்த சிலரும் வந்து கலந்துகொண்டு பாடினார்கள். சில நிமிடங்களில் அந்தச் சூழல் உற்சாகமாக மாறிப்போனது.

அத்தியாயம் – 25

ஆறு மணிக்கெல்லாம் பொலபொலவென்று பொழுது புலர்ந்திருந்தது.

விசுவிசுவென்ற காற்று லேசான குளிரைச் சுமந்துவந்து உடல்மீது போர்த்திச் சென்றது. மகேந்திரன் இன்னும் எழுந்திருக்கவில்லை.. எழுப்பலாமென்று நினைத்தவன், 'மனுஷன் நைட்டெல்லாம் தூங்கல.. இருமிட்டே கெடந்தாரு.. சரி கொஞ்ச நேரம் தூங்கட்டும் பாவம்' என்று நினைத்துக்கொண்டான்.

கழிப்பறைப் பற்றாக்குறை பெரிய பிரச்சனையாக இருந்தது. எப்படியோ சமாளித்து அடித்துப் பிடித்து ஏழு மணிக்கெல்லாம் கிளம்பிவிட்டிருந்தான். எட்டு மணிக்கு லாரிகள் வருமென்று சொல்லியிருந்தார்கள். முக்கால் மணிநேரப் பயணமாம். கொஞ்சம் முன்பின் ஆனாலும் சரியாக 9 மணிக்கெல்லாம் மாநாட்டு அரங்கை அடைந்துவிடலாம்.

பெரும்பாலும் எல்லாரும் தயாராகியிருந்தார்கள். மேசையின்மேல் இரண்டு மண்பானைகளில் கம்மங்கூழ் இருந்தது. மகேந்திரன் வந்து சேர்ந்ததும் சேர்ந்து குடித்தார்கள். மிளகாய் வற்றலும், பச்சை மாங்காய்த் துண்டும் கடித்துக்கொள்ள அமிர்தமாய் இருந்தது. ஏற்கனவே சளி இருமல் பிரச்சனைகளோடிருந்த மகேந்திரனுக்கு இந்தக் குளிர்ந்த உணவு ஒத்துக்கொள்ளுமா என்று குழம்பினான். ஆனால் மகேந்திரன் அதையெல்லாம் யோசிக்கவே இல்லை. மிளகாய்க் காரத்துக்கு மூக்கை உறிஞ்சிக்கொண்டு வெளுத்துக் கட்டியது வேடிக்கையாக இருந்தது.

சுற்றிலும் அடுக்கடுக்காய் மலைகள். அதன்மீது உருகிய வெள்ளிக்கம்பிகள் போல நீர் வழியும் பாதைகள் வெள்ளைக்கோடுகள் போட்டிருந்தன. இந்தச் சிறிய கிராமத்தைச் சுற்றி இத்தனை மலைகளை யார் கொண்டு வைத்திருப்பார்கள்? இயற்கை, எப்போதும், அதன் உள்ளார்ந்த வனப்பை வெளிப்படுத்திக்கொண்டுதான் இருக்கிறது. நின்று நிதானமாக அதை ரசிக்கிற கண்கள் மனிதர்களுக்கு இருக்கின்றனவா என்பதுதான் கேள்வி.

கிராமத்தின் மையத்திலிருந்த பெரிய ஆலமரத்தின் கீழே லாரிக்குக் காத்திருந்த தோழர்கள் மத்தியில் ஏதோ சலசலப்பு கேட்டது.

"போலீஸ் ரவுண்ட் அப் பண்ணிட்டாங்க..!"

இது எதிர்பார்த்ததுதான்.

அந்த மலைப்பகுதி முழுவதும் காக்கிச் சட்டைகள் சூழ்ந்திருந்தன. கிராமத்தின் எல்லாப் பாதைகளிலும் தடுப்பரண்கள் முளைத்தன. துப்பாக்கி ஏந்திய காவலர்கள் எல்லைச்சாமிகள் போல நின்றிருந்தனர். வஜ்ரா வாகனங்களும், சிறப்பு அதிரடிப் பட்டாளமும், கண்ணீர்ப்புகை வண்டிகளும், ஆம்புலன்சுகளும், மெட்டடோர் வண்டிகளும் கிராமத்தைச் சுற்றுப்போட்டிருந்தன. வாக்கி டாக்கிகளின் அலறல் சப்தம் மலைக்காடுகளெங்கும் எதிரொலித்தன.

"யாரும் பதட்டப்படாதீங்க.. அப்படியப்படியே நில்லுங்க.." ஒரு மூத்த தோழரின் குரல் தூரத்தில் கேட்டது.

அனசுக்கு உடலுக்குள் சிலிர்த்தது. இவ்வளவு பெரிய போலீஸ் பட்டாளத்தை நேருக்குநேர் எதிர்கொள்ளப் போகிற ஆர்வத்தில் அவன் கண்கள் பரபரப்பாயின. ஒட்டுமொத்தப் போலீஸ் பட்டாளமும் அவர்களுக்கு முன்பு சிறு எறும்புக்கூட்டங்கள் என்பதைப் போலத்தான் அவன் மனக்கண் எடையிட்டது.

கொண்டை போல சிவப்பு விளக்கைத் தலையில் சூடியிருந்த வெள்ளைநிற அம்பாசிடர் கார் வந்து நின்று எல்லார் கவனத்தையும் ஈர்த்தது..ஒல்லியான சிவந்த தேகமுடைய இறங்கிவந்த அரூர் ஏ.எஸ்.பி யின் முகம் பனியில் விறைத்த மீனைப்போலிருந்தது.

" இதுல யாரு பொறுப்பாளர்..?"

ஒரு தோழர் முன்னே சென்று தன்னை அறிமுகப் படுத்திக் கொண்டு பேசினார். தடையை மீறி ஏற்பாடு செய்யப்பட்டிருந்த நிகழ்வில் பங்கெடுக்கச் சட்டவிரோதமாகக் கூடியதற்காக அனைவரையும் கைதுசெய்வதாகச் சொன்னார் ஏ.எஸ்..பி.

"நாங்கள் கைதாகத் தயார். தோழர்கள் சாப்பிட்டு முடிக்கும் வரை காத்திருங்கள்." என்ற கோரிக்கையைப் போலீஸ் தரப்பு ஏற்றுக் கொண்டது ஆச்சரியமாக இருந்தது.

அடுத்த அரைமணி நேரத்தில் கிட்டத்தட்ட 300 தோழர்கள் ஊரின் மத்தியிலிருந்த திடலில் கூடியபோது மைதானமே

புழுதிக்காடானது.. போலீசுக்கு எதிரான கோஷங்களைக் கேட்டு மலைப்பறவைகள் பயந்து அலறின.

கத்தாரின் புகழ்பெற்ற பாடலின் தமிழாக்கத்தை ஒருவர் பாடுவதும், அதைத்தொடர்ந்து கோரசாக மற்றவர்கள் பாடுவதுமாக இருந்தனர். அனசின் உற்சாகம் கரைபுரண்டிருந்தது. அடிவயிற்திலிருந்து அவன் முழங்கிய கோஷம் கூட்டத்தில் தனியாகக் கேட்டது.

ஓ போலீசண்ணா ஓ போலீசண்ணா..
நசா வந்துச்சு மிசா வந்துச்சு உன்னையும் ஜெயிலில் போட்டாங்க
பொடா வந்துச்சு தடா வந்துச்சு என்னையும் ஜெயில்ல போட்டாங்க
எனக்கும் உனக்கும் வித்தியாசமில்லே ஓ போலீசண்ணா
போராட்டம் தவிர வேற வழியில்லே ஓ போலீசண்ணா
காய்கறிகள் வாங்கி வரவும் காரு ஸ்கூட்டர் தொடச்சுவிடவும்
நாட்டுக்குச் சேவ செய்ய வந்தே ஓ போலீசண்ணா
வீட்டுக்குச் சேவை செய்ய வெச்சான் ஓ போலீசண்ணா
ஐ ஜிக்கும் எஸ்பிக்கும் அழகழகா பங்களா இருக்கு
குதிர லாயம் போன்ற கோட்டர்ஸில் ஓ போலீசண்ணா
குடும்பத்தோட வாழ்க்கை நடத்துறே ஓ போலீசண்ணா
எனக்கும் உனக்கும் வித்தியாசமில்லே ஓ போலீசண்னா
போராட்டம் தவிர வேற வழியில்லே ஓ போலீசண்ணா

கத்தியத் தூக்கிச் சண்டபோட்டாலும் நீதான் வந்து தடுக்கறே
கல்ல எறிஞ்சு ரகள செஞ்சா நீதான் வந்து தடுக்கறே
கண்ணுல மூக்குல எரிச்சலோட டியரு கேஸ அடிக்கறே
வாழ்க்க பூரா ரிஸ்க்குதானாடா ஓ போலீசண்ணா...
ரிஸ்க் அலவன்ஸ் கொடுக்கறாங்களா ஓ போலீசண்ணா...
ட்ரங்கு முக்கு ட்ராபிக்குல ரோடு நடுவுல நின்னுருப்ப
சைடு காட்டி சீக்கி ஊதி தோளுபட்ட வலியெடுக்கும்
காலமெல்லம் நின்னு நின்னு காலு ரெண்டும் வலியெடுக்கும்
மந்திரியோட காரு வந்தப்ப எரும ஒண்ணு குறுக்க வர........
தண்ணியில்லாத காட்டுக்கு உன்ன ஓ போலீசண்ணா

ட்ரேன்ஸராக்கி கஷ்டப்படுத்தினானே ஓ போலீசண்ணா
எப் ஐ ஆரு எழுதாதவன் எஸ்ஐ ஆகிப் போயிபுட்டான்
எஸ் ஐயா இருந்தவனனெல்லாம் டி எஸ்பியா ஆகிபுட்டான்
டி எஸ்பியா இருந்தவனெல்லாம் ஐ ஜியா ஆகிபுட்டான்
முப்பது வருசம் உழைச்சுப் பாத்தியே ஓ போலீசண்ணா
மூணுபட்ட இன்னும் கெடைக்கலெயே ஓ போலீசண்ணா
நாங்க ஸ்ட்ரைக்கு செஞ்சபோது உங்கள விட்டு விரட்டுனா
நீங்க ஸ்ட்ரைக்கு செஞ்சபோது சி ஆர் பி எஃப்ப அனுப்புனான்
சி ஆர் பி எஃப்பும் ஸ்ட்ரைக்கு செஞ்சா மில்ட்ரிய அனுப்புறான்
நம்ம நாமே சுட்டுக்கொண்டோமே ஓ போலீசண்னா
சர்க்காருக்கும் மகிழ்சியானதே ஓ போலீசண்ணா....
கல்லூரி போகும் பையனப் புடிச்சி மரத்துலதான் கட்டிவெச்சு
கல்லூரி போகும் பையனப் புடிச்சி மரத்துலதான் கட்டிவெச்சு
ஃபையர்ன்னு ஆர்டர்போட்டதும் பட்டு பட்டுன்னு சுட்டீங்களே
வாயும் உனது வயிறும் உனதடா ஓ போலீசண்ணா
எனக்கு வந்த துப்பாக்கிச் சூடு உனக்குந்தானே காத்திருக்கு
எனக்கு வந்த துப்பாக்கிச் சூடு உனக்குந்தானே காத்திருக்கு
நானும் நீயும் சேந்து நின்னமுன்னா ஓ போலீசண்ணா
சுட்டவனத் தூக்கி எறியலாம் ஓ போலீசண்ணா

கடைநிலைக் காவலர்களை உயரதிகாரிகளுக்கு எதிராகத் திருப்பிவிடுகிற அந்தப் பாடலைப் பாடிக்கொண்டிருந்த அனசை விழுங்கி விடுவதுபோலப் பார்த்துக்கொண்டிருந்தார் ஏ.எஸ்.பி..

“சார்ஜ்..”

அனல் கக்கிய அதிகாரியின் குரலைத்தொடர்ந்து அதிரடிப்படைக் காவலர்கள் நெருங்கி வந்தனர். கண்மண் தெரியாமல் லத்திகள் சுழன்றன. அடிபட்ட தோழர்கள் சிதறியோட முயன்றனர். சுற்றி வளைத்திருந்த காவலர் படை ஒவ்வொருவரையும் பிடித்து வண்டிக்குள் வீசியது. வண்டிகள் போனபிறகு வெறிச்சோடிக்கிடந்த மைதானத்தில் இன்னும் தோழர்களின் உஷ்ணம் மிச்சமிருந்தது.

அத்தியாயம் – 26

அரைமணிநேரப் பயணத்தில் சுந்தரம் கல்யாண மண்டப வாசலில் வண்டி நின்றது. இறங்கித் திரும்பிப் பார்த்தான். மற்ற வண்டிகளும் பின்னால் வந்துகொண்டிருப்பது தெரிந்தது. வெயில் சுள்ளென்று அடித்தது. எங்கிருந்தோ திபுதிபுவென்று வந்த காவலர்கள், ஒவ்வொரு வண்டியைச் சுற்றிலும் பத்துப் பத்துப்பேராக நின்று இறங்குபவர்களை நிற்கவிடாமல் மண்டபத்துக்குள் அனுப்பியபடி இருந்தார்கள்.

ஆர்ப்பாட்டம் போராட்டத்தில் கைதுசெய்யப்பட்டால் மண்டபத்தில் அடைத்து, இரண்டு வேளைத் தேநீரும், மதியம் தக்காளிச்சாப்பாடும் கொடுத்து மாலையில் விடுவிப்பார்கள். இது அப்படியல்லவென்று அவனுக்குத் தெரிந்திருந்தது. நினைத்ததுபோலவே அனைவர்மீதும் வழக்கு.

வழக்குகளைப்பொறுத்து வகைவாரியாகப் பிரித்து ஒவ்வொரு குழுவாக வெவ்வேறு காவல்நிலையங்களுக்குக் கூட்டிப்போவதாகத் தெரிந்தது. அனசோடு சேர்த்து எட்டுப்பேரைத் தனியாகக் கூட்டிப்போனார்கள்.அந்தச் சூழலே பரபரப்பாக இருந்தது. வாசலில் நிறையச் செய்தியாளர்கள் கூடியிருந்தனர். வருகிற போகிற காவலர்கள் முகத்துக்கு நேராய் மைக்குகளை நீட்டிக் கேள்விகேட்டவரிடம் ஒரு காவலர் எரிந்து விழுந்தார்.

யாரையும் நிமிர்ந்து பார்க்க விடாமல் தலையை அழுத்திப்பிடித்தபடி தள்ளிச்சென்றதில் கழுத்து வலித்தது.பெயர் முகவரி விபரங்களைப் பதிவுசெய்து கொண்டிருந்த சச்சிதானந்தம் ஏட்டய்யாவின் தடித்த மீசை கடைவாய்வரை ஓடிச் சுருண்டு படுத்திருந்தது. டிரவுசர் அணிந்த பொடியனொருவன் ஒரேயொரு தேநீர் டம்ளரை அவர் மேசைமீது வைத்துவிட்டுப் போனான். ஒருவருக்கொருவர் பேசிக்கொள்ளாதபடி எட்டுப்பேரையும் எட்டுத் திசையில் அமர்த்தியிருந்தனர். ஒண்ணரை மணிக்குத்தான் ஏ.எஸ்.பி வந்தார். அதுவரை சிரிப்பும் அரட்டையுமாக இருந்த காவல் நிலையம் திடீரெனப் பரபரப்பைப் போர்த்திக்கொண்டது போலித்தனமாக இருந்தது. அவரது இருக்கையில் அமர்ந்து கோப்புகளைப் பார்த்துக்கொண்டிருந்தார். மொத்த ஸ்டேசனும் கனத்த அமைதியைச் சுமந்து நின்றது.

"எத்தன பேரு..?" கோப்பிலிருந்து தலையை நிமிர்த்தாமலே கேட்டார்.

"எட்டுப்பேருங்கய்யா.." சச்சிதானத்தத்தின் பதிலுக்கு இடவலமாய்த் தலையசைத்துக்கொண்டார்.

சாவகாசமாய்ச் சாய்ந்து கைகளை உயர்த்தி விரல்களைக் கோர்த்துக்கொண்டு சடவு முறித்தபோது அவர் கண்கள் மூடியிருந்தன.

சட்டென ஏதோ நினைவு வந்ததைப்போல..

"கோஷம் போட்டுட்டு இருந்தானே ஒரு சுள்ளான் அவனக் கூட்டிட்டு வாய்யா.."

ஏ.எஸ்.பி யின் முன்பு நிறுத்தப்பட்ட அனசுக்கு லேசாக உதறலெடுத்தது. வெளிக்காட்டாமலிருந்தான். மேலிருந்து கீழாக ஒரு பார்வையை ஓட்டினார். அது, கசாப்புக் கடைக்காரன் ஆட்டின் எடையை மதிப்பிடுவது போல இருந்தது.

"இவன கெஸ்ட் ஹவுஸ்ல போட்டு வை.. ஒரு சின்ன வேலையிருக்கு. முடிச்சிட்டு வந்து வெச்சுக்கறேன் கச்சேரிய.." எங்கேயோ அவசரமாகச் சென்றார்.

அது காவல் நிலையத்தின் பின்புறம் இருந்த ஒரு தனியறை.

இந்த பாழறைக்குத்தான் கெஸ்ட் ஹவுஸ் என்கிற சங்கேதப் பெயரா? சுவர்கள், கரித்துணி போல அழுக்கடைந்து கிடந்தன. அறைக்குள் கடுமையான வீச்சம். உள்ளே தள்ளிக் கதவைப்பூட்டிவிட்டுச் சென்றார்கள். ஒரு மர டேபிளும் இரண்டு சேர்களும் இருந்தன. முரட்டு மீசையுடன் அதில் ஏ.எஸ்.பி அமர்ந்து அவனைப் பார்த்துக் கொண்டிருப்பதுபோலக் கற்பனைசெய்து பார்த்தான். மேலே தொங்கிய சோபையிழந்த குண்டு பல்பின் ஒளி டேபிள் மீதுமட்டும் படர்ந்திருந்தது

மேற்கு மூலையில் கதவில்லாத கழிப்பறை 'ஆ' வெனத் திறந்து கிடந்தது. ஒரு பிளாஸ்டிக் வாளிக்குள் காது உடைந்த கோப்பையொன்று மிதந்தது. இரண்டு சுவர்களுக்கு மத்தியில் பதிக்கப்பட்டிருந்த நீளமான ஓர் இரும்புக் குழாய் துருவேறிக் கிடந்தது. அதில் ஒரு வடக்கயிறு அனாதையாகத் தொங்கிக் கொண்டிருந்தது.

ஒரு மூலையில் போய் சுவரில் சாய்ந்து அமர்ந்தான். மூத்திர வாடை வயிற்றைக் குமட்டியது. அது சித்திரவதைக் கூடம் என்பதைச் சொல்லவும் வேண்டுமா? அந்த இடமே அச்சமூட்டியது.

அவன் சாய்ந்திருந்த சுவரிலிருந்து ஒரு பயங்கர அலறல் வெளிப்பட்டதை உணர்ந்தான்.

ஐயோ.. ஐயோ.. சார் சார்.. வலிக்குது சார்... வேணாம் சார்..

திடுக்கிட்டு நகர்ந்து திரும்பிப் பார்த்தான். காரை பெயர்ந்து அலங்கோலமாய்க் கிடந்த சுவரில் ஏதேதோ கறைகள் அப்பிக்கிடந்தன.

இரும்புக்குழாயில் தொங்கிக்கொண்டிருந்த கயிறு காற்றில் அசைவதைப் பார்த்தான். ஏதோ ஒரு அமானுஷ்யம் அதில் தொங்கிக்கொண்டிருப்பதைப்போல இருந்தது. அவன் காதுகளுக்குள் ஓர் அழுகுரல் கர்ணகொடூரமாகக் கேட்டது.

ஐயோ.. அம்மா.. உயிர் போகுது சார்.. எறக்கி விடுங்க சார்..

இதுவரை அந்த அறைக்குள் சித்திரவதை செய்யப்பட்ட நபர்களின் ஓலங்களெல்லாம் அறைச் சுவர்களில் எதிரொலிப்பதைப்போல உணர்ந்தான். அவனையறியாமலே உடல் லேசாக நடுங்கியது.

கிரீச்சென்ற சப்தத்துடன் கதவைத்திறந்து இரண்டு பேர் உள்ளே வந்தார்கள். அவர்கள் வெள்ளைச்சட்டையும் காக்கிப்பேண்ட்டும் அணிந்திருந்ததைப் பார்த்தான். அனஸ் எழுந்து நின்றான்.

"சட்டையக் கழட்றா.." நெடுநெடுவென்ற உயரத்திலிருந்த ஒரு காவலரின் கையில் லத்தி இருந்தது. முகத்தில் பயத்தைக் காட்டிவிடக்கூடாதென்று தனக்குள் சொல்லிக்கொண்ட அனஸ், அதைச் செயல்படுத்த முனைந்தான்.

"எதுக்குச் சட்டையக் கழட்டணும்..? அதெல்லாம் முடியாது.."

"ஒழுங்கா சட்டையக் கழட்டிரு.. இல்லனா அடிவாங்கியே சாகப்போற.."

"சார்.. நான் என்ன கிரிமினலா..? இல்ல ஃபோர்ஜரியா..? அரசியல் கைதிய சட்டையக் கழட்டச்சொல்றது சட்டவிரோதம்.."

"தாயோளி.. எங்கிட்டியே ரூல்ஸ் பேசுறியா..? அடிக்க வந்தவரை இன்னொரு காவலர் தடுத்தார்.

“ஐயா வந்தரட்டும் சார்..”

“இரு சார் வரட்டும்.. நல்லியெலும்ப ஒடைக்கிறேன்.. அப்ப இந்த ரூல்சு மயிரெல்லாம் பேசறியானு பாக்கறேன்" சொல்லிக்கொண்டிருக்கும்போதே அவர் வந்திருந்தார்.

உள்ளே நுழையும்போதே ஏ.எஸ்.பி யின் கண்கள் அனல் கக்கியபடி இருந்தன.

"இவரு அரசியல் கைதியாமா.. அதனால சட்டையக் கழட்டமாட்டாராமா சார்.." வளர்ந்த காவலர்.

"சட்டையக் கழட்ட மாட்ட..?" ஏ.எஸ்.பி.

" மாட்டேன் சார்.."

"அவன அமுத்திப் புடிய்யா..."

ஆட்டின் கால்களை மடித்துக் கட்டுகிற கசாப்புக் கடைக்காரனின் லாவகத்தோடு இரண்டு பேரும் அவன் பின்னங்கால்களை உதைத்து வளைத்தார்கள். மண்டியிட்டு அமர்ந்தவனின் கைகளை முன்பக்கமாக நீட்டிப் பிடித்தனர். படார் படாரென்ற அடிகள் விழுந்தன. அவனது அலறல், பலமுறை சுவர்களில் எதிரொலித்தது.

திமிர விடாமல் அழுத்திப்பிடித்த போலீஸ்காரர்களின் கனமான பூட்சுகள் அவன் பாதங்களை மிதித்துப் பிடித்திருந்தன. நான்கைந்து அடிகளிலேயே புறங்கைகள் காற்றடைத்த பலூன்போல வீங்கிப்போயிருந்தன. எலும்புகள் முழுமையாக இருக்கின்றவா இல்லை நொறுங்கிப் போய்விட்டனவா? ஏதோ ஒரு அடி ஏசகோசலாய் விழுந்திருக்கவேண்டும். இடதுகை ஆட்காட்டி விரலின் நகம் பெயர்ந்து தொங்கியது. சொட்டுச் சொட்டாக வழிந்த இரத்தம் தரையில் தொடர்புள்ளிகளை வரைந்து கொண்டிருந்தது.

அரை மயக்க நிலையில் இருந்தவனை பெஞ்சின் மீது குப்புறப் படுக்கவைத்து கைகளை ஒருவரும் கால்களை ஒருவரும் இழுத்துப் பிடித்துக் கொண்டு அடிக்க ஆரம்பித்தார்கள். தொடையில் ஆரம்பித்து இடுப்பெலும்புக்குக் கீழ்ப்பகுதி வரை ஓர் அங்குலம் மிச்சமில்லாமல் லத்தியின் தடங்கள் பதிந்து எழுந்தன. எப்போது மயங்கினான் என்றே தெரியவில்லை. கண்விழித்துப் பார்த்தபோது கழிப்பறை அருகே கிடந்தான். குளிரில் உடல் நடுங்கியது. பதட்டத்தோடு சட்டை இருக்கிறதா என்று தொட்டுப்பார்த்தான். இருந்தது. அவ்வளவு வலியிலும் லேசாகச் சிரித்துக்கொண்டான். எதையோ சாதித்துவிட்ட பெருமிதம் அவன் புன்னகையில் இருந்தது. அப்படியே படுத்துக் கொண்டான்.

வேலூர் மத்தியச்சிறை. ஒரு மாதச் சிறை அனுபவம், அவனை மேலும் உறுதிப்படுத்தி இருந்தது. தினமும் சிறைக்குள் நடந்த அரசியல் வகுப்புகளிலும் விவாதங்களிலும் அவனது தத்துவார்த்த

அறிவைக் கூர்தீட்டிக்கொள்ளப் பயன்படுத்திக் கொண்டான். சிறை அவனது போராட்ட உணர்வையையும் தீவிரப்படுத்தயது. 'தரமானஉணவை வழங்கு, கைதிகளின் அடிப்படை உரிமைகளை உறுதிப்படுத்து', சிறைக்குள்ளும் உண்ணாவிரதம், போராட்டம். இன்னும் இரண்டு வழக்குகள் கூடுதலாக ஒட்டிகொண்டன. சொந்த ஜாமீனில் விடுவிக்கப்படக் கூடிய வழக்குதான். ஆனாலும் ஜாமீன் கோருவதில்லை என்கிற கொள்கை முடிவில் உறுதியாக இருந்தனர். ஜனநாயக உரிமைப் போராட்டங்களுக்கான வெளியாக மாறியிருந்த சிறை வளாகம், இயல்பு நிலைக்குத் திரும்ப ஒருமாதமானது.

வெளியே வந்தபோது, பதினெட்டுப் பேர் கொண்ட தெற்கு மண்டல யூனிட்டின் பொறுப்பாளராக நியமிக்கப்பட்டான். அணிகளை அரசியல் படுத்துவது, புரட்சிகர வரலாற்றை வாசிப்பது, விவாதிப்பது, களப் போராட்டங்களை வடிவமைப்பது.. ஓடிக்கொண்டே இருந்தான்.

புரட்சிகரக் கட்சியின் வடிவம், சட்டப்போராட்டங்களையும், சட்டமுரண் போராட்டங்களையும் ஒரே நேரத்தில் நடத்தும் வகையில் இரட்டைக் குழல் துப்பாக்கியைப் போல இருக்க வேண்டும். ஆனால் தமிழகத்தில் கட்சி சட்டவாதங்களைப் பிடித்தே தொங்கிக் கொண்டிருப்பதாக கடுமையான விமர்சனம் அவனுக்கிருந்தது.

அணிகளிடம் அவன் பேசும்போதெல்லாம் அனல் தெறித்தது.

“அச்சம் என்பது மக்கள் மீது திணிக்கப்பட்டிருக்கும் கொடிய போதை. சட்டங்களையும் ஆயுதங்களையும் கொண்டு அச்சுறுத்தியே மக்களின் மீதான அதிகாரத்தை, அரசு கட்டமைத்திருக்கிறது.

காலம் காலமாக ஒடுக்கப்பட்டிருக்கும் மக்களின் விடுதலையைச் சாத்தியமாக்க, முதலில் அவர்களை அச்சத்திலிருந்து விடுவிக்க வேண்டும். இந்த அரசும், இராணுவமும், போலீசும் வெல்லவே முடியாத சக்திகள் என்கிற மாயையிலிருந்து அவர்களை மீட்டெடுக்க வேண்டும். போர்க்குணம் மிக்க மக்களின் சக்திக்கு முன்னால் அவர்களின் அதிகாரங்கள் அனைத்தும் உலர்ந்த சருகள்போல நொறுங்கிப்போகும் காலம் அருகில்தான் உள்ளது என்பதை அவர்களுக்கு உணர்த்தவேண்டும்.

ஆந்திராவில், பீகாரில், ஒரிசாவில், வங்கத்தில், சத்தீஷ்கரிலெல்லாம் இதுதான் நடந்துகொண்டு இருக்கிறது.

கிராமம் கிராமமாக மக்கள் அமைப்பாகிறார்கள். அங்கெல்லாம் ஆளும் வர்கத்துக்கெதிரான வீரஞ்செறிந்த போர் ஏற்கனவே துவங்கி விட்டது. பாட்டாளி வர்கச் சர்வாதிகார அரசுக்கான வெளிச்சம் புலப்படத் துவங்கிவிட்டது.

நாம் இன்னும் உண்ணாவிரதம் ஆர்ப்பாட்டம் சாலை மறியல் என்றெல்லாம் அரதப்பழசான போராட்ட வடிவங்களைக் கட்டிக்கொண்டு அழுகிறோம். என்னைப் பொருத்தவரை, புரட்சிக்குக் குறைவான எதைச் செய்தாலும் அது புரட்சிக்குச் செய்யும் துரோகம்.

ஓர் உடனடித் தாக்குதலின் மூலம்தான் மக்களையும், நேச சக்திகளையும், ஆதரவாளர்களையும் புரட்சிக்கான நம்பிக்கையை நோக்கி நகர்த்த முடியும். தமிழகத்திலும் போர் துவங்கிவிட்டது என்பதை ஒரு தாக்குலின் மூலமாக அரசுக்கு அறிவிக்க வேண்டும்."

பேசி முடித்தபோது அவன் அவனைப்போலில்லாமல் வேறு யாரையோ போல் இருந்தான். பக்தனின் உடலுக்குள் அய்யயனார் இறங்கி அருள்வாக்குச் சொல்வதுபோல அவனது பேச்சும் உடல்மொழியும் இருப்பது இப்போதெல்லாம் வாடிக்கையாகிப்போய்விட்டது."

யூனிட் பொறுப்பாளராக இருந்து கட்சி உறுப்பினராக இணைக்கப்பட்ட சில மாதங்களிலேயே புரட்சிக்கான அவனது தாகம், விழுங்க முடியாத அவஸ்தையாகத் தொண்டைக்குள் அழுந்திக் கொண்டிருந்தது.

ஆந்திராவிலிருந்து வந்திருந்த இரண்டு தோழர்கள், ஒளிந்திருந்து தாக்குதல், தப்பித்தல், முன்னேறிச் செல்லுதல், பின்வாங்குதல், தளப்பிரதேசங்களைக் கைப்பற்றுவது, செந்தளங்கள் அமைப்பது, என்பதையெல்லாம் விரிவாகக் கற்றுக் கொடுத்தார்கள்.

உடற்பயிற்சிகள், தற்காப்புப் பயிற்சிகள், ஆயுதங்களைக் கையாளுதல், ஆயுதங்களைக் கைப்பற்றுவது, சாதாரணமாகக் கடைகளில் கிடைக்கும் பொருட்களிலிருந்து, வெடிபொருட்களைத் தயாரித்தல், போன்ற பயிற்சிகளைக் கற்றுக்கொள்வதில் அவனுக்கிருந்த ஆர்வம், பயிற்சியாளர்களையே மலைக்கவைத்தது.

இரண்டுமாதப் பயிற்சியின் முடிவில் வெடிக்கக் காத்திருக்கும் குண்டாய் மாறித் திருப்பூர் திரும்பினான் அனஸ்.

அத்தியாயம் – 27

காலை 8.30 க்கெல்லாம் கம்பெனியில் இருந்தான்.

உப்பைக்கரைத்துக் கடலுக்குள் கொட்டியதுபோல சிறை, பயிற்சி முகாம்களெல்லாம் ஒரு சுற்றுப்போய் வந்தபோது மூன்று மாதங்கள் கழிந்திருந்தன. அது நீண்ட இடைவெளி போலத் தோன்றியது. கம்பெனிக்குச் சென்றவனை அவனது நண்பர்கள், புது விருந்தாளியைப்போல வரவேற்றதில் அவனுக்குக் கொஞ்சம் சங்கோஜம்தான்.

அனசைக் கண்டதில் காண்ட்ராக்ட்டர் சென்னியப்பனுக்கு ஏக மகிழ்ச்சி.அவன் வேலையில் கெட்டிக்காரன் என்பது மட்டுமல்ல காரணம். திங்கட்கிழமை விடுமுறை எடுக்காமல் வேலைக்கு வருகிற வெகு சிலரில் அவனும் ஒருவன். திருப்பூரைப் பொருத்தவரை திங்கட்கிழமை, என்பது சின்ன ஞாயிற்றுக்கிழமை.

அவனை வெளியே நிற்கவைத்துவிட்டு சென்னியப்பன் முதலாளி அறைக்குள் நுழைந்தார்.

கதவு திறந்ததும் உள்ளிருந்து வந்த சைக்கிள் அகர்பத்தியின் வாசம் அவனுக்குப் பிடித்திருந்தது. கூழைக்கும்பிடு போட்டபடி தினத்தந்திக்குள் மூழ்கியிருந்த முதலாளியிடம் ஏதோ பேசுவதைக் கண்ணாடிச் சுவரின் வழியே பார்த்துக் கொண்டிருந்தான். உள்ளிருந்தே அவனை நிமிர்ந்து பாத்துவிட்டுக் குனிந்துகொண்டார் முதலாளி. வெளியே வந்த சென்னியப்பனுக்கு வாயெல்லாம் பல்லாக இருந்தது.

'அனசு.. மொதலாளிட்ட பேசிட்டேன்.. நீ போய் மெசின்ல ஒக்காந்து வேலையப்பாரு..' என்றபோது வியர்த்திருந்த முகத்தைக் கைக்குட்டையில் துடைத்துக்கொண்டான்.

அந்தக் கம்பெனியைப் பொறுத்தவரை அனஸ்தான் கதாநாயகன். வேலையில் மட்டுமல்ல. தன்னுடைய உடையமைப்பில், நடவடிக்கையில்,பேச்சில் எல்லாமே ஒரு தனித்தன்மையைக் கடைபிடித்து வந்தான். ஒரு சாதாரண டெய்லர்தான். ஆனால் நல்ல உடையணிந்து டக் இன் செய்து பளிச்சென்று இருப்பான். ஏன் ஆஃபீசர்கள் மட்டும்தான் டக் இன் செய்யவேண்டுமா என்ன?

உடையின் நேர்த்தி செயலிலும் இருக்கும். எல்லாரோடும் சினேகமாகப் பழகுவான். எல்லாருக்கும் அவனைப் பிடிக்கும்.

அவன் திரும்பி வந்ததில் அனைவருக்கும் மகிழ்ச்சி. அவரவர் மெசினிலிருந்து அவனைப் பார்ப்பதும் சிரிப்பதுமாக இருந்தனர். வேலைநேரத்தில் எழுந்து போய்ப் பேசினால் முதலாளி எக்ஸ் ரே கண்களால் கூர்ந்து பார்ப்பார். அவர் கண்டிக்கிறாரோ இல்லையோ சென்னியப்பன், வேலை செய்யாத அந்த ஐந்து நிமிடத்தில் சொத்தே பறிபோய் விட்டதைப்போலப் பதறுவான்.

10.15 மணி டீ டைமில் எல்லோரும் அனசைச் சூழ்ந்து கொண்டார்கள். போராட்டம், மாநாடு, கைது, சிறைவாழ்க்கை குறித்தெல்லாம் அவன் சொல்வதைக் கதைபோலக் கேட்டுக்கொண்டிருந்தார்கள். கட்டிங் மாஸ்டர் பாலு, உளுந்து வடையும் டீயும் கொண்டுவந்து நீட்டினான். எல்லாரும் அவனை ஒரு கதாநாயனைப்போல, புரட்சிக்காரனைப்போல பார்ப்பதில் அவனுக்குள் மாயச்சிறகுகள் முளைத்தன.

பேச்சின் சுவாரஸ்யத்தில் நேரம் போனதே தெரியவில்லை. 10.30 மணி அடித்தது. எல்லாரும் அவரவர் மெசினுக்குப் போய் அமர்ந்தனர். அவனும் வேலையில் மூழ்கினான். ஆனால் கெண்டைக்காலில் பூனை உரசுவதுபோல அவனது மூளைக்குள் ஏதோ ஒரு குறுகுறுப்பு இருந்துகொண்டே இருந்தது. முதுகுக்குப் பின்னால் ஏதோ ஒரு ஜோடிக்கண்கள் வெகுநேரமாகத் தன்னைக் கவனித்துக் கொண்டிருப்பதைப் போல உள்ளுணர்வு சொல்லியது. திரும்பிப் பார்த்தான்.

செக்கிங் டேபிளில் வேலைசெய்துகொண்டிருந்த பெண்களுக்கு மத்தியில் நின்றிருந்த ஒருத்தி அவனையே பார்த்துக் கொண்டிருந்தாள். அவன் திரும்பிப் பார்த்ததும் சட்டெனக் குனிந்துகொண்டாள்.

அவளை அதுவரை பார்த்ததில்லை. புதிதாக வேலைக்குச் சேர்ந்தவளாக இருக்கவேண்டும். குங்குமப்பூ கலந்த பால் நிறம். ஓர வகிடெடுத்துச் சீவியிருந்தது அழகாய் இருந்தது. தமிழெழுத்து ற வைத் தங்கத்தில் செய்து தலைகீழாகத் தொங்கவிட்டதுபோல எடுப்பான மூக்கு. கேரளப்பெண்களைப்போல அரைவெள்ளைப் பாவாடையும் சிவப்புநிற தாவணியும் அணிந்திருந்தாள்.

அடிக்கடி அவனைப் பார்ப்பதும், அவன் பார்க்கும்போது திரும்பிக் கொள்வதுமாக இருந்தாள். போகப்போக இந்த விளையாட்டை அவன் ரசிக்க ஆரம்பித்திருந்தான். அவளைப் பார்க்கும் போதெல்லாம் ஏதோ ஒரு புதிய உணர்வு தோன்றிக் குறுகுறுப்பூட்டியது. ஒரு வெள்ளிக்கிழமை சக டெய்லரான மருதாசலத்திடம் அவளைப்பற்றி விசாரித்தான்.

"தட்டுக்குச்சிக்குத் தாவணி கட்டுனாப்ல இருக்காளே அவளா..? அவ பேரு நசீமா.. மலையாளத்துக்காரி.. இப்பதான் ரெண்டு வாரமா வேலைக்கு வர்றா.. வீடு இங்க பக்கந்தான் பெரியதோட்டம் ரெண்டாவது வீதி.' என்று சொல்லிவிட்டு. ' என்ன திடீர்னு அவளப்பத்தி விசாரிக்கிற..? ஓ அப்படியா கத..?' கேள்வியும் பதிலுமாக அவனே மாறிச் சிரித்துக்கொண்டான்.

“அட அதெல்லாம் ஒன்னுமில்லப்பா..சும்மாதான் கேட்டேன்.” அப்போதைக்குச் சமாளித்தாலும் அந்த 'சும்மா' என்பதன் அர்த்தத்தை மருதாசலம் அறிந்தேயிருந்தான்.

ஒருநாள் டீ டைம் முடிந்து மெசினில் அமர்ந்த போது, ஒரு துண்டு நாளிதழில் சுற்றப்பட்ட ஒரு சிறிய பொட்டலம் அவனது டேபிளில் இருந்தது. பிரித்துப் பார்த்தான். உள்ளே ஒரு கடலை உருண்டை இருந்தது. யார் வைத்திருப்பார்கள்? சுற்றிலும் பார்த்தான். எல்லாரும் அவரவர் வேலைகளைப் பார்த்துக் கொண்டிருந்தார்கள். இது நசீமாவின் வேலையாகத்தான் இருக்கும் என்று நம்பினான். ஆனால் அவள்பாட்டுக்கு எதையும் கவனிக்காமல் வேலையைச் செய்துகொண்டிருந்தாள்.

' என்ன அனசு, கல்ல முட்டாய வெச்சு ஆராய்ச்சி பண்ணிட்டிருக்க..?' என்றபடி அருகில் வந்தான் மருதாசலம்.

"இத யாரு இங்க வெச்சான்னு தெரியல.."

அவன் கை காற்றில் நீண்டிருந்தது. வானம் பார்த்திருந்த உள்ளங்கையில் கடலை உருண்டை பிசுபிசுத்தது.

" அட யாரு வெச்சா என்னப்பா.. திங்க வேண்டியதுதான?' என்று சொல்லி அதைப்பிடுங்கி வாயில் போட்டுக்கொண்டு போய் விட்டான். அவனுக்கு ஏமாற்றமாக இருந்தது. திரும்பிப் பார்த்தான். தூரத்தில் நின்று அவனை முறைத்துக் கொண்டிருந்த நசீமா இன்னும் அழகாயிருந்தாள்.

வேண்டுமென்றே கைநூல் ஊசியைத் தொலைத்துவிட்டு அனசின் டேபிளுக்கு வந்தாள்.

'கைநூல் ஊசி இருக்குங்களா..?' அது ஒரு சாக்கு என்பது அவனுக்கும் தெரியும்.

எதுவும் பேசாமல் எடுத்துக்கொடுத்தான். வாங்கிக்கொண்டு போகும்போது உதடைக் குவித்து இடவலமாக அசைத்துவிட்டுப் போனாள்.

படபடவென அடித்துக் கொண்டது அவனுக்கு. அவன் நெஞ்சுக்குள் ஏதோ ஒரு திரவம் சுரந்து கீழ்நோக்கிப் போவதை உணர்ந்தான். வெளிக்காட்டாமல் சமாளிக்கச் சிரமப்பட்டுத்தான் போனான். சிறிது நேரத்தில் தண்ணீர் குடிக்கப்போனாள். தண்ணீர் குடம் பவர்டேபிள் செக்சனில்தான் இருக்கிறது. இவனைக்கடந்துதான் போகவேண்டும்.

தண்ணீர் குடிக்கும் சாக்கில் அடிக்கடி ஓரப்பார்வையில் இவனைப் பார்த்துக்கொண்டாள். அதை அவனும் கவனித்தான். அந்தச் சிவந்த உதடுகளைத் தாவணியால் துடைத்துக் கொண்டே அவள் பார்த்த அந்தப்பார்வை... விட்டால் மிட்டாய் போல அவனை விழுங்கிவிடுவாள் போலும்.

திரும்பி வரும்போது எதையோ கீழே போட்டுஅதை எடுப்பவள் போல நேரம் கடத்தினாள். போகிற போது வேண்டுமென்றே அவன் மீது சடையை விசிறிவிட்டு நடந்தாள்.

இதுபோன்ற சீண்டல்கள் அவனுக்குப் புதிது. வெளியில் காட்டிக் கொள்ளாவிட்டாலும் அவனுக்குள் லேசான உதறல் இருக்கத்தான் செய்தது. ஆனாலும் இதையெல்லாம் ரசித்தான்.

அன்று மாலை 6 மணி டீ டைமுக்கு எல்லாரும் போயிருந்தார்கள். அனஸ் கடைசியாகப் போவதுதான் வழக்கம். அதற்காகவே காத்திருந்தவள் போல அவளும் பின்னாலேயே நடந்தாள். ஒரு கட்டத்தில் சட்டென நெருங்கி வந்து அவனுக்கு மட்டும் கேட்கும்படி மெதுவாகப் பேசினாள்."ஞான் நினக்கு மேடிச்ச மிட்டாய ஆயாளுக்கு எந்தினே குடுத்தது..? நினக்குப் பிராந்தோ..?" அவள் மூச்சுக்காற்று அவன் பின்னங்கழுத்தில் பட்டுச் சிலிர்ப்பூட்டியது.

பதிலுக்குக் காத்திருக்காமல் சட்டெனப் போய்விட்டாள். அந்தக் குரல் அவனுக்குள் ரீங்கரித்துக்கொண்டே இருந்தது. அனசின்

பெரியத்தாவுக்குச் சொந்த ஊர் கொழிஞ்சாம்பாறை. தமிழக கேரள எல்லை. அவரது மகள், அதாவது அனசின் அக்கா திருப்பூரில்தான் வாழ்க்கைப்பட்டிருந்தார். அன்று இரவே வீட்டுக்குப் போனான்.

"வாடா அனசு..!! உக்காரு.. என்ன அதிசயமா வீட்டுக்கு வந்திருக்க..?"

"சும்மாதான்.."

"செரி உக்காரு டீ போடறேன்.."

"டீ எல்லாம் வேணாம்.. இந்த பிராந்தன் னா என்னக்கா அர்த்தம்..?"

"இதக்கேக்கவாடா வந்த..?"

"ஆமா சீக்கிரம் சொல்லு.."

"பிராந்தன்னா பைத்தியம்னு அர்த்தம்.."

"அப்பிடியா.. சரி சரி நான் போறேன்.." விறுவிறுவென்று போனவனைக் குழப்பத்தோடு பார்த்துக்கொண்டிருந்தாள் அக்கா. அதன் பிறகும் அவன் அடிக்கடி அக்கா வீட்டுக்குப் போகவேண்டியிருந்தது

"என்ன திடீர்னு இவன் மலையாளம் கத்துக்கறான்...?" ஒரு கல்யாண வீட்டில் ஜெமீலாவிடம் கேட்டுவைத்திருந்தாள் அக்கா. அம்மாவைச் சமாளிப்பதற்குள் போதும் போதும் என்றாகிவிட்டது அவனுக்கு.

இருவரும் பழகத் துவங்கியிருந்தார்கள். சந்தர்ப்பம் கிடைக்கும்போது கம்பெனிக்குள் பேசிக்கொள்வதோடு சரி. வெளியே சந்திப்பது, பேசுவது என்கிற கதையெல்லாம் இல்லை. இதெல்லாம் ஒழுக்கக்கேடான விசயங்கள் என்பது அவன் உறுதியான நம்பிக்கை. ஓர் ஆணும் பெண்ணும் ரோட்டில் நின்று பேசினால் ஊரின் மொத்தக்கண்களும் பலாப்பழ ஈ போல மொய்க்கும். பக்கத்து வீட்டுக்காரன், எதிர்வீட்டுக்காரன், சொந்தக்காரன், நொந்தக்காரன் என்று எவனாவது வீட்டில் பற்றவைத்து விடுவான். இதெல்லாம் தேவையில்லாத சக்காத்து.

வேலை முடிந்ததும் வீடுவரை பின்னாலேயே போவான். அவள் வீட்டுக்குள் நுழையும்போது திரும்பிப் புன்னகைப்பாள். அந்தத் தலையசைப்புக்குப் பின்புதான் திரும்புவான்.

பின்னால் போவது என்றால் அவளுக்கும் இவனுக்கும் நூறடி இடைவெளி இருக்கும். அவளைப் பின் தொடர்வதாக யாரும் நினைக்க வாய்ப்பில்லாத அளவுக்கு இடைவெளி. அத்திப்பூத்தாற்போல ஒரே ஒருமுறை சினிமாவுக்குப் போனார்கள். உஷா தியேட்டரில் உயிருள்ளவரை உஷா போட்டிருந்தான். சினிமாவுக்குப் போகலாமென்று அவள் கேட்டதும், இவன் மறுக்காமல் சம்மதித்ததை அவளால் நம்பவே முடியவில்லை.

ஒரு வெள்ளிக்கிழமை மேட்னி ஷோ. டிக்கெட்டைப் பார்த்ததும் நொந்து போனாள். இருவர் மட்டும் தனியாகப்போகலாம் என்று நினைத்திருந்தாள். நசீமாவோடு சேர்த்து அவளது நண்பர்கள் மூன்றுபேருக்கும் டிக்கெட் வாங்கியிருந்தான். அவர்களுக்கு இரண்டாம் வகுப்பிலும் அவனுக்குப் பால்கனியிலும் டிக்கெட். சுத்தம்.

இண்டர்வெல்லுக்கு எல்லார்க்கும் பாப்கானும் சமோசாவும் வாங்கிக் கொடுத்தான். அவன் கடைப்பிடிக்கும் மிகையான நேர்மை அவளுக்கு ஏமாற்றமாக இருந்தது. ஆனாலும் உள்ளுக்குள் ரசித்தாள்.

சினிமா விட்டதும் நூறு அடி பின்னால் வந்துகொண்டிருந்தவனைத் திரும்பிப் பர்த்து மனதுக்குள் சொல்லிக்கொண்டாள்.

'பிராந்தன்.'

அன்று அனசின் கைமடி (ஹெல்ப்பர்) வரவில்லை. இதுபோன்ற நேரத்தில் செக்கிங்கிலிருந்து யாரையாவது போட்டுச் சமாளிப்பது வழக்கம்.

"ஏம்மா சித்ரா.. போய் அனசுக்குக் கைமடிச்சுக்குடு ஓடு.."

சென்னியப்பன் சொன்னதும் நசீமாவுக்கு ஏமாற்றமாக இருந்தது. அதைப் புரிந்துகொண்ட சித்ரா

' நாம்போலீங்ண்ணா.. நசீமாவப் போச்சொல்லுங்க..!" என்றாள்.

"அட எசிலி போடாம யாரோர்த்தரு போங்க சீக்கிரம்.."

அவன் சொன்னதுதான் தாமதும். ஓடிவந்து அவனோடு நின்று கொண்டாள் நசீமா. அவனுக்கும் உள்ளூர மகிழ்ச்சிதான். ஆனால் ஏனோ அவனுக்கு வழக்கத்துக்கு மாறாய் வியர்த்துக் கொட்டியது.

வெண்சங்கு நிறமும், நூறு வாட்ஸ் ஹாலஜன் பல்பு போன்ற பிரகாசமான அவள் முகமும், டால்கம் பவுடர் வாசனையும் அவனைக் கிறங்கடித்தன.

அது சிங்கிள் சீட் மெசின். ஒரு டேபிளில் ஒரே மெசின் தான். வலதுபுறம் ஒரு சிறிய மேசையில் கையில்லாத பனியன் தனியாகவும், கை தனியாகவும் இருக்கும். இரண்டையும் இணைத்து, தைப்பதற்கு வாகாக எடுத்துக் கொடுப்பதுதான் கைமடியின் வேலை. அனஸ் ஒரு ஸ்டூலில் அமர்ந்துகொண்டு தைப்பான். அருகில் நின்றுகொண்டு அவனுக்கு உதவுவது நசீமாவின் வேலை.

வேண்டுமென்றே கையைத் தொட்டுத்தொட்டுக் கொடுத்தாள். வாய்ப்புக் கிடைக்கும்போதெல்லாம் உரசினாள். அவனுக்கு இடப்புறமிருந்த கத்தரியை எடுக்கின்ற சாக்கில் உடலைச் சாய்த்து நகர்ந்தாள். அவள் தந்தநிறத் தொண்டைக் குழி அவன் நாசியில் உரசியது. அனிச்சையாய்க் கண்கள் கீழே சரிந்து, அவள் இளம் மார்புகளில் மோதித் திரும்பின. அந்த வாசனை அனஸ்தீசியாவை நுகர்ந்ததைப்போல போதையேற்றியது. உடல் சிலிர்த்தது. அவன் அடிவயிற்றில் தோன்றிய உஷ்னம் உடல்முழுதும் பரவியது. மூச்சுக்காற்று அனலாய்க் கொதித்தது.

உள்ளுக்குள் நிகழும் ரசாயன மாற்றம், ஒரு மலைப்பாம்பு போல அவனைச் சூழ்ந்து நெறிப்பதாக உணர்ந்தான். சட்டெனச் சுதாரித்துப் பின்நோக்கி நகர்ந்தபோது அவள் சிரித்துக் கொண்டாள்.

முதல்முறை இவ்வளவு நெருக்கத்தில் ஒரு பெண்ணைப் பார்க்கிறான். ஒரு பெண்ணின் வாசனை என்னவெல்லாம் செய்யுமென முதல்முறை உணர்கிறான். புதிதாய்ப் பிறந்த மழலையின் உள்ளங்கால்களைப் போன்ற மிருதுவான அவள் தேகத்தின் ஸ்பரிசம் ஏற்படுத்திய தாக்கம் அவனுக்குள் வெகுநேரம் நீடித்தது. இந்த உலகம் அவனை விட்டுவிட்டுத் தனியாகச் சுற்றுவதுபோல இருந்தது. ஒருவிதப் படபடப்பில் அவனுடல் மெலிதாய் நடுங்கிக் கொண்டிருந்தது. அவனது இந்த அவஸ்தையை அவள் ரசித்தாள்.

பெண்ணுடலை எதிர்கொள்ள முடியாமல் தடுமாறும் ஆணின் அவஸ்தையை பெண் ரகசியமாக ரசிக்கவே செய்கிறாள். ஒரு நாய்க்குட்டியைக் கையாளும் சிறுமியைப்போல அவனைப் பத்திரமாய்ப் பொத்திவைத்துக்கொள்ள நினைக்கிறாள். நிராயுதபாணியாகத் தன்னிடம் சரணடைந்து நிற்கிற வீரனைக் கர்வத்தோடு பார்ப்பதுபோல பெருமிதம் கொள்கிறாள்.

10.15 மணி டீ.டைமில் எல்லோரும் போனார்கள். அவன் மட்டும் அமர்ந்திருந்தான். போகக் கிளம்பிய நசீமாவைக் கையைப் பிடித்து நிறுத்தினான்.

முதல் முறை தொடுகிறான். அவள் முகம் சிவந்தது. அவளுக்குள் ஒருவிதச் சிலிர்ப்பு விஷம் போலப் பரவியது. உடல் மொத்தமாய் எடையிழந்து போனதாய் உணர்ந்தாள்.

கட்டிப் பிடிப்பானோ.? முத்தம் கொடுப்பானோ? சில்மிஷங்கள் ஏதும் செய்துவிட நினைக்கிறானோ..? ஒருவேளை முத்தம் கொடுத்தால் என்ன செய்ய வேண்டும். திருப்பிக் கொடுக்க வேண்டுமா? இல்லை, விலகி ஓட வேண்டுமா?

நொடிநேரத்தில் ஏதேதோ கேள்விகள் அவளுக்குள் தோன்றி மறைந்தன. பயமும் பரவசமும் ஒருசேர அவளை அலைக்கழித்தன. மொத்தக் கம்பெனியும் காலியாகியிருந்தது. அவனும் அவளும் மட்டும் இருந்தனர். சுவரிலிருந்த பல்லியொன்று வைத்தகண் வாங்காமல் இவர்களைப் பார்த்துக் கொண்டிருந்தது.

" இங்க பாரு நசீ.. நான் உன்ன நேசிக்கிறது உண்மைதான். உன்னதான் கட்டிக்கப்போறேன். அதிலயும் எந்த மாற்றுக் கருத்தும் இல்ல. எங்கிட்ட உனக்கு எல்லா உரிமையும் இருக்குதான். ஆனா நம்ம காதல் கண்ணியமா கௌரவமா இருக்கனும். மார்க்ஸ் ஜென்னி மாதிரி, லெனின் நதேழ்தா மாதிரி சமூகத்துக்கு உதாணமா இருக்கணும். உன்னத் தப்பு சொல்லல.. உன் வயசு அப்படி. இந்த உணர்வுகள் இயற்கையானதுதான். ஆனா நாம அதையெல்லாம் கடந்து சிந்திக்கணும். நான் சொல்றது உனக்கு எந்த அளவுக்குப் புரியும்னு தெரியல. ஆனா வேற வழி இல்ல. நீ புரிஞ்சுக்க முயற்சி பண்ணனும்."

வாத்தியார் பாடமெடுப்பதுபோலப் பேசியது அவளுக்குச் சப்பென்று இருந்தது. பதிலேதும் சொல்லாமல் அமைதியாகத் தலைகவிழ்ந்து நின்றவளைப் பார்க்க பாவமாக இருந்தது. அவள் முகத்தை ஆட்காட்டி விரலால் நிமிர்த்தினான்.

"நான் சொன்னதுல எதாவது மாற்றுக்கருத்து இருந்தாச் சொல்லு. உனக்கு உன் கருத்தைச் சொல்ல முழு உரிமை இருக்கு.."

ஏதோ சொல்ல வாயெடுத்தவள் தயங்கி நின்றாள்.

" அட ஏன் தயங்குற..? எதுவா இருந்தாலும் உன் மனசுல பட்டதத் தைரியமாச் சொல்லு.."

அவன் கண்களை நேருக்கு நேராய்ப் பார்த்துச் சொன்னாள்.

" போடே சாமியாரே..!"

விறுவிறுவென்று போய்க்கொண்டிருந்தவளைப் பார்த்துக் கொண்டே நின்றான்.

பட்டாம்பூச்சிபோலச் சிறகடிக்கும் நசீமா, புரட்சிகர இயந்திரமாகத் தன்னை வரித்துக்கொண்ட அனஸ். பல முரண்களையும் சண்டைகளையும் கடந்து இந்தக்காதல் செழித்து வளர்ந்தது ஆச்சரியம்தான். கம்யூனிஸ்ட் கட்சியின் ஆதரவாளராய் இருந்த நசீமாவின் அப்பாவுக்கு அனசைப் பிடித்துப்போனதில் வியப்பொன்றுமில்லைதான். ஜெமீலாவுக்கும் சம்மதம்தான். இரு குடும்பங்களும் நெருங்கின. அடிக்கடி வருவதும் போவதும் விருந்துகளில் கலந்துகொள்வதுமாக இருந்தது. குடும்பங்கள் ஒரு கணக்குப்போட்டன. ஆனால் காலம் வேறு கணக்குப் போட்டிருந்தது. நசீமா திருமணத்துக்குக் காத்திருந்தாள். அவன் புரட்சிக்குக் காத்திருந்தான்.

அத்தியாயம் – 28

நாளிதழைத் திறந்தாலே யுத்தச் செய்திகள். இரத்தப் பிசுபிசுப்பு விரல்களில் படிந்தது. குவைத்தை ஈராக் பிடித்தது. அமெரிக்கா ஈராக்கைத் தாக்கிக் கொண்டிருந்தது.

ஸ்கட் ஏவுகணை பேட்ரியாட் ஏவுகணைகளைப் பற்றியெல்லாம் சுண்டக்காமுத்தூரிலும் தெரிந்திருந்தது. கட்சிப் பத்திரிக்கையில் ஒரு கட்டுரை எழுத இருந்தான் அனஸ். தரவுகளுக்குச் சில புத்தகங்கள் தேவைப்பட்டபோது உன்னிகிருஷ்ணன் ஞாபகம் வந்தது. அவர் நல்ல வாசிப்பாளர். மன்றத்தில் சிறிய நூலகமும் இருந்தது. இளங்கோ லே அவுட் சி.பி.எம் அலுவலகம் போயிருந்தபோது வாசலில் நிறையச் சைக்கிள்கள் நின்றன.

எட்டிப்பார்த்தான். மன்றத்துக்குள் ஏழெட்டுத் தோழர்கள் அமர்ந்திருப்பது தெரிந்தது.. கிளைக்கூட்டம் நடக்கிறது போலும்.. மினிட்டில் பதிவு செய்து கொண்டிருந்த தோழரை எங்கோ பார்த்தது போலிருந்தது. நினைவுக்கு வரவில்லை.

எதிரேயிருந்த சலூன் கடையிலிருந்து ஷேவிங் லோஷன் வாசனை வந்தது. கட்டைக்குரலில் எதையோ வாசித்துக் கொண்டிருந்த ஒருவர் அனசைக் கண்டதும் பேச்சை நிறுத்தி நிமிர்ந்து பார்த்தார்.

"ஏ.. வாப்பா.. அனசு.. சௌக்கியமா? பாத்து ரொம்ப நாளாச்சே..?"

செம்மண் கட்டி உதிர்வதுபோல புன்னகை உதிர்ந்தது உன்னிகிருஷ்ணன் முகத்தில். என்னதான் வேறு அமைப்புக்குப் போயிருந்தாலும் பழைய மாணவனல்லவா? அந்தப் பாசம் விட்டுப்போகுமா என்ன? அவனும் சிரித்தான்.

"உங்களால ஒரு உதவி ஆகணுமே.." நேரடியாக விசயத்துக்கு வந்தான்.

"கிளைக்கூட்டம் நடந்துட்டு இருக்கு. கொஞ்ச நேரம் அப்படி உக்காரு. முடிச்சிட்டுப் பேசுவோம்.."

வாசலில் போடப்பட்டிருந்த மர பெஞ்சின் மாம்பலகை வாசம் அவனுக்குப் பிடித்திருந்தது.

'இந்த பெஞ்சுல உக்காந்து எத்தன வருசமாச்சு..?' தனக்குத்தானே கேட்டுக்கொண்டு அமர்ந்தபோது அது கிரீச்சென்று லேசாய் அசைந்தது.

மடித்துவைக்கப் பட்டிருந்த தீக்கதிர் நாளிதழை எடுத்து விரித்தான்.

'பீஸ்ரேட், சாதகமா சூழ்ச்சியா?' தோழர் தங்கவேல் எழுதியிருந்த கட்டுரை வந்திருந்தது. கூட்டத்திலும் அதுதான் விவாதம் போலிருக்கிறது.

"இந்தக் காண்ட்ராக்ட், பீஸ்ரேட்ல்லாம் கண்டிப்பா அனுமதிக்கக்கூடாது. சங்க உரிமைகள ஒழிச்சுக்கட்டற திட்டந்தான் இது" உன்னிகிருஷ்ணனின் குரல் வலுவாய் ஒலித்தது.

"அப்படிப் பொத்தாம்பொதுவா எப்படித் தோழர் சொல்ல முடியும்? பீஸ்ரேட்டால என்னத்த உரிமை பறிபோகப்போகுது? ஒரு தொழிலாளி எவ்வளவு பாடுபடறானோ அவ்வளவு சம்பாதிக்கப்போறான். இதுல என்ன பிரச்சனைனு சொல்றீங்க?" தடித்த கண்ணாடி அணிந்த ஒருவர் எதிர்க்கேள்வி கேட்டதில் விவாதம் சுவாரஸ்யமானது.

"மேலோட்டமாப் பாத்தா பீஸ்ரேட் நல்லதுங்கிற மாதிரிதான் தெரியும். ஆனா இது சுரண்டலோட இன்னொரு மோசமான வடிவம் தான்."

ஜன்னலிலிருந்து கோடுகோடாய்ச் சரிந்து விழுந்த வெளிச்சம் உன்னிகிருஷ்ணன் முகத்தில் விழுந்து கண்கள் கூசின. நாற்காலியைச் சற்றுத் தள்ளிப்போட்டு அமர்ந்தார்.

"எப்படிச் சொல்றீங்க..?" தடித்த கண்ணாடிக்காரர் விடுவதாக இல்லை.

"முன்னெல்லாம் ஒரு நாளைக்குப் பதினெட்டு மணி நேரம் இருபது மணிநேரம் வேலை வாங்கிட்டு இருந்தாங்க. இப்ப எட்டு மணிநேர வேலை. இந்த உரிமை சும்மாவா கெடச்சுது. எத்தன போராட்டம்? எத்தன உயிர்த்தியாகம்.? இப்ப இந்த பீஸ்ரேட்ல பணத்தாசை காட்டிப் பழையபடி நேரங்காலமில்லாம சுரண்டத்தான் திட்டம் போடறானுக.."

"எட்டு மணிநேரம் செய்யிற வேலையக் கொஞ்சம் வேகமாச் செஞ்சு அஞ்சு மணிநேரத்துல முடிச்சிட்டா அவனுக்கு மூணு மணிநேரம் மிச்சம் தான.? அந்த நேரத்த அவன் சொந்த வாழ்க்கைக்கு பயன்படுத்தலாமே?" இன்னோர் இளம்தோழரின் கேள்வியைத்தொடர்ந்து அவர்பக்கம் திரும்பிப் பேசினார் உன்னிகிருஷ்ணன்.

"முதலாளிகள அவ்ளோ நல்லவங்கன்னு நெனைக்கிறீங்களா? குதிரையோட மூஞ்சிக்கு நேரா ஒரு கேரட்டக் கட்டி விடுவாங்களாம். அந்தக் குதிர அந்தக் கேரட்டப் பிடிக்க வேக வேகமா ஓடுமாம். எவ்வளவு நேரம் ஓடினாலும் அதால அந்தக் கேரட்டப் பிடிக்கவே முடியாது. அதுமாதிரிதான் இதுவும். ஒரு சராசரித் தொழிலாளி எட்டு மணிநேரத்துல செய்யிற வேலைய அரக்கப்பறக்க அஞ்சு மணிநேரத்துல செய்யவெச்சு அந்த அஞ்சு மணிநேரத்துக்கான கூலிய மட்டும் கொடுக்கிற மாதிரிதான் ரேட் பிக்ஸ் பண்ணுவாங்க. இதெல்லாம் நுணுக்கமாப் பாத்தாத்தான் புரியும்."

"சிஃப்ட்ல வேலை செஞ்சு வாரம் நாநூறு ஐநூறு ரூபாய் வாங்குறவன், பீஸ் ரேட்டால வாரம் ஆயிரம் ரூபாய சொளையாக் கண்ணுல பாக்கிறான். எப்படிப்பாத்தாலும் அவன் ஐநூர் ரூபா அதிகமா சம்பாதிக்கிறான். இதுதான் எதார்த்தம். இதத் தப்புன்னு சொன்னா எப்படி ஒத்துக்குவான்? "

மினிட் எழுதிக்கொண்டிருந்தவர், நோட்டிலிருந்து தலையை உயர்த்தித்தன்னுடைய சந்தேகத்தை எழுப்பினார்.

"உண்மதான். ஆனா ஐநூறு ரூபாய் சம்பாதிக்கிறப்ப அவன் எத்தனை மணிநேரம் வேலை செஞ்சான். இப்ப எத்தன மணிநேரம் வேலை செய்யிறான்? அதக் கணக்குப்பண்ணிப் பாருங்க, அப்பதான் புரியும். அதோட இப்படி மங்கு மங்குனு பாடுபட்டு அவன் உடம்பு பழுதானா யார் பொறுப்பு? இப்போதைய வருமானம் அதிகமாகிறத மட்டும் பாக்கக்கூடாது.. நாளைக்கு நடக்கறதையும் யோசிக்கனும்ல தோழர்."

"ஆமா தோழர்..? பீஸ் ரேட்ல வேலை செஞ்சா போனசும் கிடையாதாமே?"

"ஆமா.. சிப்ட்ல வேலை செய்யும்போது அவன் நிரந்தரத் தொழிலாளியா இருப்பான். அவனுக்குப் போனஸ், பஞ்சப்படி, பணிப்பாதுகாப்பு எல்லாமே சட்டப்படி முதலாளி குடுக்கணும். பீஸ்ரேட்ல அவனுக்கான எந்த உரிமைக்கும் முதலாளி பொறுப்பு

இல்லைனு ஆயிடும். வேலசெஞ்சாக் காசு.. வேல முடிஞ்சா நீ யாரோ, நான் யாரோ. போய்ட்டே இரு.. அவ்ளோதான் கத?"

"போனஸ், பஞ்சப்படி எல்லாம் காண்ட்ராக்ட்காரன் தருவான்ல?" கண்ணாடிக்காரர்.

"கிழிப்பான்.. காண்ட்ராக்ட்னாலே தற்காலிகம்னு ஆயிடுது. எந்தக் காண்ட்ராக்டர்கிட்ட கணக்குப் போட்டுப் போனஸ் வாங்க முடியும்? குடுக்கிறத வாங்கிட்டு கம்முனு போகவேண்டியதுதான். அவன் இல்லைனு சொன்னாலும் ஒண்ணும் பண்ண முடியாது? பீஸ் ரேட்க்கு அதுவும் இல்லை."

"அதெப்படி இல்லைனு சொல்லுவான்..? சும்மா உட்ருவோமா...?"

"பின்ன என்ன பண்ணுவீங்க..? முதலாளி போனஸ் குடுக்கலனா கம்பெனில போய் கேக்கலாம். கான்ட்ராக்ட் காரன் குடுக்கலனா அவன் ஊட்ல போயா உக்காருவீங்க..?"

"ஆமா தோழர் நீங்க சொல்றது உண்மைதான். போன மாசம் கருவம்பாளையத்துல ஒரு கம்பெனில ஒரு தொழிலாளி கவுண்டர் ஷாப்ட்ல கை மாட்டி மூனு வெரலு துண்டாயிருச்சு. ஆஸ்பத்திரில பதனஞ்சு இருவதாயிரம் செலவாகும்னு சொன்னாங்களாமா. மொதலாளியக் கேட்டா.. நான் காண்ட்ராக்ட் உட்டுட்டேன் அந்தாளப்போய் கேளுங்கிறான். காண்ட்ராக்ட்காரன், நான் சாதாரன ஆளு எங்கிட்ட அவ்ளோ காசில்லேங்கிறான்.

சங்கம் தலையிட்டுச் சண்ட போட்டப்புறம் ஆளுக்குக் கொஞ்சம் குடுத்தானுக. ஆனா அதுல முதலாளி சொன்ன வார்த்தையக் கவனிக்கணும் 'சட்டப்படி நான் பணம் எதுவும் தரத் தேவையில்ல. மனிதாபிமான அடிப்படையிலதான் தர்றே'ங்கிறான். அப்டினா என்ன அர்த்தம். காண்ட்ராக்ட்ல தொழிலாளிக்கு வேலை செய்யிறப்ப என்ன ஆனாலும் முதலாளி இழப்பீடு தர தேவையில்லைனு அர்த்தம். இது ரொம்ப ஆபத்துதான்."

"இது தொழிலாளிகளோட உரிமைகளப் பறிக்கிறதோட மட்டுமில்ல. சங்கத்தோட தலையீட மொத்தமா ஒழிக்கணும்னு தான் இதெல்லாம் அறிமுகப்படுத்தறாங்க. பீஸ்ரேட்ல வேலை செய்யிறவனுக்கும் காண்ட்ராக்ட்காரங்கிட்ட வேலை செய்யிறவனுக்கும் எந்த உரிமையும் இல்லைங்கிறபோது அவன் எதுக்குத் தொழிற்சங்கத்துல சேரப்போறான். இதுமாதிரி

சங்கப்பாதுகாப்பு இல்லாத உதிரிகள ஏற்படுத்தித் தொழிற்சங்கங்களப் பலவீனப்படுத்தனும்ங்கிறதுதான் அவங்க திட்டம். நாம இப்பவே தலையிட்டு உறுதியான நடவடிக்கை எடுக்கலனா எதிர்காலத்துல சங்கம் பெரிய இழப்புகளச் சந்திக்க வேண்டிவரும்.”

உன்னிகிருஷ்ணன் பேச்சு, அரசியல் கட்டுரையை வாசிப்பதுபோல இருந்தது. தோழர்களின் தலைகள் ஆமோதிப்பதுபோல அசைந்தன.

“இத எப்படி மக்களுக்குப் புரியவைக்கப்போறோம்ங்கிறதுதான் சவாலான விசயம். ஏன்னா பீஸ்ரேட்ல மக்களுக்கு உடனடிப் பலனா கைமேல பணம் கிடைக்குது. அவங்களுக்கு வர்ற வருமானத்த நாம தடுக்கிறதா அவங்க நெனச்சிறக்கூடாது. கொஞ்சம், சிக்கலான விசயம்தான். கவனமாக் கையாளணும்.”

கூட்டம் முடிந்து வந்த உன்னிகிருஷ்ணன், அனஸ் கேட்ட புத்தகங்களை எடுத்துக் கொடுத்தார். எல்லாருக்கும் தேநீர் வந்தது. அடிச்சக்கரைத் தித்திப்புக்காகவே கடைசிக் குவளையை எடுத்துக்கொள்ளும் சிறுவயது நினைவுகள் வந்து போயின. எந்நேரமும் மன்றமே கதியென்று கிடந்த நாட்களெல்லாம் நுனிநாக்குத் தேந்துளியாய் அவன் மண்டைக்குள் இனித்தது. அவனது ஆரம்பகாலப் பயிற்சிக்களம் அது.

சிறிதுநேரம் பேசிவிட்டுக் கிளம்பினான். அவன் மூளைக்குள் அந்த விவாதங்களே ஓடிக்கொண்டே இருந்தது. ’முதலாளிகள், எவ்வளவு நயவஞ்சகமாகத் திட்டங்களை வகுக்கிறார்கள்? இதெல்லாம் சாமானிய மக்களுக்கு எப்படிப் புரியும்? அவர்கள் விரலையெடுத்து அவர்கள் கண்களையே குத்தி விடுகிறார்கள்.’

ஆனாலும் அவனுக்கு இதிலெல்லாம் ஈடுபாடில்லை. சி.பி.எம் சி.பி.ஐ போன்ற கட்சிகள் எப்போது பார்த்தாலும் தொழிற்சங்க வாதங்களையே பேசிக்கொண்டிருக்கின்றன. சம்பளம், இழப்பீடு, போனஸ் என்றெல்லாம் முதலாளிகளோடு பேரம் பேசுவது அரசோடு பேரம் பேசுவது என்றே காலந்தள்ளிக்கொண்டு இருக்கிறார்கள். ஒரு மாபெரும் புரட்சியின் மூலம் இந்த அரசைத் தூக்கியெறிந்து அதிகாரத்துக்கு வருவதன் மூலம் தொழிலாளிகளுக்குத் தேவையான சட்டங்களை நாமே உருவாக்கலாம். அதுதான் நிரந்தர விடுதலையாக இருக்க முடியும். சுரண்டுபவனிடத்திலும் ஒடுக்குபவனிடத்திலுமே பேச்சுவார்த்தைகள் மூலம் உரிமைகளைக் கோரிப்பெறுவது புரட்சிகர அரசியலை மழுங்கடிக்கும் வேலை என்கிற கோபம் எக்கச்சக்கமாய் இருந்தது அவனுக்கு.

அத்தியாயம் – 29

திருப்பூர் கோவையிலிருந்து கிளம்பியது மொத்தம் பதினெட்டுப்பேர். அகில இந்திய மாநாட்டில் கலந்துகொள்ளப்போகிற உணர்வே அவனுக்குள் முதல் நெருப்பைக் கண்ட ஆதி மனிதனைப்போன்ற உற்சாகத்தை ஏற்படுத்தியிருந்தது. இரயில் அரைமணிநேரம் தாமதமாக வந்தது. கட்சி சார்ந்த பயணங்களில் டிக்கெட் எடுப்பதில்லை என்பது பொது விதி. சர்வதேசிய கீதத்தைப் பாடுவது, முழக்கங்கள் போடுவது என்றெல்லாம் கொண்டாட்டத்தில் இருந்த தோழர்களோடு அனசும் இணைந்து கொண்டான்.

பெரிய தொப்பையைத் தள்ளிக்கொண்டு வந்த டி.டி.ஆர் நிறைமாதக் கர்ப்பிணி போலிருந்தார். யாரிடமும் பயணச்சீட்டு இல்லை. அபராதம் விதிப்பதாகச் சொன்னதும் ஆளாளுக்கு வாக்குவாதத்தில் ஈடுபடச் சலசலப்பானது. கோபமாகச் சென்ற டி.டி.ஆர் நான்கைந்து இரயில்வே போலீஸ் காரர்களுடன் வந்தார். ஹிந்தியில் மிரட்டிய காவலர்களை அவர்கள் மதித்ததாகவே தெரியவில்லை. இறக்கிவிடப்போவதாக மிரட்டினார்கள். எங்கிருந்தோ அந்த முழக்கம் கிளம்பி வெடித்தது..

" இன்குலாப் ஜிந்தாபாத்..."

"இன்குலாப் ஜிந்தாபாத்"

"மக்கள் புரட்சிக்குழு ஜிந்தாபாத்..."

"பீப்புள் லிபரேசன் குரூப் ஜிந்தாபாத்..."

ஒரு பெட்டியில் துவங்கிய முழக்கத்துக்கு, வெவ்வேறு பெட்டிகளிலிருந்து வந்த பதில்முழக்கம் அதிர வைத்தது. இரயிலின் பாதிக்கும் மேற்பட்ட பயணிகள் கட்சித்தோழர்களாக இருந்ததை அப்போதுதான் கவனித்தான். மக்கள் புரட்சிக் குழுவின் மீதான பயம் ஒரு நோயைப்போல அரசு அதிகாரிகளைப் பீடித்திருந்தது. செத்துப்போன முகத்தோடு சத்தமில்லாமல் திரும்பிச் சென்றது போலீஸ் குழு.

கோசங்கள் நின்றபாடில்லை. ரிலே ஓட்டத்தைப்போல ஒருவர் ஓய்ந்தபின்பு அடுத்தவர் ஆரம்பிக்க அடுத்தடுத்துக் கோஷங்கள் வெகு நேரம் நீண்டன. ஒரு கட்டத்தில் தொய்வடைந்து

ஓய்ந்தபோது இரயிலுக்கு வெளியே முழக்கங்கள் கேட்பதை ஆச்சர்யத்தோடு பார்த்தார்கள்.

பக்கத்து இரயிலிலும் புரட்சிகர முழக்கங்கள்.

"இன்குலாப் ஜிந்தாபாத்.."

"பி.எல்.ஜி ஜிந்தாபாத்.."

இரயில் அப்போது ஆந்திராவைக் கடந்திருந்தது. நகரத்தின் வாசனையே இல்லை.

கண்ணுக்கெட்டிய தூரம்வரை காடுகளும் மலைகளும்தான். பீகாரிலிருந்து வந்திருந்த இன்னொரு இரயிலைப் பக்கத்துத் தண்டவாளத்தில் பார்த்தான். கூட்டம் நிறைந்து வழிந்தது. பெட்டிகளுக்கு மேலேயும் ஆட்கள் அமர்ந்திருந்தனர். எளிய கிராமத்து முகங்கள். பெரும்பாலோனோர் கரங்களில் வில் அம்புகள் இருந்ததைப் பார்த்து வியந்தான். அவர்கள் மலைப்பகுதிகளிலிருந்து வந்திருந்த ஆதிவாசித் தோழர்கள் என்பது புரிந்தது. மொழி வேறு, கலாச்சாரம் வேறு, உணவு உடை எல்லாமே வேறு.. ஆனால் தத்துவம் ஒன்றிணைத்திருந்தது. அமைப்பு ஒரு புள்ளியில் குவித்திருந்தது. 'பி.எல்.ஜி ஜிந்தாபாத்' என்கிற ஒற்றை முழக்கம் அவர்களை ஒரு குடும்பமாக்கியிருந்தது.

பீகார் தோழர்களின் முழக்கம் அவர்களின் உற்சாகத்தை மீட்டெடுத்தது. மீண்டும் முழங்கினார்கள். மக்கள் புரட்சிக் குழுவை வாழ்த்திக்கொண்டே இரண்டு இரயில்கள் பக்கம் பக்கமாகப் பயணித்துக் கொண்டிருந்தன. அது, இரண்டு நண்பர்கள் கைகோர்த்தபடி பேசிக்கொண்டு வருவதுபோலிருந்தது.

அதிகாலை ஆறுமணிக்கெல்லாம் கல்கத்தாவில் இறங்கியிருந்தார்கள். அப்போதே நகரம் பரபரப்பாக இருந்தது. கை ரிக்சா வண்டிகள் குறுக்கும் மறுக்குமாக ஓடிக் கொண்டிருந்தன. வீதியில் எங்கு பார்த்தாலும் செங்கொடிகள். மேற்கு வங்கம் வரலாற்றுச் சிறப்புமிக்க செந்தளம். விடுதலைக்கு முன்பிருந்தே கம்யூனிஸ்டுகளின் வீரஞ்செறிந்த போராட்டங்கள் நடந்த மண். ஆயிரக்கணக்கான நக்சல்பாரித் தோழர்களின் உயிர்த்தியாகங்களைச் சுமந்து நிற்கும் நிலம். கால் வைத்தபோதே அவனுக்குச் சிலிர்த்தது.

சி.பி.எம்மின் புத்ததேவ் பட்டாச்சாரியாதான் முதல்வர். இந்தியாவிலேயே பெரிய அளவிலான நிலச்சீர்திருத்தம்

நடைமுறைப்படுத்தப்பட்ட மாநிலமென்ற பெருமையைத் தாங்கி நின்றுகொண்டிருந்தது அது. மக்கள் புரட்சிக் குழுவின் பிரம்மாண்டமான மாநாட்டு ஏற்பாடுகளால் அந்நகரம் சிவப்பாய் ஜொலித்தது. நாடு முழுதும் இருந்து வந்திருந்த தோழர்களுக்கான தங்குமிடங்களும் உணவுக்கான ஏற்பாடுகளும் கூடுதல் கவனத்தோடு செய்யப்பட்டிருப்பது தெரிந்தது. மாநில அரசின் குறுக்கீடுகள் ஏதுமின்றி நகர் முழுதும் செவ்வண்ணம் பூசிக் கிடந்ததைப் பார்த்தபோதே ஒருவிதக் கிளர்ச்சி அவனுக்குள் எழுவதைத் தவிர்க்க முடியவில்லை.

ஜகநாத் கட் கட்டிடத்தின் பிரமாண்டத்தை வியந்தபடி ஹூப்ளி நதியில் குளித்த அனுபவம் அலாதியானது. ஒரு விடுதியில் காலை உணவை முடித்துக்கொண்டு மாநாட்டு அரங்கை அடைந்தான். நான்கு நாள் மாநாடு. தலைவர்களின் அனல் கக்கும் உரைகளும், புரட்சிப்பாடகர்களின் பாடல்களும் தோழர்களுக்கு புதிய இரத்தத்தைப் பாய்ச்சின.

நான்கு நாட்கள் கனவுபோல முடிந்து போயிருந்தது. ஊர் திரும்ப மனமே இல்லை. நம்பிக்கையையும் கனவுகளையும் சுமந்துகொண்டு திருப்பூர் வந்து சேர்ந்தான்.

மாநாட்டு நிகழ்வுகளும் தோழர்களின் வீரஞ்செறிந்த உரைகளும் மட்டுமல்ல அவனது உத்வேகத்துக்குக் காரணம். பிற மாநிலத் தோழர்களோடு நிகழ்ந்த கலந்துரையாடல்களும் அவனைச் செதுக்கியிருந்தன. அவர்கள் அந்தந்த மாநிலங்களின் நிலைமைகளுக்கேற்ப அமைப்பின் வடிவத்தை நிர்மாணித்து யுத்தம் நடத்துகிறார்கள். பெரும் நிலவுடைமையாளர்கள், குத்தகை முதலாளிகள், வட்டிக்காரர்கள் போன்ற மக்களின் உதிரத்தை உறிஞ்சிக்குடிக்கும் சக்திகளை அழித்தொழிப்பதை இயக்கமாகக் கொண்டிருக்கும் கட்டமைப்புகள் குறித்தும் ஆழமாகக் கேட்டறிந்தான். ஆந்திராவில் பெரும் அளவிலான நிலங்கள் கைப்பற்றப்பட்டு மக்கள் நீதிமன்றங்கள் மூலமாக மக்களுக்குப் பகிர்ந்தளிக்கப்பட்ட செய்திகளை ஆதர்சமாக அவன் வரித்துக்கொண்டதில் ஆச்சரியமில்லை.

ஆதிக்க சக்திகள், மக்கள் முன்னிலையில் சுட்டுக்கொல்லப்பட்டது, ஏழை விவசாயிகளுக்கு நிலங்கள் வழங்கியது, கூட்டுப்பண்ணையில் உற்பத்தியில் ஈடுபட்ட தோழர்களின் நேரடி அனுபவங்களைக் கேட்டுத் தெரிந்திருந்தான்.

பீகாரில், தண்டகாருன்யாவில் விடுவிக்கப்பட்ட நூற்றுக்கணக்கான கிராமங்களில் கட்சியின் அரசாங்கங்கள் அமைந்தன. இது மக்களின் அரசு. காலம் காலமாக ஒடுக்கப்பட்ட மக்களின் கையில் அதிகாரம். அடக்கி ஒடுக்கிய ஆண்டைகளும் ஜமீன்தார்களும் உயிருக்குப் பயந்து கிராமங்களைவிட்டு ஓடியிருந்தனர். விடுவிக்கப்பட்ட பகுதிகளில் கிராமம் கிராமமாக மக்கள் அமைப்பாகினர். கிராமங்கள் தோறும் பயிற்சிகள் வழங்கப்பட்டு, ஆயுதம் தாங்கிய கொரில்லாக் குழுக்கள் சிலிர்த்தெழுந்தன. மிருக பலம் பொருந்திய இந்திய அரசின் அதிநவீனக் கொலைக்கருவிகளை எதிர்த்து நாட்டுத் துப்பாக்கிகளையும் வில் அம்புகளையும், ஈட்டிகளையும் கொண்டு பாட்டாளிவர்க்க மக்கள் படைகள் வீரஞ்செறிந்த போரை நடத்திக்கொண்டிருந்த செய்திகளையெல்லாம் அணுவணுவாய் உள்வாங்கினான் அனஸ்..

தமிழகத்திலும் அமைப்பின் நடவடிக்கைகள் சொல்லும்படி இருந்தன. நக்சல் வேட்டை என்ற பெயரில் கடுமையான ஒடுக்குமுறை கட்டவிழ்த்து விடப்பட்டிருந்தாலும், உயிருக்கு அஞ்சாத தீரமிக்க தோழர்களின் தலைமறைவு இயக்கங்கள் நடந்துகொண்டுதான் இருந்தன. சமீபத்தில் தர்மபுரியில்கூட மிகக்கொடிய வட்டிக்காரன் ஒருவனை அவனது ஊரிலேயே களையெடுத்திருந்தது அமைப்பு.

நிலப்பறிப்போ நிலப்பகிர்வோ நடக்கவில்லைதான். ஆனாலும் கடுமையான சுரண்டலுக்கு உள்ளாக்கப்பட்டிருந்த கூலி விவசாயிகள் மத்தியில் ஒரு நம்பிக்கையையும், சுரண்டல்காரர்களின் மனதில் அச்சத்தையும் ஏற்படுத்தியிருந்த வகையில் அமைப்பின் செயல்பாடுகள் இருந்தன.

மாநாட்டு அரங்கில் வில் அம்புகளோடு இருந்த மலைவாசித் தோழர்களோடு உரையாடி அவர்களின் வாழ்நிலை குறித்தும், அந்தப்பகுதிகளில் கட்சியின் செயல்பாடுகள் குறித்தும் தெரிந்துகொண்டான். மின்சாரமோ, சாலை வசதியோ இல்லாத மலைப்பகுதிகளில் இயல்பாக வாழ்ந்துவந்த மக்களின் வாழ்வில் இடியாக வந்திறங்கியது அந்த அறிவிப்பு.

கனிம வளங்களை வெட்டியெடுக்க அம்மக்கள் வாழ்கிற மலைப்பகுதிகளை ஜிண்டால் நிறுவனத்துக்குக் குத்தகைக்கு விட்டது அரசு. அங்கு வாழும் மக்களை வலுக்கட்டாயமாக

வெளியேற்றும் முயற்சியில் ஈடுபட்டிருந்தது. எதிர்த்துப் போராடிய மக்கள் மீது போலீசும், துணை இராணுவமும் கடுமையான தாக்குதலைத் தொடுத்து சிலரைக் கொன்று பலரை முடமாக்கி, பெண்களைப் பாலியல் வன்புணர்வுக்கு உள்ளாக்கி கடும் அச்சத்தை ஏற்படுத்தியிருந்தது. வெலவெலத்துப் போனார்கள் மக்கள்.

அங்கிருந்து வெளியேறுவதைத்தவிற வேறு வழியேயில்லை என்ற விரக்தி நிலைக்கு மக்கள் தள்ளப்பட்டிருந்தபோதுதான் கட்சி தலையிட்டது. ஆயுதம் ஏந்திய நான்கே நான்கு தோழர்கள், போலீஸ் முகாமைத் தாக்கி ஆறு போலீசாரைக் கொன்று ஆயுதங்களைக் கைப்பற்றி மக்களுக்குக் கொடுத்தபோது தூரத்து வெளிச்சம் தென்பட்டது. தீயிட்டுக் கொளுத்தப்பட்ட முகாமுக்கு வெளியே மக்கள் ஆனந்தக் கூத்தாடினர். அடுத்த நாளே நூறுக்கும் மேற்பட்ட அதிரடிப்படை கிராமங்களுக்குள் நுழைந்து மக்களைத்தாக்கி வீடுகளை கொளுத்தி நரவேட்டையாடியது. மூன்று அப்பாவி மக்கள் கொல்லப்பட்டனர். மக்கள் கொதித்துப் போனார்கள். அமைப்பு மக்களிடம் பேசியது. அடுத்த சில நாட்களில் கெரோ செய்துகொண்டிருந்த இரண்டு காவலர்களை அமைப்பு அழித்தொழித்தது. ஆயுதமேந்திய கொரில்லாப்படைத் தோழர்களின் எண்ணிக்கை நான்கிலிருந்து எட்டானது, எட்டு, ஐம்பதானது, அக்கம் பக்கத்துக் கிராமங்களுக்கும் செய்தி பரவியது. ஆயுதமேந்திய மக்கள் இராணுவத்தின் எண்ணிக்கை எழுநூறானது. நூற்றுக்கணக்கான கிராமங்கள் விடுவிக்கப்பட்டன. அங்கிருந்த நில உடைமையாளர்கள் உயிரைக் காப்பாற்றிக்கொள்ளத் தப்பி ஓடினார்கள். நிலங்கள் பகிர்ந்தளிக்கப்பட்டன. புரட்சி துவங்கியது. தன் மூட்டை முடிச்சுகளைக் கட்டிக்கொண்டு ஜிண்டால் ஓடி மறைந்தது.

தோழர்களின் அனுபவங்களைக் கேட்டுக்கேட்டு அவன் மூளைக்குள் உஷ்ணமேறிக் கிடந்தது. தமிழகத்தைச் செந்தளமாக மாற்றுவதற்கான திட்டங்கள் அவன் மனதுக்குள் அலையடித்தன. என்னவாவது செய்யவேண்டும். அரசும் முதலாளிகளும் அஞ்சி நடுங்கும்படி அதிரடி நடவடிக்கைகளை உடனே தொடங்க வேண்டும், கொம்பில் தீப்பிடித்த காளை மாட்டைப்போலச் சுற்றிக்கொண்டிருந்தான்.

அத்தியாயம் – 30

வனமிழந்த கோவில் யானையின் துயரம் அவளுக்குள் படர்ந்திருந்தது.

"எந்தா மோளே.. இந்நு பணிக்கு போனில்லே..?"

நசீமாவின் அம்மா ஜெரீனாவின் குரல் கனவுக்குள் கேட்டதுபோலக் காற்றில் கலைந்தது. எப்போதும் ஆறு மணிக்கெல்லாம் எழுந்துவிடுவாள். படபடவென வீட்டு வேலைகளைச் செய்து, குளித்து முடித்து எட்டு மணிக்கெல்லாம் வீட்டைவிட்டுக் கிளம்பிவிடுபவள், இன்று எட்டு முப்பதாகியும் படுக்கையில் புரண்டு கொண்டிருந்தாள்.

உடம்புக்கு ஏதும் சரியில்லையோ என்று அவள் போர்வையை விலக்கிக் கழுத்தில் கைவைத்துப் பார்ப்பது தெரிந்தது. எப்போதுமே சிட்டாகப் பறந்துகொண்டிருப்பவள் அன்று போர்வைக்குள் கட்டுண்டு கிடப்பதைப் பார்க்கச் சங்கடமாய் இருந்தது.

இரவெல்லாம் தூக்கமே வரவில்லை. இரை விழுங்கிய பாம்பைப்போல நெளிந்து கொண்டிருந்தாள். நேற்று மாலையிலிருந்தே இப்படித்தான் இருக்கிறது. எதையோ இழந்ததைப் போல அவள் மனம் சஞ்சலத்துக் கிடந்தது. காய்ந்த இலையில் நகரும் புழுவைப்போல யுகமாய்க் கழிந்தன ஒவ்வொரு நொடியும்.

எழுந்து அமர்ந்தாள். கருங்கல்லை விழுங்கியது போலத் துக்கம் அடைத்துக்கொண்டு நின்றது. அவளையறியாமலே கண்களில் நீர் கசிந்தது.

பதின்மங்களில் தோன்றும் மிதமிஞ்சிய துக்கத்துக்கும், சந்தோசத்துக்கும் காரணம், காதலைத்தவிர வேறென்ன இருந்து தொலைக்கப் போகிறது? முடியாதென்று தெரிந்தும் பிடிவாதமாய் எதிர்பார்க்கும் அவஸ்தைக்குக் காதல் என்று பெயர்.

யார் மடியிலாவது புதைந்துகொண்டு ஓ...வெனக் கதறி அழவேண்டும்போல இருந்தது. நேற்றைய நினைவுகள் மனக்கண்ணில் புழுதி போல நிழலாடின.

நேற்று இரவு அனசுக்கும் கான்ட்ராக்டர் சென்னியப்பனுக்கும் கடுமையான வாக்குவாதம். ஏதோ மாநாடாம். அதற்கு ஒரு வாரம் விடுமுறை கேட்டான். வேறென்ன வேலை அவனுக்கு?

"ஊர்ப்பட்ட வேலை கெடக்குது அனசு.. இப்பிடித் திடுதிப்புனு லீவு கேட்டா எப்பிடித்தான் அதெல்லாம் முடிக்கறது? ஏற்கனவே வேலையாகமாண்டேங்குதுனு மொதலாளி பொச்ச ராவறான்.. இதுல நீ வேற ஏப்பா?.."

கெஞ்சும் தொனியில்தான் சென்னியப்பன் பேசினான். ஆனால் அனஸ் உறுதியாக இருந்தான்.

"இல்லணா முக்கியமான மாநாடு.. நான் போயே ஆகணும். வேற வழியே இல்ல.."

"ஏப்பா எதாவது நல்லது கெட்டது ஆத்தர அவசரம்னு லீவுகேட்டாக்கூடப் பரவால்ல.. கட்சி, மாநாடுனு பொழப்ப உட்டுட்டு யாராவது சுத்துவாங்களா..? ரெண்டு காசு சம்பாதிச்சுக் குடும்பத்தக் காப்பாத்தற வழியப்பாக்காம.. கொடியப்புடுச்சுகிட்டுச் சுத்துனா சோத்துக்கு வந்துருமா..?"

அந்த வார்த்தைகளில் அக்கறையைவிட வேலை கெட்டுவிடும் என்கிற அவஸ்தைதான் அதிகமாக வெளிப்பட்டது. அது அனசுக்கும் தெரிந்தே இருந்தது.

"சோத்துக்கு வருமா, சாத்துக்கு வருமான்னெல்லாம் நீங்க கவலப்படாதீங்க.. அது எம்பாடு." லேசான உஷ்ணமிருந்தது குரலில்.

"வாரமானாச் சொளையா காச எண்ணி வாங்கறையல்லோ.. வேல செஞ்சாத்தான ஆகும்.. ஒழுங்கா லீவுபோடாம வேல செய்யிறதுனா செய்யி.. இல்ல உன்ற சௌரியத்துக்குதான் வருவேன்னா வேற கம்பெனிய பாத்துக்கோ.."

என்று சொன்னதுதான் தாமதம். அவனுக்கு எங்கிருந்துதான் அவ்வளவு ஆத்திரம் வந்ததோ கத்தித் தீர்த்துவிட்டான்.

"இங்க பாருங்கணா.. நான் வேலை செய்றதுக்குதான் நீங்க பணம் குடுக்கறீங்க.. இலவசமா குடுக்கல.. ஆர்டர் போகணும், முதலாளி திட்டுவாருங்கிறதெல்லாம் உங்க பிரச்சனை. எல்லா மனுசங்களுக்கும் தனித்தனி வாழ்க்கை இருக்கு. அந்த வாழ்க்கைல தனித்தனி ஆசாபாசங்கள், கடமைகள் எல்லாம் இருக்கும். உங்க

லாபத்துக்காக அதையெல்லாம் நாங்க தியாகம் பண்ணணும்னு எந்த அவசியமும் கிடையாது.. நான் இனிமேல் வரமாட்டேன்.. நீங்க வேற ஆளப் பாத்துக்கோங்க.." படபடவெனப் பொறிந்து தள்ளிவிட்டுப் போய்க்கொண்டே இருந்தவனைப் பதட்டத்தோடு பார்த்துக்கொண்டிருந்தாள் நசீமா..

இனி அந்தக் கம்பெனிக்கு அனஸ் வரமாட்டான். அவனை இனிப் பார்க்க முடியாது என்கிற எதார்த்தத்தை அவளால் ஜீரணிக்கவே முடியவில்லை.

சென்னியப்பன் சொன்னதில் நியாயம் உள்ளதாகவே அவள் நினைத்தாள். சொன்ன நேரத்துக்கு வேலையை முடித்துக் கொடுக்காவிட்டால் முதலாளி மானங்கெடப் பேசுவார். ஆட்கள் திடீரென லீவு போட்டால் அவரும் என்னதான் செய்வார் பாவம். அதுவும் ரெண்டாள் வேலையை ஒரே ஆளாய்ச் செய்யக்கூடிய அனஸ் மாதிரியான நல்ல வேலையாட்கள் இல்லையென்றால் அவர் பாடு திண்டாட்டம் ஆகிவிடும். இதெல்லாம் ஏன் இந்த பிராந்தனுக்குப் புரியமாட்டேங்கிறது?

யோசித்துக்கொண்டே இருந்தவளுக்குத் தலையை வலித்தது. தலைமாட்டில் வைக்கப்பட்டிருந்த டீ ஆறிப்போய்க் கிடந்தது. எழுந்துபோய்ச் சுட வைத்தாள். மண்ணெண்ணெய் ஸ்டவ்வின் ஜுவாலை நீலநிறமாய் நடனமாடியது. அதில் அனசின் முகம் வந்து வந்து கலைந்தது. எங்கே பார்த்தாலும் அவனாகவே இருந்தான். இந்த முகம் ஏன் தான் இப்படி மூளையில் ஒட்டிக்கொண்டு இம்சிக்கிறதோ? ஆத்திரம் அழுகையாய் மாறி வெடித்து அழுதாள்.. ஏதோ தீர்மானித்தவளாய் எழுந்து விறுவிறுவென அவன் வீட்டை நோக்கி நடந்தாள்.

"நசீமா.. வா தங்கம்.. இன்னைக்குக் கம்பெனி லீவா..? நீயும் போகல.. அவனும் இன்னும் தூங்கிட்டிருக்கான்.."

வாசலில் டீ போட்டுக்கொண்டிருந்த ஜெமீலா கண்கள் விரிய வரவேற்றாள். எந்த பதிலும் சொல்லாமல் உள்ளே நுழைந்தாள்.

தலை வரை இழுத்துப் போர்த்தியபடி தூங்கிக் கொண்டிருந்தவனைக் கண்டதும் ஆத்திரம் பொத்துக்கொண்டு வந்தது. மேசையின்மீது படுத்திருந்த கருப்பு வெள்ளைப் பூனை உடலை முறுக்கிச் சோம்பல் முறித்தபடி அவளைப் பார்த்துக் கொண்டிருந்தது.

"ஞான் ராத்திரி யொக்கெ ஒறங்ஙாதே இருந்நு சமயம் ஒம்பதாயிட்டும் சாருக்கு ஒறக்கமோ..? எனிக்கடா.. பிராந்தா.."

போர்வையை விலக்கி இடுப்பில் கிள்ளினாள். திடுக்கிட்டு எழுந்தவனுக்கு என்ன நடக்கிறதென்று புரிந்துகொள்ளவே சில விநாடிகள் பிடித்தது. முறைத்தபடி எதிரே அமர்ந்திருந்தவளைப் பார்த்ததும் சிரித்துவிட்டான்.

"சிரிக்கண்டடா.. ஞான் நின்னே கொன்நு களையும்." கோபத்தில் அவள் முகம், இளமஞ்சள் நிறச் சாயலைப் பூசிக்கொண்டது.

"வேலைக்குப் போகலையா..?" என்று கேட்டபடி மீண்டும் படுத்துக்கொண்டான்.

"எனிக்கடே... பிராந்தா.." என்று அவன் போர்வையை உருவி எறிந்தாள். இனி எங்கே தூங்குவது? தலையனையை முதுகுக்குக் கொடுத்தபடி சுவரில் சாய்ந்து அமர்ந்தான். கண்களைத் திறக்காமலே..

"அம்மாட்ட போய் டீ வாங்கிட்டு வா..!" கொட்டாவியோடு சொன்னவனை எரித்து விடுபவள்போலப் பார்த்தாள்.

மண்டையில் நறுக்கென்று கொட்டிவிட்டு எழுந்து நடந்தாள். அணுவணுவாய் ரசித்துத் தேநீர் குடித்து முடிக்கும் வரை அவன் கண்களைத் திறக்கவே இல்லை.

அவனுக்கும் நேற்றைய நினைவுகள் மூளைக்குள் ஓடின. சென்னியப்பனின் வார்த்தை ஏற்படுத்தியிருந்த காயம், இன்னும் வடுவாகக் கடுகடுத்தது.

"ஒழுக்கமா வேலைக்கு வர்றனா வா.. இல்ல உன்ற சவுகரியத்துக்குதான் வருவேன்னா வேற கம்பெனியப் பாத்துக்கோ.."

ஆத்திரமாய் வந்தது. எத்தனை நாட்கள் இரவு பகல் பார்க்காமல் உழைத்துக் கொட்டியிருப்பேன். மற்ற டெய்லர்களை விட இருமடங்கு வேகத்தில் எத்தனை முறை ப்ரடக்சன் எடுத்துக் கொடுத்திருப்பேன். நொடியில் தூக்கி எறிந்துவிட்டானே? காண்ட்ராக்ட் காரர்களுக்குக் கொஞ்சம் காசு சேர்ந்ததும் முதலாளித்துவ மனோபாவம் வந்துவிடுகிறது. சொல்லப்போனால் முதலாளிகளைக் காட்டிலும் அதிகமாகச் சுரண்டுவதில் கெட்டிக்காரர்களாக இருக்கிறார்கள். அப்படிச் சுரண்டுவதில்

பெரும்பகுதி முதலாளிக்குக் கொடுத்ததுபோக எஞ்சிய துண்டுகளைத் தன் பாக்கெட்டுக்குள் சொருகிக் கொள்ளத்தான் இத்தனை அலப்பறைகள்.

இன்னொரு விசயமும் அவனுக்குள் நெருஞ்சியாய் உறுத்திக் கொண்டிருந்தது. வேலையை விட்டுப் போ என்று சென்னியப்பன் சொன்னபோது சக தொழிலாளிகள் யாரும் மூச்சுக்கூட விடவில்லையே.. ஆதரவாகப் போராடவெல்லாம் கூட வேண்டாம். குறைந்த பட்சம் தலையிட்டுக் கேள்வி கேட்கக்கூட யாருக்கும் தைரியம் வரவில்லை. அவரவர்களுக்கான தேவை அவரவர்களுக்கு. எனக்காகப் பேசி அவர்களது பிழைப்பைக் கெடுத்துக்கொள்ள யாரும் தயாராக இல்லை. முதலாளிகளைப் பொருத்தவரை சங்கமில்லாத தொழிலாளிகள் சக்கைக்குச் சமம்.

இந்நிகழ்வு, தொழிற்சங்கத்தின் தேவை குறித்த அவனது கண்ணோட்டத்தில் கொஞ்சம் ஊசலாட்டத்தை ஏற்படுத்தி இருந்தது. இதே தொழிற்சங்கம் இருந்திருந்தால் அவ்வளவு எளிதாக ஒருவனை வேலையை விட்டு அனுப்ப முடியுமா? மற்ற தொழிலாளர்களும் வேலையை நிறுத்தி எழுந்திருப்பார்கள். வர்க்க உணர்வும், ஒற்றுமையுமே ஒருவனுக்குப் பாதுகாப்பு. அதைத் தொழிற்சங்கத்தால் மட்டுமே கொடுக்க முடியும். சங்கம் இல்லாமல் தொழிலாளர்களைக் கசக்கிப் பிழிந்துவிட்டு சருகாய்த் தூர எறியும் கொடுமைகளைத் தடுக்கவா முடியும்?.

"அந்த மாநாட்டுக்குப் போய்தான் ஆகணுமா? அதென்ன அவ்வளவு முக்கியமா..?" கோபமும் விரக்தியும் கலந்த குரலில் வெளிப்பட்ட நசீமாவின் வார்த்தைகள், அழுகைக்குப்பின் விசும்பும் குழந்தையின் மனநிலையை ஒத்திருந்தன.

" ஆமா நசீ.. இந்த மாதிரி நிகழ்வுல கலந்துக்க வாய்ப்புக் கிடைக்கிறதெல்லாம் அபூர்வம். இந்தியா பூரா இருந்து தோழர்கள் வருவாங்க. பெரிய தலைவர்களெல்லாரும் அவங்க அனுபவங்களப் பகிர்ந்துப்பாங்க. அதையெல்லாம் கேட்கும் அனுபவத்த எக்காரணம் கொண்டும்.இழக்க மாட்டேன்."

"நீ பாட்டுக்குத் தள்ளுகூடிப் போயி.. கம்பெனிக்கு வருல்லா சொல்லிட்ட. என்னால உன்னப் பாக்காம இருக்க முடியாது அனசு. வாசி பிடிக்கண்டா கேட்டோ. அடுத்த ப்ரவாவ்ஸ்யம் போய்க்கோ. பரஞ்யா கேளு அனசே.." கிட்டத்தட்டக் கெஞ்சினாள்.

"இங்க பாரு நசீ.. கம்பெனில பாக்கறது, பேசறதுனு சின்னச்சின்ன விசயங்களுக்கு நீ கவலப்படற.. கோடிக்கணக்கான மக்களோட விடுதலையப்பத்தி நான் யோசிச்சிட்டு இருக்கேன். இந்த மண்ணுல உயிர்வாழவே ஜனங்க போராடிக்கிட்டிருக்கிற நேரத்துல இந்த மாதிரிச் சின்னச்சின்ன விசயங்களைப்பத்தியெல்லாம் கவலைப்பட எனக்கு நேரமில்லை.. புரிஞ்சுக்க.."

அரசியல் பேசும்போதெல்லாம் அவனுக்குள் யாரோ இறங்கிவிடுவதுபோல வேறு யாராகவோ அவன் மாறிப்போய் விடுகிறான்.

"ஓ.. இது செரிய விசயமோ..? அப்ப என்னக்காட்டிலும் நினக்குக் கட்சியும் மாநாடும்தான் முக்கியமோ?.." சூடு குறையாமல் வந்து விழுந்தது அடுத்த கேள்வி. துப்பட்டியை இழுத்து நீரேறிக்கிடந்த மூக்கைத் துடைத்துக் கொண்டாள்.

தகதகவெனக் கலங்கியிருந்த அவள் கண்களை ஊடுருவிப் பார்த்து நிதானமாகச் சொன்னான்.

"ஆமா..! எனக்கு மத்த எல்லாத்தையும் விடக் கட்சிதான் முக்கியம்."

அந்தப் பதிலால் அதிர்ந்து போனாள். கைதவறி விழுந்த மீன்தொட்டி போல சிதறிப்போனது அவள் மனம். அந்த வார்த்தைகள் அவள் காதுகளுக்குள் உருகிய ஈயத்தைப் போல இறங்கின. கசங்கிய காகிதத்தாளைப் போலத் தன்னை வீசியெறிந்ததாக உணர்ந்தாள். அவமானமும் அழுகையும் ஆத்திரமாய் வெளிப்பட்டன.

விளையாடும் குழந்தையின் கையிலிருந்து பொம்மையைப் பிடுங்கி எறிந்ததுபோல இந்தப் பதிலால் ஒட்டுமொத்த புலன்களும் தன்னை விட்டு விலகியோடுவதைப்போல இருந்தது.

" சரி போய்க்கோ.. இனி எண்ட மொகத்திண்டே நேரே கண்டு போகறது."

அழுதுகொண்டே போகிறவளைக் கூப்பிடக்கூட மனமின்றிக் கல்லாய்ச் சமைந்திருந்தான்.

அத்தியாயம் – 31

15 நாட்களுக்குள் நொய்யலில் சாயத் தண்ணீர் விடுவதை நிறுத்திக்கொள்ள வில்லையென்றால், மக்களைத்திரட்டி ஆலைகள் பூட்டப்படும்."

கண்ணாடியோடு பார்த்துப்பழகிய முகம் கண்ணாடியைக் கழற்றியதும் வேறொன்றாய்த் தெரிவதுபோல அனஸ் மொத்தமாக மாறியிருந்தான். கல்கத்தாவிலிருந்து திரும்பியதிலிருந்து அவன் வேலைகளில் அதிரடி வேகம் தொற்றியிருந்தது. மாநாட்டில் பெற்றிருந்த உத்வேகம், அவனுக்குப் புத்துணர்ச்சியூட்டியிருந்தது. மாநாட்டு அனுபவங்களைத் தோழர்களிடம் பகிர்ந்து கொண்டான். அவனது உரை ஒட்டுமொத்தக் குழுவுக்கும் நம்பிக்கையளித்தது.

நொய்யல் மீட்பு இயக்கத்தைக் கையிலெடுத்தான். தெருமுனைக்கூட்டங்கள், ஆர்ப்பாட்டம், மறியல் என்றெல்லாம் வெவ்வேறு வடிவங்களில் போராட்டத்தை நகர்த்திச் சென்று கடைசியாகச் சாய ஆலைகளுக்குக் காலக்கெடு விதித்துச் சுவரொட்டிகள் ஒட்டப்பட்டன.

இந்த அறிவிப்பு பெரிய பேசுபொருளானது. அதுவரை அடையாளப் போராட்டங்களைச் செய்தபோதெல்லாம் கண்டுகொள்ளாத அரசாங்கம், சாயப்பட்டறை முதலாளிகளுக்கு ஆபத்து என்றதும் பதறியடித்து ஓடிவந்தது.

முதலில் மிரட்டிப்பார்த்தது, பின்பு பேச்சுவார்த்தை நடத்தியது. எதற்கும் அஞ்சாமல் அமைப்பின் தலைமையில் மக்கள் உறுதியாக நின்றது, அரசுக்குப் பெரிய மண்டையிடியாகப் போனது.

சாயக்கழிவுப் பிரச்சனைக்கு விரைவில் ஒரு கமிட்டி அமைக்கப்படும். என்கிற அரசாணை வெளியிடப்பட்டதால் போராட்டம் கைவிடப்பட்டது.

இந்த நடவடிக்கைக்கு நல்ல வரவேற்பு இருந்தது. அமைப்புக்குள் அவன் செல்வாக்கு உயர்ந்தது. மழைக்காலத் தவளைக்குஞ்சுபோல அவனது உற்சாகம் துள்ளிக்குதித்தது. அது அவனை மேலும் மேலும் அதிரடி அரசியலை நோக்கி நகர்த்தியது. நாளுக்கு நாள் போராட்ட வடிவங்கள் மூர்க்கமடைந்து செல்வதை

மாவட்டத்தலைமை கவனித்துதான் வந்தது. உள்ளுக்குள் சில சலசலப்புகளும் எழூத்தான் செய்தன. எந்தக் குரலும் அவனது வேகத்தை மட்டுப்படுத்தவில்லை.

ஈராக் அமெரிக்கப்போர் உச்சமடைந்திருந்தது. அமெரிக்க ஏவுகணைகள் ஈராக்கின் பெட்ரோல் கிணறுகளை தின்று செரித்துக் கொண்டிருந்தன. கட்டிடங்கள், அரசு அலுவலகங்கள், பள்ளிக்கூடங்கள், கற்குவியல்களாகின. மருத்துவமனைகள் கூடத் தப்பவில்லை. ஈராக்கின் மக்கள் கூட்டம் கூட்டமாகச் செத்து மடியும் காட்சிகளைத் தொலைக்காட்சிகளில் பார்த்தபோது பதைபதைத்தது. உலகம் முழுவதும் அமெரிக்காவுக்கெதிரான கண்டனக்குரல்கள் முழங்கின.

திருப்பூரில் ஒரு வலுவான இயக்கத்தை முன்னெடுக்கத் திட்டமிட்டான் அனஸ். மாவட்டக்குழுவின் சார்பாக யுத்த எதிர்ப்புப் பேரணிக்கான நாள் குறிக்கப்பட்டது. திருப்பூர், கோவை, பல்லடம், பொள்ளாச்சியிலிருந்தெல்லாம் தோழர்கள் கலந்து கொள்வதாக இருந்தது. பேரணிக்கான தயாரிப்பு முழு வீச்சில் நடந்து கொண்டிருந்தது. பேயைப்போல இயங்கிக் கொண்டிருந்தான்.

முந்தைய நாள் இரவில் கமலக்கண்ணனோடு நீண்ட உரையாடல் நிகழ்த்தினான்.

சுடுகாட்டுச் சுவரை ஏறிக்குதித்தான். மண்வெட்டியும் கடப்பாறையும் தயாராக இருந்தன. சரசரவெனத் தோண்டி மூன்று எழும்புக்கூடுகளை எடுத்துக் கொண்டான். பழைய பஸ் நிலையத்தில் ஒன்று, காங்கேயம் சாலையில் ஒன்று, கட்டித் தொங்கவிடப்பட்டு யுத்தத்துக்கு எதிரான வாசகங்கள் எழுதப் பட்டிருந்தன.

எதிர் பார்த்ததை விட நல்ல கூட்டம்.குமரன் சிலையில் பேரணி துவங்கி காங்கேயம் ரோடு சி.டி.சி முணையில் முடிவதாக இருந்தது. அங்கே பொதுக்கூட்ட மேடை தயாராகியிருந்தது.

பேரணியின் முன்னால் எலும்புக்கூட்டை ஏந்திக் கொண்டு கோசங்களை எழுப்பியபடி போய்க்கொண்டிருந்த அனசை எரித்துவிடுவதுபோலப் பார்த்துக் கொண்டிருந்தார் எஸ்.ஐ இரத்தின சாமி. உள்ளே புகுந்து சடசடவென அனைவரையும் அடித்து விரட்டவேண்டும் என்ற வெறி அவருக்குள் கனன்று

கொண்டிருந்தது. ஆனால் அவனுக்குப் பின்னால் திரண்டிருந்த பெருங்கூட்டம் அவரை நிதானப்படுத்தியது. யுனிவெர்சல் பாலம் அருகில் அனைவரையும் கைதுசெய்தது காவல்துறை. மொத்தமாக அள்ளிக்கொண்டு போய் மண்டபத்தில் அடைத்தது. பேரணியில் கலந்துகொண்டிருந்த அனசின் குடும்பத்தார், உட்பட அனைவரின் மீதும் வழக்குகள் விழுந்தன.

அத்தியாயம் – 32

புதிதாய்ப் பிறந்த குழந்தையை முதன் முதலில் கையிலேந்தும் தாயின் பரவசம் அவனுக்குள் இருந்தது.

கட்சி உறுப்பினராகியிருந்தான். செய்தி சொன்ன கொரியரின் வார்த்தைகளை ஆழ்மனம் மீண்டும் மீண்டும் சொல்லிப்பார்த்தது. கண்கள் லேசாகக் கலங்கியிருந்தன. பிற கட்சிகளில், இரண்டு ரூபாய் கொடுத்து அட்டையை வாங்கிக் கொள்வதுபோல அவ்வளவு எளிதானதல்ல கம்யூனிஸ்ட் கட்சி உறுப்பினராவது. ஆறுமாதம் பொது அரங்கில் பணியாற்றி, ஆறுமாதம் பரீட்சார்த்த உறுப்பினராய் இருந்து இரண்டு உறுப்பினர்களின் பரிந்துரைக்குப் பிறகே உறுப்பினராக முடியும். உறுப்பினர் அட்டையைக் கையில் தொடுவதென்பது கர்ப்பகாலம் முடிந்து பிள்ளை பெறுவதைப் போன்ற நிறைவைக் கொணர்வது. அது எந்த வர்ணனைக்குள்ளும் அடங்காத பெருமிதம்.

மக்கள் புரட்சிக்குழு போன்ற ரகசியக் கட்சிகளில் உறுப்பினர் அட்டையெல்லாம் கிடையாது. யாராவது ஒரு நபர் ரகசியமாக வந்து அந்த ஊழியரிடம், அவர் கட்சி உறுப்பினராக்கப்பட்ட தகவலைச் சொல்லிச் செல்வார். அதன் பின்பும் அவர் எப்போதும் போல வெகுஜன அரங்கில் செயல்பட்டுக் கொண்டிருப்பார். அவர் உறுப்பினர் என்பது அவருக்கும் தலைமைக்கும் மட்டுமே தெரியும். அப்படித்தான் ஒரு கொரியர் மூலம் அனஸ் உறுப்பினராக்கப்பட்ட செய்தி அறிந்தான். அவன் தோள்களில் சிறகுகளும் கால்களில் சக்கரங்களும் முளைத்தன.

அவன் உறுப்பினராக்கப்பட்ட காலமொன்றும் அவ்வளவு சுமுகமானதாக இல்லை. திசையில்லாக் காட்டில் கண்களை மூடிச் செல்வதுபோலத்தான் நக்சல்கள் இயங்கினர். முதல்வராக ஜெயலலிதா பதவியேற்றபிறகு நக்சல் ஒழிப்பில் தீவிரமாயிருந்தார். அளவற்ற அதிகாரங்களோடு சிறப்பு அதிரடிப்படை அமைக்கப்பட்டது. மாநிலம் முழுவதும் நக்சலைட்டுகள், செயல்பாட்டாளர்களெல்லாரும் தேடித்தேடி வேட்டையாடப்படுகிற செய்தி தினந்தோறும் தலைப்புச் செய்திகளாகின.

திடுதிப்பெனக் கிராமங்களுக்குள் நுழையும் அதிரடிப்படை, வீடுகளுக்குள் நுழைந்து மலைவாழ், பழங்குடி மக்களை அடித்து உதைக்கும். வீடுகளை இடித்து நிர்மூலமாக்கும். பெண்களைப் பாலியலாய்ச் சிதைக்கும். கூட்டம் கூட்டமாக இழுத்துப்போய்க் கைதுசெய்யும், குரூரமாய்ச் சித்திரவதை செய்யும். அப்பாவிப் பழங்குடி இளைஞர்களை நக்சலைட்டுகள் என்று சொல்லிச் சுட்டுக்கொல்லும். எதற்கும் கேள்வி கணக்கே கிடையாது. கேட்டாலும் சொல்வதற்கான ரெடிமேடு பதில் தயாராக இருந்தது. அவர்கள் நக்சலைட்டுகள்.

ஆயுதப்போராட்டக் கட்சிகளெல்லாம் தலைவர்களையும் முன்னணி ஊழியர்களையும் போலீசின் நரவேட்டைக்குப் பலிகொடுத்து கடும் இழப்பைச் சந்தித்துத் துயர வரலாற்றின் சாட்சிகளாய் நின்றன. தோழர்களின் குடும்பங்கள், நக்சலைட்டுகளுக்கு உதவுபவர்கள், தொடர்பு வைத்திருப்பவர்கள், முன்னாள் நண்பர்கள் யாரும் தப்பவில்லை.

கைது செய்யப்படும் தோழர்களுக்கு ஜாமீன் கோரும் சட்ட நடவடிக்கைகளில் ஈடுபடக்கூட அஞ்சக்கூடிய அளவுக்கு கடுமையான ஒடுக்குமுறையும், நெருக்கடியும் தகித்துக்கொண்டிருந்தது. இதுபோன்ற கொடூரச் சூழலில்தான் அவன் கட்சி உறுப்பினராகியிருந்தான். அவனுக்கு இதுகுறித்தெல்லாம் துளிப் பயமுமில்லை. புரட்சிக்குத் தம்மை ஒப்புக்கொடுத்துத் தியாகத்துக்குத் தயாராகும் தோழர்களை எந்த அதிகாரத்தால் அச்சப்படுத்திவிட முடியும்?

மாவோ சொன்னதுபோலப் புரட்சிக்குத் தயாராவதென்பது மாலைநேரத் தேநீர் விருந்து போல எளிதானதல்ல. எல்லாவித நெருக்கடிகளையும் எதிர்கொண்டு உயிர்த்தியாகத்துக்குத் தயாராக இருக்கிற தோழர்களைக்கொண்ட கட்சி அணியே புரட்சியை வழிநடத்தி முன்செல்லும் என்பதை ஆழமாக நம்பினான். சக தோழர்களிடம் "புரட்சியத் தடுக்கிறது அவன் வேலை.. புரட்சியை முன்னெடுப்பது நம்ம வேலை.. அவன் வேலைய அவன் செய்யிறான். நம்ம வேலைய நாம செய்வோம்." என்பான்.

ஒரு புரட்சிகரக் கட்சியென்பது இரட்டைக்குழல் துப்பாக்கியைப் போன்றது. ஒருபுறம் வெளிப்படையாய் இயங்கும் மாணவர் அமைப்பு, கலை இலக்கிய அமைப்பு, பெண்கள் அமைப்பு போன்ற வெகுஜன அமைப்புகள். இன்னொரு பக்கம் ஆயுதங்களைக்

கையாளும் பயிற்சி பெற்ற இராணுவ அமைப்பு. வெகுஜன அமைப்புகளைக் கொண்டு சட்ட வழியிலான போராட்டங்களை முன்னெடுக்கிற அதே நேரத்தில் இரகசிய அணியைக் கொண்டு சட்டப்புறம்பான போராட்டங்களிலும் ஈடுபடும். வெகுஜன அமைப்புகளுக்கான கூட்டங்கள், மாநாடுகள், பயிற்சி முகாம்கள், அரசியல் வகுப்புகள் போலவே தலைமறைவுத் தோழர்களுக்கான கூட்டங்களும் வகுப்புகளும் இரகசியமாக நடப்பதுண்டு. ரகசியம் என்றால் சொந்தக் கட்சிக்காரர்களுக்கே தெரியாத அளவுக்குப் பரம இரகசியம்.

வெவ்வேறு ஊர்களில், மலைக்கிராமங்களில் நடந்த பயிற்சி முகாம்கள், அரசியல் வகுப்புகளில் ஆர்வத்தோடு கலந்து கொண்டான். அரசியல் வகுப்புகளோடு தாக்குதல், தப்பித்தல், ஆயுதங்களைக் கையாளுதல், என ஆரம்பகட்ட பயிற்சிகளைக் கற்றுத்திரும்பியபோது அவனுக்குக் கொம்பு முளைத்திருந்தது.

காயிதே மில்லத் நகரின் பின்புறம் நொய்யல் கரையோரம் பாறைகள் அடுக்கிவைத்ததுபோல சில இடங்கள் இருக்கும். அதுதான் இவர்களின் இரகசியக் கூட்டங்கள் நடக்கும் ஸ்தலம்.

இரண்டு யூனிட்டுகள் கலந்துகொள்ளும் ஒரு முக்கியமான கூட்டம் அன்றிரவு நடைபெறவிருந்தது. அவன் போய்ச் சேரும்போது இருட்டியிருந்தது. மற்ற எல்லாத் தோழர்களும் வந்திருந்தனர். யூனிட் உறுப்பினர்களைக் கண்ட அனஸ், அதில் ஷேக் பரீத்தும் இருப்பதைக்கண்டு கண்கள் விரிந்தான். அந்த நிமிடம்வரை அப்பா கட்சி உறுப்பினரென்பது மகனுக்குத் தெரியாது. மகன் உறுப்பினரென்பது அப்பாவுக்குத் தெரியாது.

நாடு முழுவதும் போலீஸ் வேட்டையில் கொல்லப்பட்ட தோழர்களுக்கான அஞ்சலி முடிந்தபிறகு விவாதம் சூடு பிடித்தது.

கடுமையான நெருக்கடி நிலவுகிற இச்சூழலில் வெகுஜன அமைப்புகளின் மூலம் மட்டும் இயக்கங்கள் முன்னெடுப்பதென்றும் சட்டபுறம்பான நடவடிக்கைகள் எதிலும் ஈடுபட வேண்டாம் என்றும் வைக்கப்பட்ட ஆலோசனையை அவன் நிராகரித்தான்.

"கோழைத்தனமான பின்வாங்கல்" அவன் கடுமையான வார்த்தையைப் பயன்படுத்தியதில் சலசலப்பு எழுந்து அடங்கியது. மக்கள் சொல்லவியலாத துன்பத்தில் உழல்கிறார்கள்.

விடுதலைக்கான முதல் நிபந்தனை அச்சத்திலிருந்து விடுபடுவதுதான். எதிர்ப்புக் குரல்கள் அச்சத்தால் முடங்கிப்போய்

இருக்கின்றன. ஒரு சரியான தாக்குதல் நடவடிக்கையைத் துவங்குவதன் மூலம் மக்களுக்கு நம்பிக்கையூட்ட முடியும். அச்சத்திலிருந்து மீண்ட மக்கள் நம்மோடு இணைந்து அரசின் ஒடுக்கு முறைக்கெதிராகப் போராட வருவார்கள். ஆகவே தாக்குதல் நடவடிக்கையில் ஈடுபட வேண்டும் என்று வாதிட்டான்.

ஆந்திரா, பீகார் போன்ற மாநிலங்களில் புரட்சி தொடங்கப்பட்ட நிலைமைகளை மேற்கோள் காட்டிப் பேசினான். தமிழக நிலைமைகள் தாக்குதலுக்குச் சாதகமானதாக இல்லை, இப்போது தாக்குதலைத் தொடங்குவது சாகசவாதமாகத்தான் முடியும் என்கிற கருத்தும் மேலெழுந்தது. விவாதம் முடிவின்றி நீண்டுகொண்டிருந்தது. நள்ளிரவு இரண்டு மணிக்கு, தற்போதைக்குத் தாக்குதல் நடவடிக்கைகளில் ஈடுபடுவதில்லை என்கிற பெரும்பான்மை முடிவை அமுல்படுத்துவதென்று தீர்மானிக்கப்பட்டது. அனசுக்குக் கடுமையான ஏமாற்றமாகப் போனது. தனது அதிருப்தியை வெளிப்படையாகத் தெரிவித்தான்.

சில வாரங்களுக்கு முன்பு ஒரு தாக்குதல் நடவடிக்கைக்குப்போய்ச் செயல்படுத்த முடியாமல் திரும்பி வந்த இன்னொரு யூனிட்டைக் கடுமையாகப் பேசினான். அந்த யூனிட்டில்தான் ஷேக் பரீத் இருந்தார். புறச்சூழல் சாதகமாக இல்லை என்று சொன்ன ஷேக் பரீத்தைக் கடுமையாக விமர்சித்தான்.

"செய்யாம வந்த வேலைக்குச் சிங்காரம் எதுக்கு?" கடும் சொற்களால் விமர்சித்தான். வெவ்வேறு யூனிட்டுகளிலிருந்த அப்பாவுக்கும் மகனுக்குமான விவாதம் வெகுநேரம் நீடித்தது.

அனசின் கேள்விகளும் நிலைப்பாடுகளும் கொஞ்சம் கொஞ்சமாக அவன் மீதான அமைப்பின் மதிப்பீட்டை எதிர்நிலைக்கு நகர்த்திக் கொண்டிருப்பதை அவன் உணரவே இல்லை. பெரும்பான்மை முடிவுக்குக் கட்டுப்படுவது அமைப்பு விதி. ஆனால் அவன் மனம் வேறொரு கணக்குப் போட்டுக் கொண்டிருந்தது.

அத்தியாயம் – 33

தூக்கத்தில் புரண்டு மீன்தொட்டிக்குள் விழுந்தான். கொண்டையில் நட்சத்திரம் பதித்திருந்த தங்க மீனொன்று அவனை இழுத்துச் சென்றது. தொட்டியின் கதவைத் திறந்ததும் காடு விரிந்தது. மஞ்சளை உதறி இளஞ்சிவப்புக்குள் நுழைந்தது மீனின் உடலில் பூரானைப்போல முப்பத்தெட்டுக் கால்கள். சிறுமி வரைந்த ஓவியம் போலத் துண்டு துண்டாய் மலைகள். அந்தத் தீயைத் துப்பும் ராட்சதப் பறவைக்கு எண்பதடிக்கு வாலிருந்தது. அது பறவையா விலங்கா என்று தெரியவில்லை. கைகளை நீட்டி அழைத்தது. அதைப்பிடிக்க ஓடினான். ஓடினான். ஓடிக்கொண்டே இருந்தான்.

நொய்யல் நதிக்கரையோரம். வீடுகளிலிருந்து துண்டிக்கப்பட்ட பகுதி. கருஞ்சாந்து நிறப் பாறைகள் அடுக்கி வைத்தாற்போல இருந்தன. அனசும் அவன் ஆதரவாளர்களும் கூடியிருந்தபோது இருளாகியிருந்தது. கட்சியின் ஆதரவாளர்கள் என்பதைத் தாண்டி அவனுக்கென்று ஓர் ஆதரவாளர் வட்டம் இருந்தது.

சாயுங்காலம் மழை பெய்து கிளப்பியிருந்த புழுக்கத்துக்குச் சிலுசிலுவென்ற காற்று இதமாயிருந்தது. கருப்பு நிறத்தில் சலசலத்துக்கொண்டிருந்த நொய்யலில் நிலவு, இட்லி போல மிதந்தது. சாயப்பட்டறைக் கழிவுகளால் நுரைகக்கி ஓடிக்கொண்டிருந்த நீரில் லேசான துர்நாற்றம் வீசியது.

அது முறையான ஒரு கட்சிக்கூட்டம் இல்லை. பலசரக்குக் கடைபோல ஒழுங்கின்றி ஆளாளுக்குப் பேசியதை அமைதியாகக் கேட்டுக்கொண்டிருந்தான். ஒரு மணிநேரம் கடந்திருந்திருந்தது. எந்த முடிவும் எட்டப்படவில்லை. கட்சியின் அனுமதியில்லாமல் ஒரு யூனிட் மட்டும் தாமாக நடவடிக்கையில் ஈடுபடுவது சரியா தவறா என்ற குழப்பம், அனசைத்தவிர எல்லோருக்கும் இருந்தது. கடைசியாகப் பேசிய அவன் உரை அவற்றுக்கு முற்றுப்புள்ளி வைத்தது.

“தோழர்களே.. கட்சியோட அனுமதியில்லாம ஒரு நடவடிக்கையில் ஈடுபடலாமாங்கிற குழப்பம் உங்களுக்கு இருக்கு. அத நான் புரிஞ்சிக்கிறேன்.

ஒரு பொத்தான அழுத்தி மெசின இயக்குவது மாதிரி மேலிருந்து வர்ற கட்டளையால புரட்சியத் துவக்க முடியாது. புறச்சூழலோட நிலைமைள்தான் அதத் தீர்மானிக்கும். காலங்காலமா ஒடுக்கப்பட்ட மக்களின் கோபக்கனல், அவங்க மனசுல உலைக்களன் மாதிரிக் கொதிச்சிட்டுதான் இருக்கு. ஒரு சக்தியாய் அது வெடிச்சுக் கிளம்பறப்ப எல்லா அதிகாரங்களையும் அடிச்சு நொறுக்கிடும். இது நம்மளவிட அரசுக்கு நல்லாவே தெரியும். அதனாலதான் அந்தக் கோபத்தை மடைமாற்றம் செய்ய சாதி, மதப் பிரச்சனைய கௌப்பி விடுது. சொந்த வர்க்கத்துக்குள்ளேயே, இன்னொரு மதத்தையோ, இனத்தையோ, மொழியையோ செயற்கை எதிரிகளாகக் கட்டமைக்கிறான். அவங்கள மோதவிட்டு உண்மையான எதிரியான ஆளும் வர்க்கம் பாதுகாப்பாகப் பதுங்கிக்கிறான்.

போன மாசங்கூடத் தாராபுரம் ரோட்டுல பழவியாபாரம் செய்ற இஸ்லாமியப் பையன் கொல்லப்பட்டது ஞாபகம் இல்லையா? இந்த அரசு தோத்துருச்சு, அமைப்பு காலாவதி ஆயிடுச்சு. காலாவதியான ஒரு தலைவலி மாத்திரையால தலைவலியத் தீக்க முடியாது. அதோட வேற பக்க விளைவுகளையும் ஏற்படுத்தும். அதுமாதிரிதான் இதுவும். திருட்டத் தடுக்க வேண்டிய காவல்துறைல திருட்டு நடக்குது. தண்டிக்கவேண்டிய நீதிமன்றம் தூங்குது. சேவைத் துறையான கல்வி, மருத்துவம்னு எல்லாமே வியாபாரமா மாறிடுச்சு. அதத் தடுக்கவேண்டிய அரசு, அந்தக் கொள்ளைக்குத் துணைபோகுது. இதெல்லாம் பாத்து மக்கள் கொதிச்சுப்போய் இருக்காங்க. அதனாலதான் அவங்க மனநிலையைச் சிதறடிச்சு மதரீதியான பதட்டத்த ஏற்படுத்த முயற்சிக்கிறாங்க.

'ஒரு சமூகப் பிரச்சனையில், முற்போக்குச் சக்திகள் உரிய நேரத்தில் தலையிடத் தவறினால், பிற்போக்குச் சக்திகள் தலையிட்டு அவ்விடத்தை நிரப்பிவிடும்' ஆசான் மாவோவின் வார்த்தைகள இந்த எடத்துல நாம பொருத்திப் பாக்கணும்."

சில விநாடிகள் பேச்சை நிறுத்திச் சக தோழர்களைக் கூர்ந்து கவனித்தான். அவர்களுடைய கருத்தைச் சொல்லலாம் என்பது அதன் அர்த்தம்.

"அதெல்லாம் சரிதான் தோழர், ஆனா தலைமைல சொல்லி அவங்க வழிகாட்டுதலோடு ஏன் நடவடிக்கையில எறங்கக் கூடாது.? தலைமையோட அனுமதியில்லாமச் செஞ்சா

கட்சிக் கட்டுப்பாட்டை மீறுவதுனு ஆகிடாதா..?" சித்திக் பாட்சா கேட்டான்.

"சில மாசம் முன்னாடி கணக்கம் பாளையத்தில் நடந்த கொடுமை உங்களுக்கு ஞாபகம் இருக்கா? 13 வயதுக் கொழந்த. சவுக்குத்தோப்புக்கு இழுத்துட்டுப்போய் சீரழிச்சானே ஜமீந்தார் நடேசமூர்த்தி. அரசும் போலீசும் என்ன பண்ணுச்சு? நீதிகேட்டுப் போராடுன பாதிக்கப்பட்ட மக்கள் மேலதான வழக்கு போட்டாங்க. யாராலும் ஒண்ணும் பண்ண முடியாதுனு திமிர்ல திரியிற அந்த சாதிவெறியனக் களையெடுக்கனும்னு கூட்டத்துல கேட்டோமே? கட்சி ஏன் அதைத் தட்டிக் கழிச்சுது?. கண்ணுமுன்னால ஒரு கொடும நடக்குது. அதக் கண்டுங் காணாமல் கடந்துபோறது புரட்சிகரக் கட்சிக்கு அழகா?

கல்லு ஒடச்சுக் கெணறுவெட்டிப் பொழைக்கிற அந்த மக்கள், கட்சிமேல வெச்சிருக்கிற நம்பிக்கைக்கு என்ன பதில் சொல்லப் போறோம்?"

கொஞ்சம் உணர்ச்சிவசப்பட்ட நிலையில் பேசிமுடித்த அனசின் குரல் லேசாகத் தழுதழுத்தது. அதில் ஆவேசமும் துக்கமும் ஒருங்கே கலந்திருந்தன. அது மற்ற தோழர்களையும் சலனப்படுத்தியது.

"கண்டிப்பாக அந்தக் காமக்கொடூரனை அழித்தொழிப்போம் தோழர். அவனோட சாதிவெறிபிடிச்ச ரத்தத்த மண்ணுக்கு உரமாக்குவோம்.." பார்த்தீபனின் குரலில் உறுதி தொணித்தது.

அதுவரை அமைதியாக அமர்ந்திருந்த கணேஷ், பேண்ட்டின் பின்புறத்தைத் தட்டிக்கொண்டு எழுந்து நின்று பேசத் துவங்கினான்.

"தோழர்களே.. இதுமாதிரிச் சாதியாதிக்க சக்திகளுக்கு எதிரா கட்சி இதுக்கு முன்னாடியும் பல நடவடிக்கை எடுத்திருக்கு. தருமபுரியில, வட ஆர்க்காட்டுல பல உதாரணங்களைச் சொல்ல முடியும். இந்த சம்பவத்திலும் நடவடிக்கை எடுக்கணுமான்னா எடுக்கணும். அதுல எனக்கு எந்த மாற்றுக்கருத்தும் இல்ல. ஆனா முறைப்படி கட்சி வழிகாட்டுதல் இல்லாம, எடுத்தோம் கவுத்தோம்னு நாமா நடவடிக்கையில் ஈடுபட்டா நிறைய சிக்கல் இருக்கு." என்று சொல்லி அமர்ந்து கொண்டான்.

அனஸ் எழுந்து பதிலளித்தான்.இருண்ட குகைக்குள் தனியே நடப்பதுபோல அவனது கருத்துகளுக்கு அவனே வக்கீலாக இருந்தான்.

"தோழர், கட்சியோட மத்தியக்குழுவுக்கு கீழ்மட்டப் பிராந்தியத்துல உள்ள நிலைமைகளப் பத்தி சரியான பார்வை இல்லாமலிருக்கலாம். அல்லது குறைத்து மதிப்பிடலாம். கட்சியை மீறித்தான் பிராந்திய நிலைமைகளுக்கேற்ற நடவடிக்கைகள மாவோ செஞ்சார். அதுக்காகக் கட்சியிலிருந்து கூட நீக்கப்பட்டார். ஆனா அவரது நடவடிக்கைதான் சரிங்கிறத நடைமுறைல கட்சி உணர்ந்துச்சு.

கட்சியின் நிலைப்பாட்டை மீறித்தான் தோழர் சாரு மஜூம்தார் இயங்கினாரு. அதனால அவரும் கட்சியிலிருந்து நீக்கப்பட்டார்தான். ஆனா அவரோட நடவடிக்கையால்தான் ஆயிரக்கணக்கான கிராமங்கள் விடுதலையாச்சு. இப்ப நம்ம நடவடிக்கை கட்சிக்குப் புரியாமலிருக்கலாம். ஆனா நடைமுறை அனுபவம், நமது நடவடிக்கைகள் சரிங்கிறத கட்சிக்கு உணர்த்தும்."

"ஆந்திராவுல ஆதிவாசி மக்களைக் கூட்டுப்பலாத்காராம் செய்த போலீஸ் ஸ்டேசன உள்ளூர்த் தோழர்கள் குண்டுவீசித் தரைமட்டமாக்குன மாதிரி நாமளும் ஒரு தாக்குதல் நடத்தனும்." கணேசும் அனசின் புள்ளியில் இணைந்திருந்தான்.

உணர்ச்சிமயமான பலகட்ட விவாதங்களுக்குப் பிறகு அந்த யூனிட் மூன்று முடிவுகளை எடுத்தது.

ஒன்று, நக்சல் வேட்டை என்கிற பெயரில் மாநிலம் முழுவதும் நரவேட்டையாடிவரும் காவல்துறையையும் மாநில அரசையும் எச்சரித்துப் பஸ் எரிப்பு நடவடிக்கையைச் செய்வது.

இரண்டாவது, நடேசமூர்த்தியை மக்கள் முன்பாக அழித்தொழிப்பு செய்வது.

மூன்றாவது, இந்த நடவடிக்கைகளுக்குத் தேவையான ஆயுதங்களையும், நிதியையும் திரட்டுவது.

கூட்டம் முடியும்போது, கிட்டத்தட்ட விடிந்திருந்தது. ஆந்திரா, பீஹார், கர்நாடகா போல தமிழகத்திலும் புரட்சிவிதையை நாம் தூவப்போகிறோம். இந்தியாவின் தென் பிராந்தியப் புரட்சி நெருப்பு நமது கைகளிலிருந்தே நாடுமுழுவதும் பரவப் போகிறது. என்கிற கனவுகளைச் சுமந்தபடி தோழர்கள் கலைந்து செல்வதை தூரத்து விடியல் பார்த்துக் கொண்டிருந்தது.

அத்தியாயம் – 34

அன்றைய காலை அசமந்தமாய் விடிந்தது. தாராபுரம் பேருந்து நிற்கிறவிடத்தில் ஒரு திண்டில் அமர்ந்து சுருட்டுப்பிடித்துக்கொண்டிருந்தாள் ஒரு கிழவி. தொங்கிய காதுத்துளையில் எப்போதோ அணிந்திருந்த தொண்டட்டானின் நினைவுகள் அசைந்தன. பக்கத்தில் கிடந்த கருப்பு நிறத் தெருநாயின் காதுகள் ஹாரன் சப்தத்தில் துணுக்குற்று விடைத்தன.

பஸ்ஸில் கூட்டம் நிரம்பி வழிந்தது. ஐந்தரை மணிக்கெல்லாம் இவ்வளவு கூட்டம்.. இன்று முகூர்த்த நாள் போலிருக்கிறது. பண்ணையார் நடேசமூர்த்தி விவகாரமாகத்தான் கிளம்பியிருந்தார்கள். பஸ்ஸின் முன்பக்கம் வேலுவும் பின்பக்கமாக அனசும் இருந்தனர். திருப்பூரிலிருந்து நேராக கணக்கம்பாளையம் போகக்கூடாது. தாராபுரம், அங்கிருந்து பல்லடம், அங்கிருந்து கோவைக்கு வண்டி ஏறவேண்டும்.

ஊரை ஒரு சுற்றுச் சுற்றிவிட்டு அங்கே போய்ச் சேரும்போது இரண்டு மணியாகியிருந்தது. முன்னால் போய்க் கொண்டிருந்த வேலுவுக்கும் பின்னால் வந்து கொண்டிருந்த அனசுக்கும் இடையே இரண்டு பெரிய சரக்கு லாரிகளை நிறுத்தலாம். ஒருவர் அகப்பட்டால் கூட இன்னொருவர் தப்பிவிடலாம்.

சீமையோடு வேயப்பட்டிருந்த மங்கையர்க்கரசி டீ ஸ்டால் வாசலில் நின்றிருந்த மகேஷ் இவர்களைக் கவனித்துவிட்டான். மகேசுக்கு இருபத்தைந்து வயது. அதை நம்ப முடியாத அளவுக்குத் தலைமுடி பழுத்திருந்தது. உப்பிய கன்னங்களைக் கொசகொசவென்று தாடி மறைத்திருந்தது.

கண்களால் சைகைகாட்டி எழுந்து நடந்தான். யாரும் அவனைக் கண்காணிக்கவில்லை. இருவரும் பின்தொடர்ந்தனர்.

ஊருக்கு ஒதுக்குப்புறமாகச் சென்ற ஒற்றையடிப் பாதையொன்று, பிரதான சாலையிலிருந்து கிழக்கே ஓடியது. வெக்குவெக்கென்று அவன் நடப்பதைப் பார்த்தால் ஓடுவது போலிருந்தது.

சாலையின் இரண்டு பக்கமும் சோளக்கொல்லை ஏக்கர்க்கணக்கில் விரிந்திருந்தது. சற்றுத்தள்ளி, வயிற்றுப் பிள்ளைத்தாச்சிகளைப்போல

குலைதள்ளி நின்றிருந்த தென்னைகள் வேலிக்குள் கிடந்தன. தூரத்தில் தெரிந்த புளியந்தோப்பிலிருந்து காக்கைகள் பறந்தன. எல்லாமே நடேசமூர்த்திக்குச் சொந்தம் என்று மகேஷ் சொல்லியிருந்தான்.

பதினைந்து நிமிடப் பயணத்துக்குப் பிறகு ஒரு பெரிய பாறைக்குழி அருகே வந்திருந்தனர். நிலத்துக்குக்கீழே ஒரு மலையைத் தோண்டியெடுத்த வடுவைச் சுமந்திருந்தது அவ்விடம். கொப்பரையிலிருந்து தேங்காயைச் சுரண்டுவதுபோல ஏராளமானவர்கள் பாறைகளைச் சுரண்டிக் கொண்டிருந்ததைப் பார்த்தான். வெட்டியெடுக்கப்பட்ட கற்கள், அருகில் நின்றிருந்த டிப்பர் லாரியில் ஏற்றப்பட்டு எங்கோ போய்க் கொண்டிருந்தன.

ஒரு டிப்பரில் லோடு ஏற்றிக்கொண்டிருந்த ஒருவன் மகேஷைப் பார்த்து லேசாகச் சிரித்தான். சட்டெனச் சுதாரித்துக் கொண்டு திரும்பிக் கொண்டான். அங்கு வேலை செய்துகொண்டிருந்த பலருக்கும் மகேஷைத் தெரியும். அவர்களெல்லாரும் கட்சியின் ஆதரவாளர்கள்தான். ஆனால் பொது இடங்களில் தொடர்பு வைத்துக்கொள்வதில்லை.

"வெடி வெச்சிருக்கு. எல்லாருந்தூரமா போயிருங்கோ.."

ஒரு கட்டைக்குரல் தூரமாய்க் கேட்டது. சட்டென அந்த இடம் பரபரப்பானது. குழிக்குள்ளிருந்து வெளியேறத்துடிக்கும் எறும்பு போல வேலை செய்துகொண்டிருந்தவர்கள் பாறைக் குழியிலிருந்து சரசரவென மேலேறி வெவ்வேறு பகுதிகளில் பதுங்கிக் கொண்டார்கள்.

என்ன நடக்கிறதென்று புரியாமல் நின்றிருந்தான் அனஸ். விறுவிறுவென்று வந்த ஒரு முதியவர் அவனை இழுத்து ஒரு பெரிய புளியமரத்தின் பின்னால் பதுங்கச்செய்தார். பொம்ம் என்ற சப்தத்தில் அப்பகுதியே லேசாக அதிர்ந்தது. வெடித்துச் சிதறிய பாறைகள் பறந்துசென்று ஆங்காங்கே விழுகின்ற சப்தங்கள் கேட்டன.

சட்டென இயல்பு நிலைக்குத் திரும்பியது சூழல். மக்கள் மீண்டும் குழிக்குள் இறங்கி வேலையில் கரைந்தனர். டிப்பர்கள் உறுமின.

அந்த முதியவருக்கு நன்றி சொல்ல, தன் நெஞ்சில் கைவைத்துச் சிரித்தான் அனஸ். உருமாலையின் கீழ் நெற்றித்தோல் சுருக்கங்கள்

நெளிநெளியாய் ஓடின. அடர்ந்த புருவங்களும் குழிவிழுந்த கண்களும் மொட்டையப்ப ராவுத்தரை நினைவுபடுத்தியது.

"தம்பி ஆரு புதுசா இருக்குதா..? ஊருக்குள்ள பாத்தாப்லயே இல்லையே..?" முதியவரின் கேள்வியை எதிர்பார்க்காத அனஸ் லேசாகத் தடுமாறினான்.

" இங்க ஒரு நண்பரப் பாக்க வந்தேன்ங்க ஐயா.." என்றான்.

எதையோ புரிந்து கொண்டதைப்போல முதியவர் சிரித்தார்.. முஷ்டியை உயர்த்தி வணக்கம் சொல்லப் போனவரைத் தடுத்துப் புன்னகையுடன் நகர்ந்தான்.

அவரும் கட்சியின் ஆதரவாளர். இதுபோன்ற ஆதரவாளர்களே கட்சியின் ஆதாரக்கோட்டை.

அனசை அடிக்கடி திரும்பிப் பார்த்துக்கொண்டு நடந்தான் வேலு. சில நிமிடத்தில் கருவேலனும், கள்ளியும் பாப்பாத்திச் செடிகளும் சூழ்ந்த காட்டுக்குள் நுழைந்தார்கள். புதர்மண்டிக் கிடந்த காட்டை அங்கங்கே செதுக்கி பாதை அமைத்திருந்தார்கள். சருகுகள் மிதிபடும் ஓசைதவிர வேறெந்தச் சப்தமும் இல்லை. சற்றுத்தொலைவில் சரளை முட்கள் குவித்து வைக்கப் பட்டிருந்த இடத்தை அடைந்து அனசுக்குக் காத்திருந்தான் மகேஷ். அவன் வலதுபுறம், ஐம்பதாண்டுப் பழைய அரச மரமொன்று நின்றிருந்தது. அதன் தரைப்பகுதி சமீபத்தில்தான் திருத்தப்பட்டிருக்க வேண்டும், இன்னும் ஈரம்கூட உலரவில்லை. சமப்படுத்தப்பட்ட தரையில் கோரைப்பாய்கள் விரிக்கப்பட்டிருந்தன. இலைகளின் தடுப்பைமீறி ஊடுருவிய வெளிச்சம் தரையில் பலவடிவப் புள்ளிகளை வரைந்திருந்தது. அதுதான் ஆலோசனை மையம். அங்கு ஏற்கனவே காத்திருந்த நெல்சனும் முருகேசனும் எழுந்து வரவேற்றனர். அவர்களோடு வேலுவும் அனசும் சேர்ந்து கொண்டபோது விறுவிறுவென ஓடிய மகேஷ் ஒரு புளியமரத்திலேறி உளவு நிலையெடுத்தான்.

செல்வகுமார் தோழருக்கு தகவல் தெரியுமா? என்றான் அனஸ்.

"இல்ல தோழர், அவரு இதுல ஆர்வமா இல்ல. மத்தியக்குழு சொன்னாதான் நடவடிக்கைல இறங்கனும்னு சொல்லிட்டிருக்காரு. அதுல எங்களுக்கு உடன்பாடில்ல." இடை மறித்துச்சொன்ன முருகேசனின் உதடுகளுக்கு மேலே புதிதாக முளைத்திருந்த அரும்பு மீசை அவன் முகத்துக்குப் பொருத்தமில்லாமலிருந்தது.

"ஆறுன கஞ்சி பழங்கஞ்சிதான் தோழர், இந்தப் பண்ணையார் இவ்ளோ அட்டூழியம் பன்றான். சின்னப்பிள்ளைனு கூடப் பாக்காம நாசம் பண்ணியிருக்கான். எதுத்துப்பேச யாரும் இல்லைங்கிற திமிருதான் இப்படி பண்ணவெக்குது. அவன இப்பத் தண்டிக்காம வேற எப்பத் தண்டிக்கிறதாமா?" நெல்சனின் குரலில் உஷ்ணமிருந்தது. சட்டைப்பையிலிருந்து எடுத்த பீடிக்கட்டிலிருந்து ஒன்றை உருவி தலையில் கொள்ளியிட்டான். குபுகுபுவெனப் பரவிய புகைக்குப் பின்னால் அவன் முகம் வேறு யாரையோ போலிருந்தது. அனசிடம் பீடிக்கட்டை நீட்டியபோது வேண்டாமென்று தலையாட்டி மறுத்தான்.

"நிறைய ஜனங்க, நம்ம கட்சி ஆதரவாளர்களா இருக்காங்க. இந்தப் பண்ணையார் செஞ்ச வேலையால கொதிச்சுக் கிடக்கறாங்க. கட்சி எதாவது செய்யும்னு நம்பியிருக்காங்க. நாம நடவடிக்கை எடுத்தாதான் அவங்க நம்பிக்கையத் தக்கவச்சுக்க முடியும்." முருகேசன் சொன்னதை ஆமோதிப்பதுபோல மேலும் கீழுமாகத் தலையாட்டினான் நெல்சன்.

சிதறிக்கிடந்த அத்திப்பழங்களில் ஒன்றைப் பொறுக்கிக் கொண்டு அங்கும் இங்கும் ஓடிக்கொண்டிருந்த அணிலொன்று சட்டென மரத்திலேறி இலைகளுக்குள் மறைந்தது.

"மத்தியக்குழுவுக்குத் தகவல் அனுப்பியும் எந்தப் பதிலும் வரல.. என்னடா பண்றதுனு கையப் பெசஞ்சுட்டு இருந்த நேரத்துலதான் உங்க தகவல் வந்துச்சு. மத்தியக்குழு அனுமதிக்குதோ இல்லையோ நாம தண்டிப்போம் தோழர். மக்கள் நம்மகூட நிப்பாங்க." நெல்சன்.

"கண்டிப்பாச் செய்யலாம் தோழர். இது ஒண்ணும் புதுசு இல்ல. ஏற்கனவே இந்த மாதிரி ஆதிக்க சக்திகளக் கட்சி தண்டிச்ச அனுபவம் இருக்கு. உறுதியாச் செய்வோம்." வேலு.

" உங்க கருத்துகளோடு முழுசா உடன்படறேன். ஆனா என்னோட கருத்து என்னான்னா இது வெறுமனே பழிவாங்கல் நடவடிக்கையா இல்லாம அரசியல் நடவடிக்கையா இருக்கணும்." நிறுத்தி நிதானமாகச் சொன்ன அனசின் முகத்தைக் கவனமாகப் பார்த்துக்கொண்டிருந்தனர்..

"புரியல தோழர்?" நெல்சனின் நெற்றியில் கேள்விக்குறி முளைத்திருந்தது.

"இருட்டுல போய் அவன அழித்தொழிச்சிட்டு ஓடிப்போகாம, அவனைக் கைது செஞ்சு மக்கள் முன்னாடி நிக்கவெச்சு, விசாரிச்சுத் தண்டிக்கணும்." அவன் உச்சந்தலையில் படிந்திருந்த சினம் குரலில் வடிந்தது.

" கொஞ்சம் விளக்கமாச் சொல்லுங்க தோழர்." முருகேசனின் முகத்தில் நூறு வாட்ஸ் பல்பொன்று பளிச்சிட்டது.

திட்டத்தை விவரித்தான் அனஸ்.

★★★

நெல்சனின் சைக்கிளில் அனசு, முருகேசின் சைக்கிளில் வேலுவும் ஏறிக்கொண்டபோது நன்றாக இருட்டியிருந்தது.

பரந்து விரிந்திருந்த விவசாய நிலத்தின் மையத்தில் பொட்டு வைத்ததுபோல நடேசமூர்த்தி வீடு உட்கார்ந்திருந்தது. முன்புறம் திண்ணை வைத்துக் கட்டப்பட்ட பழங்காலத்து வீடு. தூண்களும் அலங்கார வளைவுகளும் கொண்டு கம்பீரமாக நின்றிருந்தது. மாட்டு வண்டியொன்று கிடைசாய்ந்து கிடந்தது. சற்றுத்தள்ளி நின்றிருந்த ஒரு வெள்ளை நிற ப்ளசர் காரின் கீழே நாயொன்று படுத்திருந்தது. வீட்டைச்சுற்றிக் காம்பவுண்டுச் சுவர் போல வேலிச்செடிகள் படர்ந்திருந்தன.

நடேசமூர்த்தியின் வீட்டையும் சூழலையும் கண்களால் அளவெடுத்துக்கொண்ட அனஸ், அவர், வீட்டுக்குப் போகும் நேரம், திரும்பி வரும் நேரமெல்லாம் கேட்டுத் தெரிந்து கொண்டு கவனமாகப் பரிசீலித்தான்.

நடேசமூர்த்தி, தினமும் வயலுக்குப் போய் வேலைகளைப் பார்வையிடுவதோடு சரி. வெளியே எங்கும் போவதில்லை. ஆனால் வியாழக்கிழமை சந்தையில் கண்டிப்பாகப் பார்க்கலாம். வசூல் நாளல்லவா? விவசாயம் தவிர வட்டித்தொழிலும் உண்டு. அதுவும், ஏப்ப சோப்பைகளுக்கெல்லாம் கிடையாது. வரவு செலவெல்லாம் மொத்த வியாபாரிகளோடு மட்டும்தான். அசல், முன்னே பின்னே ஆனாலும் வட்டி தாமதமாகக்கூடாது. பிரதி வியாழக்கிழமை சந்தை முடிவதற்குள் மணியடித்தாற்போல கட்டிவிடவேண்டும். அரைமணிநேரம் கூடத் தவறக்கூடாது. அப்புறம் அது, நாள் வட்டி, வார வட்டி, மீட்டர் வட்டி என்றெல்லாம் குட்டிகளை ஈன்றுவிடும். அதற்குக் கம்பெனி பொறுப்பல்ல.

அதுதான் சரியான தருணம். வீட்டிலிருந்து சந்தை வரைக்கும் வேவு பார்த்தார்கள்.

வீட்டிலிருந்து சந்தை மூன்று மைல். அரைக் கிலோ மீட்டருக்குதான் வீடுகள் இருக்கும். அதைத் தாண்டினால் சந்தை வரை பொட்டல்தான்.

காலை ஐந்து மணிக்கெல்லாம் வண்டி கிளம்பியிருந்தது. சோளக்கொல்லையில் அனஸ் பதுங்கியிருந்தான். முச்சந்தி வளைவில் வண்டி திரும்பும்போது வேலு எதிர்த் திசையில் சைக்கிளைக் கிளப்பினான். சின்னவாய்க்கால் பாலம் குறுகலானது. கார் போனால் ஆள் போக முடியாது. அங்கே வண்டி வேகம் குறைத்துத்தான் ஆகவேண்டும் என்ற கணிப்பு பலித்தது. பாலக்கரையில் காத்திருந்த வேலு,திடுமென உள்ளே நுழைந்தான். ஹாரன் சப்தம் அலறியபடி, வண்டி நின்றது. கார் மீது சைக்கிளை மோதவிட்டு விழுந்தான்.

“யார்றா அவன் குருட்டுத் தாயோழி இப்படி வார்றவன்..”

இறங்கி வந்த நடேசமூர்த்தியின் மீது பின்னாலிருந்து பாய்ந்தான் அனஸ். வேலு முன்னாலிருந்து பாய்ந்தான். அவனை மடக்கிப்பிடித்து, முகத்தை லுங்கியால் மூடி, கைகால்களைக் கட்டி அதே காரில் தூக்கிப்போட்டுச் சந்தையை நோக்கிப் போனது வண்டி. சந்தையின் மையத்தில் ஒரு மைதானமிருந்தது. வெளியூரிலிருந்து வருகிற வண்டிகள் அங்கு நின்றுதான் சரக்குகளை இறக்கும். எப்போதும் மக்கள் கூட்டம் அலைமோதும். அதுதான் சரியான இடம். அங்கு நடேசமூர்த்தியை இறக்கி, தூணில் கட்டிப்போட்டனர்.

“நண்பர்களே தோழர்களே.. மக்களைச் சுரண்டிப் பிழைக்கும் சதிகாரன், காமக்கொடூரன். நடேசமூர்த்தியைக் கைது செய்திருக்கிறோம். இவனுடைய குற்றங்களுக்கு இப்போதே தண்டனை வழங்குவோம்”

வேடிக்கை பார்த்துக்கொண்டு நின்ற மக்கள் கூட்டம் ஆரவாரம் செய்தது.

“காமக்கொடூரனை அங்கஹீனம் செய்

காமக்கொடூரனை அங்கஹீனம் செய்..”

பையிலிருந்து அரிவாளை எடுத்தான்.

"புரட்சி ஓங்கட்டும்... இன்குலாப் ஜிந்தாபாத்.."

நடேசமூர்த்தியின் இடது கையும் வலது காலும் தனித்தனியே தரையில் கிடந்தன.

திட்டத்தை மனதுக்குள் ஓட்டிப்பார்த்தான் அனஸ். உள்ளூர்த் தோழர்கள் யாரும் நடவடிக்கையில் பங்கெடுக்க வேண்டாம். திருப்பூர்த் தோழர்களே பார்த்துக்கொள்வார்கள். காதும் காதும் வைத்தாற்போலக் கச்சிதமாய் வேலையை முடித்துவிட்டுக் கிளம்பிவிடவேண்டும்.

"ஆனா.. கார் ஓட்டத்தெரிந்த ஆள் வேணுமே?"

"நான் ஓட்டுவேன் தோழர்" என்றான் வேலு.

"நல்லது. தேவையான ஆயுதங்கள்?"

நெல்சன் ஓடிச்சென்று ஓர் அரிவாளை எடுத்து வந்தான்.

"இது ஆகாது தோழர். இந்த அரிவாளால எலும்பத்தாண்டிப் போக முடியாது. ஒரே வெட்டுல கையும் காலும் துண்டாகணும்." அனஸ்.

"பரமத்தி வேலூர்ல அரிவாள் அடிக்கிற ஒருத்தர எனக்குத் தெரியும். அத நாங்க ஏற்பாடு பண்ணிக்கறோம்." வேலு.

"சந்தைக்கு அந்தாளு தனியாத்தான் வருவான், அது சரி. ஆனா சந்தைல பண்ணையார் ஆளுக இருப்பாங்களே, அவங்க ஒண்ணு கூடி வந்தா எப்படிச் சமாளிப்பீங்க.?" நெல்சனின் கேள்வி யோசிக்கவைத்தது.

"உள்ளூர்த் தோழர்கள் சிலரக் கூட வெச்சுக்கலாமா.?" என்ற வேலுவின் ஆலோசனையை மறுதலித்தான்.

"இல்ல தோழர், உள்ளூர் ஆட்கள ஈடுபடுத்துனா போலீஸ் ஈசியா கண்டுபிடிச்சிரும். இங்க மக்களுக்கும் அமைப்புக்கும் பெரிய இழப்பு ஆயிடும். வேற எதாவது யோசிக்கணும்" என்றபடி நெற்றியை உயர்த்திப் பார்த்தான். மேகப்போர்வைக்குள் ஒளிந்துகொண்டு நிலவும் நட்சத்திரங்களும் கண்ணாமூச்சி ஆடிக்கொண்டிருந்தன.

'ஒரு நிமிசம் இருங்க தோழர், வர்றேன்..' என்று சொல்லி எழுந்து நடந்து இருட்டுக்குள் மறைந்த முருகேசன், ஐந்தே நிமிடத்தில் திரும்பி வந்தான். அவனுடன் மெலிந்த முதியவர்

ஒருவர் இருந்தார். காலையில் அனசை மரத்தின் கீழே பதுக்கினாரே அவரே தான். அவர் கையில் ஒரு மஞ்சள் பை இருந்தது. தலை நிற்காத பிள்ளையைத் தூக்கும் கவனத்தோடு அதைப் பிடித்திருந்தார்..

சுற்றிலும் பார்த்துவிட்டு அதைத் திறந்தார். அதுக்குள் பிளாஸ்டிக் கவரில் சுற்றப்பட்ட சில பொருட்கள் இருந்தன. நான்கைந்து ஜெலடின் குச்சிகளும், சில டெட்டனேட்டர்களும். பாறை வெடிகள் அவை. அவற்றைப் பார்த்ததும் கம்பளிப்பூச்சி போல உடல் சிலிர்த்தது அனசுக்கு.

"ஒருவேள சமாளிக்க முடியாதளவுக்குக் கூட்டஞ்சேந்துட்டா.. இதுல ஒண்ண எறிஞ்சாப் போதும் ஒரு பய கிட்டக்க வரமாட்டானுக.." ஏதோ 'மணி ஒன்பது' என்பதுபோல, அந்த முதியவர் இயல்பாகச் சொன்னார். அனசுக்குத்தான் உள்ளுக்குள் படபடவென்று இருந்தது.

வியாழக்கிழமைக்கு இன்னும் ஐந்து நாட்கள் இருந்தன. அதற்குள் மற்ற ஏற்பாடுகளைச் செய்து முடிக்க வேண்டும். அடுத்த புதன் கிழமை மீண்டும் சந்திக்கலாம் என்று முடிவெடுத்துக் கூட்டம் கலைந்தது.

மஞ்சள் பையைத் தூக்கிக் காட்டி "இதக் கொண்டு போறீங்களா தோழர்?" என்றார் முதியவர்.

"இப்ப வேணாம். நீங்களே கொண்டு போங்க. புதன்கிழம கொண்டு வாங்க."

அனசின் இந்தப் பதில் வேலுவுக்குப் பெரும் ஏமாற்றமாக இருப்பதை அவன் முகம் காட்டியது. ஏதோ சொல்லவந்து தயங்கி நின்றவன் ஒரு கட்டத்தில் தயக்கத்தை உடைத்துக் கேட்டுவிட்டான்.

"தோழர், அந்த டெட்டனேட்டரயாச்சும் வாங்கிட்டு போலாமே..?"

வெடிபொருட்கள் குறித்தெல்லாம் இதுவரை கேள்விப்பட்டதோடு சரி. நேரில் பார்த்ததுகூட இல்லை. இப்போது கண்ணெதிரே இருக்கிறது. கைகளில் எடுத்துப் பார்த்தான். ஏதோ ஒரு பரவச உணர்வு மின்சாரம் போல உடலுக்குள் பாய்ந்தது.

அனசுக்கும் அதில் உடன்பாடுதான். வேலுவின் அதே பரவச உணர்வு அவனுக்கும் இருந்தது. பாலிதீன் காகிதத்தில் சுற்றப்பட்ட நான்கு டெட்டனேட்டர்களை வாங்கிப் பைக்குள் சொருகினான்.

"வந்தது வந்தாச்சு. கையோட அந்த வேலையையும் முடிச்சிட்டுப் போயரலாம் தோழர்"

பரமத்தி வேலூருக்குப் பஸ் ஏறினார்கள். உள்ளூர்த் தோழர் ஒருவர் உதவினார். புறநகரில் இருந்த கொல்லன் பட்டறையில் லாரியின் ஸ்பிரிங் பட்டையிலிருந்து அடிக்கப்பட்ட இரண்டடி நீள அரிவாள்களை நாளிதழில் சுற்றி பைக்குள் திணித்துக்கொண்டு வண்டியேறும்போது விடிந்திருந்தது.

அத்தியாயம் – 35

தமிழக அரசே..!! போராளிகளின் மீதான கொலைவெறித் தாக்குதல்களை உடனே நிறுத்து..!!

தமிழ்க அரசுக்கு எச்சரிக்கை. போராளிகளின் மீதான தாக்குதல்களைக் கைவிடும்வரை இது தொடரும்..

சிவப்பு நிற மையால் எழுதப்பட்ட துண்டறிக்கைகளைச் சரி பார்த்துக் கொண்டிருந்தான் அனஸ். எல்லாத் துண்டறிக்கைகளின் கீழும் சிவப்புப் புலிகள் என எழுதியிருந்தான். அமைப்பின் அனுமதியில்லாமல் நடத்தப்படுகிற நடவடிக்கை. புதிய பெயரைப் பயன்படுத்தலாமென முடிவு செய்திருந்தது தாக்குதல் குழு.

கணக்கம்பாளையம் நடவடிக்கைக்கு தயாராகிக் கொண்டிருந்த போது வேலுதான் இந்த யோசனையைச் சொன்னான். தமிழகம் முழுவதும் நக்சல்பாரிகள் போலீசால் நரவேட்டையாடப்படுவது தொடர்கதையாக இருந்தது. இதற்கெதிராகச் சில மாதங்களுக்கு முன்பாகவே ஊத்துக்குளியில் ஒரு தாக்குதலுக்குத் திட்டமிட்டிருந்தது கமிட்டி.

திடீரென பஸ்சை வழிமறிப்பது. உள்ளே ஏறி, எந்த நோக்கத்துக்காக இந்த நடவடிக்கை எடுக்கப்படுகிறது என்பதை மக்களிடம் பிரச்சாரம் செய்து அவர்களை இறங்கச் செய்வது. பிறகு பஸ்சை எரித்துவிட்டுத் தப்புவது. மறக்காமல் மக்களை நோக்கித் துண்டறிக்கைகளை வீசிவிட்டு வரவேண்டும். இதுதான் திட்டம். சில நாட்களாக வேவு பார்க்கப்பட்டு, இடம், நாள், நேரம் எல்லாம் முடிவு செய்யப்பட்டிருந்தன.

ஊத்துக்குளியிலிருந்து திருப்பூர் செல்லும் வழியில் பஸ்சை மறிப்பதற்காக ஒருகுழு மக்களோடு மக்களாகக் கலந்து நின்றிருந்தது. திட்டமிட்டபடியே ஒருவர் பஸ்சை மறிக்க, இரண்டு பேர் உள்ளே ஏறி மக்களிடம் பேச ஆரம்பித்தனர்.

அந்த நேரத்தில் இன்னொருவர், பஸ்சின் பின்பக்க ஏணியில் ஏறி பெட்ரோலை ஊற்றிவிட்டு மேற்கூரையை மூன்றுமுறை தட்டி உள்ளே இருக்கும் தோழர்களுக்குத் தகவல் கொடுக்க வேண்டும். தகவல் கிடைத்ததும் மக்களைப் பஸ்சிலிருந்து இறக்கிவிட்டுத்

தானும் இறங்கிக் கொள்ள வேண்டும். ஆனால் பெட்ரோலோடு நின்றிருந்தவர் கடைசி நேரத்தில் பயந்து ஓடியிருந்ததால் மொத்தத் திட்டமும் சொதப்பியிருந்தது. இந்தத் திட்டத்தின் தோல்விக்குக் காரணமான குழு, கடந்த கூட்டத்தில் கடுமையாக விமர்சனங்களைச் சந்தித்ததெல்லாம் நினைவிலிருந்தது.

இந்த முறை அப்படி நடந்துவிடக்கூடாது. துல்லியமாகத் திட்டமிட்டுத் தக்குதலைக் கச்சிதமாக நடத்தி முடிக்க வேண்டும் என்பதில் உறுதியாக இருந்தான்.

எப்படியும் நடேசமூர்த்தி தாக்குதலுக்குப் பிறகு கொஞ்ச நாட்கள் தலைமறைவாக இருக்க வேண்டியிருக்கும். அதற்கு முந்தைய இரவு இந்த பஸ் எரிப்பை முடித்துவிட்டு கணக்கம்பாளையம் போய் பண்ணையாரைத் தண்டித்துவிட்டுத் தலைமறைவாகிவிடலாம்.

தேவையான பொருட்கள் தயார். இரண்டு ஐந்து லிட்டர் கேன்களில் பெட்ரோல். ஏழங்குல நீளத்தில் இரண்டு கத்திகளும், பரமத்தி வேலூரிலிருந்து வாங்கிவரப்பட்ட இரண்டு அரிவாள்களும் துணியில் சுற்றி டேபிளின் கீழே மறைக்கப் பட்டிருந்தன.

மற்றச் செலவுகளுக்குப் பணம் திரட்டுவதுதான் பெரிய சவாலாக இருந்தது. அலுவலகக் கட்டிட உரிமையாளர் கண்ணப்பன் கட்சி ஆதரவாளர்தான். சிறிய தொகை கொடுத்திருந்தார். அலுவலகமென்றால் பெரிதாக நினைத்துக் கொள்ளாதீர்கள். கண்ணப்பன் வீட்டின் முன்பு இருந்த பத்துக்குப் பத்து அறையை சில மாதங்களுக்கு முன்புதான் வாடகைக்கு எடுத்திருந்தார்கள். கண்ணப்பன் வாடகை விசயத்தில் கறாராகவெல்லாம் இருந்ததில்லை. கொடுக்கும்போது வாங்கிக் கொள்வார். கண்ணப்பன் பெற்றுக்கொண்ட தொகையைவிட நன்கொடையாகக் கொடுத்த தொகைதான் அதிகம்.

சிறிய குழுவான பி.எல்.ஜி க்கு வருமான வாய்ப்புகள் எதுவும் இல்லை. துண்டறிக்கை, சுவரொட்டிகளுக்குக் கூட மக்களிடம் வசூல் செய்துதான் சமாளிக்க வேண்டியிருந்தது. சின்ன அமைப்பு, குறைவான ஆதரவாளர்கள், குறைவான நிதி. லெவி போக தன் சம்பளப் பணத்தின் ஒரு பகுதியைப் போட்டு எப்படியோ இழுத்துப்பிடித்து ஓட்டிக்கொண்டிருந்தான்.

ஆனாலும் இந்த முறை நிதி நெருக்கடி அதிகமாகத்தான் இருந்தது. ஒரே நேரத்தில் வெவ்வேறு பகுதிகளில் அடுத்தடுத்து

இரண்டு தாக்குதல்களில் ஈடுபடுவது இதுதான் முதல் முறை. சொல்லப்போனால் இதுவரை எந்தத் தாக்குதலையும் நடத்தியிருக்காத அவன் குழு, தன் முதல் முயற்சியிலேயே இரட்டைத் தாக்குதலை நடத்திக் கவனம் பெறத் திட்டமிட்டிருந்தது.

தெரிந்த சிலரிடம் வட்டிக்குப் பணம் வாங்கியும் போதிய தொகை சேரவில்லை. மண்டையைப் பிய்த்துக்கொண்டு அமர்ந்திருந்த அனஸ்,

'வணக்கம் தோழர் ' என்றபடி உள்ளே நுழைந்த வேலுவைப் பார்த்ததுமே புரையேறுவதுபோலப் பொக்கென்று சிரித்துவிட்டான். வேலுவின் முகம் வாடுவதைக்கண்டு, எவ்வளவோ முயன்றும் தன்னைக் கட்டுப்படுத்திக்கொள்ள முடியாமல் கமலக்கண்ணனும் உடைந்து சிரித்தான். மற்றவர்களும் அதில் சேர்ந்துகொள்ள அலுவலகம் முழுவதும் வெடிச்சிரிப்பாகப் பரவியது. ஒரு கட்டத்தில் வேலுவும் தன்னை மறந்து சிரித்துவிட்டான்.

பெரியவர் கொடுத்த டெடனேட்டர்கள், வேலுவிடம் தானிருந்தன. வீட்டில், பரண் மீது பழைய பொருட்களுக்குள் ஒளித்து வைத்திருந்தான்.

அன்றைய இரவு முழுவதும் அவனுக்குத் தூக்கமே பிடிக்கவில்லை. இது எப்படி வேலை செய்யும் என்கிற குறுகுறுப்பு அவன் மண்டைக்குள் ஈர்களைப் போல ஊறிக் கொண்டே இருந்தன.

டெடனேட்டர், ஒரு பெரிய சைஸ் தாயத்து போலத்தான் இருக்கிறது. ஒரு லட்சுமி பட்டாசின் காகிதங்களை உரித்துப்பார்த்தால் உள்ளுக்குள் குச்சிபோல மருந்து இருக்குமே.. அப்படித்தான். ஆனால் கொஞ்சம் நீளமாக. ஜெலட்டின்களுக்கு இதைத் திரியாகப் பயன்படுத்துவதாகச் சொல்லியிருந்தார் பெரியவர்.

தீபாவளி சமயங்களில் விதவிதமாகப் பட்டாசுகளை வெடித்துப் பார்த்திருக்கிறான். சிறியவகை சீனிப்பட்டாசுகளைப் பற்ற வைத்து வீசுவது. லட்சுமி வெடி, அணுகுண்டு வெடிகளின்மேல் தேங்காய்த் தொட்டிகளைக் கவிழ்த்து வெடிக்கச் செய்வது என எல்லாச் சராசரிக் குறும்புகளையும் செய்திருக்கிறான். அது அவ்வளவு உயரத்துக்குப் பறந்துபோய் விழுவதைப் பார்ப்பதில் அவ்வளவு ஆனந்தம். மீந்து போன பட்டாசுகளைப் பொறுக்கி அதன் மருந்துகளை ஒரு காகிதத்தில் கொட்டி அதன் நான்கு முனைகளிலும் பற்ற வைப்பான். அது கொஞ்சம் கொஞ்சமாக எரிந்துகொண்டே

மையப்பகுதுக்குப் போனதும் புஸ்ஸ்ஸ்ம். என்று பெரும் பிழம்பாக எரிவதைப் பார்த்து ரசிப்பான். ஒருமுறை அப்படிச் செய்யும்போது அவன் கட்டை விரல் வெந்துபோன தழும்பு இன்னும் இருக்கிறது..

இந்த டெட்டனேட்டரை அப்படித்தான் நினைத்தான். பென்சில் பட்டாசின் ஒரு முனையில் பற்றவைத்தால் அது எரிந்துகொண்டே மறுமுனைக்குச் செல்வதுபோல இதுவும் எரிந்துகொண்டே போய் ஜெலட்டினை வெடிக்கச்செய்யும் என்று அவனாக ஒரு முடிவுக்கு வந்திருந்தான். ஆனாலும் அதைச்சோதித்துப் பார்க்கவேண்டுமென்று ஆர்வம் அவனுக்குள் கட்டுப்படுத்த முடியாத அளவுக்கு பெருகிக்கொண்டே இருந்தது.

வேலுவின் அம்மா அப்பா இருவருமே வேலைக்குச் செல்பவர்கள். அன்று காலை இருவரும் போன பிறகு சரசரவென்று பரணில் ஏறி பிளாஸ்டிக் கவரைப் பிரித்து ஒரு டெட்டனேட்டரை எடுத்தான். குளிப்பதற்காக அடுப்பில் தண்ணீர் சூடாகிக் கொண்டிருந்தது. கொப்பரைகளும் விறகுகளும் தகதகவென எரிந்துகொண்டிருந்தது. டெட்டனேட்டரின் ஒரு முனை மட்டும் எரியும்படி அடுப்புக்குள் வைத்தான். ஏதோ ஒரு உணர்வு உள்ளுக்குள் எச்சரிக்க, கொஞ்சம் தூரமாகத் தள்ளியே நின்றான். சரசரவென அது எரிவதுபோலத் தெரிந்தது. கூர்ந்து கவனித்தான்.

டம்ம்ம்ம்.. பெரிய சப்தத்தோடு வெடித்துச் சிதற, தண்ணீர்ப் பாத்திரம் பறந்துபோய் ஓட்டில் மோதி விழுந்தது. பயந்து வெளியில் ஓடினான். வீடு முழுவதும் புகை மண்டலமானது. நல்லவேளை அக்கம் பக்கத்தில் யாரும் இல்லை. இருந்திருந்தால் பெரிய கூட்டம் கூடியிருக்கும். என்ன ஏதென்று ஆளாளுக்கு விசாரித்திருப்பார்கள். பெரிய சிக்கலாகியிருக்கும்.

கதவு ஜன்னல்களைத் திறந்து விட்டான். சில நிமிடங்களில் புகை குறைந்திருந்தது. உள்ளே போய்ப்பார்த்தான். நாலைந்து ஓடுகள் சிதறிக்கிடந்தன. பாத்திரங்கள் அங்கங்கே அலங்கோலமாய்க் கிடந்தன. எல்லாவற்றையும் அவசர அவசரமாக ஒழுங்கு படுத்தினான். அடிப்புறம் நசுங்கிக் கிழிந்துகிடந்த தண்ணீர்ச்சட்டியை நொய்யல் ஆற்றில் வீசியெறிந்த பிறகுதான் அவனுக்கு உயிரே வந்தது.

அத்தியாயம் – 36

அந்தச் செவ்வாய்க்கிழமை தூங்கி வழிந்தது. பொழுது சாயத் துவங்கியிருந்தது. சத்தியா நகர் அணைக்கட்டுத் திண்டில் அமர்ந்திருந்தான். நுரைத்தபடி ஓடிக்கொண்டிருந்தது வெள்ளம். கரையோரமிருந்த புற்களின் வேர்கள் தண்ணீருக்குள் நீண்டிருந்தன. பழுத்த மருதாணி இலைகள், துவரம் பருப்புகளைப்போல நீரில் மிதந்தன. துரத்திக் குட்டிகள் அதை விரட்டிப்பிடித்து விளையாடிக்கொண்டிருந்தன.

இன்னும் இரண்டு நாட்களே இருந்தன. திட்டங்களைப் ப்ளூபிரிண்ட் போல மனதுக்குள் பதிந்து வைத்திருந்தான். பஸ் எரிப்பு நடவடிக்கை முடிந்ததும் நேராகச் சோமனூர் போய்விடவேண்டும். இரவு தங்குவதற்கான ஏற்பாடுகளை தமிழ்வேந்தன் செய்திருந்தார். அடுத்த நாள் காலையில் கணக்கம்பாளையம். பண்ணையார் நடவடிக்கை முடிந்ததும் அங்கிருந்து வெளியேறித் தலைமறைவாக வேண்டும். எப்படியும் சகஜ நிலை திரும்ப ஒரு வாரம் பத்துநாட்கள் ஆகலாம். அதுவரை எந்தெந்த ஊர்களில் எவ்வளவு நாட்கள் தங்குவது என்றெல்லாம் மனதுக்குள் அசை போட்டான்.

எல்லாம் சரியாகப் போய்க்கொண்டிருந்தாலும் அவன் மனதில் இனம்புரியாத ஒரு சஞ்சலம் செதில் முளைத்துப் பரவிக் கொண்டிருந்தது. இருமுனைத் தாக்குதலின் குறுகுறுப்பு மனம் முழுதும் ஈரநிலம்போலப் படிந்திருந்தாலும் இந்தச் சஞ்சலங்களைத் தவிர்க்க முடியவில்லை. வேறென்ன? நிதி தான்.

ஊருக்குப் போய்விட்டால் உள்ளூர்த் தோழர்களின் உதவியோடு சமாளித்துவிடலாம்தான். ஆனால் பயணச் செலவுக்குக்கூட நிதி இல்லை. தயாரிப்புகளிலேயே கையிலிருந்த காசெல்லாம் ஏற்கனவே கரைந்திருந்தது. கமலக்கண்ணன் தான் அந்த யோசனையைச் சொன்னான்.

பி.கே.ஆர் காலனி, இளங்கோ லே அவுட் சந்திப்பில் லீட்ஸ் எக்ஸ்போர்ட்சின் கட்டுமானப் பணிகள் ஒரு வருடமாக நடக்கின்றன. கமலக்கண்ணனின் ஒன்றுவிட்ட மாமா, கொண்டப்பன்

தான் கட்டிட மேஸ்திரி. கம்பெனி வேலை இல்லாதபோதெல்லாம் கொண்டப்பனிடம் வேலைக்கு போவான். எதாவது சின்னச்சின்ன வேலைகளைச் செய்து செலவுக்குத் தேற்றி விடுவான்.

அன்று இரவு ஹாலோபிளாக் லோடு வருவதாகச் சொல்லியிருந்தார் கொண்டப்பன். கற்களை லாரியிலிருந்து இறக்கிக் கட்டிடத்துக்குள் அடுக்கவேண்டும். ஒரு கல்லுக்கு 25 பைசா. எப்படியும் லோடுக்கு ஆயிரம் கற்களாவது இருக்கும். இரண்டு மணிநேர வேலை. இருநூற்றைம்பது ரூபாய் கிடைக்கும். உற்சாகமானான் அனஸ்.

ஐயனார் ஹாலொ பிளாக்ஸ் லாரி வந்து சேர்ந்தது. அனசோடு இன்னும் மூன்று தோழர்களும் தயார். கற்களை முதல் தளத்துக்கு ஏற்ற வேண்டும் என்றார் கொண்டப்பன். அரைகுறையாக நின்றிருந்த படிக்கட்டுகளில் கற்களைச் சுமந்துசென்று முதல் தளத்தில் அடுக்க வேண்டும். வேலை அதிகம். கல்லுக்குப் பத்துப்பைசா சேர்த்திக் கேட்டான். 'சேத்தியெல்லாம் குடுக்க முடியாது. கல்லுக்கு நாலணாதான். ஏத்தறதுனா ஏத்துங்க இல்லனா வேற ஆளப்பாத்துக்கறேன்.. என்று முகத்தில் அடித்தாற்போல சொன்னது எரிச்சலாக இருந்தது. ஆனால் இது வாக்குவாதம் செய்வதற்கான இடமல்ல. பணத்தின் தேவை அவனைச் சம்மதிக்கச் செய்தது. கடினமான வேலை. அனுபவமில்லாத போது இன்னும் கடினமாகி விடுகிறது.

உள்ளங்கைகளில் செதில் செதிலாய்த் தோல் உறிந்து நீர்க்கொப்புளங்கள் விட்டிருந்தன. தண்ணீர் பேரலுக்குள் கைகளை விட்டுக்கொண்டு நின்றான். எரிச்சலும் வலியும் குறைந்து கொஞ்சம் ஆறுதலாய் இருந்தது. மொத்தம் 800 கற்கள். 200 ரூபாயைக் கையில் வாங்கும்போது அதுவரையிலிருந்த மொத்த வலிகளும் காணாமல் போயிருந்தன.

"சரி.. எல்லாரும் வீட்டுக்குப்போய் சாப்பிட்டுட்டுப் பத்தர மணிக்கு ஆபீஸ் வந்துருங்க." உற்சாகமாகக் கலைந்தனர்.

எப்போதும் வீட்டுக்கு வந்ததுமே முகம் கழுவிவிட்டு லுங்கிக்குள் நுழைந்துகொள்ளும் அனஸ், அன்றைக்குப் பேண்ட்டுடனே சாப்பிட அமர்ந்ததை வினோதமாகப் பார்த்தாள் ஜெமீலா. பாத்திரத்தில் எடுத்து வைக்கப்பட்டிருந்த சாப்பாடு உதிரி மல்லிகைகளைக் கொட்டிவைத்தது போல இருந்தது. அருகில் துவரம் பருப்புக் குழம்பும் அப்பளமும் வைக்கப் பட்டிருந்தன.

தட்டில் போட்டுப் பிசைந்தான். எரிச்சல் சுர்ர்ரென மண்டைக்குள் ஏறியது. கண்கள் கதகதவெனக் கலங்கி நின்றன.

"என்னாச்சுத்தா.." ஜெமீலா பதறியபடி அவன் கைகளை விரித்துப் பார்த்து அதிர்ந்து போனாள்.

" என்ன கையெல்லாம் புண்ணாக்கெடக்குது.. எப்பிடி ஆச்சு..?" ஜெமீலாவின் கண்களும் நீர்கோர்த்தன.

"அது ஒண்ணுமில்லமா.. சைக்கிள்ள இருந்து விழுந்துட்டேன். கைய ஊனுனதுல சாறுகாயம் ஆயிடுச்சு."

"எங்கத்தா விழுந்த..? எப்போ..?" பதறினாள்.

"அத விடும்மா.. எனக்கு ஊட்டி விடுறியாம்மா..?"

தட்டை இழுத்து மடியில் வைத்துக்கொண்டு சாதத்தைப் பிசைந்து ஊட்டினாள். அமிர்தமாய் இருந்தது. தாயின் கரங்கள், வெறும் கரங்கள் மட்டுமல்ல. அது மூன்றாவது முலை.

அவனுக்கு ஊட்டுவதைக் கண்ட தம்பி தங்கைகளும் பக்கத்தில் வந்து உட்கார்ந்து கொண்டார்கள். தாய்ப்பறவை தன் குஞ்சுகளுக்கு ஊட்டுவதுபோல எல்லாருக்கும் ஊட்டினாள் ஜெமீலா. அம்மாக்கள் ஊட்டும்போது மட்டும் உணவு அமுதாகிவிடுகிறது.

சாப்பிட்டு முடித்து அவசரமாய்க் கிளம்பியவனை மறித்தாள்.

" இந்நேரத்துல எங்கத்தா போற..?"

"சின்ன வேலை இருக்குமா.. ஒரு மணிநேரத்துல வந்துருவேன்.. நீங்க சாப்பிட்டுப் படுங்க.." என்றபடி ஓடுபவனைப் பார்த்துக்கொண்டே நின்றாள்.

அனஸ், கமலக்கண்ணன், வேலு மூவரும் வந்திருந்தனர். 11 மணிவரை சார்லசைக் காணோம். அவன் வரும்போது வரட்டும். மூவரும் கிளம்பியபோது சுவரிலிருந்த பல்லியொன்று உச்சுக்கொட்டி அலறியது.

ஒரு மரத்தை வெட்டுவதற்கு எனக்கு ஒரு மணிநேரம் கொடுத்தால் அதில் முக்கால் மணிநேரம் கோடரியைத் தீட்டுவதில் செலவழிப்பேன் என்று ஜார்ஜ் வாசிங்டன் சொன்னதாகப் படித்த நினைவிருந்தது அவனுக்கு. ஒரு நடவடிக்கையின் வெற்றி, அதற்கான தயாரிப்புகளுக்கு நாம் செலுத்தும் மெனக்கெடல்களில்தான் இருக்கிறது. இந்த விசயத்தில் மெனக்கெடல் என்பது வேவு பார்ப்பது. பஸ் எரிப்புக்கு

வேவுபார்ப்பதுதான் அப்போதைய வேலை. கிளம்பும்போது கத்தியை எடுத்து இடுப்பில் சொருகினான் கமலக்கண்ணன்.

"இப்ப இது எதுக்கு தோழர்..?" அனஸ்.

"இருக்கட்டும் தோழர்." என்று சிரித்தான் கமலக்கண்ணன்.

சி.டி.சி பஸ் டிப்போவில் விளக்குகள் எரிந்துகொண்டிருந்தன. அதைத்தாண்டிப் பெரியதோட்டம் வரையிலும் கும்மிருட்டுதான். பெரியதோட்டம் முதலாவது வீதியில் மஸ்ஜித் ஏ நூர் பள்ளிவாசல் வேலைகள் நடந்துகொண்டிருந்தன. சிமெண்ட் மூட்டைகள் வைக்கப்பட்டிருந்த தற்காலிகக் கொட்டகையின் முன்னால் ஒருவர் கயிற்றுக்கட்டிலில் அமர்ந்து பீடி இழுத்துக் கொண்டிருப்பது தெரிந்தது.

முதலில் ஒன்பது மணி என்று பேசினார்கள். கம்பெனிகள் விடுகிற நேரம். கூட்டம் அதிகமாக இருக்கும். ரிஸ்க் அதிகம். பத்து மணி..? பஸ்சில் கூட்டம் இருக்காது. ஆளில்லாத பஸ்சில் யாரிடம் பிரச்சாரம் செய்வது? அதுவும் கைவிடப்பட்டது. இறுதியாக ஏழுமணிக்குத் தாக்குவதென்ற ஒத்த முடிவுக்கு வந்திருந்தார்கள்.

எந்த இடத்தில் பஸ்சை மறிப்பதென்பதில் வெவ்வேறு கருத்துகள் வந்தன. விவாதித்தபடி போய்க் கொண்டிருந்தார்கள். புதூர்ப் பிரிவில் ஒரு சிறிய டீக்கடை இருந்தது. அது பஸ் நிறுத்தமும் கூட. இந்த இடம்தான் சரியானது.

வேலு டீக்கடையில் அமர்ந்திருக்க வேண்டும். பஸ் வந்ததும், அவன் தான் குறுக்கே நின்று மறிக்கவேண்டும். ரோட்டுக்கு எதிர்ப்பக்கமாக கமலக்கண்ணன் சைக்கிளை ரிப்பேர் செய்வதுபோல பாவனை காட்டிக்கொண்டு காத்திருப்பான். கேரியரில் பெட்ரோல் கேன்கள் இருக்கும். அனசும் சார்லசும் சற்றுத்தள்ளி வேலன் ஹோட்டல் அருகில் காத்திருக்க வேண்டும். பஸ்சில் ஏறிப் பிரச்சாரம் செய்வது, துண்டறிக்கை வீசுவது அவர்களின் வேலை.

மூவரும் அவரவர்களுக்கான இடங்களில் நின்று பார்த்துக் கொண்டனர். தாக்குதலை முடித்துவிட்டு மூன்று முனைகளில் ஆளுக்கொரு திசையாக ஓடிவிடவேண்டும். யார் எந்தத் திசையில் ஓடவேண்டும். எங்கு சந்திக்கவேண்டும் என்பதெல்லாம்கூட முடிவு செய்யப்பட்டுத் திட்டம், ஒரு வடிவத்துக்கு வந்திருந்தது.

ஒத்திகையெல்லாம் முடித்துவிட்டுத் திரும்பும்போது அனசுக்குப் புது நம்பிக்கை பிறந்திருந்தது. மொத்தத் திட்டத்தையும் மனதுக்குள்

படம்போல ஓட்டிப்பார்த்தான். அவன் மூளைக்குள் பரவசமும் பதட்டமும் சம அளவிலிருந்தன..

இந்தத் தாக்குதல் வெற்றிகரமாக முடிந்தால் தங்கள் யூனிட்டுக்கென்று தனிப்பெயர் கிடைக்கும். வெவ்வேறு யூனிட்டுகள் தாக்குதலில் இறங்கும். அரசு அஞ்சும். தோழர்களின் மீதான தாக்குதல் குறையும். அமைப்பின் மீது மக்கள் நம்பிக்கை பெருகும். புரட்சி துவங்கும். சிந்தனைகள் விமானமேறிப் பறந்துகொண்டிருந்தான்.

"தோழர்.. போலீஸ்.."

படபடப்புடன் சொன்ன வேலுவின் குரலைக்கேட்டு சமநிலைக்கு வந்தான் அனஸ். திரும்பிப் பார்த்தான். போலீஸ் வாகனம் எதிரே வந்துகொண்டிருந்தது.

"பதட்டப்படாதீங்க.." அவன் குரல் மந்திரம்போல் ஒலித்தது.

உரசுவதுபோல் வந்து நின்ற ஜீப்பிலிருந்து இறங்கிய இரண்டு போலீஸ்காரர்களில் ஒருவர் டார்ச்சை அடித்ததில் கண்கள் கூசின.

"இந்நேரத்துக்கு எங்கடா போய்ட்டிருக்கீங்க..?" வழக்கமான அதிகாரத்தோரணையோடு வந்து விழுந்தன வார்த்தைகள்.

" சினிமாக்கு போனோம் சார் டிக்கெட் கிடைக்கல.. திரும்பி வீட்டுக்கு போறோம்.." என்றான் அனஸ்.

"நீ மக்கள் புரட்சிக்குழு அனஸ்தான..?" ஒரு போலீசுக்கு அவனை அடையாளம் தெரிந்திருந்தது.

"ஆமா சார்.."

"சரி சரி.. சுத்திட்டிருக்காமக் கெளம்புங்க.." என்று சொல்லிவிட்டு வண்டிக்குத் திரும்பியவருக்கு வேலுவின் கலவரமடைந்திருந்த முகம் சந்தேகத்தை ஏற்படுத்தியது.

"டேய் இங்க வா.. உன்ற முழியே சரியில்லையே.."

தயங்கித்தயங்கி முன்னால் சென்ற வேலுவின் இடுப்பில் துருத்திக் கொண்டிருந்த கத்தியின் பிடியைப் பார்த்து

"இடுப்புல என்னடா வெச்சிருக்க..?"

"………………"

வேலுவுக்குப் பயத்தில் நாக்கு அன்னத்தில் ஒட்டிக்கொண்டது. கமலக்கண்ணனுக்கும் உள்ளுக்குள் உதறலெடுப்பதை அவன் முகம்

காட்டியது. இருவரும் அனசைத் திரும்பிப் திரும்பிப் பார்த்தபடி இருந்தார்கள். சமயோசிதமாக எதையாவது சொல்லி நிலைமையைச் சமாளிப்பான் என்றுதான் பார்த்திருக்கிறார்கள். ஆனால் ஏற்கனவே சூழல் குளறுபடியாகியிருந்தது. அனசும் கலவரமடைந்திருந்தான்.

“என்னடா முழிக்கிறீங்க..? உண்மையச் சொல்லுங்கடா இங்க எதுக்கு வந்தீங்க?”

“இடுப்புல என்னடான்னு கேக்கறன்ல.. பக்கத்துல வாடா..”

லத்தியை ஓங்கிக்கொண்டு அருகில் வந்தார். இடுப்பில் கத்தி. மாட்டினால் கதை கந்தல். குடுகுடுப்பைக்காரன் உடுக்கைபோலப் படபடவென அடித்துக்கொண்டது இதயம். இன்னொரு போலீஸ்காரர் வேலுவின் சட்டையைப் பிடித்து இழுத்தார். வெடுக்கெனப் பிடுங்கிக்கொண்டு தப்பியோட நினைத்தான். மடக்கிப் பிடித்தனர். கையை முறுக்கிப் பின்புறமாய் மடக்கினார் ஒருவர். இன்னொருவர் இடுப்பிலிருந்த பொருளை எடுத்தார்.

“கத்தி வெச்சிருக்கான் சார்..”

பரபரப்பானது போலீஸ். மூன்று பேரையும் பொட்டலம் கட்டி வண்டிக்குள் வீசிக்கொண்டு ஸ்டேசனுக்குப் பறந்தது வண்டி.

தெற்குக் காவல் நிலையம். ஒரு நீளமான பெஞ்சில் மூவரும் இருந்தனர். மற்ற இருவரின் முகங்களும் அச்சத்தில் இருண்டுகிடந்தாலும் அனசின் கண்கள் ஒளிவீசின. அவன் மற்றவர்களைத் தைரியப்படுத்தினான்.

"அரசியல் எதிரிகளால அச்சுறுத்தல் இருக்குது. தற்காப்புக்கு வெச்சிருக்கேன்னு சொல்லுங்க. அதையும் மீறுனா சின்ன கேஸ் ஆகும் அவ்ளோதான? பாத்துக்கலாம். பயப்படாதீங்க."

இன்னோர் அணி நேராக அமைப்பின் அலுவலகத்துக்குப் போயிருப்பதை அவர்கள் அறிந்திருக்கவில்லை. பூட்டை உடைத்து உள்ளே நுழைந்தது காவல்துறை. பெட்ரோல் கேன்கள், அரிவாள்கள், கத்தி, டெட்டனேட்டர்கள், துண்டறிக்கைகள்.. போதாது..? உளவுத்துறையும் வந்து சேர்ந்தது. இது சாதாரண விசயம் இல்லை. அரசுக்கெதிராகப் பயங்கரத் தாக்குதலைத் திட்டமிட்டிருக்கிறார்கள். வாக்கி டாக்கியில் செய்திகள் பறந்தன. அங்கிருந்த பொருட்களை ஒன்றுவிடாமல் அனைத்தையும் அள்ளிப்போட்டுக்கொண்டு வந்தது போலீஸ்.

வேர்க்க விறுவிறுக்க இன்ஸ்பெக்டர் வந்து சேர்ந்தார்.

'வாடா மகனே வா.. எவ்ளோ நாள் ஆட்டங்காட்டின..'

பேச்செல்லாம் இல்லை. மூன்றுபேரையும் லாக்கப்பில் தள்ளிக் கண்மூடித்தனமாக அடி விழுந்தது. என்ன ஏதென்று புரிவதற்குள் ஆள் மாற்றி ஆள் வந்து அடித்துக்கொண்டே இருந்தனர். அவர்களின் கதறலால் ரோட்டில் போகிறவர்களெல்லாம் ஸ்டேசனைத் திரும்பிப் பார்த்துவிட்டுப் போனார்கள். எப்போதும் சட்டையைக் கழற்றக்கூட வாக்குவாதம் செய்பவன், அன்று மூர்க்கத்தனமான அடியில் ஜட்டியோடு நின்றிருந்தான். உடல் முழுவதும் நெருப்புக்கங்கைக் கொட்டியது போல எரிச்சல். எங்கெங்கே எலும்புகள் உடைந்திருக்கின்றன என்றே தெரியவில்லை. ஆளுக்கொரு மூலையில் அரைமயக்க நிலையில் கிடந்தனர்.

யார் யாரோ உயரதிகாரிகள் வருவதும் போவதுமாக இருந்தது. கைதான விசயம் அமைப்புக்குத் தெரிந்தால் தோழர்கள் வந்து அழைத்துச் செல்வார்கள்.. ஆனால் எப்படித் தகவல் சொல்வது? எப்படியும் காலையில் தகவல் தெரிந்துவிடும். ஆனால் இந்த இரவில் அடித்தே கொன்றுவிடுவார்கள் போலிருக்கிறதே. ஏற்கனவே போலீஸ் அடி, லாக்கப், சிறை எல்லாம் பார்த்தவன் தான். ஆனால் போலீசின் இந்த மூர்க்கத்தனத்தை இதுவரை பார்த்ததில்லை. ஒவ்வொருவரும் கொலைவெறியோடு அடித்து நொறுக்கினார்கள்.

அரைமணிநேரம் எந்தச் சப்தமும் இல்லாமல் ஸ்டேசன் வெறிச்சோடிக் கிடந்தது. கண்ணுக்கெதிரே யாரையும் காணோம். எல்லாரும் எங்கே போனார்கள்?

யாரோ ஓர் உயரதிகாரியோடு சந்திப்பு அறையில் கூட்டம் நடந்துகொண்டிருந்தது. எல்லாரும் அங்குதான் இருந்திருக்கிறார்கள்.

திடீரென ஏதோ சலசலப்புக் கேட்டது. ஏதோ ஒரு வாகனம் வந்து நின்ற சப்தம் தேய்ந்து மறைந்தது. கராமுராவென ஏதேதோ சப்தங்கள் கேட்டன.

"அய்யோ.. அய்யோ..

வலிக்குது சார்.. வேணா சார்..

அய்யோ.. அம்மா.. வலிக்குது.. அடிக்காதீங்க..."

யாரோ ஒரு முதியவரின் அலறல் ஒலி அறையெங்கும் ஓலமாய்ப் பரவி அச்சமூட்டியது. அந்தக் குரலைக் கேட்டதும் அவனுக்குத் தூக்கிவாரிப் போட்டது. ஆமாம் அது ஷேக் பரீத்தின் குரல்.

“ஐயோ.. அம்மா.. சார்.. சார்.. வலிக்குது சார்.. வேணாம் சார்..”

தன் கண்ணெதிரே தந்தை சித்திரவதை செய்யப்பட்டுக் கொண்டிருப்பதைப் பார்த்த அனஸ் உடைந்து அழுதான்.

அத்தா..!! என்று அழைக்க வாயெடுத்தவன். சட்டென அடக்கிக்கொண்டான். பேசினால் இன்னும் கொடூரமாக நடந்துகொள்வார்கள்.

எழுந்து அமர முயன்றான். இடுப்பெலும்பில் மின்சாரம் பாய்ந்ததுபோல வலித்தது. கைகளையோ கால்களையோ அசைக்கக்கக்கூட முடியாத அளவுக்கு கொடூர வலி. மெது மெதுவாக ஊர்ந்து சென்று அறையின் மூலையை அடைந்தான். முழுப் பலத்தையும் திரட்டி வலியைப் பொறுத்துக்கொண்டு எழுந்து அமர்ந்தான். மூலையின் இரண்டு சுவர்களுக்கிடையே தன் உடலைச் சாய்த்துக்கொண்டு அமர்ந்தான். அங்கிருந்து பார்த்தால் வெளியில் நடப்பது தெரிந்தது. பரபரப்பான போலீஸ் கூட்டத்தில் கால்காளுக்கு நடுவே ஊடுருவிப் பார்வையைச் செலுத்தினான். அவனுக்கு உயிரே போய்விட்டது.

சட்டை வேட்டியில்லாமல் வெறும் ஜட்டியுடன் ஒரு மூலையில் சுருண்டு படுத்திருந்தார் ஷேக் பரீத். ஒரு போலீஸ்காரர் அவரது தலைமுடியைப் பிடித்துத் தூக்கி அமரவைத்தார்.

“ ஐயோ.. கை.. ஐயோ.. ஐயோ.. கை.. கை.. வலிக்குது சார்..” அவரது வலது கையை இடது கையால் தாங்கிப் பிடித்துக்கொண்டு அழுதார். வலது கை மணிக்கட்டோடு உடைந்து துணிபோலத் தொங்கிக் கொண்டிருந்தது. வயசான ஜீவன இந்தப்பாடு படுத்தறீங்களேடா.. வாயைப் பொத்திக் கொண்டு கதறி அழுதான்.

ஐம்பதுக்கும் மேற்பட்ட போலீஸ் படை அனசின் வீட்டைச் சுற்றி வளைத்து நின்றது. திடுதிடுவென உள்ளே நுழைந்து அங்கிருந்த பொருட்களை அலசி ஆராய்ந்தது. அங்கிருந்த நூற்றுக் கணக்கான புத்தகங்களை மூட்டை கட்டி வண்டியில் ஏற்றினார்கள். இத்தனை ஆண்டுகளாகத் துளித்துளியாக அவன் சேமித்திருந்த சொத்து அதுதான். ஷேக் பரீத்தையும் அடித்து இழுத்து ஜீப்பில் ஏற்றிக்கொண்டு வந்திருந்தார்கள்.

அத்தியாயம் – 37

ஈர நிலம் உலர்வதுபோலக் கொஞ்சம் கொஞ்சமாய் அவன் உறுதி கரைந்து கொண்டிருந்தது. உடல் மீது நிகழ்த்தப்படும் தாக்குதலைவிட உளவியல் தாக்குதலே நிலைகுலையச் செய்துவிடுகிறது. போலீஸ் அடிகளை முன்னமே பார்த்தவன் தான். அந்த மூர்க்கங்களை அனுபவித்தவன்தான். ஆனால் இந்த இரண்டு நாட்களாக எதிர்கொள்ளும் தாக்குதல் அவன் ஆணிவேரைச் சாய்ப்பதுபோல இருந்தது. தன் கண்ணெதிரே அப்பா சித்திரவதை செய்யப்படுவதைக் காண்கிற மகனின் உளவியல் எப்படி இருக்கும்? அவமானப்படுத்தப்பட்டுக் கூனிக்குறுகி நிற்கும் அம்மாவைப் பார்க்கிற பிள்ளை மனது எப்படியெல்லாம் துடிக்கும்?

ஷேக் பரீத்தைக் கொண்டுவந்த அரைமணி நேரத்திலெல்லாம் ஸ்டேசனுக்கு ஓடி வந்தாள் ஜெமீலா. இதுபோன்ற சூழலையெல்லாம் ஏற்கனவே எதிர்கொண்டிருக்கிறாள்.. இந்த அச்சுறுத்தலையெல்லாம் பார்த்துப்பார்த்து மரத்துப்போன மனம்தான் அவளுக்கும். ஒடுக்குமுறையை அரசியலாக எதிர்கொண்டு பழகியிருந்தவளுக்கு இப்போது பின்னப்பட்ட சூழ்ச்சிகள் புரிந்தபோது நொறுங்கிப்போனாள். இன்று அவள் எதிர்கொள்வது வழக்கமான அச்சுறுத்தலையல்ல. வன்மத்தோடு இழிவுபடுத்தும் போலீசின் வக்கிரம், அவளை நிலைகுலையச் செய்திருந்தது.

"எப்பப்பாத்தாலும் உன்ற வீட்ல ஆம்பளைக கூட்டம் இருக்குமாமா..? என்ன தொழில் பண்ற..?பிராத்தல் கேஸ் போட்டு உள்ள தள்ளிருவேன்.."

"போ.. போ.. உனக்கு இனி புள்ளை கிடையாது.. தல முழுகிட்டுப் பொழைக்கிற வழியப்பாரு.. அவன் லைஃப் அவ்ளோதான்.."

காக்கைக்கூட்டத்தில் அகப்பட்ட கோழிக்குஞ்சைப்போல ஒட்டுமொத்தக் காவலர்களும் அவளைச் சூழ்ந்துகொண்டு வார்த்தைகளால் குத்திக் கிழித்துக் கொண்டிருப்பதைக் கண்டு துடித்துப்போனான். அடி உதைகளை விட அவமானம் அதிகமாக வலித்தது.

"ம்மா.. நீங்க வீட்டுக்குப் போங்கம்மா.. தோழர்கள் வந்து இதெல்லாம் பாத்துப்பாங்க.." என்று கத்த வேண்டும் போல இருந்தது. ஆனால் உடலும் மனமும் ஒத்துழைக்கவில்லை. அச்சமும் இயலாமையும் அவனைச் சவம் போலாக்கியிருந்தது.

போராடி, கத்தி, சண்டையிட்டு, அழுது, என்னென்னவோ செய்து பார்த்துவிட்டு ஓய்ந்துபோய் ஸ்டேசன் வாசலில் கிடந்தாள். உண்மையைச் சொல்வதென்றால் தரதரவென இழுத்து வெளியே வீசப்பட்டிருந்தாள்.

கையொடிந்து அழுதுகொண்டிருந்த கணவனையும் கந்தல் துணியாய்க் கிடந்த மகனையும் பதைபதைப்போடு பார்த்துக்கொண்டிருந்தவளின் மனதில் புயலடித்துக் கொண்டிருந்தது. அடிநெஞ்சிலிருந்து வெடித்துக் கிளம்பிய துக்கம் வாய்வரை வந்து விக்கிக்கொண்டு நின்றது. சட்டெனச் சுதாரித்தாள். அழக்கூடாது. நான் அழுதால் அனஸ் இன்னும் நொறுங்கிப்போவான். பொங்கி வந்த கண்ணீரைக் கட்டுப்படுத்தி, சேலைத்தலைப்பில் மூக்கைத் துடைத்துக் கொண்டாள்.

பரபரப்பாக இருந்தது காவல் நிலையம். அரை மணிநேரத்துக்கு ஒருமுறை புதிய புதிய வாகனங்களில் புதிய புதிய அதிகாரிகள் வருவதும் போவதுமாக இருந்தனர். ஸ்டேசனில் இவ்வளவு நேரம் அதிகாரம் செலுத்திக்கொண்டிருந்த போலீசாரெல்லாம் அவர்களைக் கண்டு பணிந்து நடந்தனர். உயர் அதிகாரிகள் என்ற புரிதலுக்கு வந்திருந்தாள்.

'யார் இந்தம்மா.. இங்க ஏன் உக்காந்திருக்கு..?" ஜெமீலாவைக் கைகாட்டி ஓர் அதிகாரி கடந்து போனார். திபுதிபுவென நான்கைந்து பெண் போலீஸ்காரர்கள் வந்து குண்டுக்கட்டாக அவளைத்தூக்கி ஸ்டேசன் காம்பவுண்டுக்கு வெளியே வீசியெறிந்தார்கள்.

வழக்கமான வழக்கு அல்ல இது. வழக்கமான நடைமுறை அல்ல இது. ஏதோ பெரிய சிக்கலில் மாட்டியிருக்கிறோம். என் குடும்பத்தை இவர்கள் என்ன செய்யப் போகிறார்களோ என்கிற அச்சம் அவளுக்குள் இருள்போலப் படர்ந்தது.

இன்ஸ்பெக்டர் இரத்தினசாமி ஸ்டேசனுக்குள் நுழைந்தபோது காலை ஏழு மணி. விடுப்பில் வெளியூர் போகவிருந்தவர் அதை ரத்து செய்ததாகப் பேசிக்கொண்டார்கள். அவரைக் கண்டதும் அனிச்சையாகவே உடல் நடுக்கமுறுவதை உணர்ந்தான் அனஸ்.

எத்தனை மாதப்பகை? தன் அறைக்குக் கூடப் போகாமல் நேராக லாக் அப்புக்குப் போய்ப் பார்த்தார்.

எப்போதும் கடுகடுவென இருக்கும் இரத்தினசாமி முகத்தில் அதிசயமாய் அன்று அமைதி தவழ்ந்தது. மெலிதாகச் சிரித்தார். பயணக்களைப்பில் அவர் முகம் அசதிபூசிக் காணப்பட்டது. ஆனாலும் கண்களில் ஒருவிதப் பிரகாசம் இருந்தது. நீண்டகாலமாகத் தேடிய எதையோ கண்டெடுத்த நிறைவு. உண்மையில் அதற்குள் வன்மமும் வஞ்சமும் கலந்திருந்ததை மற்றவர்கள் அறிந்திருக்கவில்லை.

"யோவ்... டீ சொல்லுயா.. எனக்கு மட்டுமில்ல.. எல்லாருக்கும் சொல்லு.. அப்படியே வட கிட போட்டிருந்தா ரெவ்வெண்டு கொண்டுவரச்சொல்லு"

இப்படியெல்லாம் இருக்கக்கூடிய ஆளல்ல அவர். எல்லாமே வழக்கத்துக்கு மாறாக இருந்ததை அனைவரும் விநோதமாகப் பார்த்தனர்.

ரைட்டரை அருகில் அழைத்து எதையோ சொல்லிக் கொண்டிருப்பதை கம்பிகளின் வழியே பார்த்தான் அனஸ். இரத்தினசாமி சொல்லச்சொல்ல அந்த ரைட்டர் அனசைத் திரும்பிப் பார்த்தார். ஆட்டுக்குட்டியைப் பார்க்கும் கசாப்புக் கடைக்காரனின் பார்வையைப்போலிருந்தது அது.

புழுதி படிந்துகிடந்த இருபதுக்கும் மேற்பட்ட கோப்புகள் மேசைமீது வைக்கப்பட்டன. ஒவ்வொன்றாய்ப் பிரித்துப்பார்த்து சில விபரங்களை ஒரு வெள்ளைத்தாளில் குறித்துக் கொண்டிருந்தார். ரைட்டரிடம் வெள்ளைத்தாளைக் கொடுத்துவிட்டுக் கிளம்பியபோது பதினொரு மணியாகியிருந்தது.

"இருடா ராசா.. ஒனக்கு நைட்டு வந்து விருந்து வெக்கிறேன்."

மதியம், புளிச்சாதப் பொட்டலம் ஒன்றை அவனெதிரே வைத்து விட்டுச் சென்றார் ஒருவர். பசியே இல்லை. வலியும் அவமானமும்தான் அவனைப் பிடுங்கித்தின்றன. அடி வாங்குவதற்காவது உடலில் தெம்பு வேண்டுமே.. பொட்டலத்தைப் பிரித்துச் சாப்பிட்டான். வலது கை உடைந்த நிலையில் இடது கையால் சாப்பிட்டுக் கொண்டிருந்த ஷேக் பரீத்தைப் பார்த்ததும் அடித்தொண்டை அடைத்துக்கொண்டது அவனுக்கு. துக்கம் பொங்கிக் கண்களில் நீர் பெருகியது. உடைந்து அழுதான். வாயிலிருந்த சோற்றுப்பருக்கை சுவாசக்குழாய்க்குள் நுழைந்து புரையேறியது. கடுமையாக இருமினான். கதவுக்கு வெளியே இருந்து போலீஸ்காரர் கத்தினார்.

"ரயிலப்புடிக்கவா போற.. மொல்லத் தின்றா தாயோழி!"

ஷேக்பரீத், இதுவரை அவனை டா போட்டுக்கூட கூப்பிட்டதில்லை. கண்கள் கதகதவெனக் கலங்கி நின்றன.. அதைப்பார்த்து அனசும் குலுங்கிக் குலுங்கி அழுதான்.

கடிதங்கள் நேரடியாக அனசின் முகவரிக்கு வராது. கோவையைச் சேர்ந்த மருத்துவர் புகழேந்தியின் முகவரிக்குப் போகும். அவர் கமலக்கண்ணனுக்கு அனுப்புவார். கமலக்கண்ணன் அதை அனசிடம் கொண்டு சேர்ப்பான். உளவுத்துறையின் கண்காணிப்பிலிருந்து நழுவத்தான் இதெல்லாம்.

கமலக்கண்ணன் வீட்டை அலசிய போலீசாருக்கு மருத்துவர் புகழேந்தியின் கடிதமொன்று கிடைத்தது. அதிரடிப்படை கோவை சென்றது. புகழேந்தி வீட்டைச் சோதனை செய்தபோது சென்னையிலிருந்து வந்த கடிதமொன்று கிடைத்தது. எழுதியவர் வினோத். தமிழீழ விடுதலைப்புலிகளோடு தொடர்புடையவர். போதாதா? உளவுப்பிரிவு ஒரு முழு விளையாட்டுக்குத் தயாரானது.

வேலூர் சிறையில்தான் வினோத் அறிமுகம். புலிகளின் சாகக் கதைகள் அனசுக்கு உற்சாகத்தை ஏற்படுத்தியிருந்தன. விடுதலைக்குப்பிறகும் அவர்களுக்கிடையே நெருக்கம் இருந்தது. ஆயுதங்களைத் தயாரிக்கக் கற்றுக்கொடுப்பதாகச் சொல்லியிருந்தான் வினோத். அதற்குள் இப்படி ஆகிவிட்டது. வினோத்தைத் தேடி ஒரு குழு சென்னைக்குப் பறந்தது.

இரவானாலே அவன் வயிற்றுக்குள் காரத்திரவங்கள் உருள்கின்றன. பகலில் விழும் அடிகளைவிட இரவுகளில் விழும் அடிகள் கொடூரமானவை. கதறிக் கதறி அவனுக்குத் தொண்டையெல்லாம் புண்ணாகியிருந்தது. மருத்துவர் புகழேந்தியை அள்ளிவந்த காவல்துறை இரவு முழுவதும் சித்திரவதை செய்தது. கமலக்கண்ணனுக்கும் ஷேக் பரீத்துக்கும் அடிகள் விழுந்தனதான். ஆனால் மற்றவர்களைவிட அனசுக்கு மட்டும் சிறப்புக் கவனிப்புகள் இருந்தன.

இரத்தினசாமியின் உன்மையான சுபாவம் வெளிப்பட்ட அந்த இரவை அவன் என்றைக்கும் மறக்க மாட்டான். மற்றவர்களுக்கு எதையெதையோ கேட்டுத்தான் அடிக்கிறார்கள். அனசிடம் எந்தக் கேள்வியுமில்லை. அடி அடி அடி தான். ஆள் மாற்றி ஆள் இரவு முழுவதும் நொறுக்கித் தள்ளினார்கள். அவர்களுக்கு அவன்

வாக்குமூலம் முக்கியமானது. அவனை அதற்குத் தயார்படுத்தவே இந்த தாக்குதல்கள். நண்பர்களைச் சித்திரவதை செய்யும்போது அந்தக் கதறல் சப்தம் அவனுக்குள் ஏற்படுத்திய அதிர்வுகள் உள்ளூர நடுக்கத்தை ஏற்படுத்தும். ஷேக் பரீத்தைச் சித்திரவதை செய்யும்போது அவரின் ஓலம் அவனது மனத்திடத்தைப் பலவீனப்படுத்தும். இந்தக் கொடூரங்கள் நிகழ்ந்து முடிந்த கையோடு அனசின் லாக் அப்புக்குள் இருவர் நுழைவார்கள். ஏற்கனவே உளவியலாகச் சிதைந்து கிடக்கும் அவனைப் புடைத்தெடுப்பார்கள். அவன் மயக்கமடைந்து விழுவான். ஒவ்வொரு முறையும் அது மட்டுமே அடியிலிருந்து அவனைக் காத்துக் கொண்டிருந்தது.

மூன்றாவது நாளும் முடியப்போகிறது. இலைகளை உதிர்த்துவிட்டு நிற்கும் மொட்டைத் தனிமரம் போல உணர்ந்தான். இடைவிடாத சித்திரவதைகள். உளவியல் நெருக்கடிகள், கண்ணெதிரே அப்பா சிதைந்து கிடக்கிறார். அம்மாவையும் கைதுசெய்து சிறையில் அடைக்க முயல்கிறது போலீஸ். தினமும் வந்து போலீசாருடன் சண்டையிடுவதும், நாள் முழுவதும் வாசலில் காத்துக்கிடப்பதுமாக இருக்கும் அம்மாவைச் சமாளிக்க அவர்களுக்கு வேறு வழி தெரியவில்லை. அம்மாவும் சிறைப்பட்டால் தம்பி தங்கைகளின் நிலை என்ன ஆகும்? எப்படிச் சமாளிப்பார்கள்? உறவுக்காரர்களோ அக்கம் பக்கத்தினரோ பார்த்துக் கொள்வார்களா? அப்படியே பார்த்துக்கொண்டாலும் எத்தனை நாளைக்கு? என்னென்னவோ குழப்பங்கள் அவன் மூளைக்குள் பெருங்காற்றாய்ச் சுழன்றடித்தன.

தோழர்கள் ஏன் இன்னும் வரவில்லை. ஜாமீன் எடுக்கவோ, வழக்கை எதிர்கொள்ளவோ முயற்சித்துக் கொண்டிருப்பார்களோ?. ஆனால் மூன்று நாட்களாக ஒருவர் கூட வந்து பார்க்கவில்லை.

கை கால்களை அசைக்க முடியவில்லை. உள்ளுக்குள் எந்தெந்தப் பாகங்கள் சிதைந்து போயிருக்கின்றனவோ தெரியவில்லை. தோல்களில் பயங்கர எரிச்சல். அடிபட்ட காயங்களில் இரத்தம் உறைந்துபோய் சக்கையைப்போல ஒட்டிக்கிடந்தது.

நேற்றிரவு நடந்த கொடூரங்கள் நினைவுக்கு வந்ததும் அவன் உடல் ஒருமுறை சிலிர்த்து அடங்கியது. அவனைக் குப்புறப் படுக்கவைத்து ஒருவன் கைகளையும் இன்னொருவன் கால்களையும்

இழுத்துப் பிடித்தபோதே அச்சத்தில் உடல் நடுங்கியது. ஓர் இரும்புக்குழாயைத் தொடைகளின் மீது வைத்து அதன்மீது பக்கத்துக்கு ஒருவராய் இரண்டுபேர் ஏறி நின்று கீழும் மேலும் உருட்டியபோது உயிரே போய்விட்டது.

புட்டத்திலிருந்து கெண்டைக் கால்கள் வரைக்கும் எலும்பின் ஒவ்வோர் அங்குலமும் உடைந்துபோனதைப்போல கொடும் வலி. அவனது அலறல் சப்தம் வெகுதொலைவுக்குக் கேட்டிருக்க வேண்டும். ரோட்டில் போய்க்கொண்டிருந்தவர்களெல்லாம் நின்று எட்டிப் பார்த்துவிட்டுப் போனார்களாம். ஓர் ஏட்டு இன்னொருவரிடம் சொன்னதைக் கேட்டான். இடுப்பின் கீழ்ப்பகுதி கிட்டத்தட்டச் செயலிழந்து கிடந்தது. இரத்தக்கட்டால் சதைகள் கந்திப்போய்க் கிடந்தது.

நேற்றிலிருந்து அசைய முடியாமல் சவம்போலக் கிடந்தவன் அப்போதுதான் மிகவும் சிரமப்பட்டுத் திரும்பிப் படுத்தான். கந்திப்போன பின் தொடைகள் தரையில் பட்டதும் நெருப்பு பட்டதுபோலக் காந்தியது. பல்லைக் கடித்துக்கொண்டான். கண்களில் நீர் வழிந்துகொண்டே இருந்தது. நேரம் செல்லச் செல்லச் சிமெண்ட் தரையின் குளிர்ச்சி அவனது தொடைச் சதைகளுக்குள் ஊடுருவி இதமளித்தது. அட்டைப்பூச்சிகளால் ஒட்டுமொத்த உதிரத்தையும் உறிஞ்சிய பிறகு வீசியெறியப்பட்ட இரையைப்போல சக்கையாய்க் கிடந்தான்.

காலையிலிருந்து ஒரு வாய் சாப்பிடவில்லை. இரண்டு மூன்று முறை தண்ணீர் குடித்ததோடு சரி. பசிக்கிறக்கமும் உடல் வலியும் அவனை மயக்க நிலைக்குக் கொண்டுபோனது. ஒரு போதைக்காரனைப்போல அவனது கண்கள் கிறங்கின. மயங்கிக் கிடக்கிறானா அல்லது தூங்குகிறானா என்று அவனுக்கே தெரியவில்லை. ஆனால் இந்த நொடியில் அடிகள் எதுவும் விழவில்லை. காதுகள் கூசும் வார்த்தைகள் எதுவும் கேட்கவில்லை. கைவிரல்கள் பூட்சுக்கால்களால் நசுக்கப்படவில்லை என்பதே அவனுக்குப் போதுமானதாக இருந்தது.

திடுமென ஏதோ ஒன்று வெடித்துச் சிதறுவதுபோன்ற சப்தம் கேட்டுத் திடுக்கிட்டு எழுந்தான். ஸ்டேசன் வாசலில் இருந்த பூவரச மரமொன்று தீப்பிடித்து எரிந்துகொண்டிருந்தது. வராண்டா பகுதி முழுவதும் புகை மண்டலமாகிப் பொருட்களெல்லாம் சிதறிக்கிடந்தன. போலீசார்கள் ஆளுக்கொருபக்கம் அலறியடித்து

ஓடுவதைப் பார்த்தான். என்ன ஏதென்று யோசிப்பதற்குள் ஒரு பெட்ரோல் குண்டு ஸ்டேசன் வரவேற்பறையில் விழுந்து வெடித்தது. வலது மூலையில் வைக்கப்பட்டிருந்த மர பீரோவோடு அதனுள்ளிருந்த கோப்புகளும் எரிந்து சாம்பலாய்க் கொண்டிருந்தன. துப்பாக்கிகளை எடுத்துக்கொண்ட போலீசார் மேசைகளுக்குப் பின்பும் சுவர்களுக்குப் பின்பும் பதுங்கி வாசலைக் குறிபார்த்து நிலையெடுத்து நின்றனர்.

அதிவேகமாகச் சீறிவந்த மெட்டடோர் வாகனமொன்று ஸ்டேசன் வாசலில் நின்றது. துப்பாகி ஏந்திய ஆட்கள் திமுதிமுவென்று அதிலிருந்து குதித்தனர். அவர்களது முகங்கள் துணியால் மறைக்கப்பட்டுக் கண்கள் மட்டும் வெளித்தெரிந்தன. அவர்களின் ஆவேச முழக்கங்களால் அப்பகுதியே அதிர்ந்தது.

"இன்குலாப் ஜிந்தாபாத்..

பி.எல்.ஜி. ஜிந்தாபாத்.."

ஆஹா.. அதே முழக்கம்..! அதைக் கேட்டதும் அவனுக்குள் புது உதிரம் பாய்ந்தது. நரம்புகள் முறுக்கேறின. வலிகளெல்லாம் பறந்துபோய் வலிமையுடன் எழுந்து நின்று பதிலுக்குக் கோசமிட்டான்..

"இன்குலாப் ஜிந்தாபாத்..

பி.எல்.ஜீ ஜிந்தாபாத்.."

மூலை முடுக்கெல்லாம் துப்பாக்கிகள் வெடித்துச் சிதறின. தோட்டாக்கள் சீறிப்பாய்ந்தன. நாட்டுக்குண்டுகளால் காவல் நிலையமே நிலநடுக்கம் கண்டதுபோல அதிர்ந்து கொண்டிருந்தது.

சரமாரியாகச் சுட்டுக்கொண்டே போலீஸ் நிலைகளை உடைத்து தோழர்கள் உள்ளே நுழைந்தார்கள். போலீசார் பயந்து பின்பக்க வழியாகச் சிதறி ஓடினர்.

ஒரு பெரிய கூட்டம் உள்ளே நுழைந்தது. முன்னால் நின்றிருந்த தோழர், அனசுக்குக் கையை உயர்த்திச் செவ்வணக்கம் சொன்னார். பதிலுக்கு அவனும் அப்படியே செய்தான். கையிலிருந்த ரிவால்வர் குண்டால் லாக் அப் பூட்டு பிளக்கப்பட்டது.

அவனை அழைத்துக்கொண்டு தோழர்கள் வெளியே வந்தபோது மிகப்பெரிய மக்கள் வெள்ளம் வாசலில் காத்திருந்தது.

இன்குலாப் ஜிந்தாபாத்

பி.எல்.ஜீ ஜிந்தாபாத்

காம்ரேட் அனஸ் ஜிந்தாபாத்..

ஆயிரக்கணக்கான குரல்களில் எழுந்த முழக்கங்கள் அப்பகுதியெங்கும் எதிரொலித்தன.

பச்சை வண்ணமடிக்கப்பட்டிருந்த இராணுவ வாகனத்தில் ஏறி, கூடியிருந்த மக்களை நோக்கிக் கையசைத்தான். மக்கள், உணர்ச்சிப்பெருக்கோடு ஆரவாரம் செய்தனர். அருகிலிருந்த ஒரு தோழர் தன்னிடமிருந்த ஏ.கே 47 துப்பாக்கியை அவனிடம் கொடுத்தார்.

வானத்தை நோக்கிப் படபடபடபட வெனச் சுட்டான். கூடியிருந்த தோழர்களும் வானை நோக்கிச் சுட்டனர். அந்தப் பிராந்தியமே தோட்டா ஒலிகளால் நிறைந்திருந்தது. இராணுவ வாகனம் முன்னோக்கிச் செல்ல ஆயிரக்கணக்கான தோழர்களும் மக்களும் பின்னால் அணிவகுத்து வந்துகொண்டிருந்தபோது திடீரென மழை பெய்தது. என்ன இந்த மழை, தூறல்கள் போலில்லாமல் அருவியைப்போல கொட்டுகிறது? யாரோ நெட்டித் தள்ளுவதைப்போல இருந்தது.

“டேய் எந்திர்றா..? ”

இது யாருடைய குரல்..? என்று சிந்திப்பதற்குள் முதுகில் படாரென்ற அடி விழுந்தது. திடுக்கிட்டுக் கண்விழித்தான். கட்டாந்தரைக் குளிர்ச்சி சுளீரென்றது. உறக்கத்தில் சிறுநீர் கழித்திருந்தான். ஒருவன் பக்கெட்டுத்தண்ணீரை அவன் மீது ஊற்றி எழுப்பினான்.

"சனியம்பிடிச்சவனே.. கழுத வயசாகுது.. இப்படி நாற வெச்சிருக்க.. அறிவுகெட்டக் கூதி.. ரெண்டு நிமிசத்துல சுத்தமாக் கழுவி விடல இங்கய கொன்னு பொதச்சுருவேன் பாத்துக்க.. ராஸ்கல்.."

செயல்படும் நிலையில் பாதங்கள் இல்லை. முட்டிக்கால்களால் நகர்ந்தபடியே தரையைக் கழுவினான். அதைக் காணச்சகிக்காமல் வேறுபக்கம் திரும்பிக்கொண்டார் ஷேக் பரீத்

அவர்கள் கைது செய்யப்பட்ட செய்தி எந்த ஊடகத்துக்கும் கசிந்துவிடாமல் பார்த்துக்கொண்டது காவல் துறை. போலீசின்

தேடுதல் வேட்டை அசுரத்தனமாக முடுக்கிவிடப் பட்டிருந்தது. நக்சல்பாரியாகக்கூட இருக்கத் தேவையில்லை. அவனது நண்பனாகவோ உறவினராகவோ இருந்தால்கூடக் கைதுசெய்யப் போதுமாக இருந்தது. ஆனால் இந்த நடவடிக்கைகள் எல்லாம் வெளியில் தெரியாமலே நடந்தன. அமைப்புத் தோழர்கள் பல்வேறு ஊர்களுக்குப்போய் தலைமறைவாவதைத் தவிர வேறுவழியில்லை.

அதையும் மீறி அவனுக்கு எதாவது உதவலாம் என்று நினைத்த தோழர்கள்கூட, போலீஸ், என்ன திட்டத்தில் இருக்கிறார்கள் என்றே புரியாமல் குழம்பியிருந்தனர்.

மூன்றாம் நாள் இரவு முன்னைவிடக் கொடூரமானதாக இருக்கப்போகிறது என்பதை அவன் அறிந்திருக்கவில்லை.

இரத்தினசாமியுடன் இன்னும் இரண்டு காவலர்கள் விசாரித்தனர். கேள்விகள் மிகவும் எளிமையானவைதான். அமைப்பு நிர்வாகிகள் யார் யார்? அவர்கள் எங்கே இருக்கிறார்கள்? அவ்வளவுதான். எவ்வளவு அடித்தாலும் மற்றவர்களைக் காட்டிக்கொடுக்கக்கூடாது என்பதை முன்பாகவே உறுதி செய்திருந்தான். தத்துவத்தின் மேல் கொண்டிருந்த நம்பிக்கை அவனுக்கு அந்த உறுதியைக் கொடுத்திருந்தது. உடலின் ஒரு பகுதி விடாமல் கொடூரமான தாக்குதல் நடக்கும். வலிதாங்காமல் கதறுவான் அழுவான் ஓலமிடுவான் ஆனாலும் யார் பெயரையும் உச்சரிக்கக்கூட இல்லை.

தரையில் படுக்க வைத்துப் புட்டத்தின் மீது ஒரே இடத்தில் தொடர்ச்சியாக அடித்தான் ஒருவன். அவனுக்குக் கை வலித்தால் அடுத்த நபர் வந்து அடிப்பான். மேற்தோல் கிழிந்து, கசகசவென்ற உதிரச்சகதியோடு வெள்ளைச் சதைகள் தெரிந்தன. ஆனாலும் அடிகள் நிற்கவில்லை. வலியால் அவன் தலைமுடிகள் காய்ந்த பிரஷ் போல குத்திக்கொண்டு நின்றன.

பரவலாக விழும் அடிகளைவிட ஒரே இடத்தில் அதுவும் காயமடைந்த அதே இடத்தில் தொடர்ந்து அடிக்கும்போது ஏற்படுகிற கொடூரமான வலியால் எப்படிப்பட்டவனுக்கும் உறுதி குலையும். அவனுக்கும் குறைந்துகொண்டிருந்தது. சொல்லப் போனால் அடிகளின் இரணத்தை விட, வலிதாங்காமல் யாருடைய பெயரையாவது சொல்லிவிடுவோமோ என்கிற பயம்தான் அவனுக்குள் அதிகமாக இருந்தது. ஒருவழியாக யாருடைய பெயரையும் சொல்லாமல் மயங்கிப்போனான்.

"இங்கெல்லாம் விசாரிச்சா இவனுக வாயிலிருந்து ஒத்த வார்த்த வராது சார்.. பெருமாநல்லூர் அனுப்பிவிடுங்க.. தன்னால வாயத்தொறப்பான்.." ஏட்டு சொன்னதை ஆமோதிப்பதுபோலத் தலையசைத்தார் இரத்தினசாமி.

மயக்க நிலையில் கிடந்தவன் மீது தண்ணீர் ஊற்றி எழுப்பினார்கள். கண்களைத் திறந்து பார்த்தான். எண்ணெய்ப்படலம் போல காட்சிகள் மங்கலாகத் தெரிந்தன. ஏதேதோ குரல்கள் கேட்டன. அவற்றை உள்வாங்கவோ புரிந்துகொள்ளவோ முடியாத அளவுக்கு மூளை பலவீனமாக இருந்தது.

வாசலில் வண்டி வந்து நின்றது. எழுந்து நிற்கவோ நடக்கவோ முடிகிற நிலையிலா இருக்கிறான்? இரண்டுபேர் கைகளைப் பிடித்துத் தரதரவென இழுத்துச் சென்றார்கள். அவன் கால்கள் தரையில் உராயும்போதுதான் இடுப்பின் கீழே உடலின் மிச்ச பாகங்கள் இருக்கின்றன என்பதை அவன் நம்பினான். ஏதோ வேண்டாத பழைய பொருட்களைத் தூக்கி எறிவதுபோல அவனை வண்டிக்குள் வீசியெறிந்து கதவை அறைந்தபோது அவன் மீண்டும் மயங்கியிருந்தான்.

அத்தியாயம் – 38

யாருமற்ற வெளியிலிருந்து ஒரு கை நீண்டு அவனைத் தொட்டது. யாருமற்ற அந்தக் கையை அவனும் தொட்டான். அடைக்கோழியின் வெதுவெதுப்பொடு அது இருந்தது. அவன் இமைகள் மூடியிருந்தன. காட்சி தெரிந்தது. எழில்பொங்கும் அமைதியைச் சூடிக்கொண்டு அம்மா எதிரே இருந்தாள். காற்றில் கைகளை விரித்து அழைத்தாள். ஒரு குழந்தையைப்போல உள் நுழைந்து பதுங்கிக் கொள்ளவேண்டும் போலிருந்தது.

பெருமாநல்லூர் காவல்நிலையம். பழைய பேய்ப்படங்களில் வருகிற பாழடைந்த பங்களாவைப்போல ஊருக்கு ஒதுக்குப்புறமாய் இருந்தது. காவல் நிலையத்துக்குப் பின்னாலிருந்த ஒரு நீளமான அறையில் கிடத்திவிட்டுப் போனார்கள். அது ஒரு கைவிடப்பட்ட குடோன் போல இருந்தது. கண்விழித்துப் பார்த்தபோது, தான் நரகத்தில் கிடப்பதை உணர்ந்தான்.

அழுக்கடைந்த சுவர்கள், சிதைந்த சிமெண்ட் தரை, குடலைப் பிடுங்கும் துர்நாற்றம். ஒரு மூலையில் பயன்பாடில்லாத பழைய பொருட்கள் குவிந்து கொசுக்கள் குடித்தனம் நடத்திக்கொண்டிருந்தன. எழுந்து அமரவெல்லாம் முடியாது. ஒருக்களித்துப் படுத்துக்கொண்டு அந்த இடத்தைப் பார்த்தான். சித்திரவதை செய்வதற்காகவே அளவெடுத்துச் செய்ததுபோலிருந்தது அவ்வறை.

பகலிலேயே கும்மிருட்டாகக் கிடந்தது. அதன் பழுப்பேறிய நிறமும், நாற்றமும் ஒருவித அச்சத்தை ஏற்படுத்தியது. தலையருகே கிடந்த பொட்டலத்தில் மூன்று இட்லிகளும் தேங்காய்ச்சட்டினியும் இருந்தன.

எழுந்து அமர முயன்றான். புட்டங்களில் வலி உயிர் போனது. ஒருபக்கமாகச் சாய்ந்து அமர்ந்தான். முதுகு சுவரில் சாய்ந்திருந்தது. இடுப்புக்குக்கீழே சுரணை விட்டு விட்டு வந்தது. அவ்வப்போது உடலின் கீழ்ப்பகுதி அதுவாகத் திரும்பிக்கொள்கிறது.

அந்த நிலையில் அவனைப்பார்க்கும்போது யாரோ அவன் உடலைப் பாதியாக முறுக்கிப் போட்டுவிட்டது போல இருந்தது. அடி வயிற்றில் கடுமையான வலி இருந்தது. வயிறு பலூன் போல

உப்பிக் கிடந்தது. சிறுநீர் கழித்தால் தேவலாம். எழுந்து போய் யாரையாவது அழைக்கலாமா என்று யோசித்தான்.

முதலில் கந்திப்போய்க் கிடந்த பாதங்களை ஊன்றி எழுந்து நிற்கவேண்டுமே.. அப்புறம் தானே நடப்பதைப்பற்றி யோசிக்க முடியும். நம்பிக்கை இல்லாமல் அப்படியே கிடந்தான்.

வெகுநேரம் கழித்துக் கையில் லத்தியுடன் ஒரு காவலர் வந்தார்.

ஏண்டா சாப்பிடலயா?

"பாத் ரூம் போகணும் சார்."

“சரி எந்திரிச்சு வா..”

“கால ஊன முடியாது சார்.. ”

“பின்ன உன்ன உப்புமூட்டையா தூக்கிட்டு போகச்சொல்ற.. எந்திர்றா..”

படார் படாரென்ற அடிகள் விழுந்ததில் அவனையறியாமல் எழுந்து நடந்தான். சில நேரங்களில் அச்சம், வலியைத் தின்று செரித்துவிடுகிறது. குதிகால்களின் வலி சுர்ர்ரென்று மண்டைக்கு ஏறியது. பக்கவாட்டுப் பாதங்களை ஊன்றி தத்தித்தத்தி நடந்தான். காவலர் கழிவறையைக் காட்டினார்.

கழிவறைக்கு வெளியே ஒரு பிளாஸ்டிக் டிரம்மில் பாதிக்குத் தண்ணீர் இருந்தது. கைகளால் அள்ளி முகம் கழுவினான். அழுக்கும் இரத்தமும் கலந்து வினோத நிறமாய் நெஞ்சில் வழிந்தது. பல்தேய்க்க முயன்று தோற்றுப்போனான். கன்னச்சதைகளும் ஈறுகளும் வீங்கிப்போய் ஒன்றையொன்று அழுந்திக்கொண்டு இருந்தன. இந்த லட்சணத்தில் விரல் எங்கே நுழையும். வாய் கொப்பளித்துவிட்டு வந்தான்.

கடுமையான பசி இருந்தும், ஒண்ணரை இட்லிகளைச் சாப்பிட்டு முடிப்பதற்கும் போதும் போதும் என்றாகி விட்டது. சிரமப்பட்டு வாயைத்திறந்து இட்லித்துண்டை நுழைத்து உமிழ்நீரில் ஊறவைத்துக் கொஞ்சம் கொஞ்சமாய் விழுங்கினான்.

தினமும் இரண்டு வேளை மருந்து கொடுப்பதுபோல காலையும் மாலையும் சித்திரவதைகள் கொடுக்கிறார்கள்.

ஓர் இரும்புச்சேரில் அமர்த்தினார்கள். ஆறங்குல நீளத்தில் சீராக வெட்டப்பட்ட சில செண்ட்ட்ரிங் கம்பிகள் டேபிளில் இருந்தன.

என்ன செய்யப்போகிறார்களோ? உள்ளுக்குள் உதறலெடுத்தது. இரண்டு கைகளையும் நீட்டச்சொல்லி ஒவ்வொரு விரலுக்கு நடுவிலும் ஒரு கம்பியை நுழைத்து, கடைசியில் எல்லா விரல்களையும் மொத்தமாய்ச் சேர்த்து அழுத்தினான் ஒரு காவலன். அந்த ஒரு விநாடி அனஸ் செத்துப் பிழைத்தான். மொத்த எலும்புகளும் ஒருசேர உடைந்துவிட்டனபோல இருந்தது.

“அம்மா.. ஐயோ.. அம்மா.. அம்மா.. சார் சார் சார் வலிக்குது சார்.. வலிக்குது சார்.. வேண்டாம் சார்.. ஐயோ..”

அவனது கதறலை ஒரு பொருட்டாகவே மதிக்கவில்லை. மாவு பிசைவது போல அழுத்திப் பிசையப்பட்ட ஒவ்வொரு கணமும் மரணம் கண்முன்னே வந்துபோனது.

காலும் பாதமும் சேருமிடத்தில் துணியைச் சுற்றி அதன்மேல் கயிற்றைக் கட்டித் தூக்கித் தொங்க விட்டார்கள். முழுவதுமாகக் கூட இல்லை பாதி உடல் தரையைத் தொட்டுக்கொண்டு இருக்கும் மீதி உடல் அந்தரத்தில் தொங்கிக்கொண்டு இருக்கும். கைகள் பின்புறம் கட்டப்பட்டிருந்தன. இந்தப் பாதங்களின் மேல் போலீஸ்காரர்களுக்கு அப்படி என்னதான் வன்மமோ.. இரத்தச்சிவப்பாய் அது கந்திப்போகும் வரை அடித்தார்கள். கதறிக்கதறியே அவன் மயங்கிப்போன பின்பு கட்டுகளை அவிழ்த்து அவனைத் தரையில் எறிந்துவிட்டுப் போய் விட்டார்கள்.

மயக்கம் தெளிந்து எழுந்தவன் நடுங்கும் விரல்களால் பாதங்களைத் தொட்டுப்பார்த்தான். அது அழுகிய தக்காளியைப்போல இருந்தது.

இங்கு வந்து ஐந்து நாட்கள் கடந்திருந்தன. சூழலின் கொடுமைகள் மாறுவதாகவே தெரியவில்லை. அடி வாங்கி வாங்கி உடலின் உள்ளுறுப்புகளெல்லாம் சிதைந்து போயிருக்குமோ என்று அஞ்சினான். ஒருவேளை அவனைத் தூக்கிக் குலுக்கினால் உண்டியல் காசுகள் குலுங்குவதுபோல உள்ளுறுப்புகள் குலுங்குமோ என்றும் நினைத்துக்கொள்வான்.

அன்று மதியம் இன்ஸ்பெக்டர் ரத்தினசாமியுடன் வந்திருந்த அதிகாரிக்கு வடநாட்டு முகம். கதவைத் திறந்து தூரத்திலிருந்து பார்வையிட்ட அதிகாரி ரத்தினசாமியிடம் என்னவோ சொல்லிவிட்டுப் போனார். சிறிது நேரத்தில் ரத்தினசாமியோடு இன்னும் இரண்டு காவலர்கள் கையில் கயிறும் ஒரு மூங்கிலையும்

எடுத்துக்கொண்டு உள்ளே வந்ததைப் பார்த்ததும் மிரண்டுபோனான். இன்றைக்கும் தொங்கவிட்டு அடிக்கப் போகிறார்களா? நினைக்கும்போதே மூத்திரப்பைகள் நிறைந்தன.

வாக்கிடாக்கியில் ஏதோ செய்தி வர, மூன்றுபேரும் அவசரமாக வெளியே போனார்கள்.

கண்ணெதிரே கிடந்த கயிறும் மூங்கிலும் அவனது இதயத்துடிப்பை அதிகரித்தன. தொங்க விட்டு அடிக்கும்போது ஏற்படும் வலியை நினைத்துப்பார்த்தான். உடல் நடுங்கியது.

இப்படித் தினம் தினம் அடிவாங்கியே சாகறதுக்கு ஒரேயடியா செத்தாக்கூட பரவாயில்ல.. மனதுக்குள் ஓடிய வார்த்தையைச் சட்டெனப் பிடித்துக்கொண்டான். போனவர்கள் எப்போது வேண்டுமானாலும் திரும்பி வருவார்கள். சித்திரவதை செய்வார்கள். அதற்குள் எதாவது செய்ய வேண்டும். யோசித்தான்.

கதவருகே சற்றுத்தள்ளி ஒரு சிமெண்ட் தொட்டி கிடந்தது. மளிகைக்கடைகளில் இதுபோன்ற தொட்டிகளில் நீர் ஊற்றி அதில் சோடா பாட்டில்களைப் போட்டு வைத்திருப்பார்கள். அதன் விளிம்புகள் கூர்மையாக இருந்தன. மனதுக்குள் கணக்குப் போட்டான். எழுந்து வேகமாக ஓடிப்போய் அந்தத்தொட்டியின் விளிம்பில் தலையைப் பலமாக மோதி விழுந்தால் கண்டிப்பாக மண்டை பிளந்து விடும். நிச்சயம் மரணம்தான். ஒருவேளை உயிர் பிழைத்தாலும் கூட மருத்துவமனைக்குதான் கூட்டிப் போவார்கள். இங்கு மறைத்துவைத்துக் கொடுமைப் படுத்தப்படுவதை யாருக்காவது தகவல் சொல்லிவிடலாம். குறைந்தபட்சம் இந்தச் சித்தரவதையிலிருந்து தப்பிக்கலாம்.

முகமெல்லாம் நிறமற்ற பப்பாளி விதைகளை ஒட்டிவைத்ததுபோல வியர்த்திருந்தது. உடல் நடுங்கியது. எழ முயன்று தடுமாறியவன் சுவரைப் பிடித்துக்கொண்டு நின்றான்.

அவன் மனக்கண்ணில் அப்பா அம்மா தம்பி தங்கைகள் நினைவெல்லாம் ஒவ்வொன்றாய் வந்து போனது. இப்போது யோசித்துப் பலனில்லை இதுதான் ஒரே வாய்ப்பு. மனதைத் திடப்படுத்திக் கொண்டான். கால்களை மாற்றி மாற்றி ஊன்றிப் பார்த்தான். வலி கொன்றது. பல்லைக் கடித்துக் கொண்டான். முழுப் பலத்தையும் திரட்டிக் கால்களுக்குக் கொடுத்தான்.

அவன் கண்களுக்குத் தொட்டியின் விளிம்பைத்தவிர வேறெதுவுமே தெரியவில்லை. தயாரானான். கவணிலிருந்து

விடுபட்ட கல்லைப்போல ஓடினான் ஏழெட்டு அடிகள் கூட ஓடவில்லை. பாதங்களின் வலி பொறுக்காமல் தடுமாறி விழுந்தான். தொட்டி அவனிலிருந்து பத்தடி தூரத்தில் கிடந்தது. உடல் வலியையும், இயலாமையையும் நினைத்துக் கதறி அழுதான்.

சப்தம் கேட்டு உள்ளே வந்த காவலர்கள் அவன் தப்பியோட முயன்றதாக நினைத்து அடித்து நொறுக்கினார்கள். கைகளையும் கால்களையும் சேர்த்துக்கட்டினார்கள். நடுவில் மூங்கிலைக் கோர்த்துத் தூக்கிக் கட்டிவிட்டார்கள். கசாப்புக்கடைக்கு ஆட்டுக்குட்டியைக் கட்டித் தூக்கிப் போவார்களே அதுபோலத் தொங்கிக் கொண்டிருந்தான். உடலின் ஒட்டுமொத்த எடையும் அவன் இடுப்பில் அழுத்தியது. முதுகுத்தண்டின் எலும்புகள் எப்போது வேண்டுமானாலும் உடைந்துவிடும் போல இருந்தது. வலிதாங்காமல் அவன் கதறிய அவல ஒலியைக் கேட்க நான்கு சுவர்களைத்தவிர அங்கு யாருமில்லை.

சித்திரவதை செய்து கொல்லப்பட்ட ஆயிரக்கணக்கான தோழர்கள் குறித்துப் படித்த நினைவெல்லாம் அவனுக்கு வந்துபோனது..

இந்த சட்டவிரோதத் தடுப்புக்காவல் கொடுமைகள், தத்துவத்தின் மீதான அவர்களின் நம்பிக்கையைக் குலைத்துவிடும் என்று அரசு நம்பியது. பத்து நாட்களைக் கடந்தும் நீதிமன்றத்தில் ஒப்படைக்காமல் வைத்திருக்கும் போலீசின் சூழ்ச்சி அவனுக்குப் புரிந்திருந்தது. ஆரம்பத்தில் அவன் தடுமாறியது உண்மைதான். கொடூரமான சித்திரவதைகளுக்கு உள்ளாக்கப்படும் 17 வயதுச் சிறுவனுக்கு அந்தத் தடுமாற்றம் வருவதில் வியப்பேதுமில்லை. ஆனாலும் அவ்வளவு சித்திரவதையிலும் அவன் யார் பெயரையும் சொல்லவும் இல்லை. யாரையும் காட்டிக்கொடுக்கவும் இல்லை.

ஒரு கட்டத்தில் இந்தச் சித்திரவதைகளை உடல் பழகிக் கொண்டது. உங்களால் என்னை என்ன செய்துவிட முடியும்? அடிப்பீர்கள். வதைப்பீர்கள். அதிகபட்சம் கொல்வீர்கள் அவ்வளவுதானே..? செய்துகொள்ளுங்கள். இதனாலெல்லாம் என் உறுதி குலைந்துவிடாது.

★★★

இலக்கை நெருங்கிவிட்ட ஓட்டப்பந்தய வீரனைப்போல பரபரப்பாக இருந்தார் ரத்தினசாமி. வருடக்கணக்கில் மலைபோல

அழுத்திய நெருக்கடிகள் எல்லாம் பனி விலகுவதுபோல நீங்கப்போகிற உற்சாகம். நீண்ட நாட்களாக முடிக்கப்படாமல் தேங்கி நின்ற வழக்குகளின் பட்டியல் தயாரிக்கப்பட்டு அவர் மேசையில் இருந்தது. மொத்தம் பன்னிரெண்டு வழக்குகள்.

குப்பைகளை அள்ளியெடுத்துக் கூடையில் போடுவதுபோல ஒட்டுமொத்தமாக எல்லா வழக்குகளையும் அவன் கணக்கில் எழுதினார். அவன் மீதிருந்த நீண்டநாள் வன்மத்தைத் தீர்த்துக் கொள்ளக் கிடைத்த வாய்ப்பு இது. அவரது இலக்கு தெளிவானது. இனி ஆயுளுக்கும் அவன் செயல்படக்கூடாது. அவ்வளவுதான். பக்க நலன்களாக பதவி உயர்வோ, பாராட்டோ கிடைக்கலாம். கடவுள் ஆசியிருந்தால் விருதுகள் கிடைக்கக்கூட வாய்ப்புண்டு.

துல்லியமாகத் திட்டங்கள் வரையப்பட்டன. எந்தப் பிசிரும் வந்துவிடக்கூடாது. எல்லா வழக்குகளும் அவனோடு கச்சிதமாகப் பொருந்தும்படி கோப்புகள், சாட்சிகள், எல்லாம் தயாராகியிருந்தன. இரண்டொரு நாளில் நீதிமன்றத்தில் ஆஜர் படுத்திவிடலாம் என்று நினைத்திருந்தபோதுதான் அந்த ரகசிய அழைப்பு வந்தது.

அப்போதிலிருந்து போலீசாரின் நடவடிக்கைகள் வழக்கத்துக்கு மாறாக இருந்தன. நல்ல விதமாய்ப் பேசினார்கள். ஓர் அடி கூட விழவில்லை. நல்ல சாப்பாடு வாங்கிக் கொடுத்தார்கள். என்ன நடக்கிறதென்ற குழம்பினான்.

தமிழகத்தில் நக்சல் ஒழிப்பு நடவடிக்கைக்காகப் புதிதாக நியமிக்கப்பட்டிருந்த அதிகாரி அன்று திருப்பூர் வருவதாக இருந்தது. அனசையும் வேறு இடங்களில் அடைத்து வைக்கப்பட்டிருக்கிற அவனது நண்பர்களையும் சத்தியமங்கலம் காட்டில் வைத்துச் சுட்டுக்கொல்லப்போவதாக ரகசியமாகப் பேசிக்கொண்டார்கள்.. இதன்மூலம் நக்சல்பாரிகளுக்கு நேரடி எச்சரிக்கையைக் கொடுப்பது. இனி அடுத்த ஐம்பதாண்டுகளுக்கு அரசை எதிர்க்கவேண்டும் என்கிற எண்ணம் கூட எவனுக்கும் வரக்கூடாது. அந்த ரகசிய அழைப்பின் பொருள் இதுதான்.

இதை இரத்தினசாமியே எதிர்பார்க்கவில்லை. ஆனாலும் இதை ஒப்புக்கொள்ள இரண்டு காரணங்கள் இருந்தன. முதலாவது, அரசின் உயர்மட்ட அதிகாரிகளின் கட்டளையை நிறைவேற்றுவது மட்டும்தான் அவர் வேலை. இன்னொன்று அனசை நீதிமன்றத்தில் ஒப்படைத்தால் ஆண்டுக்கணக்காக வழக்குகள் நடக்கும். எதாவது நல்ல வழக்கறிஞர்கள் அமைந்துவிட்டால் அவ்வளவுதான்.

என்னதான் துல்லியமாக வழக்குகளைப் புனைந்தாலும் தோண்டித் துருவி வெளியே எடுத்துவிடுவார்கள். இதெல்லாம் நொச்சுப்பிடித்த வேலை. எளிதாக வேலையை முடிக்க சிஸ்டமே ஒரு வழி சொல்கிறது. ஒத்துழைத்தால் மட்டும் போதும்.

தனக்கு நம்பிக்கையான சில அதிகாரிகளோடு விவாதித்தார் இரத்தினசாமி. பச்சை நிறத்தில் சில சீருடைகள். நாட்டுத்துப்பாக்கிகள், கையெறி குண்டுகள் எல்லாம் வந்து சேர்ந்தன. எட்டு மணிக்குள் சிறப்பு அதிகாரி வந்துவிடுவார். இங்கிருந்து பத்து மணிக்குக் கிளம்பினால்கூட அதிகபட்சம் ஒரு மணிக்கெல்லாம் சத்தியமங்கலம் போய்விடலாம். அதிகாலை இரண்டு மணிக்கெல்லாம் வேலை முடிந்துவிடும். அங்கிருந்தே கட்டுப்பாட்டு அறைக்கும், ஊடகங்களுக்கும் தகவல் கொடுத்துவிட்டால் வேலை முடிந்தது.

ஊடகங்களைச் சரிக்கட்ட வேண்டும். எந்த வகையிலும் அனஸ் குழுவினர்மீது அனுதாபம் வந்துவிடாதபடி செய்திகள் வெளியிட வேண்டும். தேவைப்பட்டால் அதிகாரிகள் யாருக்காவது காயம் ஏற்படுத்தி மருத்துவமனையில் சேர்த்துவிடலாம். அவரது மனைவி குழந்தைகள் அழுகிற புகைப்படங்களைப் பெரிய அளவில் ஊடகங்களில் வெளியிடலாம். தேர்வுக்குக் குறிப்பெடுக்கும் மாணவன் போல திட்டத்தை மனதுக்குள் மீண்டும் மீண்டும் சொல்லிப்பார்த்துக் கொண்டபடி எட்டு மணிக்குக் காத்திருந்தார் இரத்தினசாமி. இவை எதுவுமே தெரியாமல் கட்டாந்தரையில் சுருண்டு படுத்திருந்தான் அனஸ்.

அத்தியாயம் – 39

அடிக்கடி திடுக்கிட்டு எழுந்தான்.

அடி உதைகளைவிட இந்தத் தனிமைதான் சகிக்க முடியாத கொடுமையாக இருந்தது. கொஞ்சம் கண்ணயர்ந்தாலும் ஏதேதோ துர் நினைவுகள் வெறிநாயைப்போலத் துரத்தின. சொப்பனங்களில் சில முகங்கள் வருகின்றன. அவை பார்த்த முகமாகவும் பார்க்காததுபோலவும் இருந்தன. அதை நினைவு கொள்ள முடிவதில்லை. அச்சடித்த ஓவியம்போல கனவுக்குள் தெரியும் முகம் கண்களைத் திறந்ததும் ஓடிப்போய்விடுகிறது. அது ஆறுதலோ முன்னறிவிப்போ எச்சரிக்கையோ அல்ல. அவை வெறும் முகங்கள். அவ்வளவுதான்.

இன்னும் எத்தனை நாட்கள் இவை நீண்டு தொலையுமோ? வெறுமை, நாள்பட்ட அழுக்குப்போல் உள்ளத்தில் மண்டிக்கிடந்தது.

இத்தனைக்குப்பிறகும் அவனிடமிருந்து ஒரு பெயரைக்கூட வாங்க முடியவில்லை. அது ஒன்றுதான் ஆசுவாசத்தைக் கொடுத்தது. சமயங்களில் வலியின் கொடூரத்தால் வாய் வரை வந்துவிட்ட பெயர்களைக்கூட பல்லைக்கடித்துக்கொண்டு விழுங்கியிருந்தான். கடைவாய்ப் பற்களில் ஒன்று உடைந்து ஏசகோசலாய்த் திரும்பிக்கொண்டு நிற்கிறது போலும். வாயை அசைக்கும்போதெல்லாம் கன்னச்சதையில் அழுந்துகிறது.

அம்மா என்ன செய்துகொண்டிருப்பாள். ஆண்கள் இல்லாத குடும்பத்தைப் பொடுசுகளை வைத்துக்கொண்டு எப்படிச் சமாளிப்பாள்? அம்மா தைரியமானவள்தான். குடும்பம், எத்தனையோ சோதனைகளைக் கண்டபோதும் கலங்காமல் எதிர்கொண்டவள். எந்த நிலைமையையும் உறுதிகுலையாமல் கையாள்கிற பக்குவம் அவளுக்கு இருக்கிறதுதான். ஆனாலும் அவன் மனதை ஏதோ கழிவிரக்கம் பிசைந்து கொண்டிருந்தது.

மதிய உணவைக் கொண்டுவந்த காவலரின் கையில் பெரிய தோள் பை இருந்தது. அதை அவன் பார்த்திருந்தாலும் அதில் கவனம் செலுத்தாமல் சாப்பிட்டுக் கொண்டிருந்தான். எப்போதுமே உணவுப்பொட்டலத்தை வீசிவிட்டுச் சென்று விடுகிற காவலர், சாப்பிட்டு முடிக்கும் வரை காத்திருந்தது வினோதமாய்ப்பட்டது.

"என்னப்பா நல்லா சாப்பிட்டியா?" அந்த விசாரிப்பில் போலிக் கரிசனை ஒட்டியிருப்பது அப்பட்டமாய்த் தெரிந்தது. ஆமாம் என்பதைப்போல தலையாட்டினான்.

தோள் பையை எடுத்துக் வந்து அவனருகே பொத்தெனப் போட்டார். அது ஆ வென வாயைப்பிளந்துகொண்டு கிடந்தது.

“இது என்னான்னு தெரியுதா?”

பதிலுக்குக் காத்திருக்காமல் அவரே தொடர்ந்தார்.

"பிரிச்சுப்பாரு."

குழப்பத்தோடு பையைப் பிரித்துப்பார்த்தவனின் கண்கள் அதிர்ச்சியில் உறைந்து நின்றன. பச்சை வண்ணத்தில் சாக்குத் துணிபோலக் கெட்டியாகச் சீருடைகள் இருந்தன. இரண்டு நாட்டுத் துப்பாக்கிகள். சில வெடிபொருட்களும் பிளாஸ்டிக் பையில் சுற்றி வைக்கப்பட்டிருந்தன.

"உங்களையெல்லாம் என்கவுண்டர்ல போடச்சொல்லிட்டாங்க. அதுக்குதான் இதெல்லாம்.”

கேட்க நாதியில்லாத பழங்குடி இளைஞர்களைப் பிடித்துப் பச்சை நிறச் சீருடை அணிவித்துக் காட்டுக்குள் கூட்டிப்போய் நக்சலைட்டுகள் என்று சுட்டுக்கொன்ற செய்தியெல்லாம் நினைவுக்கு வந்தன. அவ்வளவுதானா? எல்லாம் முடியப் போகிறதா? நாளை செய்தித்தாளில் இரண்டாம் பக்கப் பெட்டிச் செய்தியில் முகம் மறைக்கப்பட்ட என் புகைப்படம் வரப்போகிறதா? துப்பாக்கிச் சண்டையில் நக்சலைட்டுகள் சுட்டுக்கொலை என்ற செய்தியை வழக்கமான ஒன்றாக மக்கள் கடந்துபோவார்களோ?

ஆயிரத்தெட்டுக் கேள்விகளும் குழப்பங்களும் மண்டைக்குள் ஓடிக்கொண்டிருந்தாலும் எதையும் வெளிக்காட்டாமல் நின்றான். அவன் கண்களில் தீர்க்கமான ஒளி வீசியது.

“பாக்கச் சின்னப்பையனா இருக்க. எனக்கு மனசு கேக்க மாட்டேங்குது.. ஒண்ணு செய்யி.. ஐயாகிட்ட எல்லா குற்றத்தையும் ஒத்துக்கிறேன்னு சொல்லிக் கெஞ்சிப்பாரு. மனசெரங்கி விட்டாலும் விடுவாரு. நாலஞ்சு மாசத்துல பெயில் கிடச்சிரும். வெளியே வந்தப்புறம் ஐயாவ வந்து பாரு. எதாவது உதவி செய்வாரு.. அப்டி இல்லாம மொரண்டு பிடிச்சு அநியாயமா உசுர விட்றாத.."

அடி உதைகளின் மூலம் வழிக்குக் கொண்டுவர முடியாத கைதிகளைப் பேசவைக்க காவல்துறை கையாளும் மலிவான உத்திதான் இது. ஆனால் காலையிலிருந்தே செய்யப்படுகிற தயாரிப்புகள், இந்தப் போலிமோதல் கொலையை நடத்தி முடிக்கக் காவல்துறை முடிவுசெய்துவிட்டதாகவே பட்டது. என்ன ஆனாலும் சரி, உறுதியைக் கைவிடக்கூடாது என்று தனக்குள் சொல்லிக்கொண்டான்.

"சார்.. நான் லோக்கல் கிரிமினல் இல்ல சார்.. கம்யூனிஸ்ட்டு. திருட்டு கேஸ், பிக்பாக்கெட் கேஸ்னெல்லாம் நீங்க போட்டிருக்கிற பொய்க்கேசுகள ஒத்துக்கிட்டு உயிர் வாழ்றத விட செத்துப்போறதே மேல்.. அதான் திட்டம் போட்டாச்சில்ல.. சுடச்சொல்லுங்க.."

இந்தப் பதினைந்து நாட்களில் அவன் அதிகபட்சமாகப் பேசியது இதுதான். அவனது பதிலில் காவலர் கொஞ்சம் அதிர்ந்துதான் போயிருக்கவேண்டும். கண்கள் விரிய அவனைப்பார்த்தபடிப் பையை எடுத்துக்கொண்டு போனார்.

'ஒரு புரட்சியாளனின் மரணம் மலையைவிடப் பெரியது' எங்கேயோ படித்த நினைவுகள் அவனுக்குள் நிழலாடின. போலி மோதல் கொலைகளைப்பற்றிச் செய்தித்தாள்களில் படித்திருக்கிறான். சமீபத்தில்கூட கேரள எல்லையில் நடந்த ஓர் என்கவுண்டர் குறித்துத் தோழர்கள் விவாதித்தார்கள். இப்போது நேரடியாக அதை எதிர்கொள்ளப்போகிறான்.

எவ்வளவுதான் முயன்றாலும் மனதுக்குள் சுழன்றடிக்கும் படபடப்பை அவனால் கட்டுப்படுத்த முடியவில்லை. அடிவயிற்றில் அமிலங்கள் கொதிப்பதை உணர்ந்தான். குடும்ப நினைவுகள் அவனைச்சுற்றிச் சுற்றி வந்து கழிவிரக்கத்தை ஏற்படுத்தின. அம்மாவின் முகமும், தம்பி தங்கைகளின் முகமும் சிலைடு ஷோ போல அவன் மனக்கண்களுக்குள் வந்து வந்து போயின. அவனையறியாமல் கண்களில் நீர் வழிந்தது. அந்த அறையின் சுவர்களும் டேபிள் சேர்களும் அவனை இரக்கத்தோடு பார்ப்பதைப்போல உணர்ந்தான்.

எப்போதும் இரவுகளில் வரக்கூடிய இரத்தினசாமி அன்று மாலை நான்கு மணிக்கெல்லாம் வந்திருந்தார். அவருக்கு நெருக்கமான நான்கைந்து காவலர்களோடு ரகசியக் கூட்டங்கள் நடத்தினார். தயாரிப்புகள் எல்லாம் அவருக்கு முழுத் திருப்தியாக இருப்பதை முகம் உணர்த்தியது. அநேகமாக நள்ளிரவுக்கு மேல்

அழைத்துச் செல்வார்கள். ஆள் அரவமில்லாத காட்டுக்குள் கூட்டிப்போய் உடைகளை மாற்றச்செய்து சுட்டுக்கொல்வார்கள். இதுபோல நடத்தப்பட்ட எத்தனை சம்பவங்களின் உண்மை அறியும் குழு அறிக்கைகளைப் படித்திருக்கிறான்.

லேசாக இருள் கவியத் துவங்கும் வேளையில் இரத்தினசாமி அவனை வந்து பார்த்தபோது நனைந்த சருகுபோலத் தரையில் சுருண்டு கிடந்தான். அவன் கண்கள், தூரத்தில் எதையோ வெறித்தபடிக் கிடந்தன.

'இன்றுதான் உனக்குக் கடைசி நாள்' என்று சொல்வது போலிருந்தது இரத்தினசாமியின் பார்வை.

"சாப்பாடு வாங்கிக் கொடுத்தாங்களா? டீ கீது வேணுமா? பீடி சிகிரெட்டு? "

நிமிர்ந்து பார்த்துவிட்டுத் திரும்பிக்கொண்டான். எதுவும் பேசவில்லை. அமைதியாகக் கிடந்தான். அவன் கண்களில் துளி அச்சமில்லை. அல்லது அச்சத்தை வெளிக்காட்டிவிடக் கூடாது என்பதில் உறுதியாக இருந்தான்.

'உங்களுடைய கொலை மிரட்டல்களெல்லாம் புரட்சிக்காரர்களை அடிபணியச் செய்யாது..' என்பது அந்தப் பார்வையின் அர்த்தம். அந்தப்பார்வை வீசியெறிந்த அலட்சியத்தை அவர் எதிர்பார்த்திருக்கவில்லை. பொதுவாக என்கவுண்டர் செய்யப்படுவதாக அரசல் புரசலாகக் கேள்விப்பட்டாலே கைதிகள் அழுது புரள்வதையும், தன் குடும்பம், குழந்தை குட்டிகளைப் பற்றிச்சொல்லி இரக்கம் காட்டும்படிக் கெஞ்சுவதையுமே பார்த்திருந்த அவருக்கு இது புதிதாக இருந்தது. சொல்லப்போனால் அவன் மீது லேசாக மரியாதை ஏற்பட்டிருந்தது. ஆனால் என்ன செய்ய..? ஏற்கனவே எல்லாம் முடிவாகிவிட்டது. இன்னும் சில மணிநேரத்தில் உயர் அதிகாரி வந்துவிடுவார். அதிகபட்சம் நான்கைந்து மணிநேரத்தில் எல்லாக் கணக்குகளும் நேர் செய்யப்பட்டு விடும். அனசுக்கும் அது தெரியும். சுடப்படுவதற்கு முன்பு என்னென்ன பேசவேண்டும? என்னவெல்லாம் முழக்கமிடவேண்டும் என்றெல்லாம் மனதுக்குள் சொல்லிப் பார்த்துக்கொண்டிருந்தான்.

என் மரணத்தால் என்ன நிகழப்போகிறது? சமூகத்தில் இது சிறு அதிர்வையாவது ஏற்படுத்துமா? இந்தியாவில் ஐம்பதாண்டுகளாக நடந்து வரும் ஆயிரக்கணக்கான போலிமோதல்

கொலைகளைப்போல சமூகம், இதையும் ஒரு செய்தியாகக் கடந்துபோகுமோ? சிறு சலசலப்பைக்கூட ஏற்படுத்த முடியாத இந்த மரணத்தால் என்ன பயன்? ஏற்றுக்கொண்ட தத்துவத்துக்கும், இறுகப்பற்றி நின்ற வர்க்க உணர்வுக்கும் இவ்வளவுதான் மதிப்பா? குறைந்தபட்சம் நான் சார்ந்திருக்கும் அமைப்பாவது என்னை நினைவு கூருமா? ஆமாம்.. அமைப்பு ஏன் இந்த வழக்கில் இன்னும் தலையிடவில்லை? இதுவரை செய்தி தெரியாமலிருக்க வாய்ப்பில்லையே. ஒடுக்குமுறைக்கு அஞ்சி விலகி நிற்கிறார்களா? வழக்கை எதிர்கொள்ள ஏதாவது முயற்சிகள் எடுத்துக்கொண்டு இருக்கிறார்களா? பெருங்கடலில் விழுந்த மரத்துண்டு போல எண்ண அலைகள் எங்கெங்கோ இழுத்துச் சென்றன.

தன் அறையில் அமர்ந்திருந்த இரத்தினசாமிக்கும் லேசான படபடப்பு இருந்தது. அடிக்கடி கடிகாரத்தைப் பார்ப்பதுவும் பின்பு திரும்பிக் கொள்வதுமாக இருந்தார். அவர் திட்டப்படி எல்லாம் சரியாகத்தான் போய்க்கொண்டிருந்தது. ஆனால் காலம் வேறுவிதமாய்க் கணக்குப் போட்டிருந்தது. அது தொலைபேசி அழைப்பின் வழியாக அதை வெளிப்படுத்தியது.

'திட்டம் ரத்து செய்யப்படுகிறது..' உயரதிகாரியின் அலுவலகத்திலிருந்து வந்திருந்த அழைப்பில் இந்த ஒரு வரி மட்டுமே சொல்லப்பட்டது. அதற்கு என்ன காரணம் என்பது அடுத்தடுத்த அழைப்புகளில் புரிந்தது.

ஜெமீலா, சில முற்போக்கு இயக்கத்தோழர்களோடு தாக்கல் செய்த ஆட்கொணர்வு மனு மீது நீதிமன்றத்தின் பார்வை பட்டது. மாறி மாறி உயரதிகாரிகளின் அழைப்புகள் வந்துகொண்டிருந்தன. நீதிமன்ற நடைமுறைக்குத் தயாராகவேண்டிய நிலைக்குத் தள்ளப்பட்டிருந்த இரத்தினசாமி குழம்பிக் கிடந்தார். இன்னும் இரண்டொரு நாட்களில் அவனை நீதிமன்றத்தில் ஆஜர்படுத்த வேண்டும்.

இந்தத் திருப்பத்தை எதிர்பார்க்காத இரத்தினசாமி கொஞ்சம் தடுமாறித்தான் போனார். எல்லாத்திட்டமும் நொடிப்பொழுதில் தவிடுபொடியாகிப்போனதில் விளைந்த ஆத்திரத்தைச் சக காவலர்கள்மீது காட்டினார். எல்லார் மீதும் எரிந்து விழுந்தார். வழக்கத்தைவிட வன்மமாக அனசை அடித்து நொறுக்கி ஆத்திரத்தைத் தீர்த்துக்கொண்டார்.

அவன் லேசாகச் சிரித்துக்கொண்டான்.

அத்தியாயம் – 40

வராண்டாவில் கிடந்த சோற்றுப்பருக்கையை ஒரு தவிட்டுக் குருவி கொத்திச் சென்றதைப் பார்த்தான். பெரிய பாரம் இறங்கியதுபோல இருந்தது. சுடுமணலில் விடப்பட்ட எறும்பைப்போல தவித்துக்கொண்டிருந்தவனுக்கு ஒதுங்கக் கிடைத்த நிழலாக உணர்ந்தான். ஜன்னல் கம்பிகளிலிருந்து வந்த காற்றைப்போல ஓர் ஆசுவாசம்.

வெவ்வேறு பகுதிகளில் வைக்கப்பட்டிருந்த மூன்றுபேரையும் நீதிமன்றத்தில் ஆஜர்படுத்தி திருப்பூர் கிளைச்சிறையில் அடைக்கப்பட்டபோது நிம்மதியடைந்தான். இனி அடி உதைகள் இருக்காது. காதுகூசும் வசவுகள் இருக்காது. அந்த அழுக்கடைந்த அறையிலிருந்து வெளியே வந்ததே பெரிய நிறைவாக இருந்தது. இனி ஆழ இழுத்து மூச்சு விடலாம்.

நண்பர்கள் சிறையின் ஒரே அறைக்குள் அடைக்கப்பட்டதில் நிம்மதி பிறந்தது. இருபது நாட்களாகப் பேச யாருமின்றித் தனிமையில் கிடந்தவனுக்கு இது மிகப்பெரிய வெகுமதிதான். மனோபலம் அதிகரித்திருந்தது. துன்பங்களைச் சுமக்காமல் ஆன்மா வலிமை பெறுவதில்லை. வலிகளைப் பொருக்காமல் உள்ளம் உறுதியாவதில்லை. கொஞ்சம் கொஞ்சமாய்த் தேறி வந்தது உடல்.

நீதிமன்றக் காவலில் பெரிய நெருக்கடியெல்லாம் இல்லை. அதுபோலவே சிறைவாசிகளுக்குரிய எந்த உரிமைகளும் கிடையா. என்னென்ன வழக்குகள் என்பதெல்லாம் குற்றப்பத்திரிக்கை தாக்கல் செய்து மத்தியச் சிறைக்கு மாற்றப்பட்ட பிறகுதான் தெரியவரும்.

எல்லா வழக்குகளையும் இவர்கள் மீது போடுவதாக இரத்தினசாமி சொன்னதை நினைத்துப் பார்த்தான். அதை வெறும் மிரட்டலாகக் கடந்து போக முடியாது. அவர் செய்யக்கூடிய ஆள்தான். பார்ப்போம்..

இரண்டாவது நாள் ஜெமீலா மனுப் பார்க்க வந்திருந்தாள். வெளிறிப்போயிருந்த அவள் விழியால் கண்கள் நிறைய அவனைப்பார்த்தாள். தாயின் பார்வையில் ஒளிந்திருக்கும் உள்ளார்ந்த அர்த்தங்கள், மகனுக்கு மட்டுமே புரியும். அது ஆயிரம்

வார்த்தைகளை ரகசியமாய்ச் சொல்லும். அவற்றுக்கு எழுத்துகள் இல்லை. சப்தமும் இல்லை. உணர்வுகளால் மட்டும் பேசப்படுபவை.

அருகில் நின்றிருந்த அஜிதாவைப் பார்த்துச் சிரித்தான். பதிலுக்கு அவள் போலியாகச் சிரிப்பதை அழுது வீங்கியிருந்த கண்கள் காட்டிக்கொடுத்தன. எப்போதும் டிப்டாப்பாக உடையணிந்து கம்பீரமாக இருக்கக்கூடியவன். இந்த இருபது நாள் சித்திரவதையில் சக்கையைப்போல மாறியிருந்தான். சரியான உணவில்லை. தூக்கம் இல்லை. சிறையில் வழங்கப்படுகிற கூழ் போன்ற உணவு ஒரு மணிநேரத்துக்குள் ஜீரணமாகிவிடுகிறது. நாள் முழுதும் கடுமையான பசி வதைத்துத் தின்றது. கொடியில் உலரும் துணிபோலிருந்த அவன் கோலத்தைக்கண்டு அஜிதா விசும்பினாள்.

"இப்ப எதுக்கு இங்க மூக்க உறிஞ்சிட்டு நிக்கிற..?"

அவன் முகம் வாடுவதை உணர்ந்த ஜெமீலா, அஜிதாவை அதட்டி சமநிலைக்குக் கொண்டு வந்தாள். தங்களது தடுமாற்றம் அவன் உறுதியைக் குலைத்துவிடக்கூடாது என்பதில் ஜெமீலா எச்சரிக்கையாக இருந்தாள் உள்ளம் என்பது விளைநிலம். சொற்களே விதைகள். அவன் உள்ளத்தில் உறுதியையும் நம்பிக்கையையும் மட்டுமே விதைத்திருந்தாள்.

"நீ ஒண்ணும் கவலப்படாதப்பா.. சீக்கிரம் வெளியே வந்தர்லாம்.. அம்மா இருக்கேன்.. பாத்துக்கறேன்.." ஜெமீலாவின் வார்த்தைகளால் அவனுக்குள் யானைபலம் வந்திருந்தது.

"கட்சில இருந்து யாராவது வந்தாங்களாம்மா..? வக்கீல் யாரையாவது வெச்சிருக்காங்களா? என்ன சொன்னாங்க..?" கைதான நாளிலிருந்து அவனுக்குள் மிதந்துகொண்டிருந்த கேள்வியைக் கேட்டான். சுமந்துகொண்டே திரியும் எதிர்பார்ப்புகளும் ஏக்கங்களும் பெருஞ்சுமைதான். எங்கேயாவது இறக்கி வைப்பதில்தான் ஆறுதல் பிறக்கிறது.

"ஆமாப்பா.. யார் யாரோ வந்தாங்க.. பேசிட்டுப் போனாங்க.. வெளியே எடுக்கற வேலையாதான் ஆளாளுக்குச் சுத்திட்டிருக்காங்க.. நீ தைரியமா இரு.."

கட்சி தலையிட்டிருக்கிறதா? இல்லை, தோழமை அமைப்புத் தோழர்கள் உதவுகிறார்களா? என்று அவனுக்குப் புரியவில்லை. விளக்கிச் சொல்ல ஜெமீலாவுக்கும் தெரியவில்லை.

கிளம்பும்போது ஜெமீலா சொன்னார்.

"அனசு.. இங்க பாக்க வர்றவங்கெல்லாம் உள்ள இருக்கிறவங்களுக்குத் தேவையானதெல்லாம் கொண்டு வந்து கொடுக்கறாங்க. எனக்கு அது தெரியலத்தா.. அடுத்த தடவ வர்றப்ப வாங்கிட்டு வர்றேன்.." சுய பச்சாதாபத்தோடு சொல்லிக்கொண்டிருந்த ஜெமீலாவின் முகத்தை ஏமாற்றத்தோடு பார்த்துக்கொண்டிருந்தான்.

"அம்மா. அடுத்த தடவ வர்றப்ப சாப்பிட எதாச்சும் வாங்கிட்டு வாம்மா.. இங்க சாப்பாடு பத்தல.. பயங்கரமாப் பசிக்குதுமா.."

எங்கிருந்துதான் வெளிப்பட்டதோ அந்தத் துக்கம். அதுவரை அடக்கி வைத்திருந்த மொத்த உணர்வும் அந்நொடியில் வெடித்துக் கிளம்ப கதறி அழுதாள் ஜெமீலா.

அழுகை என்பது அவமானமல்ல. அது அன்பின் பரிபூரணம். பாசாங்கற்ற கண்ணீருக்குப் பாத்திரமாயிருப்பதுதானே மனித வாழ்வின் பெரும்பேறு. அன்னையைத்தவிர வேறு யாரால் அதை மிச்சமின்றி நிரப்பிவிட முடியும்?

இதுவரை அம்மா அழுது பார்த்திருக்காத அனஸ் துடித்துப்போனான். அதைக் கேட்காமலிருந்திருக்கலாமோ என்று நினைத்தான். இருபத்தைந்து நாட்களுக்கு முன்பு அம்மாவின் கையால் துவரம் பருப்புச் சோறுண்ட இரவு நினைவுக்கு வந்தது. பெற்ற பிள்ளை பசியில் துடிப்பதை எந்தத் தாய்தான் சகித்துக்கொள்வாள். சேலைத்தலைப்பைச் சுருட்டி வாயில் அடக்கிக்கொண்டு அழுவதைக்கண்ட அஜிதாவும் கதறி அழதாள். சமாதானப்படுத்தலாமென்று எதையோ சொல்ல வாயெடுத்த அனசின் தொண்டைக்குள் எதுவோ ஒன்று அடைத்துக்கொள்ள விக்கித்து நின்றான். அழுகை திரண்டு திரண்டு நெஞ்சை உந்தித் தள்ளியது. கண்களில் தாரைதாரையாக நீர் வழிந்துகொண்டிருந்தது.

நாட்கள் கம்பளிப்பூச்சியின் வேகத்தில் நகர்ந்தன. சக கைதிகளின் நேரங்கள் தாயக்கட்டையிலும் ஆடு புலி ஆட்டத்திலும் கழிந்து கொண்டிருந்தது. அவனுக்கு அதிலெல்லாம் விருப்பமில்லை. வேலுவையும் கலைக்கண்ணனையும் எப்படி மீட்டெடுப்பது என்கிற கவலைதான் வாட்டியது.

அவர்களுக்கு இது முதல் சிறை அனுபவம். இருவரும் உளவியலாக மிகக்கடுமையான பாதிப்பில் இருந்தனர்.

நம்பிக்கையிழந்து பலவீனமான நிலையிலிருக்கும் மனிதர்களை மீட்டெடுப்பது அவ்வளவொன்றும் எளிதல்ல. கைக்குழந்தைக்குச் சோறூட்டுவதைப்போல கொஞ்சம் கொஞ்சமாக நம்பிக்கையூட்டவேண்டும். அதைத்தான் செய்தான்.

காயம்பட்ட மனிதனுக்குச் செவிமடுப்பதென்பது அவனைத் தலைகோதி ஆற்றுப்படுத்துவது போன்றது. பலவீனங்களிலிருந்து அவனை மீட்டெடுப்பதைப் போன்றது. தத்தளிக்கும் மனதுக்கு ஓடமாய், பற்றிக் கொள்ளும் துண்டுக்கயிறாய், சிதைந்த ஆன்மாவுக்கு மருந்தாய், அவனுக்கான எல்லாமுமாக மாறிப்போவது.

பேசினான். பேசத் தூண்டினான். பேசவிட்டுக் கேட்டான். கொஞ்சம் கொஞ்சமாக எளிய அரசியல் வகுப்புகள் எடுத்தான். நூலகத்திலிருந்து புத்தகங்களை எடுத்துக்கொடுத்து வாசிக்க வைத்தான். வாசித்தவை குறித்த விவாதங்களும் நடந்தன. உடைந்த எலும்புகள் கூடுவதுபோல அவர்களைச் சிறுகச்சிறுக பலப்படுத்தினான்.

இரண்டாவது வாரத்தில் வாய்தாவுக்குப் போய் வந்திருந்தார்கள். சிறை வளாகத்தில்தான் நீதிமன்றமும் இருந்தது. ஒருநாள் தாராபுரம் அழைத்துப் போனார்கள். அலங்கியம் காவல்நிலைய சரகத்துக்குள் இரண்டு வழக்குகள் போடப்பட்டிருந்தன. இரண்டு நாள் வைத்திருந்துவிட்டுத் திருப்பி அனுப்பினார்கள். இன்னொருநாள் குண்டடம் டவுன் காவல் நிலையம் கூட்டிப்போய், அங்கே இரண்டு நாள். மூன்று வழக்காம். இன்னும் எந்தெந்த ஊர்களில் எத்தனை வழக்குகளோ?

அடுத்த வாய்தாவுக்கான நாள் வந்தது. நீதிமன்ற வளாகத்தில் அடையாள அணிவகுப்பு நடத்தப்பட்டது. அனசின் உயரமும் சாயலுமுள்ள ஏழெட்டுப்பேர் வந்திருந்தனர். அவர்களில் ஒருவனாக அவனும் நிறுத்தப்பட்டான். யாரோ ஒரு நபரை போலீசார் அழைத்து வந்தனர். அவர்தான் சாட்சியாம். எந்த வழக்கோ.. என்ன இழவோ.. யாருக்குத் தெரியும்? அவன் முன்னும் பின்னும் நடந்து எல்லோரையும் பார்த்துவிட்டு அனசை விரல்நீட்டிக் காட்டினான். வரிசை மாற்றியமைக்கப்பட்ட பின்பும் அவனைச் சரியாகக் காட்டினான். அவ்வளவுதான் அணிவகுப்பு முடிந்தது.

இதெல்லாம் கேலிக்கூத்தாக இருந்தது. கைதியின் முகத்தை மூடித்தான் கூட்டி வரவேண்டும். அடையாள அணிவகுப்பு

நடத்தப்படும் நாள் வரை அந்தக் கைதியின் முகமோ அவனைப்பற்றிய விபரங்களோ பத்திரிக்கைகளில் வந்திருக்கக்கூடாது என்பதெல்லாம் விதி. அவன் விசயத்தில் அவையெல்லாம் சுக்குக்கும் கடைபிடிக்கவில்லை. இளைத்தவன் தலையில் மிளகரைக்கும் வித்தைகளைப் போலீசுக்குச் சொல்லியா தரவேண்டும்?

“ஏன் தோழர், நம்ம கேஸ் பத்தி டெய்லி பேப்பர்ல நியூஸ் வருது. ரெண்டு தடவ வாய்தாவுக்குப் போய்ட்டு வந்துட்டோம். அப்பவே நம்ம மூஞ்சி எல்லாருக்கும் தெரிஞ்சிருக்கும். இன்னைக்கு காலைலர்ந்து கோர்ட்லதான் நின்னோம். அப்பெல்லாம் அந்த சாட்சி நம்மள பாத்திருக்க மாட்டானா? இல்ல போலீஸ்காரனுகதான் நம்மளக் காட்டியிருக்க மாட்டானுகளா? ஜட்ஜுக்கு இதெல்லாம் தெரியாதா? பின்ன என்ன எழவுக்கு இந்த அடையாள அணிவகுப்பெல்லாம்?” நக்கலாகச் சொல்லி சிரித்தான் வேலு. கண்களை இடுக்கி அவன் சிரிக்கும்போது அவன் முகம் பூனைபோல இருந்தது.

“எல்லாந்தெரியாமதான் இருக்குதா..? உண்மையான குற்றவாளிகளப் புடிக்கத் துப்பில்லாமதான இந்த கோல்மால் எல்லாம் பண்றானுக.” கமலக்கண்ணனும் சேர்ந்துகொண்டான்.

“இவங்களுக்கு வேல செய்யக் கையாலாகாட்டியும் வாய் மயிருக்கொன்னும் கொறயிருக்காது..” எரிச்சலைக் காறி உமிழ்ந்தான் வேலு.

“தொழிற்சட்டத்தில அன் ஸ்கில்டு லேபர் என்று ஒரு வகையச் சொல்லுவாங்க. தொழில்ல போதுமான தேர்ச்சி இல்லாதவங்கள அப்படி வகைபடுத்துவாங்க. அந்த விதியப் போலீஸ்ல கொண்டுவந்தா பெரும்பாலான போலீஸ்காரங்க அந்தப் பட்டியல்லதான் இருப்பார்கள்.” என்றான் அனஸ்.

“எப்பிடிச் சொல்றீங்க..?”

“உண்மையான குற்றவாளியக் கண்டுபிடிக்காம இளிச்சவாயங்க மேல பெண்டிங் கேஸ்களைப் போட்டு மூடிர்றாங்களே.. அப்ப வேலை செய்யச் சரியான தேர்ச்சி இல்லாத ஆளுகன்னுதான அர்த்தம்.

“அப்ப இந்த போலீசெல்லாம் அன் ஸ்கில்டு லேபர்சா..?” என்று சொல்லிச்சிரித்த கமலக்கண்ணன் யாரோ வரும் சப்தம்

கேட்டுத் திரும்பிப் பார்த்தான். சிறைக்காவலர் ஒருவர் கையில் காகிதக்கட்டுகளோடு அவர்களை நோக்கி வந்தார்.

"அனஸ், கமலக்கண்ணன், வேலு.. மூணுபேரும் முன்னாடி வாங்க.. உங்க மூணுபேரையும் ஜெயிலர் கூப்பிடறார்.." என்றபடி லாக்கப்பைத் திறந்தார். உயிர் போகும் அவசரமென்றால் மட்டுமே லாக்கப்பைத் திறப்பார்கள். இந்நேரத்துக்கு ஏன் கூப்பிடுகிறார் என்று குழம்பியபடி அவர் பின்னால் நடந்தனர். தலைவாசல் அருகிலிருக்கும் ஜெயிலர் அறையை அடைந்ததும் அந்தக்காவலர் "சார்.." என்றார். முதுகைக் காட்டியபடி திரும்பி நின்றிருந்த ஜெயிலர் சப்தம் கேட்டுத் திரும்பிப் பார்த்தார். மேசையிலிருந்து எதையோ தேடியெடுத்து, அந்தப் படிவத்தை அவர்களிடம் படித்துக்காட்டினார்.

இந்திய அரசியலமைப்புச் சட்டத்துக்கு விரோதமாகச் செயல்பட்டதால் மூவர்மீதும் தேசியப் பாதுகாப்புச் சட்டம் பாய்ந்திருந்தது. வழக்கு விசாரணை முடியும்வரை பெயிலோ பரோலோ கிடையாது. இடிந்து போய் அமர்ந்தான் வேலு. கமலக்கண்ணனின் கண்கள் நிரம்பிய குளம்போலக் கலங்கி நின்றன.

அரசு உத்தரவுப் படிவத்தில் கையெழுத்திட்டு வாங்கிக்கொண்டு அதையே வெறித்துப்பார்த்தபடி நின்றிருந்தான் அனஸ்.

அத்தியாயம் – 41

நேற்றிரவு மழை பெய்திருக்கலாம். திருநீறு பூசித் துடைக்கப்பட்ட கண்ணாடி போல வானம் பளிச்சென்றிருந்தது. கோவை மத்தியச்சிறை என்கிற பலகையைத் தாங்கி நின்ற கட்டிடத்தின் வாசலில் இறங்கினார்கள். மதில்களும், பெரிய இரும்புக்கதவும் கொத்தளங்களை நினைவுபடுத்தின. ஏன் அரசுக் கட்டிடங்களெல்லாம் பெரிதாகவே இருக்கின்றன? பிரமாண்டங்கள் அதிகாரத்தின் குறியீடு.

சாலைப் பள்ளங்களில் நிறைந்து நின்ற வெள்ளங்களிலெல்லாம் துண்டு துண்டாய் வானங்கள். சோம்பலாய்க் கண்விழித்த சூரியக்கதிர்கள், லேசான கதகதப்பைப் போர்த்தியிருந்தன. மதிலில் பொருத்தியிருந்த முள்வேலிச் சுருளின்மீது இரண்டு மைனாக்கள் கொஞ்சிக்கொண்டிருந்தன. நடந்தபோது ஈரநிலத்தில் கால்கள் பதிந்தன. வௌவால் கடித்த கொய்யாவொன்று தூரத்தில் கிடந்தது.

மூடியிருந்த பெரிய கதவின் வலது மூலையிலிருந்த சிறிய கதவு திறக்கப்பட்டது. கதவுக்குள் கதவு. உள்ளே நுழைந்ததும் ஒருவித மக்கிய வாசம். அதிகாரத்தின் வாசம் இப்படித்தான் இருக்குமா? சிறைகள் சுயேச்சையான அதிகார மையங்கள். அதிகாரத்துக்குள் அதிகாரம். அங்க அடையாளங்களைக் குறிப்பேட்டில் எழுதிக் கொண்டிருந்த அதிகாரியின் முகத்தில் எரிச்சல் மண்டிக் கிடந்தது. சட்டையைக் கழற்றி மச்சங்களையும் தழும்புகளையும் காட்டிக் கொண்டிருந்தான் அனஸ். மற்ற இருவரும் சட்டையைக் கக்கத்தில் கவ்விக்கொண்டு வெற்றுடம்போடு வரிசையில் நின்றனர்.

சத்தென்று ஏதோ ஒன்று முதுகில் மோதியதில் மண்டைக்குள் சுர்ரென்றது. அலறிக்கொண்டு திரும்பிப் பார்த்தான். பருத்த உடலுடன் ஒருவர் கடுகடுவென நின்றிருந்தார். வார்டன் மகாலிங்கம். கிழட்டு ஓநாயைப்போன்ற முதிர்ந்த முகத்தில் மீசை, அணில்வால் போலப் படர்ந்திருந்தது. சினிமாவில் காட்டுகிற எமன் போல இருந்தார். பார்ப்பதற்கு மட்டுமல்ல. செயலும் அப்படித்தான். மகாலிங்கம் சக்கி வார்டனாம். தூக்குத் தண்டனையில் லீவரை இழுப்பவராம். புதிதாக வருகிற சிறைவாசிகளுக்கு அட்மிசன் அடி கொடுத்து வரவேற்பது மகாலிங்கத்தின் வழக்கம்.

இந்த அட்மிசன் அடி ஒருவகை உளவியல் தாக்குதல். வெளியே நீ யாராக வேண்டுமானாலும் இரு. எவ்வளவு பெரிய ஆளாகவும் இரு. இங்கு அதெல்லாம் செல்லாது. அந்த எண்ணங்களையெல்லாம் வாசலோடு விட்டுவிட்டு உள்ளே வா. இது புதிய உலகம். புதிய அதிகார மையத்துக்குள் நீ வந்திருக்கிறாய். இங்கு எங்கள் உத்தரவுகளே வேதம். பணிவது மட்டும்தான் உனக்கு விதி. இதை மீற நினைத்தால் என்ன ஆகும் என்பதற்கான அறிமுகமே இந்த வரவேற்பு.

லாக்கப்பில் அடைக்கப்பட்டு இரண்டு மணிநேரம் கடந்திருந்தது. அந்த அறையில் மொத்தமுள்ள ஐந்து கைதிகளில் ஒருவன் சுருண்டு கிடந்தான். புதிதாக வந்திருந்த ஒருவன் திருதிருவென முழித்துக்கொண்டு அமர்ந்திருந்தான். அவன் முகம் ஓநாய்க்கூட்டத்தில் அகப்பட்ட ஆட்டுக்குட்டிபோல அரண்டுபோயிருந்தது. அட்மிசன் அடியின் அதிர்ச்சியிலிருந்து அவன் மீளவில்லை.

புதிதாக வருபவர்களை இந்த அடி, மொத்தமாகக் கலைத்துப் போட்டுவிடும். அவர்களின் கொஞ்ச நஞ்ச நம்பிக்கையையும் மொத்தமாய்ச் சிதறடித்து, கிட்டத்தட்டக் கோழைகளாக மாற்றிவிடும். ஆனால் அனசிடம் இந்த வேலை பலிக்கவில்லை. இழப்பதற்கு எதுவுமில்லாதவனை எதுதான் அச்சப்படுத்தும்? ஒரு நாடோடி மேய்ப்பனைப் போல அச்சங்களை உதறியெறிந்துவிட்டு இரண்டாவது நாளே எழுந்து நின்றான். ஒரு சாபத்தைப்போல, வேதனைகளைக் காலம் அவன் மீது ஏவிக்கொண்டே இருந்தது. வேதனைகளால் வதைபட வதைபட அவன் பாறையைப்போல உறுதியாகிக் கொண்டே இருந்தான். விதைக்குள்ளிருந்து விருட்சம் வெளிவருவதுபோல அவன் சிலிர்த்து எழுந்தான்.

அடுத்த ஐந்தாவது நாள் துவங்கியது போராட்டம். உணவு சரியில்லை. சுகாதாரமில்லை. உணவுப்பொருட்களை வார்டன் திருடுகிறார். உண்ணா விரதம்.

நாங்கள் அரசியல் கைதிகள். எங்களை ஏ கிளாஸ் சிறையில் அடைக்காமல் பொதுச்சிறையில் எப்படி அடைக்கலாம்? போராட்டம். அட்மிசன் அடி என்று நடத்தப்படுகிற மனித உரிமை மீறலை நிறுத்து. தினம் ஒரு கோரிக்கை. தினம் ஒரு போராட்டம். அடி உதைக்கோ மிரட்டலுக்கோ அஞ்சாதவர்களை எதைக்கொண்டு சமாளிக்க முடியும்? வேறு வழியின்றி இறங்கிப்போனது சிறை நிர்வாகம்.

இந்தா தனி அறை. இந்தா பிடி ரேஷன், தனியே சமைத்துக்கொள். நீங்கள் கேட்டதைக் கொடுத்தாச்சு.. போதுமா? கேட்டது நிர்வாகம்.

"போதாது.. அட்மிசன் அடியை மொத்தமாய் நிறுத்தவேண்டும்."

தலையிலடித்துக்கொண்டது நிர்வாகம். சிறையில் கொடிகட்டிப் பறந்து கொண்டிருந்த மகாலிங்கத்தின் அதிகாரங்கள் நொறுங்கின.

சிறைக்குள் சக கைதிகள் மத்தியில் அவன் மதிப்பு உயர்ந்துகொண்டே போனது. எதையும் அரசியலாக அணுகுவது. பிரச்சனைகளை அரசியலாகக் கையாள்வது என்றிருந்த அனசுக்கு சிறிய ஆதரவு வட்டம் உருவாகியிருந்தது. வாசிப்பு, விவாதம், அரசியல் வகுப்புகள் என்றெல்லாம் அந்த குழுவை அரசியல் படுத்திக் கொண்டிருந்ததை அமைதியாகப் பார்த்துக்கொண்டிருந்தார் மகாலிங்கம்..

அவனைச் சுற்றி எப்போதும் சிறு கூட்டம் இருந்தது. சிறைக்கு வந்த சிறிது நாட்களுக்குள்ளேயே இதைச் சாதித்திருந்த அனஸ் மீது ஜெபநேசனுக்கு லேசான எரிச்சல் இருந்தது.

ஜெபநேசன் ஒரு கிருத்துவ சபையில் நிதி மோசடி வழக்கில் சிறைக்கு வந்தவன். நெடுநெடுவென ஆறடிக்குக் குறையாத உயரம். நீண்ட தாடையுடன் வெள்ளாட்டைப்போன்ற சாந்தமான முகம்.

அவனது பேச்சும் நடவடிக்கைகளும் ஆர்வமூட்டுவதாக இருக்கும். மனக்கவலையா? சுகமின்மையா..? இளைப்பாற வாருங்கள். சிறைவாசிகளுக்கு ஜெபிப்பான். இறைவனிடம் அழுது வேண்டுவான். ஆசிர்வதிப்பான். அந்த ஜெபத்தால் வேதனைகள் குறைவதாக சிலரின் நம்பிக்கை.

தினமும் மாலை நேரங்களில் பைபிள் வாசகங்களைப் பிரசங்கம் செய்வான். அது, சலிப்பூட்டும் மதப் பிரசங்கம் போல இருக்காது. ஒரு சினிமா பார்ப்பதுபோல அந்தக் காட்சிகள் மனக்கண்ணுக்குள் விரியும். அவன் ஒரு திறமையான கதைசொல்லி. அந்தக் கதைகளைக் கேட்பதற்கென்றே ஒரு கூட்டம் இருந்தது. அனஸ் வந்த பிறகு அந்தக்கூட்டத்தின் ஒரு பகுதி அவன் பக்கம் சேர்ந்திருந்ததில் ஜெபநேசனுக்கு வருத்தம். ஆனாலும் அதை வெளிப்படையாகக் காட்டிக்கொள்ளாமல் நட்பாகவே இருந்தான்.

சிறைக்கு வந்த சில நாட்களிலேயே அவனோடு நெருங்க முயன்றான் ஜெபநேசன்.

"நீங்கள் தேசத்துக்கு எதிரானவர்கள். தேச விரோதிகள் என்றெல்லாம் மற்றவர்கள் சொல்லலாம். நான் சொல்ல மாட்டேன். நீங்கள் ஆண்டவனின் பிள்ளைகள் என்னிடம் வாருங்கள். உங்களுக்காக ஜெபிக்கிறேன். இயேசு உங்களை ஆசிர்வதிப்பார்."

இரண்டு கைகளும் காற்றில் நீண்டிருந்தன. கைகளை அசைப்பதைப்பார்த்தால் அவன் கைகளில் ஒரு குழந்தை தூங்குவதுபோலவும், அதை அவன் தாலாட்டுவது போலவுமிருந்தது.

"இந்த தேசத்தைக் கொள்ளையடிப்பவர்களை எதிர்ப்பது தேசத்துரோகம் என்றால்.. நாங்கள் தேசத்துரோகிகள்தான். இதைச் சொல்வதில் எங்களுக்கு எந்தத் தயக்கமும் இல்லை. ஆண்டவனின் ஆசிர்வாதங்களைவிடப் போராட்டங்களையே நாங்கள் நம்புகிறோம். இந்த வழக்குகளுக்கெல்லாம் நாங்கள் அஞ்சப் போவதுமில்லை. எங்கள் போராட்டம் ஓயப்போவதுமில்லை." முகத்திலடித்தாற்போலச் சொல்லிவிட்ட அனசிடம் அதோடு ஒரு எல்லையை வகுத்துக் கொண்டான்.

அனஸ் குழுவினரை வாய்தாவுக்குக் கூட்டிப்போய்த் திரும்ப அழைத்துவந்து சிறையில் அடைப்பதற்குள் காவலர்களுக்குத் தாவு தீர்ந்து விடும். போகும்போதெல்லாம் எதாவது பிரச்சனை செய்கிறார்கள். வெளியே வரும்போதே கோசங்கள் காதைப் பிளக்கும்.

'இன்குலாப் ஜிந்தாபாத்.. பி. எல்.ஜி ஜிந்தாபாத்..' என்கிற பொதுவான கோஷம் இருக்கும். அதுபோகச் சம காலத்தில் நடக்கிற அரசியல் நிகழ்வுகளும் இருக்கும். சில நாட்களுக்கு முன்பு அயோத்தியில் பாபர் மசூதி இடிக்கப்பட்ட செய்தியை ரேடியோவில் கேட்டார்கள். அடுத்த முழக்கத்தில் அதுவும் எதிரொலிக்கும்.

மக்கள் ஒற்றுமை ஓங்குக..

மத வெறி ஒழிக..

இன்குலாப் ஜிந்தாபாத்..

பி.எல்.ஜி. ஜிந்தாபாத்..

வாய்தாவுக்குப் போகும்போதெல்லாம். கைகளில் விலங்கு மாட்டப்பட்டிருக்கும். துப்பாக்கி ஏந்திய பந்தோபஸ்து இருக்கும்.

அதுவெல்லாம் அவனைத் தடுக்காது. திடீரென எழுந்து பஸ்சிலிருக்கும் மக்களை நோக்கிப் பேசுவான். பிரச்சாரம் செய்வான். காவலர்களால் எதுவும் செய்ய முடியாது. தடுக்க முயன்றால் கோசமிடுவார்கள். பெரிய சிக்கல் ஆகிவிடும். பல்லைக்கடித்துக் கொண்டு அமர்ந்திருப்பதைப் பார்க்க வேடிக்கையாக இருக்கும்.

அன்றைக்கும் ஒரு பிரச்சனை வெடித்தது. பாடல் வடிவில்.

'எப்படி எப்படி சமஞ்சது எப்படி..? சக்கரவள்ளிக்கிழங்கே மாமா சமஞ்சது எப்படி..'

பாட்டை நிறுத்தச்சொல்லிக் கத்தினான். ஆனால் டிரைவர் அவனைச் சட்டையே செய்யவில்லை.

'நான் கவர்ன்மெண்ட் சர்வெண்ட்.. இவன் ஒரு கைதி.. இவன் என்ன நம்மள மெறட்றான்..?' என்று நினைப்பதை அவன் முகமே சொன்னது.

அனஸ் மக்களிடம் எழுந்து பேசினான். அந்தப் பாடலின் ஆபாசத்தை விளக்கிச் சொன்னான். பஸ்சிலுள்ள பெண்களை, உங்களை இழிவுபடுத்தக்கூடிய இந்தப் பாடலைக்கேட்டுக்கொண்டு எப்படி அமைதியாக இருக்கிறீர்கள்..? என்று தூண்டிவிட்டான். பற்றிக்கொண்டது. பயணிகள் ஆளாளுக்கு எழுந்து கத்த, பெண்கள் கூச்சலிட, களேபரமானது பேருந்து.

பதட்டமடைந்த போலீசார், டிரைவரிடம் கெஞ்சி பாட்டை மாற்றினார்கள். கூட்டம் அமைதியானது.

நீதிமன்ற வளாகத்தில் கட்சியின் ஆதரவாளர் சின்னத்தம்பி அனசை சந்தித்தான். கட்சியின் மாநிலக்கமிட்டியில் விவாதிக்கப்பட்டதையும், வழக்கை எதிர்கொள்ளும் வேலைகள் போவதையும் சொன்னான். அவனுக்கு உற்சாகம் பொங்கியது.

அன்று மாலை வழக்கம்போல சிறை மைதானத்தில் அமர்ந்திருந்தான் . அவன் கைகளில் ஹென்றி ஷாரியர் எழுதிய பட்டாம்பூச்சி புதினம் இருந்தது. அதில் நாயகனின் சிறை அனுபவங்களையும் சிறையிலிருந்து தப்ப அவன் எடுக்கும் முயற்சிகளையும் சுவாரஸ்யமாக வாசித்துக் கொண்டிருந்தான். அருகில் நாலைந்துபேர் இருந்தாலும் யாரும் யாருடனும் பேசிக்கொள்ளவில்லை. எல்லாரும் அவரவர் கையிலிருந்த புத்தகங்களில் மூழ்கியிருந்தனர்.

எங்கிருந்தோ வந்த ஒரு தட்டான் புத்தகத்தின் மீது அமர்ந்தது. முதல்முறை யானையைப் பார்க்கும் சிறுமிபோல அவனுக்குள் அத்துனை பிரமிப்பு. புதிய முகங்களைப் பார்க்கும்போது ஏற்படுகிற சிலிர்ப்பை ஒரு சிறைவாசியால் மட்டுமே உணரமுடியும். தட்டான் அவனைக் கூர்ந்து பார்த்தது. இங்கு வருவதற்குமுன்பு அது யார் யாரையெல்லாம் பார்த்திருக்கும்? இலந்தை விற்கிற கிழவியின் முகத்தையோ, பள்ளிக்கூடச் சிறுமியின் முகத்தையோ, விழுந்து கிடக்கும் குடிகாரன் முகத்தையோ கூட பார்த்திருக்கலாம். இந்த விநாடி என்னைப் பார்க்கிறது. இந்தத் தருணம் எனக்கானது. எழுந்து பறந்தது. எங்கே அவசரமாய்ப் போகிறாய் தட்டானே..? என்னையும் கூட்டிக்கொண்டு போ. தட்டானை விரட்டிக்கொண்டே அவன் பார்வை சென்றது.

சற்றுத்தள்ளி அரசமரத்தின் கீழ் அமர்ந்திருந்த ஜெபநேசனைச் சுற்றிலும் சிறு கூட்டம் இருந்தது. வழக்கம்போல பைபிளின் வசனங்களைக் கதைபோலச் சொல்லிக் கொண்டிருந்தான். சுற்றியிருந்த கைதிகள் சிறுபிள்ளைகளாய் மாறியிருந்தனர்.

“இரவு உணவுக்காகக் கூடியிருந்த பனிரெண்டு சீடர்களும் தோற்றத்தில் இயேசுவைப்போல இருந்தனர். புதிதாக வருபவர்களுக்கு அதில் யார் இயேசு என்று கண்டுபிடிப்பது அவ்வளவு எளிதல்ல. அவரைக் காட்டிக் கொடுப்பதற்காக யூதாஸ் முப்பது வெள்ளிக்கு விலைபோனான். இரவு ஜெபம் முடிந்ததும் தன் கையிலிருந்த அப்பத்தை அனைவருக்கும் பகிர்ந்துகொடுத்த இயேசு உங்களில் ஒருவன் என்னைக் காட்டிக்கொடுக்கப்போகிறான் என்றார். சீடர்களின் முகங்கள் அதிர்ச்சியில் வெளிறிப்போயின. ”

கதையின் சுவாரஸ்யத்துக்காகச் சிறிய இடைவெளி விட்டு நிறுத்திய ஜெபநேசனைத் திரும்பிப் பார்த்தான் வேலு. பலாப்பழ ஈக்கள் போல எல்லார் கண்களும் ஜெபநேசன் முகத்தையே மொய்த்திருந்தன.

“பரமபிதாவே.. யார் அந்தக் கை சேதக்காரன்..? நானா.. நானா.. ஆள் மாற்றி ஆள் கேட்டபோதும் ஆண்டவராகிய இயேசு அமைதியாக இருந்தார். யூதாசும் அப்படியே கேட்டான். இயேசு மெலிதாகச் சிரித்தார். தூரத்தில் யூதப்படை சூழ்ந்திருந்தது.” ஜெபனேசன் கதை சொல்லும்போது அவனே இயேசுவாகவும் அவனே யூதாசாகவும் அவனே ரோமர்களாகவும் மாறிக்கொண்டிருந்தான்.

இதையெல்லாம் ஏற்கனவே படித்திருந்தாலும் ஜெபநேசனின் கதை சொல்லும் பாங்கு அனசையும் ஈர்த்தது. புத்தகத்தைக் கவிழ்த்துவிட்டு அவனையே பார்த்துக் கொண்டிருந்தான்.

“யூதாஸ், ஆண்டவரின் கையைப் பிடித்து முத்தமிட்டான். ரோமப்படை அடையாளம் கண்டுகொண்டது. அருகில் வந்தது...”

“ஏப்பா அனசு உன்ன எங்கெல்லாந்தேடறது?” என்றபடி அவனை நோக்கி வந்த முத்தையன் முகத்தில் புன்னகை படர்ந்திருந்தது. முத்தையன் பரமக்குடிக்காரன். சொத்துத் தகராறில் சொந்த அண்ணனையே குத்திவிட்டு உள்ளே வந்தவன். வந்த சில நாட்களிலேயே அனசுடன் நெருக்கமாயிருந்தான். அன்று மனுப்பார்க்கப் போன இடத்தில் கட்சிக் கொரியர் மூலம் ஒரு கடிதம் வந்திருந்தது. நேரடியாக அனசுக்குக் கொடுக்காமல் முத்தையனுக்கு வந்த பிஸ்கெட் பாக்கெட்டுக்குள் வைத்துதான் அனுப்பியிருந்தார்கள். அதைக் கொடுக்கத்தான் ஓடிவந்தான் அவன்.

கட்சியிலிருந்து வந்திருக்கும் கடிதம். அதைத் தொட்டதுமே பரவசமானான். பனிக்கூழைக் கண்ட குழந்தைபோல அவன் மனதுக்குள் குளிர்ச்சி பரவியது. வேலுவையும், கமலக்கண்ணனையும் அழைத்தான்.

"தோழர்.. கட்சிலர்ந்து கடிதம் வந்திருக்கு.. வாங்க.."

ஆர்வத்தோடு வந்து குழுமினர். கடிதத்தைப் பிரித்து வாசிக்க வாசிக்க அனசின் முகம் இருண்டது.

“சிறைப்பிடிக்கப்பட்ட ஆண்டவர், யூதக் காவலர்களின் கடுமையான சித்திரவதையை அனுபவித்தார். மக்கள் பார்க்கும்படி அவரை அடித்து இழுத்துச்சென்று சிலுவையில் அறைந்தனர். மக்கள் கூடி நின்று அழுது புலம்பினார்கள். அப்போதும் அந்தப் பணியாளர்களுக்காக ஆண்டவரிடம் வேண்டினார். தேவனே இவர்களை மன்னியுங்கள். இவர்கள் செய்வது இன்னதென்று தெரியாமல் இருக்கிறார்கள்.” ஜெபநேசனின் குரலில் சோகம் இழைந்தது.

கடிதம் அனசிடமிருந்து கமலக்கண்ணனுக்கும் பின்பு அவனிடமிருந்து வேலுவுக்கும் கை மாறியது. மூவரும் இடிந்துபோய் அமர்ந்திருந்தனர்.

“அந்தக் கடுமையான வேதனையிலும் இயேசு தேவனையே விசுவாசித்திருந்தார். பரலோகத்திலிருக்கும் பரமபிதாவின் கருனை தன்மீது பொழியும், இந்த கொடும் துயரங்களிலிருந்து அவர் என்னை மீட்பார் என்று நம்பினார். அந்த வேதனையிலும் அருகில் தொங்கிக் கொண்டிருந்த இரு திருடர்களுக்கு மனமிரங்கினார். அவர்களை ஆசிர்வதித்தார்.”

யாருமற்ற வெளியை வெறித்துப் பார்த்தபடி அமர்ந்திருந்த அனசின் தோளைத்தொட்டுக் கமலக்கண்ணன் கேட்டான்.

“இப்ப என்ன பண்றது தோழர்?”

அவன் கையிலிருந்த கடித்தத்தைப் பிடுங்கிக் கோபத்தோடு தூக்கி எறிந்தான்.

'கட்சிக் கட்டுப்பாட்டை மீறி செயல்பட்டதால் அனஸ் கட்சியிலிருந்து நீக்கப்படுகிறார். இனி அவரோடு கட்சியினர் எந்தத் தொடர்பும் வைத்துக்கொள்ள வேண்டாம்' என்ற வாசகத்தோடு முடிந்திருந்த கடிதம் காற்றில் பறந்து சென்றது.

“சகிக்க முடியாத வேதனையால் நம்பிக்கையிழந்த இயேசு மிகுந்த சப்தமிட்டுத் தேவனை அழைத்தார்..

ஏலீ ஏலீ லாமா சபக்தானி..”